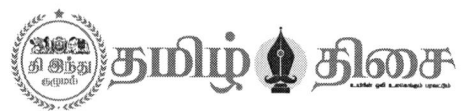

தமிழ் திசை

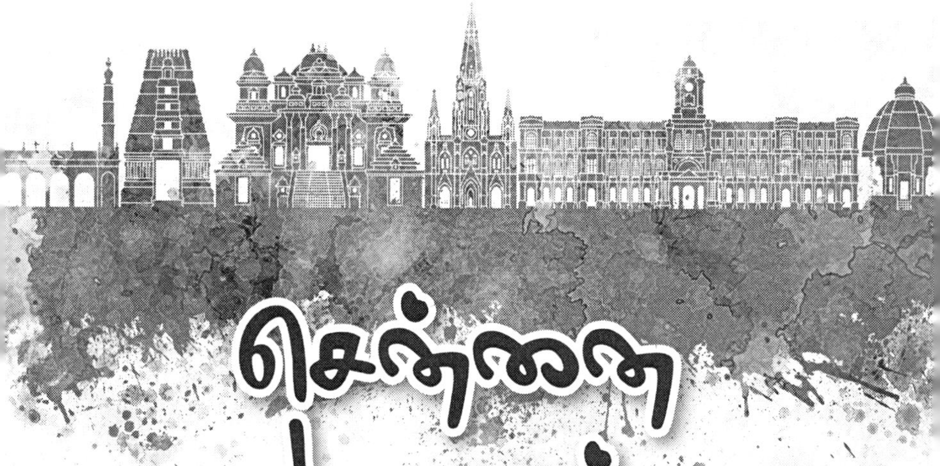

சென்னை மாநகர்

மா.சு.சம்பந்தன்

தமிழ் திசை

Title
CHENNAI MAANAGAR
Ma.Su.SAMBANTHAN

ISBN NO: 978-81-979390-0-6

நூல் தலைப்பு
சென்னை மாநகர்

நூல் ஆசிரியர்
மா.சு.சம்பந்தன்

முதற்பதிப்பு
அக்டோபர் - 2024

விலை: **₹ 250**

ஆசிரியர்
கே.அசோகன்

நூல் பொறுப்பாசிரியர்
வா.ரவிக்குமார்

Creative Head - புத்தகங்கள் பிரிவு
மு.ராம்குமார்

முதன்மை வடிவமைப்பாளர்
என்.கணேசன்

வடிவமைப்பாளர்
ச.சக்திவேல்

பதிப்பகப் பிரிவு விற்பனை
மேலாளர்: **S.இன்பராஜ்**
முகவரி:
KSL MEDIA LIMITED, கஸ்தூரி மையம்,
124, வாலாஜா சாலை,
சென்னை - 600 002.

போன்: **044 - 35048001**
செல்: **7401296562 / 7401329402**

தமிழ் திசை பதிப்பகத்தின்
அனைத்துப் புத்தகங்களையும்
வாங்கிட கீழே குறிப்பிட்டுள்ள
ஆன்லைன் லிங்க்கை
பயன்படுத்தவும்.
மேலும், நமது பதிப்பகத்தின்
விலைப் பட்டியலை
PDF மூலம் பார்க்க
உங்கள் whatsapp எண்ணை
மேற்கண்ட எண்ணுக்கு அனுப்பவும்.

https://store.hindutamil.in/publications
www.instagram.com/hindu_tamil

https://www.facebook.com/Tamilthisaipublications https://twitter.com/Tamilthisaipublications

Printed by B.Ashok Kumar, Rasi Graphics (P) Ltd., No.40, Peters Road, Royapettah, Chennai - 600 014, for KSL Media Limited, Chennai - 600 002.

துலக்கமான ஆவணம்!

ஏறக்குறைய நானூறு ஆண்டுகால சென்னையின் நதிமூலத்தை நம் கண்முன் நிறுத்துகிறது மா.சு.சம்பந்தன் எழுதியிருக்கும் 'சென்னை மாநகர்' என்னும் இந்நூல்.

இன்றைய தொழில்நுட்ப வளர்ச்சி நம் எல்லோரையுமே தகவல் பணக்காரர்களாக்கியிருக்கிறது. ஆனால், அதுபோன்ற எந்த வசதியும் இல்லாத காலத்தில் இந்நூலினை எழுதியிருக்கும் மா.சு.சம்பந்தன் எத்தனை புத்தகங்களை படித்திருப்பார், எவ்வளவு குறிப்புகளை எடுத்திருப்பார், எத்தனை இடர்களை எதிர்கொண்டிருப்பார் என்பதை இந்நூலில் இடம்பெற்றிருக்கும் மலைப்பான தகவல்கள், நம்மை எண்ண வைக்கின்றன.

தோற்றுவாய், வரலாற்றுக்கு முற்பட்ட காலம், வரலாற்றுக் காலம், சுற்றுப்புறத்து ஊர்கள், 15, 16ஆம் நூற்றாண்டின் சூழ்நிலை, ஆங்கிலேயர் வருகை, ஆட்சிக் காலம், நகர வளர்ச்சி, சென்னையின் சிறப்பு - என ஒன்பது தலைப்புகளில், முறையே பண்டைய சென்னையின் தொன்மையான வரலாறு துலக்கமான ஆவணமாக இந்நூலில் வெளிப்பட்டிருக்கிறது.

இன்றைக்கும் நாம் கடந்து போய்க்கொண்டிருக்கும் அண்ணா சாலை (மலைச்சாலை), பிராட்வே (பிரகாசம் சாலை), ஹாமில்டன் பாலம் போன்றவற்றுக்குப் பின்னணியில் இருக்கும் வரலாறு தெளிவாக கூறப்பட்டிருக்கிறது. மேலும், கல்வி, மருத்துவம், சுகாதாரம், உடல் நலம் போன்றவற்றில் முன்னத்தி ஏராக சென்னையே அந்தக்காலத்தில் விளங்கியதையும் ஆதாரபூர்வமாக இந்நூலின் ஆசிரியர் விளக்கியிருக்கிறார்.

இந்தியாவின் கலாச்சார தலைநகராக சென்னையை இன்றைக்கு நாம் கொண்டாடுகிறோம். ஆனால், அதற்கான விதை நூறு ஆண்டுகளுக்கு முன்பாகவே தமிழ் இசை, பண்பாடு, பக்தி போன்ற பின்புலங்களில் எப்படி உண்டானது என்பதும், அதற்காக உழைத்த மாமனிதர்களின் உழைப்பும் அர்ப்பணிப்பும் எப்படிப்பட்டதாக இருந்தது என்பதும் ஒன்றுவிடாமல் இந்நூலில் பதிவாகியிருப்பது இந்நூலின் சிறப்பு.

சென்னையின் சிறப்புகளை மட்டுமே வியந்தோதாமல், "சென்னை நகர் ஏற்பட்டபோது இருந்ததைவிட, இப்போது தொழில் வளர்ச்சி பெருகியுள்ளது என்பது உண்மைதான் என்றாலும், கடந்த 300 ஆண்டு காலத்திற்குள் இம்மாநகரம், பம்பாய், கல்கத்தாவைப் போன்று பெரும் கனரகத் தொழில்கள் உற்பத்தி செய்யும் இடமாக மாறவில்லை" என்பதையும் சுட்டிக்காட்டியிருக்கிறார்.

தொல்லியல் சான்றுகள், வரலாற்று ஆதாரங்களுடன் துலக்கமான ஆவணமாக மா.சு.சம்பந்தனின் 'சென்னை மாநகர்' நூல் திகழும் என்பதில் நாங்கள் உறுதியாக இருக்கிறோம். நூலைப் படித்து முடித்தவுடன், நீங்களும் அந்த உறுதிமொழியை உங்களின் நண்பருக்குச் சொல்வீர்கள்!

அன்புடன்,
கே.அசோகன்,
ஆசிரியர்,
'இந்து தமிழ் திசை'

முன்னுரை

எனது அன்புப் பாட்டியார் ஒருவர் இருந்தார். அந்த அம்மாள், எனது இளமைக் காலத்திலே சென்னைக் கடற்கரை முன்பு எங்கு இருந்தது என்பது பற்றியும், இங்கு உள்ள மல்லிகேசுவரர் கோயில் எப்படிக் கண்டுபிடிக்கப்பட்டது என்பது பற்றியும் கதைகதையாய்ச் சொல்லுவார்கள். அவற்றை நான் மிகவும் கவனத்துடன் கேட்பேன்; மேலும் மேலும் சொல்லும்படி வற்புறுத்துவேன்.

பின்னர், எனது மாணவப் பருவத்தில், எட்டாம் வகுப்பில் பேராசிரியர் கா.நமசிவாய முதலியாரின் 'தமிழ்க் கடல் வாசகம்' பாடமாக வைக்கப்பட்டிருந்தது. அதில் உள்ள 'சென்னை பட்டினம்' என்னும் கட்டுரையைப் படித்ததும், இளமையில் நான் கேட்டவையெல்லாம் நினைவிற்கு வந்தன; சென்னையின் பண்டைப் பெருமையையும் வரலாற்றையும் அறிய வேண்டும் என்கிற ஆவல் எனக்கு மிகுந்தது.

அதன் காரணமாகச் சென்னை சம்பந்தப்பட்ட கட்டுரைகளையும் நூல்களையும் தேடிப் பிடித்து வரலானேன். அங்ஙனம் படித்த நூல்களில் நகராண்மைக் கழகக் கையடக்க நூலும் (The Hand Book of Corporation) ஒன்று. அது சென்னையைப் பற்றிய விவரங்கள் அடங்கிய தமிழ் நூல் ஒன்றை எழுத வேண்டும் என்ற எண்ணத்தை எனக்கு முதலில் தோற்றுவித்தது.

அடுத்து, வரலாற்றாசிரியர் சி.எஸ். சீனிவாசாச்சாரியார் ஆங்கிலத்தில் எழுதிய 'சென்னை வரலாறு' (The History of Madras) என்னை மேலும் ஊக்கியது. ஆகவே நான் பல நூல்களைப் படித்துக் குறிப்புகளைத் திரட்டிக் கொண்டேன். சென்னை நகராண்மைக் கழகத்தின் செய்திகளும், பத்திரிகைகளில் அவ்வப்போது வெளிவந்த குறிப்புகளும் எனக்கு இன்றைய வரையில் சென்னையைப் பற்றிய செய்திகளைச் சேகரித்துக் கொள்ள மிகவும் உதவியாக இருந்தன.

மேலும், தொண்டைநாட்டுப் பெரும் புலவர் தெ.பொ. மீனாட்சிசுந்தரனாரின் 'சென்னை நாகரிகம்' என்கிற கட்டுரையும் 'நாடோடி'யின் 'சென்னை ஆஸ்பத்திரிகள்' என்கிற தொடர் கட்டுரையும் இந்நூல் எழுதப் பயன்பட்டன.

இச்சென்னை மாநகரின் முதல் பதிப்பு 1955 ஜூலையில் வெளியாகியது. இதற்குச் சென்னை மாநகரத் தந்தை (மேயர்) திரு. க.ந.சீனிவாசன் பி.ஏ. பி.எல். அவர்களிடமும், சென்னை மாகாண முதலமைச்சர் திரு. கு.காமராஜர் அவர்களிடமும் அணிந்துரை பெற்றேன். எனக்குமுன் 'கார்ப்பரேஷன் சரித்திரத்தை' நூலாக வெளியிட்ட திரு. ஏ.கே. சந்திரசேகரரிடமும் ஒரு முன்னுரை வாங்கியிருந்தேன். சொல்லின் செல்வர் டாக்டர் ரா.பி. சேதுப் பிள்ளை அவர்களும் மனமுவந்து ஒரு பாராட்டுரை அளித்தார்கள். டாக்டர் மு.வரதராசனார் அவர்கள் சென்னை மாநகரைப் பாராட்டி எனக்குத் தனிப்பட்ட கடிதம் ஒன்று எழுதினார். மேலும், தாம் எழுதிய 'தமிழ் இலக்கிய வரலாற்றி'லும் குறிப்பிட்டுச் சிறப்பித்துள்ளார்.

இதன் முதல் பதிப்பு, சில காலத்திற்குள் விற்பனை ஆகிவிட்டது. இந்நூல் எழுதிய பின்னர், நான் எதிர்பாரா வகையில், 1959இல் சென்னை மாநகராட்சி தேர்தலில் 20ஆவது கச்சாலீஸ்வரர் வட்டத்தில் வேட்பாளனாகப் போட்டியிட்டு வெற்றி பெற்றேன். இதனால் இம்மாநாகராட்சியின் சார்பில் சென்னைப் பல்கலைக்கழகத்தின் மூப்பரவை (செனட்) உறுப்பினனாகவும் தெரிந்தெடுக்கப்படும் பேறு பெற்றேன். இப்பொதுத் தொண்டின் காரணமாக நான் படித்தறிந்து கொண்டதைவிடப் பட்டறிவு மிகுதியும் பெறலானேன்.

வேலை மிகுதியினால் இரண்டாம் பதிப்பை விரிவாக்கி வெளிக் கொண்டுவர இயலவில்லை. குடும்பப் பொறுப்பும் பிறவும் என்னை நூல் வெளியீட்டுத் துறையில் போதிய கவனம் செலுத்த இடங்கொடுக்கவில்லை. எப்படியோ 22 ஆண்டுகள் உருண்டோடி விட்டன.

இந்த இரண்டாம் பதிப்பு முற்பகுதி எவ்வித மாற்றமின்றியும், பிற்பகுதி பலவித மாறுதலுக்கும், விரிவுக்கும் உள்ளாகியும் வெளியிடப்பட்டுள்ளது.

குடிவளம், சுகாதாரம், கல்வி, விளக்கு வசதி, வருவாயும் செலவும் - ஆகியவை மிகுதியாக விரிவுபடுத்தப்பட்டுள்ளதை அன்பர்கள் கவனிக்க வேண்டுகிறேன். சென்னையின் சிறப்பு, ஊரும், பேரும், நகரும், தெருக்களும், பாலங்களும், பூங்காக்களும் இன்னபிறவும், முன்பைவிட விளக்கப்பட்டு துலக்கமாக்கப்பட்டுள்ளன.

சென்னையைச் சுற்றியுள்ள பழைய ஊர்களின் பெருமையும், நகரின் படிப்படியான வளர்ச்சியும், சென்னை நகருக்கு இந்தியாவிலும் உலகிலும் கிடைத்துள்ள சிறப்புகளும் ஆங்காங்கே சுட்டப்பட்டும்,

ஒருங்கே தொகுத்துக் கூறப்பட்டுமுள்ளதை இதைப் படிப்பவர்கள் போற்றுவார்கள் என்று நம்புகிறேன்.

சென்னை நகரைப் பற்றிய 1961ஆம் ஆண்டுக் குடி மதிப்பு அறிக்கை மிக நல்லமுறையில் ஆங்கிலத்தில் தயாரிக்கப்பட்டுள்ளது. வரலாறு, ஆட்சி முறை, தொழிற் பெருக்கம் போன்ற நல்ல விவரங்கள் ஒழுங்காகவும் சிறப்பாகவும் தொகுக்கப்பட்டுள்ளன. இவை இப்பதிப்புக்கு மெத்தவும் துணைபுரிந்தன. இதன் கருத்துகளை உரிய இடங்களில் பயன்படுத்திக் கொண்டுள்ளேன். இதன் 1971ஆம் ஆண்டின் குடி மதிப்பு அறிக்கையின் ஒரு மடல் மட்டுமே வெளியாகியுள்ளது; இதன் மற்றொரு மடல் இன்னும் வெளியாகவில்லை.

இக்குடிமதிப்பு அறிக்கைகளோடு பத்திரிகைகளில் அவ்வப்போது வெளிவந்த செய்திகளையும் வானொலியின் ஆண்டறிக்கைகளையும், 1978இல் சென்னை மாநகராட்சியினர் வெளியிட்ட வழிகாட்டி நூலையும் உறுதுணையாகக் கொண்டு இந்த இரண்டாம் பதிப்பை ஒருவாறு செப்பம் செய்து வெளியிட்டுள்ளேன்.

இப்பதிப்பில் எனது உழைப்பைப் போற்றியும், குறையைச் சுட்டிக்காட்டித் தெரிவித்தும், அடுத்த பதிப்பைச் செம்மையாகக் கொண்டுவர, அன்பர்களைத் துணைபுரியும்படி கேட்டுக் கொள்கிறேன்.

இந்நூல் வெளிவர அடித்தளமாக இருந்த நூலாசிரியர்களுக்கும், வெளியீட்டாளர்களுக்கும், வரலாற்றாசிரியர்களுக்கும், அணிந்துரை அளித்தவர்களுக்கும், முன்னுரை வழங்கியவர்களுக்கும், கருத்துரை நல்கியவர்களுக்கும், மதிப்புரை செய்துள்ளவர்களுக்கும் எனது பெரும் நன்றியறிதலை என்றும் தெரிவிக்கக் கடமைப்பட்டுள்ளேன். அவர்களின் கருத்தைக் காலநிலை கருதிச் சுருக்கித் திரட்டி தந்துள்ளேன். இதற்காக அவர்கள் என்னை மன்னிப்பார்களாக!

நான் எடுத்திருக்கும் குறிப்புகள் அனைத்தையும் இந்நூலில் பயன்படுத்த முடியவில்லை. ஒரு பகுதியைக் கொண்டே இதை உருவாக்கியுள்ளேன். சென்னையைப் பற்றி எல்லா விவரங்களையும் ஒருங்கே திரட்டித் தரவேண்டும் என்ற பேராவல் எனக்கு இருந்தாலும், படிப்பவர்க்கு அலுப்புத்தட்டாமல் இருக்க வேண்டிய சூழ்நிலையை நோக்கியும், குறைந்த விலையில் நூலைக் கொண்டுவர வேண்டும் எனக் கருதியும் இந்த அளவில் இதை இப்போது வெளியிட முடிவு செய்தேன். அன்பர்களின் ஆதரவும், ஊக்கமும் இருந்தால் விரைவில் இதைவிட விரிவாகவும், விளக்கமாகவும் இதனை வெளியிட முடியும்.

சொல்லாக்கத்தைப் பற்றி ஒன்று கூறவேண்டும். தமிழ் ஆளும் மொழியாகத் தன் பழம்பெருமையை மீண்டும் பெற இருக்கிறது. எனவே, ஆட்சிக்குரிய நல்ல சொற்களைப் படைக்க வேண்டியது எழுத்தாளர் கடனாகும். இந்நூல் தொடர்பான பல ஆங்கிலச் சொற்களுக்கு கூடியவரை நல்ல தமிழ் மொழிபெயர்ப்புகளே தந்துள்ளேன். சொற்கள் யாவும் எளிமையாயும், தூய்மையாயும், தெளிவாயும் இருக்குமாறு பார்த்துக் கொள்ளப்பட்டிருக்கிறது.

கடைசியாக ஒரு சொல். இந்நூலில் காணும் தவறுகளை அன்புடன் எடுத்துரைத்து, அடுத்து இதை இன்னும் திருத்தமாகவும் அழகாகவும் வெளிக்கொண்டுவர அன்பர்கள் உதவி செய்வார்களாக. இதுபோன்ற நூல்கள் தமிழில் வெளிவர அரசாங்கத்தினரும், நகராண்மைக் கழகத்தினரும், பொது மக்களும் தங்களால் இயன்ற ஆதரவைத் தந்து உதவி புரியக் கேட்டுக்கொள்கிறேன்.

பலமுறை பார்த்தும் சில அச்சுப் பிழைகள் ஏற்பட்டுள்ளன. இவற்றை அன்புகூர்ந்து திருத்திப் படித்துக்கொள்ளுமாறு வேண்டுகிறேன். ஒன்றை வலியுறுத்திக் கூறவும் தொகுத்துக் கூறவும் வேண்டி, கூறியது கூறலாகவும் செய்யப்பட்டுள்ளது. இவைகளையெல்லாம் அன்பர்கள் பெரிதுபடுத்தாது, நூலில் தொடர்ச்சியும் வரலாற்றுண்மைகளும் பிறழாமல் இருக்க வேண்டும் என்பதிலும், விவரங்கள் மிகுதியும் தரப்பட்டனவா என்பதிலும் அதிகக் கவனம் செலுத்தும்படி கேட்டுக்கொள்கிறேன். நான் அறிந்து கொண்டதைப் பிறரும் அறிய வேண்டும் என்கிற அவாவின் மிகுதியினாலே, பல விவரங்கள் படிப்பவர் மீது திணிக்கப்பட்டுள்ளன. ஆசிரியரின் நன்னோக்கத்திற்காகத் திணிப்பையும் இனிப்பாகக் கொள்ள வேண்டுகிறேன்.

தாம் அரிது முயன்று திரட்டிய படங்களைக் கொடுத்துதவிய வரலாற்றுப் புலமையும் பழம் பொருட் சேகரிப்பில் பற்றும் மிக்க திரு. என்.எஸ். இராமசாமி அவர்களுக்கும், அச்சுப் படிமைகளைத் தாராளமாகக் கொடுத்துதவிய வி. மாணிக்கம் அண்ட் கோ நிறுவனத்திற்கும், சைவ சிந்தாந்த நூற்பதிப்புக் கழகத்தினர்க்கும், திருச்சி வாசுதேவன் அவர்களுக்கும், உலகத் தமிழ் ஆராய்ச்சி மன்ற நெறியாளர் அவர்களுக்கும், அரிய நூல்களைக் கொடுத்துதவிய திரு. ஜயவேல், திரு. முத்துக்குமாரசாமி (மறைமலையடிகள் நூல் நிலையம்), புகைப்படக் கலைஞர் திரு. சாமுவேல் ஆகியவர்களுக்கும் பெரிதும் நன்றி செலுத்துகிறேன். இதனை அச்சிட்டு உதவிய நண்பர் மில்லத் அச்சக உரிமையாளர் திரு. சையத் முகமத் அவர்களுக்கு

என் அன்பு கனிந்த நன்றி என்றும் உரியதாகும்.

சென்னை மாநகர் முன்பு 100 வட்டங்களாக இருந்தது. பின்பு, 120 வட்டங்களாகப் பெருகியது தற்போது வில்லிவாக்கம், திருவான்மியூர், திருவொற்றியூர் வரை விரிவாக்கப்பட்டதால் 150 வட்டங்களாகப் பிரிக்கப்பட இருக்கிறது. இதில் முன்பு இருந்த 59 வட்டங்கள் எவ்வித மாற்றமுமின்றி அப்படியே வைத்துக் கொள்ளப்படும். மீதமுள்ள 64 பெரியவட்டங்கள் பிரித்து அமைக்கப்படும். இவ்வாறு வட்டங்களைத் திருத்தியமைக்கும்போது, அவை கட்டுக்கோப்பாக இருக்கும்படி செய்யப்படுவதால், 120லிருந்து 141 ஆக அவற்றின் எண்ணிக்கை உயர்த்தப்படும்.

மேலும் புறநகர்ப் பகுதிகள் சேர்த்துக் கொள்ளப்படுவதால் (மொத்தம் 12 பஞ்சாயத்துகள் இணைத்துக் கொள்ளப்படுவதால்) இவை 9 வட்டங்களாக்கப்படும். ஆக, மொத்தம் சென்னை மாநகராட்சி 150 வட்டங்களாகும். இதனை 4 பகுதிகளாகப் (Zones) பிரித்து ஒவ்வொன்றிற்கும் ஒரு துணை ஆணையாளரை நியமிக்க இருக்கிறார்கள். இப்போதுள்ள இரு துணை ஆணையாளர்கள் உதவி ஆணையாளர்களாக உயர்த்தப்படுவர்.

சென்னை மாநகராட்சித் தேர்தல் மூன்றாண்டுகளுக்கு ஒருமுறை நடைபெற்று வந்தது. ஆனால் கடந்த 1-12-73இல் சென்னை மாநகராட்சி மன்றம் கலைக்கப்பட்டுவிட்டதால், தனியதிகாரியின் மேற்பார்வையில் நிர்வாகம் இயங்கி வருகிறது. மீண்டும் சென்னை மாநகராட்சி மன்றத் தேர்தல் 1978 நவம்பர் 3 ஆம் நாள் நடைபெற இருக்கிறது. சென்னை நகரத் தந்தையின் பதவிக்காலம் இரண்டாண்டு என்று உயர்த்தப்பட்டுள்ளது. இனி சென்னை மாநகராட்சியின் பொறுப்பு பொதுமக்களால் தேர்ந்தெடுக்கப்பட்டவர்களின் தலைமையில் சிறப்பாக நடைபெறும்.

சென்னை மாநகரின் தற்போதைய குடிவளம் 30 லட்சம். அனைத்திந்திய கொசு ஒழிப்பில் சென்னைதான் முதலிடம் பெற்றுள்ளது.

சென்னைப் பொருட்காட்சி சாலையில் ஏற்பட்ட பெரும் தீ விபத்திற்குப்பின், 11-7-75 அன்று எல்.ஐ.சி. 14 அடுக்குக் கட்டிடம் தீப்பிடித்துக் கொண்டது. இத்தீயை அணைக்க மூன்று நாள் பிடித்தது. இக்கட்டிடத்தைச் சீர்திருத்திப் புதுப்பித்துள்ளார்கள். சென்னை மாநகரில் தொலைக்காட்சி 15-8-75லிருந்து தொடர்ந்து காட்டப்பட்டு வருகிறது. இவை குறிப்பிடத்தகுந்த நிகழ்ச்சிகளாகும்.

அனைத்திந்திய அண்ணா தி.மு.க. ஆட்சி திரு. எம்.ஜி.இராமச்சந்திரன் அவர்கள் தலைமையில் ஏற்பட்டு ஓராண்டு காலமாகிறது. அரசவைக் கவிஞர் பதவியைப் புதுப்பித்ததும், சென்னையில் திரு. காமராஜர் வாழ்ந்து வந்த திருமலைப் பிள்ளை வீதியில் உள்ள 8ஆம் எண்ணுள்ள வீட்டை அரசு வாங்கி நினைவுச் சின்னமாக வைத்ததும், பாவேந்தர் பாரதிதாசன் விழாவைச் சிறப்பாக நடத்தியதும், வசதி குறைந்த பழம் இலக்கியவாதிகளுக்கும், எழுத்தாளர்களுக்கும்; ஆராய்ச்சியாளர்களுக்கும் நிதி உதவியளிக்க முன்வந்ததும், பெரியார், அண்ணா, காமராஜர் பெயர்களில் பல்கலைக்கழகங்களை ஏற்படுத்த இருப்பதும் இப்புதிய ஆட்சியில் குறிப்பிட்டுச் சொல்லத்தக்கவையாகும்.

சென்னை மாநகராட்சியின் பரப்பும் விரிந்துள்ளது; பொறுப்பும் அதிகரித்துள்ளது; மாநகராட்சியின் வருவாயும் நிர்வாகச் செலவும் அதிகரித்துள்ளன. ஆனால், குடிமக்களுக்கு முன்பைப் போல அவசியமான தேவைகளை அன்றாடம் கவனிப்பதில் அக்கறை குறைந்து வருவதாகப் பொதுமக்கள் பேசிக் கொள்கிறார்கள். இக்குறையைச் சம்பந்தப்பட்டவர்கள் உடனடியாகக் களைந்தெறிவார்களாக!

தெருக்களைத் துப்புரவாக வைத்திருத்தலும், குடிநீர் வழங்கலும், உடல்நலம் பேணுதலும், கல்வி, பொழுதுபோக்கு முதலிய வசதிகளைச் செய்து தரலும் மாநகராட்சியின் நீங்காக் கடமையாகும். மாநகராட்சியின் நிர்வாகிகளும் வரி செலுத்துவோரும் நன்கு பொறுப்புடன் நடந்துகொண்டு, நகரைச் சிறக்கச் செய்யத் துணைபுரிவார்களாக!

அதிகாரிகள் வரம்பு மீறாமல் இருக்கவும், ஆட்சி உறுப்பினர்கள் கட்டுக்கடங்கிச் செயலாற்றவும் ஒருவருக்கு மற்றவர் நல்லவகைகளிலெல்லாம் ஒத்துழைத்து குறை களைந்து சென்னை மாநகரின் பெருமையை உயர்த்துவார்களாக!

சென்னை   மா.சு.சம்பந்தன்
20-08-1978

தொடர்பன் என்னும் தனிநபர் இயக்கம்!

1968இல் சென்னையில் நடந்த இரண்டாவது உலகத் தமிழாராய்ச்சி மாநாட்டில், நிகழ்வு ஒன்றில் தங்களை அறிமுகப்படுத்திக்கொள்ள பங்கேற்பாளர்களுக்கு முதலமைச்சர் அண்ணா ஒரு நிமிடம் வழங்கியபோது, மா.சு.சம்பந்தனுக்குத் தேவைப்பட்டது சில நொடிகள்தான்; அவர் தன்னை இப்படி அறிமுகப்படுத்திக்கொண்டார்: "மொழியால் தமிழன்; இனத்தால் திராவிடன். என் பெயர் மா.சு.சம்பந்தன்!"

1923 மே 25 அன்று சென்னையில் பிறந்தவரான மாரம்பேடு சுப்பிரமணியன் மகன் சம்பந்தன் என்கிற மா.சு.சம்பந்தன், முன்னுதாரணம் அற்ற தமிழ் எழுத்தாளர். சென்னை முத்தியால்பேட்டை மேல்நிலைப் பள்ளியில் பள்ளிக் கல்வியும் பச்சையப்பன் கல்லூரியில் இரண்டாம் இடைநிலை வகுப்புவரையும் படித்த சம்பந்தனின் எழுத்துப் பணிகள் யாவும் பல்கலைக்கழகம் ஒன்றின் எழுத்து-பதிப்புப் பணிகளுக்கு இணையானவை.

'அந்த அன்பர்': இளவயதில் பல நூல்களையும் இதழ்களையும் விரும்பிப் படித்துவந்த சம்பந்தனுக்கு, முத்தியால்பேட்டை பள்ளியில் தமிழாசிரியராக இருந்த புலவர் மா.இராசமாணிக்கனார் தமிழ்ப் பற்று ஊட்டி, கட்டுரைப் பயிற்சியளித்து எழுதத் தூண்டியுள்ளார். அதன் விளைவாக, வ.ரா. ஆசிரியராக இருந்த 'பாரத தேவி' இதழில், 'பண்டை நாகரிகமே வேண்டும்' என்கிற தலைப்பில் தன்னுடைய முதல் கட்டுரையை 1940இல் சம்பந்தன் எழுதினார்.

மேலும், சி.பா.ஆதித்தனார் நடத்திவந்த, சென்னை சிந்தாதிரிப்பேட்டையிலிருந்து வெளியான 'தமிழன்' இதழில், 'பெரியோர் வாழ்க்கை' என்ற பகுதியில் ஜி.டி.நாயுடு பற்றி சம்பந்தன் எழுதிய கட்டுரை (30.01.1944), எழுத்து மீதான ஈடுபாட்டை அவரிடம் தீவிரப்படுத்தியிருக்க வேண்டும்.

முத்தியால்பேட்டை பள்ளியில் மாணவர்கள், ஆசிரியர்களுடன் கோயம்புத்தூர், மேட்டூர் உள்ளிட்ட இடங்களுக்குச் சுற்றுலா சென்றுவந்த பின் எழுதிய அந்தக் கட்டுரை குறித்து, 'மிகவும் அருமையான பல விஷயங்களைக் கொடுத்திருக்கிறார் அந்த அன்பர்' என இதழின் ஆசிரியர் கோ.த.சண்முகசுந்தரம் பாராட்டினார்.

‘பி.ஏ. பட்டம் கிடைத்திருந்தாலும் அவ்வளவு மகிழ்ச்சி ஏற்பட்டிருக்குமோ என்னவோ! இந்தப் புகழுரை பெரும் பட்டமாகவே தோன்றியது அப்போது!’ என சம்பந்தனைப் பரவசத்தில் ஆழ்த்திய பாராட்டு அது.

எழுத்தும் பதிப்பும்

எழுத்தும் பதிப்பும்தான் தன் வாழ்க்கை என்று தீர்மானித்துவிட்ட சம்பந்தன், *1947*இல் ‘தமிழர் பதிப்பக’த்தைத் தொடங்கினார். அதன் மூலம் கா.அப்பாத்துரையின் ‘வருங்காலத் தமிழகம்’, மு.வரதராசனின் ‘கி.பி. *2000*’, கி.ஆ.பெ.விசுவநாதத்தின் ‘வானொலியிலே’, கவிஞர் தமிழ் ஒளியின் ‘வீராயி’ ஆகிய நூல்களை வெளியிட்டார். ‘தமிழர் மலர்’ என்னும் கையெழுத்து இதழ், ‘முருகு’, ‘மதி’ என்னும் மாத இதழ்கள் ஆகியவற்றுக்கு ஆசிரியராக இருந்து நடத்திவந்த சம்பந்தன், ‘எங்கள் நாடு’ நாளேட்டின் துணை ஆசிரியராகவும் இருந்துள்ளார்.

தமிழர் கழகம், தமிழர் பேரவை, ஒய்.எம்.சி.ஏ. பட்டிமன்றம் ஆகியவற்றில் உறுப்பினராக இருந்த சம்பந்தன், தமிழ் எழுத்தாளர் சங்கத்தின் பொதுச் செயலாளர், துணைத் தலைவர் ஆகிய பொறுப்புகளை வகித்துள்ளார். சென்னை கன்னிமாரா நூலகத்தில் இளநிலை அலுவலராகவும் சில காலம் பணிபுரிந்தார்.

பல பரிமாணங்களில் சம்பந்தன்

‘சிறந்த பேச்சாளர்கள்’ *(1947)*, ‘திருச்சி விசுவநாதம்’ *(1954)*, ‘சென்னை மாநகர்’ *(1955)*, ‘அச்சுக் கலை’ *(1960)*, ‘அச்சும் பதிப்பும்’ *(1980)*, ‘எழுத்தும் அச்சும்’ *(1981)*, ‘தமிழ் இதழியல் வரலாறு’ *(1989)*, ‘தமிழ் இதழியல் சுவடுகள்’ *(1990)*, ‘தமிழ் இதழியல் களஞ்சியம்’ *(1990)*, ‘தொடர்பன் கட்டுரைகள்’ *(1998)* - பல்வேறு பரிமாணங்களிலான இந்தப் பத்து நூல்களும் தமிழ்கூறும் நல்லுலகுக்குச் சம்பந்தனின் முன்னுதாரணமற்ற பங்களிப்புகளாகும்.

மேடைத் தமிழின் முதல் நூல், வாழ்க்கை வரலாறு, நகர வரலாறு, கவின் கலை வரலாறு, தமிழில் அச்சு-பதிப்பு-பதிப்பாளர் பற்றிய ஆராய்ச்சி, தமிழ் இதழியல்-இதழாளர்கள் பற்றிய வரலாற்றாய்வு என எழுத எடுத்துக்கொண்ட தலைப்புகள் சார்ந்து, தான் மேற்கொண்ட தேடலும் ஆய்வும் குறித்து அந்த நூல்களின் முன்னுரையில் சம்பந்தன் விரிவாக எழுதியுள்ளார்; சம்பந்தன் என்கிற பெயரே ‘தொடர்பன்’ என்கிற புனைபெயருக்கு அடிப்படையும் ஆனது.

இன்று ஒரு நூலை எழுதுவதற்குத் துணைபுரியும் தொழில்நுட்பக் கருவிகளின் பின்னணியிலிருந்து பார்க்கும்போது, மிகக் குறைந்த

வசதிகளுடன் தனிநபராக சம்பந்தன் மேற்கொண்டவை தன்னேரிலாத முயற்சிகளாகப் பிரமிப்பூட்டுகின்றன.

நூல்களின் முக்கியத்துவம்

சுமார் 400 ஆண்டு கால நவீன வரலாற்றை உடைய சென்னை மாநகர் குறித்து, தமிழில் முழுமையான ஒரு வரலாற்று நூலுக்கான தொடக்கத்தைச் 'சென்னை மாநகர்' (1955) நூலில் சம்பந்தன் ஏற்படுத்திக் கொடுத்தார். 'The Hand book of Corporation' என்கிற சிறு நூல், 'சென்னையைப் பற்றிய விவரங்கள் அடங்கிய தமிழ் நூல் ஒன்றை எழுத வேண்டும் என்ற எண்ணத்தை அவரிடம் தோற்றுவித்திருந்தாலும், மேற்கொண்டு விரிவான ஆய்வுகளுடன் 15-க்கும் மேற்பட்ட நூல்களின் துணையோடு சென்னை மாநகர வரலாற்றைச் சம்பந்தன் எழுதியுள்ளார்.

'யான் எடுத்திருக்கும் குறிப்புகள் அனைத்தையும் இந்நூலில் பயன்படுத்த முடியவில்லை' என முன்னுரையில் வருந்தும் (இந்த வருத்தம் அவரது எல்லா ஆய்வு/வரலாற்று நூல்களின் முன்னுரையிலும் வெளிப்படுகிறது) சம்பந்தன், 'இதுபோன்ற நூல்கள் தமிழில் வெளிவர அரசாங்கத்தினரும், நகராண்மைக் கழகத்தினரும், பொதுமக்களும் தங்களால் இயன்ற ஆதரவைத் தந்து உதவிபுரியக் கேட்டுக்கொள்கிறேன்' என்று கோரிக்கைவிடுத்துள்ளார்.

'சென்னை மாநகர்' நூல் உருவாக்கத்தின்போது சென்னையில் வெளியான பழைய பத்திரிகைகள் பற்றிய குறிப்புகளைக் கண்ட சம்பந்தன், 'தமிழ்ப் பத்திரிகைகள்' என்ற நூலை எழுத விரும்பியிருக்கிறார். அதனால், தமிழ்ப் பத்திரிகை தொடர்பாக 'ஏதாவது துப்பு கிடைக்குமா' என்பதை அறிய தமிழ்நாட்டின் முக்கிய நூலகங்களுக்கு அலைந்துள்ளார்.

முடிவில், 'தமிழ்ப் பத்திரிகை'களுக்கு முன்பாக அச்சு பற்றிய விவரத்தைத் தந்தால் நல்லது என நினைத்து 'அச்சுக் கலை' (1960) நூலை எழுதினார். நூலின் இறுதியில், 'Books consulted' என்று 15 ஆங்கில நூல்கள், பிரசுரங்கள், அறிக்கைகள் ஆகியவற்றைப் பட்டியலிட்டுள்ளார்.

'தமிழில் அச்சுக் கலையின் வளர்ச்சி பற்றி எழுதப்பட்ட முதல் புத்தகம் இது' என 'தினத்தந்தி' பாராட்டியது. 1966இல் இந்நூலுக்குத் தமிழ் வளர்ச்சி இயக்கத்தின் முதல் பரிசை அன்றைய முதலமைச்சர் பக்தவத்சலம் வழங்கினார். 'அச்சும் பதிப்பும்' நூலுக்கு 1982இல் முதலமைச்சர் எம்ஜிஆர் தமிழக அரசின் பரிசை வழங்கினார். தொடர்ந்து 1986இல், 'தமிழ் இதழியல் வரலாறு' நூலுக்கும் சம்பந்தன் பரிசு பெற்றார்.

சமூகப் பணிகள்

தொடக்கம் முதலே திராவிட இயக்கப் பற்றாளரான சம்பந்தன், அண்ணாவின் அறிவுறுத்தலில் 1959இல் சென்னை மாநகராட்சித் தேர்தலில் போட்டியிட்டு, கச்சாலீஸ்வரர் வட்டத்திலிருந்து உறுப்பினராகத் தேர்ந்தெடுக்கப்பட்டார்.

"தோழர் சம்பந்தன் அவர்கள் அடக்கமானவர். நல்ல அறிவுத் தெளிவு பெற்றவர்; அமைதியாகப் பணியாற்றும் பண்புள்ளவர்... தமிழ்ச் சமுதாயத்துக்கு நல்ல பணியாற்றுவார் என்பதில் சந்தேகமில்லை" என வெற்றி விழாவில் அண்ணா பேசினார் ['நம் நாடு' 25.05.1959]. தொடர்ந்து சென்னைப் பல்கலைக்கழகப் பேரவை [செனட்] உறுப்பினராகவும் தேர்ந்தெடுக்கப்பட்டார்.

வேட்பாளர், திரு/திருமதி ஆகிய சொற்களை அறிமுகப்படுத்தி பொதுப் பயன்பாட்டுக்குக் கொண்டுவந்தவர் சம்பந்தன்தான். பாட மொழியாகவும் ஆட்சி மொழியாகவும் நீதி மொழியாகவும் தமிழ் வளர வேண்டும் என சம்பந்தன் விரும்பினார்; நாடெல்லாம் தமிழ் செழிக்க, 'எங்கும் தமிழ்..' 'எதிலும் தமிழ்' என முழக்கமிட்டுக் குமரியிலிருந்து சென்னை வரை தமிழ் எழுச்சி நடைப்பயணம் மேற்கொண்டார்.

சம்பந்தன் எங்கே?

எங்கு சென்றாலும் நடந்தே சென்றுவரக் கூடிய இயல்புடைய சம்பந்தன், எங்கு செல்கிறார், எப்போது திரும்புவார் என்கிற தகவல்களை எப்போதும் வீட்டினரிடம் சொல்லிச் சென்றதே இல்லை. அப்படித்தான் 2011 செப்டம்பர் 25 அன்று பெரியார் திடலில் ஒரு கூட்டத்துக்குச் சென்றவர் - இன்றுவரை - திரும்பவே இல்லை; அப்போது அவருக்கு வயது 89, இன்று 100 நிறைகிறது. எங்கு தேடியும் கிடைக்கவில்லை என்பது பெரும் சோகம். தமிழ்நாடு அரசு சம்பந்தனின் நூல்களை நாட்டுடைமையாக்கி அறிவித்துள்ளது. பல ஆண்டுகள் பதிப்பில் இல்லாமல் இருந்த அவரது நூல்கள் மீண்டும் அச்சாக்கம் பெறவிருக்கின்றன; இதை சம்பந்தன் அறிந்தால் மகிழ்வார்.

சம்பந்தன், எங்கே இருக்கிறீர்கள்?

சு.அருண் பிரசாத்

உள்ளே...

1. தோற்றுவாய் 27
2. வரலாற்றுக்கு முற்பட்ட காலம் 33
3. வரலாற்றுக் காலம் 35
4. சுற்றுப்புறத்து ஊர்கள் 38
5. 15,16ஆம் நூற்றாண்டின் சூழ்நிலை 46
6. ஆங்கிலேயர் வருகை 50
7. ஆட்சிக் காலம் 61
8. நகர வளர்ச்சி 132
9. சென்னையின் சிறப்பு 193

   மேற்கோள் நூல்கள் 240

வள்ளுவர் கோட்டம்.

எழும்பூர் ரயில் நிலையம்.

சென்னை மாநகராட்சி மன்றம்.

பாரிஸ் கார்னர்.

சென்னைத் துறைமுகம்.

பக்கிங்காம் கால்வாய்.

லைட் ஹவுஸ் சாலையையும் மெரினாவையும் இணைக்கும் காமராஜ் சுரங்கப்பாதை.

சென்னை மூர் அங்காடி.

அண்ணா சதுக்கத்திற்குப் போகும் வழி.

சென்னைப் பல்கலைக்கழகம்.

மயிலை கபாலீசுவரர் கோயில்.

அண்ணா நகரிலுள்ள கோபுரம்.

திருவல்லிக்கேணி பார்த்தசாரதி கோயில்.

சாந்தோம் தோமையர் ஆலயம்.

திருவல்லிக்கேணி பெரிய மசூதி.

மெரினாக் கடற்கரை.

திருவல்லிக்கேணி அண்ணாசாலை சந்திப்பு.

ஜெமினி பாலம்.

தி ஹிந்து அலுவலகம்.

என்.எஸ்.சி. போஸ் சாலை.

1. தோற்றுவாய்

சென்னை மாநகரின் வரலாற்றை அறிவதற்கு முன் நாம் வாழும் உலக வரலாற்றை ஓரளவு அறிந்து கொள்வது நல்லது.

இப் பூவுலகம் பல கோடி ஆண்டுகளுக்கு முன் செஞ்ஞாயிற்றிடமிருந்து தெறித்து விழுந்த ஒரு துண்டாகும். இது முதலில் அனற் பிழம்பாய் எரிந்தும், கொதித்தும், கனலை உமிழ்ந்தும் சுமார் ஒரு நூறு கோடி ஆண்டுகளாய்க் கிடந்தது. இதற்குப்பின் ஒரு கோடி ஆண்டுவரை தணிந்து தணிந்து இறுகத் தொடங்கியது. இறுகி, இறுகி மலைகளும் கடல்களும் தோன்றின. இம்மலைகளிலும் கடல்களிலுந்தான் முதன் முதலில் உயிர்கள் உண்டாயின. அவ்வுயிர்கள் பிறகு ஓரறிவு முதல் ஆறறிவு வரை - வளர்ந்தன. அவ்வாறாவது அறிவுடன் - மனமும் சேர்ந்து மனிதன் தோன்றினான். இதுதான் உலகத்தின் சுருங்கிய கதையாகும்.

மேற்சொன்ன முறையில் இவ்வுலகில் முதன் முதலில் குறைந்து இறுகிய பகுதி தென்னிந்தியாவை உள்ளடக்கியிருந்த லெமூரியாக் கண்டந்தான். ஏனெனில் அன்றைய தென்னிந்தியா இருந்தது. இன்றுள்ள ஆஸ்திரேலியாவும் ஆப்பிரிக்காவும் அன்று மெமூரியாக் கண்டத்துள் அடங்கியிருந்தன. இன்று இந்தியாவின் வடக்கு எல்லையாக இருக்கும் இமயமலை அன்று கடலுக்கு அடியில் இருந்தது. மேற்குத் தொடர்ச்சி மலையும் கிழக்குத் தொடர்ச்சி மலையுமே அன்று நிலவிய மலைகள்.

உயிர் வகைகள் படிப்படியாக உள்ளது சிறந்து குரங்குக்கு அடுத்தபடியான 'மெமூர்' என்னும் காட்டு மாந்தனிடத்திலிருந்து மனிதன் தோன்றினான். அவன் பேசிய மொழியே உலகத்தின் மிகப் பழமையான பண்டைத் தமிழ் மொழியாகும்.

இக்கூற்றுகளுக்கு உயரத்தால் குறுகியவாய் இருந்தும் காலத்தால் மிகப் பழமையான கருங்கற் பாறைகளைக் கொண்ட கிழக்கு மேற்கு மலைத் தொடர்களும் தென்னிந்தியாவில் கிடைத்த மிகத் தொன்மையான காட்டு மனிதனின் எலும்புக் கூடுகளும், இமய மலையில் நீர் வாசத்தைக் குறிக்கும். கடற் பொருள்களின் எச்சங்களும் பழமை வாய்ந்த தமிழ்மொழியில் உள்ள வேர்ச் சொற்கள் உலகத்து மொழிகள் யாவற்றிலும் காணப்படும் தன்மையும் சான்றுகளாக இருக்கின்றன.

மாந்தன் தொடக்கத்தில் விலங்குகளுடன் விலங்கு போல் வாழ்க்கையை நடத்தினான். அப்பொழுது அவனுக்கென்று நாடு, நகர், வீடு என்பன கிடையா. மலைப் பிளவுகளிலும் மரப் பொந்துகளிலேயும் அவன் வாழ்ந்து வந்தான். அவனுக்கு அன்று ஆடையணி கூட இல்லை. பிறந்த மேனியாக வெயிலில் காய்ந்து மழையில் நனைந்து தட்பவெப்பத்திலிருந்து தன்னைப் பாதுகாத்துக் கொள்ள இலை தழைகளையே பயன்படுத்தி வந்தான். கிடைத்ததைக் கொண்டு அவன் நாள் கடத்த வேண்டியிருந்தது. தீயைப் பயன்படுத்தும் முறை அப்பொழுது அவனுக்குத் தெரியாது.

இக்குகை மனிதர் காலத்திலிருந்து பையப் பைய மாந்தன் நாகரிக முறைகளை ஒவ்வொன்றாய்க் கண்டுபிடித்து முன்னேறி வரலானான். அவன் பயன்படுத்திய கருவிகளின் முன்னேற்றத்தைக் கொண்டே வரலாற்றாசிரியர் அவனடைந்த வளர்ச்சியைப் பழங்கற்காலம் புதுக் கற்காலம், உலோக காலம் எனப் பிரித்திருக்கின்றனர். மனித நாகரிகமே மலைப் பகுதியிலிருந்துதான் துவங்கியுள்ளது. குகை வாழ்வே குடும்ப வாழ்வாக மலர்ந்தது.

தமிழர் முதலில் மலையும் மலைசார்ந்த பகுதியுமான குறிஞ்சி நிலத்திலிருந்து பசியெடுத்த போது வேட்டையாடி விலங்குகளைக் கொன்று தின்று காலங்கழித்தனர். அப்போது அவர்கள் குறவர் எனப்பட்டனர். இக்குறிஞ்சி வாழ்க்கை கற்காலத்தைச் சேர்ந்ததாகும். பின்னர் அவர்கள் காடும் காடு சார்ந்த பகுதியுமான முல்லை நிலத்தில் தங்கி வாழ்ந்தனர். இங்கு அவர்கள் வேட்டைக்கு உதவியான விலங்குகளைப் பிடித்து வளர்த்து வந்ததால் ஆயர் எனப்பட்டனர். ஆடுமாடுகளைப் பெருத்த அளவில் உடையவன், கோன் (தலைவன்) ஆனான். பின்னர் இது அரசுக்கு அடிகோலியது. இவ்விடத்திலிருந்து கடலும் கடல்சார்ந்த பகுதியுமான நெய்தல் நிலத்திற்கு வந்தனர். விலங்கு வேட்டைக்குப் பதில் கடல் வேட்டையாடியதால் இங்கு மக்கள் பரதவர் எனப்பட்டனர்.

இதுவரை தனித்தனியாகவும், நாடோடிகளாகவும் வாழ்க்கை

நடத்திவந்த தமிழர்கள் இறுதியாக வயலும் வயல் சார்ந்த பகுதியுமான மருத நிலத்திற்கு வந்த பிறகே தமக்கென ஒரு குடும்பம் ஏற்படுத்திக்கொண்டு, ஓரிடத்தே நிலைத்து நின்று உழுது பயிரிட்டு வாழ முற்பட்டனர். இதற்கு 'மருதவாழ்க்கை' என்று பெயர். இம்மருத நிலத்திலேயே முதன் முதலாகக் குடியாட்சி ஏற்படத் துவங்கியது. மேற்சொன்ன நால்வகை நிலத்திணைகளுக்கு எதிரான பகுதி பாலை நிலமாகும். இந்த ஐவகை நிலத்திணைகளைத் தமிழரின் தொல்காப்பியமும், சங்க இலக்கியங்களும் அழகாகவும் நுட்பமாகவும் எடுத்துரைக்கின்றன.

இவ்விதம் இயற்கையான வழியில் ஐந்திணை நாகரிகத்தைக் கொண்ட தமிழர்கள் காலம் செல்லச் செல்ல எத்தனையோ நாடு நகரங்களைக் கண்டிருக்கின்றனர். அவர்கள் கண்ட நாடு நகரங்கள் ஆற்றோரங்களை ஒட்டியோ, தலைநகரை அடுத்தோ, வணிகச் சிறப்பைப் பொறுத்தோ ஏற்பட்டவை பலவாகும். தமிழ் அரசர்களில் பெருமையாகச் சொல்லப்படும் சேர, சோழ, பாண்டியர், தொண்டையர் ஆட்சியின்போது சிறப்புப் பெற்றிருந்த நகரங்களே மேற்சொன்னவற்றிற்குச் சான்று பகர்கின்றன.

காவிரியாறு பாய்ந்தோடும் இடங்களில் அமைந்துள்ள உறையூரும் தஞ்சையும், அதன் கழிமுகத்தில் ஏற்பட்டிருந்த பூம்புகாரும் - சோழர் புகழ் உரைக்கும் பட்டணங்களாகும். வைகையாறு பாய்ந்தோடும் இடத்தில் ஏற்பட்ட மதுரையும், தாமிரபரணி கடலோடு கலந்த இடத்தில் இருந்த கொற்கைத் துறைமுகமும் - பாண்டியர் சிறப்பைப் பறைசாற்றும் பட்டணங்களாகும். பேரியாறு கடலோடு கலக்கும் இடத்தில் இருந்த வஞ்சியும், மேலைக் கரையில் உள்ள முசிறியும், தொண்டியும் - சேரர் பெருமையை உணர்த்தும் பட்டணங்களாகும். இவ்விதமே கடல் தள்ளி சென்ற பிற்காலங்களில் பாண்டியரது முசிறியும், காயற் பட்டினமும், கீழ்க்கரையும், தூத்துக்குடியும், திருநெல்வேலியும், யாழ்ப்பாணமும், காஞ்சிபுரமும் பண்டைச் சிறப்புப் பெற்ற பட்டணங்களாகும்.

இந் நகரங்கள் வழியாகப் பல நூற்றாண்டுகளாய்த் தமிழர்கள் உலகிலுள்ள பிற நாடுகளுடன் வாணிகம் செய்து வந்துள்ளனர் என்பதை வரலாற்று நூல்கள் நன்கு படம் பிடித்துக் காட்டுகின்றன. சிலப்பதிகாரமும், பட்டினப் பாலையும் மதுரைக் காஞ்சியும், வேறு பல நல்லிசைப் புலவர்களின் சொல்லோவியங்களும் இதற்கு நற்சான்றுகளாக உள்ளன. தமிழகத்தின் பழம் பட்டணங்களின் பெருமையை ஒருவாறு சொன்னோம். இனி ஒன்றை நம் மனதில் நிறுத்த வேண்டும்.

இவ்வுலகின் ஐந்து கண்டங்களிலுள்ள நாடுகளில் எல்லா நகரங்களும் உலகப்புகழ் பெற்றிருக்கக் காணோம்; ஒரு சிலவே உலகத்தின் கவனத்தைக் கவர்ந்திருக்கின்றன. தமிழகத்தில் சென்னையும், மதுரையும், திருச்சியும், கோவையும், நீலகிரியும், ஆந்திரத்தில் - விசாகப்பட்டினமும், நெல்லூரும், குண்டூரும், கர்நாடகத்தில் மைசூரும், பெங்களூரும், மங்களூரும், வட இந்தியாவில் - கல்கத்தாவும் பம்பாயும் டெல்லியும் ஆமதாபாத்தும் ஸ்ரீநகரும், இங்கிலாந்தில் - லண்டனும், மான்செஸ்டரும், பிசான்சில், பாரிசும், லையான்சும், அமெரிக்காவில் - வாஷிங்டனும் நியூயார்க்கும், ரஷ்யாவில் - மாஸ்கோவும் லெனின்கிராடும், சீனாவில் - பீகிங்கும், காண்டனும் இத்தாலியில் - ரோமும் நேபிள்சும், ஜெர்மனியில் பெர்லினும், லிப்சிக்கும், ஜப்பானில் - டோகியோவும் மேற்சொன்ன தகுதியைப் பெற்றிருக்கின்றன.

இதில் நமது சென்னை மாநகர் தென்னிந்தியாவில் மிகச் சிறந்த நகரங்களில் ஒன்றாகும். மொழிவழிப் பிரிவினைக்கு முன் இதுவே சென்னை மாகாணத்தின் தலைநகராகவும் இருந்து வந்தது. இதுமட்டுமன்று, சென்னை - தமிழகத்தின் தலைசிறந்த நகரங்களில் ஒன்று. தலைநகரும்கூட! இந்தியாவிலுள்ள மூன்று முக்கியப் பெருநகரங்களுள் இதுவும் ஒன்றாகும். உலகில் மிக விரிந்த கடற்கரையைக் கொண்ட நகரங்களில் சென்னை நகர் இரண்டாவதாக விளங்குகின்றது.

ஒரு நகரம் உலகப் புகழ் பெறுவதற்கு, அது பண்டைச் சிறப்புடையதாக இருக்க வேண்டும்; தொழில்வளம் மிக்குள்ளதாக இருக்க வேண்டும். குடிவளம் சிறந்திருக்க வேண்டும். அது துறைமுக வசதியுள்ளதாகவும் இருந்தால் இன்னும் நல்லது. ஏற்றுமதி, இறக்குமதி, வர்த்தகம் இடையறாது நடைபெற்று வரவேண்டும். இவைகளுடன் நவீன வசதிகளையும் சாதனங்களையும் கொண்டதாக மிளிர வேண்டும். இத்தனையும் சேர்ந்திருந்தால்தான் அந்த நகரம் உலகில் தலைமை வகிக்கக்கூடிய இடமாக இலங்கும். இவ்வளவு சிறப்புக்கும் நம் சென்னை மாநகர் உரியதாகுமா? மேற்சொன்ன தகுதிகள் இதற்குண்டா? இதற்கு உண்டு என்று ஒரே வரியிலும் பதில் சொல்லலாம்; விவரித்தும் கூறலாம்.

சென்னை மாநகர், வரலாற்றில் கூறப்படும் கற்கால, உலோகக் காலத்தில் இரும்புக்கால மனிதரைப் பார்த்திருக்கிறது. பாலாற்றின் நாகரிகத்தால் பேணி வளர்க்கப்பட்டுள்ளது. காடுவெட்டிகளையும், தொண்டை மண்டிலத்தினரையும், பல்லவர்களையும், நாயக்கர்களையும், போர்ச்சுகீசியர், அர்மீனியர், மகம்மதியர், டேனிஷ்காரர், பிரெஞ்சுக்காரர், ஆங்கிலேயர் போன்ற பல இனத்தினரையும், நாட்டினரையும்,

வகுப்பினரையும் கண்டிருக்கிறது. அது எத்தனையோ ஆட்சிகளையும், ஆட்சி முறைகளையும் (பல்லவர் ஆட்சி, நாயக்கர் ஆட்சி, மகம்மதியர் ஆட்சி, ஆங்கிலேயர் ஆட்சி, பிரெஞ்சு ஆட்சி) அனுபவித்திருக்கிறது. இன்னும் என்னென்ன வகையான ஆட்சி முறைகளைக் காண இருக்கிறதோ நாம் அறியோம்!

ஆட்சி முறையில் அது பலவிதங்களைப் பார்த்ததோடு நின்று விடவில்லை. அது ஒன்றே குலம் என்னும் தமிழர் நெறிக்கும், வைதிக, சமண, பௌத்த, மகம்மதிய, கிறிஸ்தவ, பாரசீக, சீக்கிய சமயங்களுக்கும் இடம் கொடுத்திருக்கிறது. அவை வளரவும் ஆதரவு தந்திருக்கிறது. வந்தவர்களையெல்லாம் வரவேற்கும் தமிழரின் தனிப் பண்பு அதற்கு எப்படிப் போகும்?

தமிழ், தெலுங்கு, கன்னடம், மலையாளம், துளுவம் என்னும் திராவிட மொழிகளையும், சமஸ்கிருதம், இந்தி, குஜராத்தி, சௌராஷ்டிரம் என்னும் ஆரிய மொழிகளையும், பாரசீகம், அரபி, ஆங்கிலம், ஸ்பானியம், இத்தாலியம், பிரஞ்சு, இரஷ்யம் முதலிய அயல்நாட்டு மொழிகளையும் சென்னை கேட்டிருக்கிறது. பல்வேறு மொழிபேசும் சாதியினரையும் மதத்தினரையும் சென்னையில் இன்றும் நாம் காணலாம்.

சென்னையின் பெருமை பல நூற்றாண்டுகளுக்கு முன்பே ஐரோப்பியாவிற்கு எட்டியிருக்கிறது; கி.பி. முதல் நூற்றாண்டில் இங்கு வந்து வாழ்ந்து மறைந்த செயிண்ட் தாமஸாலும், தாலமி மார்கோபோலோ என்னும் வழிப்போக்கர்களாலும், ஆல்பிரட் பேரரசனாலும் உலகின் கவனத்திற்குக் கொண்டுவரப்பட்டிருக்கிறது.

மேலும், பழைய காலத்தில் இப்பகுதியில் நெய்யப்பட்ட அழகிய துணிமணிகளின் விலை சரசத்தால்தான் போர்ச்சுகீசியர்களும் ஆங்கிலேயர்களும் சென்னையைத் தங்கள் வாணிபத்திற்கு ஏற்ற நல்லிடமாகத் தேர்ந்தெடுத்தனர் என்பது இங்கு குறிப்பிடத்தக்கது.

கி.பி. 1640ஆம் ஆண்டு முதல் சென்ற முந்நூறு ஆண்டுகளாக வர்த்தகத்திற்கு ஆங்கில ஆட்சியின்கீழ் முக்கிய இடமாகச் சென்னை திகழ்ந்து வந்திருக்கின்றது. சென்னையின் கைக்குட்டைகளும் லுங்கிகளும், கைத்தறி ஆடைகளும் உலகப் புகழ் வாய்ந்தவை. இங்கிருந்து பல மூலப் பொருள்கள் (நிலக்கடலை, தோல், மாங்கனீஸ் போன்றவை) வெளிநாடுகளுக்கு ஏற்றுமதியாகின்றன. வெளிநாடுகளிலிருந்து பல இன்றியமையாப் பொருள்கள் சென்னை துறைமுகத்தில் இறக்குமதியாகின்றன. சென்னையிலுள்ள பக்கிங்காம் கர்நாட்டிக்

நெசவாலை உலகிலேயே மிகப் பெரிய ஆலைகளில் ஒன்றாகும். இங்குத் தயாரிக்கப்படும் துணிமணிகளுக்கு உலகச் சந்தைகளில் நல்ல வரவேற்பு இருக்கிறது.

இவ்விதமாகப் பல வழிகளில் சிறந்துள்ளது சென்னை மாநகர். இங்கு உலகிலேயே மிக அழகிய கடற்கரையான மெரீனா கடற்கரை உள்ளது. இந்தியாவில் மிகப் பழமையான நகராளுமைக் கழகம் நம் சென்னை நகரமன்றமாகும்.

பண்டையர் பழக்கவழக்கங்களைக் குறிப்பிடும் பொருட்களைக் கொண்ட பொருள்காட்சிச் சாலையும், மீன் காட்சி நிலையமும், உலகப் புகழ்பெற்ற எழும்பூர் கண் மருத்துவமனை, எழும்பூர் தாய்சேய் நல விடுதி, பொது மருத்துவச்சாலை போன்ற உடல்நலம் பேணும் நிலையங்களும் கொண்டது இந்நகர்.

தொடக்கப்பள்ளிகளும், நடுத்தர, உயர்தரப் பள்ளிகளும், சட்டம், மருத்துவம், விலங்கியல், ஆசிரியர் பயிற்சி, பொறியியல் எனப் பலவகைக் கல்லூரிகளையும் புகழ்பெற்ற ஒரு பல்கலைக்கழகத்தையும் தன்னகத்தே கொண்ட நகரம் சென்னை.

கல்வி, உடல்நலம், மருத்துவம், தண்ணீர் வசதி, விளையாடும் இடங்கள், தொழிற்சாலைகள், அலுவலகங்கள், சட்டமன்றம், உயர் நீதிமன்றம், போலீஸ் நிலையங்கள், பொழுதுபோக்கு நிலையங்கள், மின்சார அமைப்பு போன்ற பலவித வசதிகள் ஒருங்கே அமைந்த அழகிய நகரம் சென்னை.

இந்நகரம் பல படையெடுப்புகளைக் கண்டிருக்கிறது; முற்காலத்தில் பல தடவை முற்றுகையிடப்பட்டிருக்கிறது. எம்டன் குண்டையும், ஜப்பானியக் குண்டு வீச்சையும் இந்நகரம் தாங்கிக் கொண்டு அழியாமல் என்றும்போல் இன்றும் காட்சியளித்து வருகிறது.

பண்டைய நாகரிகப் புகழும், வரலாற்றுச் சிறப்பும், வாணிபச் செழிப்பும், தற்காலத்தில் எல்லா வசதிகளையும் கொண்ட இச்சென்னை நகரத்தின் வரலாறு முழுவதையும் விளக்கமாக அறிந்து கொள்வது நம் எல்லோர்க்கும் நன்மையளிக்கும் அல்லவா? அப்படியானால், இதைத் தொடர்ந்து ஒவ்வொரு பகுதியையும் படிக்கலாம்.

2. வரலாற்றுக்கு முற்பட்ட காலம்

இன்று சென்னை நகரமாகத் திகழும் பகுதி வரலாற்றுக்கு முற்பட்ட காலத்திலிருந்தே புகழ்பெற்று விளங்குகிறது. புதை பொருள் ஆராய்ச்சியாளர்களும், வரலாற்று ஆசிரியர்களும் இதைப் பற்றிப் பல அரிய செய்திகளைக் கண்டுபிடித்திருக்கிறார்கள். சென்னையைச் சுற்றிலும் உள்ள பகுதி பழம் பாலாற்றங் கரை நாகரிகத்தின் நிலைக்களனாக விளங்கியது. சென்னைக்கு அருகே வடபுறத்தில் பேராறு ஒன்று அந்நாளில் பாய்ந்தோடியது. குடத்தலையாறு (கொற்றலையாறு), கூவம் முதலியவற்றைப் 'பழம் பாலாறு' என்று கூறுவோரும் இக்காலத்தில் உள்ளனர் என்று முன்னாள் பொதுப்பணி அமைச்சர் சென்னையில் நடைபெற்ற திரு. எம்.பக்தவத்சலனார் ஐந்தாவது தமிழ் விழா வரவேற்புரையில் குறிப்பிட்டிருக்கிறார்.

சென்னையை அடுத்துள்ள திருமுல்லைவாயில் பாலாற்றங் கரையில் இருந்ததாக கி.பி. 9 ஆம் நூற்றாண்டில் வாழ்ந்த சுந்தரமூர்த்தி நயினார் ("சந்தன வேருங் காரகிற் குறடும் தண்மையிற் பீலியுங் கரியின் தந்தமுந் தரளக்குவைகளும் பவளக் கொடிகளுஞ் சுமந்துகொண் டுந்தி வந்திழி பாலி வடகரை முல்லை வாயிலாய்..." சுந்தரர் தேவாரம் (வட திருமுல்லைவாயில்) 5ஆம் பாடல்.) என்பவர் பாடியிருக்கிறார். அந்தப் பாலாறு சுற்றுப்புறத்து மலைகளின் நீரையெல்லாம் அடித்துக் கொண்டு ஒரு காலத்தில் (வரலாற்றுக்கு முற்பட்ட காலத்தில்) ஓடியிருக்கிறது. பின்னாளில், அது பல காட்டாறுகளாகவும், கல்லாறுகளாகவும், கூவம், அடையாறு முதலிய சிற்றாறுகளாகவும் மாறி மறைந்ததாக ஆராய்ச்சியாளர்கள் கருதுகின்றனர்.

பழம் பாலாற்றங்கரையில் வாழ்ந்த கற்கால மக்களிடையே இறந்தோரைக் கல்லிட்டு மூடி அதன்மேல் கல்லை வளையமாக வைக்கும் 'கல்லிடை பதுக்கை' வழக்கம் இருந்துள்ளது.

இத்தென்னாட்டுப் பழங் கற்கால மனித நாகரிகம் கி.மு.40,000 ஆண்டுக் காலத்துக்குரியது என்கின்றனர் ஆராய்ச்சியாளர்கள். கற்களைச் செப்பம்

செய்யும் அறிவு வந்தபிறகுதான் மனிதர் இறந்த உடலைக் குழியில் புதைத்து, அக்குழியை நாய் நரிகள் கிளறாமல் இருப்பதற்காக வேண்டி அதன்மீது கற்களைக் குவித்து வைத்தனர். சில இடங்களில் கும்பிடு வடிவிலும் தலைகீழ்ப் பகரவடிவிலும் கல்தாங்கிகள் அமைத்தார்கள். இத்துடன் நில்லாமல், இறந்த உடலைப் புதை தாழிகளிலும் (Urns) அடக்கம் செய்ய முற்பட்டனர். சங்க நூல்களில் கூறப்படுகின்ற மண்ணால் செய்த பெரிய சால்களில் இறந்தோரை அடைத்துப் புதைக்கும் 'முதுமக்கள் தாழி' செய்துவைக்கும் வழக்கமும் இருந்திருக்கிறது. கூடுவாஞ்சேரி, பெரும்பெயர், சத்தியவேடு, பெரிய நத்தம் முதலிய சென்னையைச் சுற்றியுள்ள இடங்களில் மேற்கூறிய சான்றுகள் கிடைத்துள்ளன. சென்னைப் பொருட்காட்சி (Museum) நிலையத்தில் இவற்றை இன்றும் காணலாம். இவற்றின் மூலம் இரண்டாயிரத்து ஐந்நூறு ஆண்டுகளுக்கு முன் இங்கு வாழ்ந்து மறைந்த மக்களின் மட்பாண்டக் கலை (Pottery Art) நன்கு விளங்குகிறது.

கற்கால மக்களுக்குப் பின் இரும்பு, செம்பு முதலியவற்றை அறிந்து பயன்படுத்தும் காலம் வந்தது. அக்கால மக்கள் கையாண்ட பொருள்களை அறிய சென்னைக் கீழ்ப்பாக்கத்தில் இன்றுவரை பாதுகாக்கப்பட்டுவரும் 'இடுகாடு' பெரிதும் துணை புரிகிறது. இரும்புக்கால மக்களே இங்கிருந்தவர்கள் என்று ஆராய்ச்சியாளர் முடிவு செய்துள்ளனர்.

பல்லாவரத்துப் புதைகுழி கல் வட்டத்துள் கிடைத்த பொருள்களே செங்கற்பட்டுக்கு அருகிலுள்ள பெரிய நத்தத்திலும், சென்னைக்கு வட மேற்கிலுள்ள சத்திவேட்டிலும் அகப்பட்டுள்ளன. இது மாதிரியே கூடுவாஞ்சேரியிலும், செயிண்ட் தாமஸ் மலையிலும், புழல் (Red Hills) அருகிலுள்ள புத்தூரிலும் கிடைத்திருக்கின்றன. புது கற்காலத்தில் தென்னாட்டினர் செய்த அழகிய கலை வேலைப்பாடுள்ள மட்பாண்டங்களையும் மரச்சீப்பு, எலும்பு - ஊசி முதலிய கருவிகளையும் புதைதாழிகளையும் அவற்றினருகிலும் கண்டுபிடித்திருக்கிறார்கள் புதைபொருள் ஆராய்ச்சியாளர்கள். இதனால்தான் போலும் ஒரு வரலாற்றாசிரியர், "இந்தியாவின் வரலாற்றுக்கு முற்பட்ட பழம்பொருள் ஆராய்ச்சிக்காகச் சென்னை மெக்காவைப் போல் வெகு விரைவில் புகழடையக் கூடும்" என்று உறுதியாகக் கூறியிருக்கிறார்.

இவ்விதமாகச் சென்னையம்பதி வரலாற்றுக்கு முற்பட்ட காலத்துச் சின்னங்களும் கற்கால இரும்புக்கால பொருள்களும் கிடைக்கக்கூடிய இடமாக இருந்துவருகிறது.

3. வரலாற்றுக் காலம்

சென்னையின் பழம் வரலாற்றை அறிவதற்கு நமக்கு உறுதுணையாக இருக்கும் பழைய நூல் தொல்காப்பியம். இதன் காலம் ஏறக்குறைய கி.மு. ஐந்தாம் நூற்றாண்டாகும். இந்நூலுக்கு பாயிரம் எழுதிய பன்பாரனார், தமிழகத்தின் பண்டைய எல்லையைக் குறிக்கும் சிறு குறிப்பு ஒன்று தந்துள்ளார். அது "வட வேங்கடம் தென்குமரி ஆயிடைத் தமிழ் கூறும் நல்லுலகத்து" என்பதாகும். இதனால் தமிழகத்தின் வடவெல்லை வடவேங்கட மலையும் தென்னெல்லை தென்குமரியும் என்று அறிகிறோம். மேற்கிலும் கிழக்கிலும் கடல் இருப்பதால் அவை கூறப்படவில்லை. தென்குமரி என்பது குமரிக்கோடு என்ற மலையையும் அதனைச் சார்ந்தோடும் குமரியாற்றையும் குறிக்கின்றது என்று ஆராய்ச்சியாளர் எடுத்துரைக்கின்றனர்.

மேலே சொன்ன "தமிழ் கூறும் நல்லுலகம்" என்னும் தொடர் பண்டைக்காலத்தே தமிழ்நாடு பன்னிரண்டு சிறு நாடுகளாகப் பிரிக்கப்பட்டிருந்ததைக் குறிப்பதாகும். அவை: 1. தென் பாண்டி நாடு 2. குட்ட நாடு 3. குடநாடு 4. கற்கா நாடு 5. வேணாடு 6. பூழிநாடு 7. பன்றிநாடு 8. அருவா நாடு 9. அருவா வடதலை நாடு 10. சீதநாடு 11. மலாடு 12. புனல் நாடு என்பனவாகும். இவைகளையே தொல்காப்பியரும் "செந்தமிழ் சேர்த்த பன்னிருநிலம்" என்று கூறினார்.

தமிழகம் மேற்சொன்ன பன்னிரண்டு சிறு சிறு நாடுகளாகப் பிரிக்கப்பட்டுக் குறுநில மன்னர்களாலும், பெருநில மன்னர்களாலும் ஆளப்பட்டு வந்துள்ளது. அவைகளையே சேரநாடு, பாண்டிநாடு, சோழநாடு, தொண்டைநாடு என்ற பெரும் பிரிவுக்குள் அடக்கி பண்டை வேந்தர்களான சேர, சோழ, பாண்டிய தொண்டையர் ஆண்டுவந்தனர்.

தற்போதைய கொச்சி - திருவாங்கூர் நாடுகள் அடங்கிய இடமே பழைய சேரநாடு. புதுக்கோட்டை பகுதியிலுள்ள வெள்ளாற்றுக்குத் தென்பால் உள்ள இடமே பாண்டிய நாடு. தென் வெள்ளாற்றுக்கும், வட வெள்ளாற்றுக்கும் இடையில் உள்ள நிலமே சோழநாடு.

வெள்ளாற்றுக்கு வடக்கிலும் வேங்கடத்துக்கு தெற்கிலும் உள்ள பகுதியே அருவா வடதலை, அருவாநாடு என்பனவற்றின் எல்லைகளாகும். இப்பகுதியில்தான் தற்போதைய நெல்லூர் மாவட்டத்தின் தென்பகுதி, சித்தூர், வடஆர்க்காடு செங்கற்பட்டு, தென் ஆர்க்காடு மாவட்டத்தின் வட பகுதி ஆகியன அடங்கியுள்ளன. அருவாநாடு என்பதில் காஞ்சி நகரம் உட்பட்டது. காஞ்சி முதல் வட பெண்ணை வரை பரவியிருந்த நிலப்பகுதியே அருவாவடதலை என்பது.

ஏறக்குறைய 1800 ஆண்டுகளுக்கு முன் அருவா வடதலை நாட்டைத் திரையன் என்பவன் ஆண்டு வந்தான். அவனது தலைநகர் பவத்திரி என்பது. காஞ்சியை தலைநகராகக் கொண்டு இளந்திரையன் என்பவன் அருவா (தென்தலை) நாட்டை முன்னவனின் பிரதிநிதியாக இருந்து ஆண்டு வந்துள்ளான். இவர்களைத் தவிர புல்லி என்பவன் மலைப்பகுதியை ஆண்டுவந்தான். மேற்கூறிய இருபகுதிகளும் சேர்ந்து பிற்காலத்தில் தொண்டை நாடு எனப்பட்டது.

கரிகாலன் தொண்டை நாட்டில் காடு கெடுத்து நாடாக்கினான் என்னும் நூல் வழக்கு இருப்பதால், தொண்டை நாட்டின் பெரும்பகுதி காடாகவே இருந்தது என்று தெரிகிறது. வேற்காடு, ஆர்க்காடு, ஈக்காடு, பழவேற்காடு, செங்காடு, ஊற்றுக்காடு, இளங்காடு, ஆலங்காடு முதலிய பெயர்களும், இன்றுள்ள காடுகளும் மலைகளுமே இக்கூற்றுக்கு வலிமை தருகின்றன.

இந்நாட்டில் முதலில் ஆடுமாடுகளை மேய்த்துக் கொண்டு குறும்பர் என்னும் இனத்தவர் இருந்தனர் என்றும் காடுகளை வெட்டித் திருத்திய மக்கள் ‘காடு வெட்டிகள்’ (காடவர்) என்று அழைக்கப்பட்டனர் என்றும் சொல்லுவர்.

சங்ககாலத்தின் கடைசியில் வாழ்ந்த சோழர் தொண்டை நாட்டை இரு கூறாக்கினர். (1) சோழ நாட்டின் வட எல்லையாக நிலவும் வடவெள்ளாற்றைத் தென்னெல்லையாகவும், தென் பெண்ணையை வடவெல்லையாகவும் கொண்ட ‘நடு நாடு’ என்ற பெயரிலும், (2) தென் பெண்ணைக்கும் - வட பெண்ணைக்கும் இடைப்பட்டது தொண்டைநாடு என்ற பெயருடனும் பிரித்து ஆளப்பட்டது. இதற்குப் பின்னரே தொண்டை

நாடு 24 கோட்டங்களாகவும் சிறு சிறு உள் நாடுகளாகவும் பிரிக்கப்பட்டுத் தொண்டை வேந்தர்களால் ஆளப்பட்டது.

இனி 24 கோட்டங்கள் யாவை என்பதைக் கவனிப்போம். புழல் கோட்டம், ஈக்காட்டுக் கோட்டம், மணவிற் கோட்டம், செங்காட்டுக் கோட்டம், பையூர்க் கோட்டம், எயில் கோட்டம், தாமல் கோட்டம், ஊற்றுக்காட்டுக் கோட்டம், களத்தூர்க் கோட்டம், செம்பூர்க் கோட்டம், ஆப்பூர்க் கோட்டம், வெண்குன்றக் கோட்டம், பல்குன்றக் கோட்டம், இளங்காட்டுக் கோட்டம், காலியூர்க் கோட்டம், செங்கரைக் கோட்டம், பழுவூர்க் கோட்டம், கடிகூர்க் கோட்டம், செந்திருக்கைக் கோட்டம், குன்றவர்த்தனக் கோட்டம், வேங்கடக் கோட்டம், சேத்தூர்க் கோட்டம், வேலூர்க் கோட்டம், புலியூர்க் கோட்டம்* என்பவையே அவை.

இந்த 24 கோட்டங்களும் (Division) 77 உள்நாடுகளாகப் (Sub Divisions) பிரிக்கப்பட்டிருந்தன. இக்கோட்டங்களில் சென்னையையும் அதைச் சூழ்ந்துள்ள ஊர்களையும் தன்னகத்தே கொண்டு விளங்கினவை புழல், புலியூர், மணவில் என்னும் மூன்று கோட்டங்களேயாகும். (இந்த 24 கோட்டங்களையும் இவைகளுடன் சேர்ந்த நாடுகளின் விவரங்களையும் தொண்டைமண்டல பட்டயத்திலிருந்தும், கி.பி. 11ஆம் சோழர் கல்வெட்டிலிருந்தும் எடுத்ததாக திரு.வி.கனகசபை பிள்ளை தமது "*The Tamils Eighteen Hundred Years Ago*" என்ற நூலின் 28ஆம் பக்கத்தில் குறித்திருக்கிறார்.)

இதில் புழல் கோட்டத்துள் - ஞாயிறு, ஆகுதி (ஆவடி), ஆத்தூர், எழுமூர் என்னும் உள்நாடுகள் அடங்கியிருந்தன. அடுத்தபடியாகப் புலியூர் கோட்டத்துள் - குன்றத்தூர், போரூர், மாங்காடு, அமரூர், கோட்டூர் என்பவனவும் மணவிற் கோட்டத்துள் - பஷலை, இளத்தூர், கொன்னூர், புரிசை, பெரம்பூர் என்பவனவும் அடங்கும்.

இத் தொண்டைநாடு முதலில் திரையர்களாலும் பிறகு முற்காலச் சோழர்களாலும், அடுத்து பல்லவர்களாலும், அதன் பிறகு பிற்காலச் சோழர்களாலும், இறுதியாக விஜய நகர அரசர்களாலும் ஆளப்பட்டு வந்துள்ளது என்பது வரலாறு உணர்த்தும் உண்மையாகும். எனவே, தொண்டை நாட்டின் கண் அமைந்த மேற்சொன்ன சென்னையைச் சார்ந்த கோட்டமும், உள் நாடுகளும் இவ்வரசர்களின் ஆட்சியின்கீழ் அவ்வக் காலங்களில் இருந்தன என்பது சொல்லாமலேயே விளங்கும்.

4. சுற்றுப்புறத்து ஊர்கள்

தற்போது சென்னை நகரத்துக்குக் கிழக்கே வங்காளக் குடாக் கடலும் மற்றும் வடக்கு, தெற்கு, மேற்கு ஆகிய மூன்று எல்லைகளிலும் செங்கற்பட்டு மாவட்டமும் (ஜில்லா) சூழ்ந்து கொண்டிருக்கிறது. செங்கற்பட்டு மாவட்டத்தின் வடமேற்கில் சித்தூர் மாவட்டமும், வடக்கே நெல்லூர் மாவட்டமும் இருக்கின்றன. சித்தூர் மாவட்டத்திலுள்ள 'வட வேங்கடம்' என்று கூறப்படும் திருப்பதி மலையே தமிழ்நாட்டின் வடவெல்லை என்று மூதறிஞர்கள் குறிப்பிட்டுள்ளனர்.

நமது சென்னை நகரம் முற்காலத்தில் 'தொண்டை நாடு' என்று சொல்லப்பட்ட - தென்பெண்ணைக்கும், வட பெண்ணைக்கும் இடைப்பட்ட - இடத்தினுள் அடங்கியிருக்கிறது. மேற்சொன்ன தொண்டை மண்டிலம் அக்காலத்தில் 24 கோட்டங்களாகப் (*Divisions*) பிரிக்கப்பட்டிருந்தது என்பதை முன்பே குறித்திருந்தோம். கி.பி. 1647இல் எழுதப்பட்ட பத்திரம் (*Document*) ஒன்றில் "தொண்டைமண்டலத்துப் புழல் கோட்டத்து - ஞாயிறு நாட்டு - சென்னப்பட்டினம்" (*Madras Tercentenary Commemoration Volume, P.361-36*) என்று காணப்படுவதிலிருந்தே இது உறுதிபடுகிறது.

இன்று பெரும் வளர்ச்சியடைந்துள்ள சென்னை நகரம் ஏறக்குறைய 400 ஆண்டுகளுக்கு முன் ஒரு சிறு குப்பமாக இருந்திருக்கிறது என்று சொன்னால் நீங்கள் வியப்படைவீர்கள். காவிரிப்பூம்பட்டினம், மதுரை, முசிறி, தொண்டி, காயல், புதுச்சேரி போன்ற நகரங்களே அக்காலத்தில் வாணிபத்திற்கும் மற்றவற்றுக்கும் முக்கிய இடமாக இருந்தன. சென்னைப்பட்டினம் அன்று முகவரி தெரியாத ஊராக இருந்திருக்கிறது!

ஆனால் அதே சமயத்தில் சென்னையை அடுத்திருந்த பகுதிகள் பழஞ்சிறப்பு வாய்ந்தனவாகத் திகழ்ந்து கொண்டிருந்தன. அவை யாவை என்பதைத் தொடர்ந்து பார்ப்போம்.

மயிலாப்பூர்: நம் காலத்தில் சென்னையின் ஒரு பகுதியாகவுள்ள மயிலாப்பூர் கிறிஸ்து பிறந்த முதலாம் நூற்றாண்டிலிருந்தே வெளியுலகிற்குத் தெரிந்த ஊராகவும் - சிறந்த இடமாகவும் விளங்கியிருக்கிறது. ஏசுநாதரின் அடியாரான செயிண்டு தாமஸ் (St Thomos) மேலைக்கடல் வழியாகக் கி.பி. 52 இல் இந்தியாவிற்கு வந்து, தம் அறவுரைகளை இச்சென்னையைச் சுற்றியுள்ள பகுதிகளிலே வழங்கினதாகச் சொல்லப்படுகிறது. சாந்தோம் கோயிலும், பரங்கிமலையைச் சார்ந்த சிறுமலையும், பெருமலையும் இதற்குச் சான்றாக இருக்கின்றன என்றும் எடுத்துக்காட்டப்படுகின்றன.

இதன்படி பார்த்தால், கி.பி. முதலாம் நூற்றாண்டிலேயே மேனாட்டோடு சென்னைக்குத் தொடர்பு ஏற்பட்டிருக்கிறது என்று அறியலாம். கி.பி. 2ஆம் நூற்றாண்டைச் சேர்ந்த தாலமி (Ptolemy) என்னும் பூகோள ஆசிரியனால், அவன் எழுதிய உலகப் படத்தில், இப்போது சென்னை இருக்கும் இடத்தில் மயிலை - மல்லியர்பா (தமிழ் மயிலார்ப்பு) என்ற பெயரால் ஒரு துறைமுகமாகக் குறிப்பிடப்பட்டிருக்கிறது. மேலும், இவ்வூரில்தான் உலகம் வியந்து போற்றும் திருக்குறளை இயற்றிய திருவள்ளுவர் வாழ்ந்ததாகவும் கூறுகின்றார்கள்.

இதே மயிலாப்பூர், சைவர்களுக்கும் சமணர்களுக்கும் ஏற்ற நல்லிடமாகவும் இருந்திருக்கிறது. கபாலீசுவரர் கோயில் முதன் முதலில் கடலுக்கு அருகில் கட்டப்பட்டிருந்தது என்றும், பின்னர் கடல் உட்புக நேர்ந்ததால் அழிந்து, தற்போதுள்ள இடத்தில் புதியதாகக் கட்டப்பட்டது என்றும் கூறுகிறார்கள்.

“ஊர்திரை வேலை உலவும்உயர் மயிலை” என்னும் கி.பி.7ஆம் நூற்றாண்டினரான திருஞானசம்பந்தர் கூற்று இதனை வலியுறுத்துகிறது. தீர்த்தங்கர நேமிநாதர் கோயில் என்னும் சமணக்கோயில் முன்பு இங்கு இருந்தது என்றும் பின்பு இதுவும் கடலால் விழுங்கப்பட்டது என்றும் தெரிகிறது. ஏற்கெனவே குறிப்பிட்டுள்ள 24 கோட்டங்களில் மயிலாப்பூர் புலியூர்க் கோட்டத்தைச் சேர்ந்ததாகும்.

திருவல்லிக்கேணி: மயிலாப்பூருடன் இணைத்தே திருவல்லிக்கேணி கூறப்படுகிறது. இது ஒரு சிறந்த வைணவத் திருப்பதி. பேயாழ்வார், திருமங்கையாழ்வார் - இதனைப் புகழ்ந்து பாடியிருக்கின்றனர். கி.பி. 8ஆம் நூற்றாண்டிற்கு முன்னரே திருவல்லிக்கேணி சிறப்புற்றிருந்தது என்பதை நந்திவர்ம பல்லவ மன்னன் காலத்துக் கல்வெட்டினால் அறியலாம். அக்காலத்தில் அல்லிக்குளம் ஒன்று இங்கு இருந்தது. அது

இருந்த இடத்தில் இப்பொழுது புதிய கட்டிடங்கள் எழும்பியுள்ளன. கேணி என்றால் தமிழ்நாட்டுப் பிற பகுதிகளில் கிணறு என்று பொருள். ஆனால் அருவா நாட்டார் குளத்தினைக் 'கேணி' என்று வழங்கி வந்துள்ளனர். இந்த அருவா நாட்டுத் தமிழ் பற்றிய இலக்கணச் சிறப்பை இங்குக் கவனித்தல் நலம் பயக்கும்.

திருவொற்றியூர்: இது கி.பி. 7ஆம் நூற்றாண்டினரான அப்பர் சம்பந்தரால் பாடப்பட்ட இடமாகும். இங்கு எழுத்தறியும் மண்டபம் என ஒன்று இருக்கிறது. முன்பு இங்கு பலவகையான வகுப்புகள் நடந்ததால் மக்கள் அறிவு பெறமுடிந்தது. கி.பி. 9ஆம் நூற்றாண்டில் வாழ்ந்த சுந்தரர் இங்குச் சங்கிலியாரைத் திருமணஞ் செய்துகொண்டார். அதன் காரணமாகத்தான் 'மகிழடி சேவை' என்ற விழா ஆண்டுதோறும் இங்கு நடைபெற்று வருகிறது. கி.பி. 9ஆம் நூற்றாண்டில் சதுரான பண்டிதர் என்பவர் தலைமையில் சிறந்தமடம் ஒன்று இங்கு சமயத் தொண்டு செய்து வந்திருக்கிறது. கி.பி. 10ஆம் நூற்றாண்டினரான பட்டினத்தடிகள் இவ்வூரில்தான் அடைக்கலமானார்.

"வாரி குன்றா ஆலைக்கரும்பொடு செந்நெற்கழனி அருகணைந்த சோலைத் திருவொற்றியூர்" என்று அப்பரால் பாடப்பட்டிருப்பதைப் படிக்கும்பொழுது, இது ஆலைக் கரும்பும் செந்நெற் கழனியும் செறிந்த சோலை நிரம்பியதாக இருந்திருக்கிறது என்று தெரிய வருகிறோம். இதுவும் புலியூர்க்கோட்டத்தைச் சேர்ந்ததாகும். இக்கோயில் சுவரில் நூற்றுக்கணக்கான கல்வெட்டுகள் பொறிக்கப்பட்டுள்ளன.

இவைகளால் சென்னைப்பட்டினத்தை ஒட்டியுள்ள மயிலாப்பூரும், திருவல்லிக்கேணியும், திருவொற்றியூரும் மிகத் தொன்று தொட்டே தமிழ்நாட்டு வரலாற்றில் இடம்பெற்று, தமிழ்ப் பண்பாட்டோடு நெருங்கிய தொடர்பு கொண்டுள்ளன என்ற முடிவுக்கு வரலாம்.

"வந்தித்த வெண்திரைகள் செம்பவள வெண்முத்தம் அந்தி விளக்கும் அணி விளக்காம்" எனச் சென்னைக் கடற்கரையின் அழகை அன்றே பேயாழ்வார் பாடியிருக்கிறார். சென்னை நகரின் வாணிபச் சிறப்பை 800 ஆண்டுகளுக்கு முன்பிருந்த குலோத்துங்க சோழரின் அமைச்சர் சேக்கிழார் மிகவும் பாராட்டிப் பேசியிருக்கிறார் என்பதும் இச்சமயத்தில் அறிய வேண்டியதொன்றாகும்.

மேற்சொன்ன மூன்று ஊர்கள் மட்டுமல்ல; இன்னும் பல ஊர்கள், சென்னை பெருமை பெறுவதற்கு முன்பே சிறப்புப் பெற்றிருக்கின்றன. அவைகளில் சிலவற்றைப் பற்றி மட்டும் இங்குக் குறிப்பிடுகிறோம்.

நுங்கம்பாக்கம், எழுமூர் என்னும் இவ்விரண்டு ஊர்களும் கி.பி. 11ஆம் நூற்றாண்டுக் கல்வெட்டுகளில் குறிக்கப்படுகின்றன. தங்கச்சாலைத் தெருமுனையில் இருந்த ஒரு கோயிலில் கி.பி. 10 ஆம் நூற்றாண்டைச் சேர்ந்த பார்த்திவேந்திர கரிகால சோழன் கல்வெட்டு ஒன்று இருந்தது. அதன் உடைந்த பகுதியைச் சென்னைப் பொருட்காட்சி நிலையத்தில் இன்றும் காணலாம்.

24 கோட்டங்களில் ஒன்றான புழல் கோட்டத்தில் "எழுமூர் நாடு' என்பது பெரியது. அதன் நகரம் எழுமூர். சேற்றுப்பட்டு (Ceet) எழுமூர் நாட்டைச் சேர்ந்ததாகும். மாம்பலம் என்பது சைதாப்பேட்டை வரை பரிவியிருந்த சிற்றூராகும். பிரம்பூர், அயன்புரம் (ஐயனாவரம்) ஆகிய இரண்டும் கி.பி. 17ஆம் நூற்றாண்டு வடமொழி நூலில் குறிக்கப்பட்டுள்ளன. வில்லிவாக்கம் பழைய காலத்தில் 'வில்பாக்கம்' என்றே அழைக்கப்பட்டு வந்திருக்கிறது. அது "புழல் கோட்டத்து - அம்பத்தூர் நாட்டு - வில்லிபாக்கம்" எனப்பட்டது. வேப்பேரி, புரசைப் பாக்கம், புதுப்பாக்கம் என்பன கிழக்கிந்திய ஆங்கில வணிகக் கழகம் வருவதற்கு முன்பே இங்கிருந்து சிற்றூர்கள் என்பது அவர்கள் எழுதி வைத்துள்ள குறிப்புகளிலிருந்து அறிய முடிகிறது. இன்னும் ஒவ்வோர் ஊருக்கும் பல சிற்றூர்கள் சொந்தமாய் இருந்தன.

இதில் மயிலாப்பூரைச் சேர்ந்திருந்த பழைய சிற்றூர்கள்: பல்லாவரம், நன்மங்கலம், ஆலந்தூர், நந்தப்பாக்கம், மாம்பலம் முதலியன.

திருவொற்றியூரைச் சேர்ந்த சிற்றூர்கள்: சாத்தங்குடி, சடையன் குப்பம், ஏலஞ்சேரி, எர்ணாவூர், கத்திப்பாக்கம் முதலியன.

எழும்பூரைச் சேர்ந்த பழைய சிற்றூர்கள்: புரசைப் பாக்கம், புதுப்பாக்கம், வேப்பேரி, கீழ்ப்பாக்கம், ரோசனப் பாக்கம், (இது சைதாப்பேட்டை ஆசிரியர் பயிற்சிக் கல்லூரிக்கும், செங்கற்பட்டு மாவட்ட அதிகாரி (Collector) அலுவலகத்துக்கும் இடையில் இருந்த சிற்றூர்) அகரம் முதலியனவாகும். இவை யாவும் பிற்காலத்தில் வெள்ளையரால் விலை கொடுத்து வாங்கப்பட்ட பழைய சிற்றூர்கள்.

சென்னை நகரத்தைச் சேர்த்தாற்போல் உள்ள பகுதிகளின் பழஞ்சிறப்பை இதுவரை அறிந்தோம். இன்னும் வேறு சில ஊர்களின் சிறப்பையும் இவ்விடத்தில் தெரிந்து கொள்வோம்.

மயிலாப்பூருக்குத் தெற்கே உள்ள திருவான்மியூர் கோயில் சோழர் காலத்தைச் சேர்ந்ததாகும். இங்கு சோழர் கால கல்வெட்டு ஒன்று பொறிக்கப்பட்டிருக்கிறது.

சென்னைக்குத் தென்மேற்கே 30 கல் தொலைவிலுள்ள ஸ்ரீபெரும்புதூரில் மிகப் பழமையான கோயில் ஒன்று இருக்கிறது. இது விசிட்டாத்வைதக் கொள்கையைப் புகுத்திய இராமானுஜர் பிறந்த இடமாகும்.

பல்லவபுரம் என்னும் பல்லாவரத்து மலையின் அடிவாரத்தில் கி.பி. 7ஆம் நூற்றாண்டைச் சேர்ந்த மகேந்திரவர்ம பல்லவனால் ஒரு குகைக் கோயில் *(Cave Temple)* குடையப்பட்டுள்ளது. இக்கோயில் சென்னைப் பிரதேசத்தின் பழங்கால வரலாற்றுச் சிறப்புடையதாகும். (*"The Most Ancient of the Historic antiqutíes of the Madras Region" - vide History of Madras - C.S.S. P.XXIII.)* இதில் இப்பொழுது மகம்மதிய தர்க்கா ஒன்று கட்டப்பட்டிருக்கிறது.

பல்லாவரத்துக்கு அருகில் 'திருநீர்மலை' என்னும் மலையும் மலைசார்ந்த ஊரும் இருக்கின்றன. இம்மலை மீதுள்ள வைணவக் கோயிலில் அபூர்வமான வெண்கல உருவங்கள் உள்ளன. இவ்வூரையடுத்துக் 'குன்றத்தூர்' எனும் சிற்றூர் இருக்கிறது. இங்குதான் இரண்டாம் குலோத்துங்க சோழனின் அமைச்சராக இருந்த சேக்கிழார் பிறந்தார். இது இப்பொழுது நெசவுத் தொழில் மிக்கு நடைபெறும் இடமாக இருக்கின்றது.

குன்றத்தூருக்கு அண்மையிலும் சைதாப்பேட்டைக்குத் தெற்கிலும் மாங்காடு என்னும் சிற்றூர் இருக்கிறது. இங்கு பல்லவர்க் காலத்துக் கோயிலும் கல்வெட்டுகளும் உள்ளன.

சென்னைக்கு வடமேற்கே கோயில் மாதவரம் என்னும் உள்ளூர், ஒரு பெரிய சமணக் கோயிலுக்கும், பௌத்தக் கோயிலுக்கும் சிவன் கோயிலுக்கும் புகழ் பெற்ற இடமாக விளங்குகிறது.

இதற்கு வடக்கே புழல் என்னும் செங்குன்றம் *(Red Hills)* பல்லவ ஆட்சிக்காலம் முதற்கொண்டே புகழ்பெற்ற இடமாகச் சிறந்து வந்திருக்கிறது. தொண்டை மண்டல 24 கோட்டங்களில் ஆளுநரின் *(Governor's)* முக்கியத் தலைமை நிலையமாக *(Head Quarters)* வும், இராணுவத்தளமாகவும் *(Military Station)* புழலூர் இருந்திருக்கிறது. இந்தப் புழலூரில் உள்ள புழலேரி *(Red Hills Lake)* யிலிருந்துதான் இப்பொழுது சென்னை நகருக்குக் குடிதண்ணீர் கொண்டுவரப்படுகிறது.

மாமல்லபுரம்: பல்லவ அரசர்கள் காஞ்சிபுரத்தை தங்கள் தலைநகராகவும் மாமல்லபுரம் என்னும் மகாபலிபுரத்தைத் துறைமுகமாகவும் கொண்டு ஆண்டுவந்தனர். கி.பி.7ஆம் நூற்றாண்டில்

பேரரசனாக விளங்கிய நரசிம்மவர்மன் பேரால் மாவலிபுரம், மால்லபுரம் என அழைக்கப்பட்டது. இது பூதத்தாழ்வார் என்னும் வைணவர் பிறந்த இடமாகும். இங்குள்ள வைணவக் கோயில் திருமங்கையாழ்வாரால் பாடப்பட்டிருக்கிறது. இவ்விடம் பல்லவர்களுக்கு முன்பிருந்தே சிறப்புப் பெற்றிருக்க வேண்டும் என்று தெரிகிறது. இந்த இடத்தைச் சீன யாத்திரிகனான யுவாங்சுவாங் சென்று கண்டு களித்திருக்கலாம் என்று அவரது குறிப்பிலிருந்து தெரிகிறது.

மேலும், இது சங்க காலத்தில் சிறந்த பெருநகரமாக விளங்கியது. கலங்கரை விளக்கு ஒன்றையும் பெற்றிருந்தது. நகரத்தில் செல்வவளம் கொழித்திருந்தது என்பதைப் "பெரும் பாணாற்றுப் படை" என்னும் நூல் உணர்த்துகிறது.

மாமல்லபுரத்திலுள்ள சிற்பம் பொதுவாகத் தமிழ்நாட்டின், சிறப்பான தொண்டை நாட்டின், கலைத்திறனுக்கு ஓர் அணிகலனாக விளங்குகிறது. இதனைக் காண, உலகின் நாலா பக்கங்களிலிருந்தும் கவின்கலைச் செல்வர்கள் வந்து போகின்றனர்; இச் சிற்பத்தின் பிரதிகள் அவர்களால் படம் எடுத்துச் செல்லப்படுகின்றன.

மாமல்லபுரத்தின் கலைச் சிறப்பை இந்திய அரசியலார் அழகிய செய்திப் படமாகப் பிடித்திருக்கின்றனர். இதைப் போன்றே காஞ்சியிலுள்ள கைலாசநாதர் கோயிலும் இந்தியச் சிற்ப வரலாற்றில் சிறப்பிடம் பெற்று விளங்குகின்றன. ஆகவே உலகப் புகழ் பெறுவதில் வியப்பில்லை.

அடுத்து, பல்லவர்களின் தலைநகரான காஞ்சிபுரத்தைக் கவனிப்போம். இது கி.பி. 3 ஆம் நூற்றாண்டிலிருந்து புகழ் பெற்ற நகரமாகும். இங்கு சுமார் 108 சைவக் கோயில்களும் 18 வைணவக் கோயில்களும் உள்ளன. பொதுவாக இந் நகரைச் சின்ன காஞ்சிபுரம் (விஷ்ணு காஞ்சி - இவ்விஷ்ணு காஞ்சியில்தான் முதலில் காஞ்சி காம கோட்ட மடம் இருந்தது. பின்னர் பெரிய காஞ்சியில் அமைக்கப்பட்டது.) பெரிய காஞ்சிபுரம் (சிவன் காஞ்சி), பிள்ளைப் பாளையம் (ஜீனக் காஞ்சி) என முப்பிரிவாகச் சொல்லுகிறார்கள். இன்று இந்நகரம் நெசவுத் துணிக்குக் கேந்திர இடமாக இருக்கிறது. கைலாசநாதர் கோயிலும், வைகுந்த பெருமாள் கோயிலும், திருப்பருத்திக் குன்றத்திலுள்ள மகாவீரர் (ஜீனக்) கோயிலும் இங்குக் குறிப்பிடத்தகுந்த கோயில்களாகும்.

இது வைதீகம், பௌத்தம், ஜைனம் என்னும் மூவகை சமயத்தின் கல்விக்கு முக்கிய இடமாக முற்காலத்தில் இருந்திருக்கிறது. இந்தக் காஞ்சியிலிருந்து நாளந்தா பல்கலைக்கழகத்திற்குப் பேராசிரியர்கள் பலர்

சென்றிருக்கிறார்கள். அகன்ற வீதிகளும், நல்ல சாக்கடைத் திட்டமும், உடல் நலம் பேணும் பண்பும் ஒருங்கே அமைந்த நகரம் இது.

காஞ்சிபுரத்திற்கும் மாமல்லபுரத்திற்கும் அடுத்தாற்போல் செங்கற்பட்டு இருக்கின்றது. செங்கற்பட்டு என்றால் செங்கல் நகரம் என்று பொருள் கொள்ளக் கூடாது. செங்கழுநீர்ப்பட்டு (Lotus Town) என்பதே அதன் உண்மைப் பெயர். தென்னிந்திய வரலாற்றில் பல்லவர் ஆட்சி தொடங்கிய செங்கற்பட்டு நகரம் பழமை வாய்ந்த நகரமாகும். அங்கு இருந்த கோட்டை தற்போது அழிந்துபட்டிருந்தாலும், அது 16ஆவது நூற்றாண்டினரான திம்மராஜாவால் கட்டப்பட்டது என்று கூறப்படுகிறது.

இவைகளையெல்லாம் நன்கு கவனித்துச் சீர்தூக்கிப் பார்க்கும்போது, "சென்னையின் அண்டைப் பகுதிகளில் வரலாற்றுச் சிறப்பும் பண்பாட்டு முக்கியத்துவமும் தொடர்ச்சியான ஒன்றாகும். தென்னிந்தியாவில் இந்து ராஜ்ஜியத்தின் மறைவோடு (அவை) மறையவில்லை" (*The Historical cultural importance of the neighbourhood of Madras is a continuous and did not disappear with the disappearance of Hindu domination of South India." - History of Madras by C.S. Preface P. XXIII.*) என்று திரு. சி.எஸ். சீனிவாசசாரியார் கூறும் கூற்று மிகவும் பொருள் பொதிந்ததாகத் தோன்றுகிறது.

செங்கற்பட்டு ஜில்லாவில் எப்பொழுதும் வரலாற்றுக்கு முற்பட்ட காலத்தின் சின்னங்கள் கிடைப்பதால், அது பழம்பொருள் ஆராய்ச்சிக்கு உற்ற இடமாகத் திகழ்கின்றது என்று கூறுவது மிகவும் பொருத்தமுடையதாகும் என்பதை நாம் ஒப்புக்கொள்ளலாம் அல்லவா?

இங்ஙனமாகச் சென்னைப்பகுதி வரலாற்றுக்கு முற்பட்ட காலத்து சின்னங்களும் கற்கால - இரும்புக்கால - செப்புக்கால பொருள்கள் கிடைக்கக் கூடிய இடமாகவும், பழஞ்சிறப்பு வாய்ந்த ஊர்களையும், சிற்றூர்களையும் தன்னகத்தே கொண்ட பகுதியாகவும் விளங்கி வந்துள்ளது. இன்னமும் விளங்கிவருகிறது என்பதை எவரும் மறுக்க மாட்டார்கள் என்று உறுதியாகக் கூறலாம். (*"Madras can claim to be one of the most important region from the point of view of finds of prehistoric relics. In its neighbourhood implements of the Paleolithic age have been found, thus indicating it as the abode of Paleolithic man" - History of Madras by C.S.S. Preface P.XVII.*)

இவ்வாறெல்லாம் தொல் சிறப்புப் பெற்றுள்ளது சென்னைப்பட்டினம். "சென்னை பிரிட்டிஷ் ஆட்சிக்கு உட்படுவதற்கு முன்னரே ஒரு மீன்

பிடிக்கும் நகரமாக மட்டும் விளங்கவில்லை; சமுதாய வாழ்க்கையின் முக்கியக் கூறுகள் கொண்டதாகவும், பண்பாட்டின் மய்யமாகவும் இருநதது; சென்னையை ஒட்டியுள்ள பகுதிகளும் சுற்றியுள்ள பகுதிகளுமான சாந்தோம், மயிலாப்பூர், திருவொற்றியூர் போன்றவை மத சம்பந்தமாகவும் சமுதாய நடவடிக்கை பொறுத்தும், அன்று முதல் இன்றுவரை, சிறப்பிடங்களாகவே இருந்து வருகின்றன'' என்று மேற்சொன்ன வரலாற்றாசிரியர் அவர்களே கூறியுள்ளார்கள்.

மேலும், அவரே, "சென்னையை நடுமய்யமாகக் கொண்டு செங்கற்பட்டிலிருந்து சோளிங்கபுரம், திருப்பதிவரை அரைவட்டமாக பரவியுள்ள பகுதிகளின் ஒவ்வொரு பாகமும் தமக்குள் ஏற்பட்டிருக்கும் புனிதத் தொடர்பில் பெருமை கொள்வதில் பொருள் அமைந்திருக்கிறது என்றே சொல்லலாம்'' என்று தெளிவுபடச் சொல்லியிருப்பதும் இங்குக் கவனிக்கத்தக்கதாகும்.

அண்டையப் பகுதிகளுடன் நகமும் சதையும் போல் மிக நெருங்கிய தொடர்பு கொண்டிருந்த - கொண்டிருக்கும் - சென்னையைப் பற்றி இன்னும் எவ்வளவோ கூறலாம். விரிவஞ்சி இவ்வளவோடு சென்னை நகரின் அண்டையப் பகுதிகளின் பண்டைப் பெருமையை முடித்துக் கொள்வோம்.

5. 15,16ஆம் நூற்றாண்டின் சூழ்நிலை

சென்னையின் பழம் வரலாற்றையும் சுற்றுப்புறத்து ஊர்களின் சிறப்பையும் இதுவரை கவனித்தோம். அடுத்து சென்னை வாணிபத்திற்கு ஏற்ற இடமாக எப்படி அமைந்தது என்பதை கவனிப்போம்.

சென்னையை உள்ளடக்கிய தமிழகம் முப்புறமும் கடல் சூழப்பட்டிருந்தாலும், மலைபடு பொருளும், கடல்படு பொருளும் நிறைந்திருப்பதாலும், பண்டைக் காலத்திலிருந்தே வாணிபத்தில் சிறந்து விளங்குகிறது. ஆகவேதான், தமிழர்களும் முற்காலத்தில் சிறந்த கடலோடிகளாகத் திகழமுடிந்தது.

கி.மு. 4000க்கு மேற்பட்ட காலத்திற்குரிய சிந்து வெளியில் கண்டுபிடிக்கப்பட்ட சின்னங்களில் தென்னகத்திற்கே உரிய மயில், யானைத் தந்தம், பொன் முதலிய பொருள்கள் கிடைத்துள்ளன. அன்றியும், கி.மு. 3000இல் பாபிலோனுக்கும், கி.மு. 2600 முதல் எகிப்துக்கும் மிளகு, தேக்கு, புலித்தோல், முத்து, பவளம், வைரம், பருத்தி ஆடைகள் ஆகிய சரக்குகள் கிழக்காப்பிரிக்கா வழியாகத் தமிழரின் நாவாய் மூலம் அனுப்பப்பட்டுள்ளன. இவைகளைப் பிளினி, தாலமி, பெரிப்ளூஸ் போன்ற மேனாட்டு ஆசிரியர்களது குறிப்புகளாலும், சங்க நூற் சான்றுகளாலும் அறிய வருகிறோம்.

இவைகளால், கிறிஸ்து பிறப்பதற்கு முன்பிருந்தே தென்னிந்தியா மணந்தரு பொருள்களுக்கும் கவின் கலைப் பொருள்களுக்கும் புகழ் பெற்றிருந்தது என்பது தெளிவாகின்றது.

சீனரும், கிரேக்கரும், அரேபியரும் இந்நாட்டில் வந்து வாணிபம் நடத்திப் பெருஞ் செல்வந்தர்களாகத் திரும்புவதை ஐரோப்பியர்

கண்டு ஆச்சரியமுற்றனர்; தாமும் இந்தியாவிற்கு போனால் செல்வம் திரட்டிக்கொண்டு வரலாம் என்னும் துணிவு அவர்களுக்குப் பிறந்தது. ஆகவே, 'பொன் காய்க்கும் மரங்கள் செறிந்த' இந்தியாவிற்கு வர ஐரோப்பிய சாதியர் ஒருவருக்குள் ஒருவர் போட்டியிட்டு வந்தனர்.

ஐரோப்பியர் இந்தியாவில் காலடி வைக்க முற்பட்ட போது, வடநாட்டில் முகலாய சாம்ராஜ்யம் அழியத் தொடங்கியது. தென்னாட்டில் சேர, சோழ, பாண்டியப் பேரரசுகளுக்குப் பின் விஜயநகர அரசு மங்கிக்கொண்டு வந்தது.

சங்க காலத்திற்குப் பிறகு பல்லவர் காலத்தில் மயிலாப்பூர் மாமல்லபுரம், நாகப்பட்டினம் என்பன பெயர் பெற்ற துறைமுகங்களாக விளங்கின. விஜயநகர ஆட்சியின் போது, அதன் எல்லையிலிருந்த சுமார் 300 துறைமுகப்பட்டினங்களில் நல்ல வருமானம் வந்து கொண்டிருந்தது என்னும் குறிப்பைக் காணும் போது, கடல் வாணிபம் அக்காலத்தில் செம்மையாகவே நடைபெற்று வந்தது என்கிற முடிவுக்கு வர இயலும். பிறகுதான் தென்னாட்டினரின் கடலாதிக்கம் குன்றிவிட்டது.

இந்தியாவிற்கு வந்த ஐரோப்பியரில் போர்ச்சுகீசியரே முதன் முதலில் தென்னிந்தியாவில் நுழைந்தவர்கள். இவர்களில் ஒரு சாரார் கி.பி.1552இல் சென்னைக்குத் தெற்கேயுள்ள சாந்தோமில் குடியேறி வாணிபம் செய்து வந்தனர்.

ஐரோப்பாவில் இவர்களது கடற் பலத்தை ஆங்கிலேயர் ஒன்றுக்கும் உதவாததாகச் செய்தது மூலம், போர்ச்சுகீசியரின் ஆதிக்கம் இந்தியாவில் குறையத் தொடங்கிற்று.

இவர்களுக்கு அடுத்தபடியாகக் கிழக்கிந்தியத் தீவுகளில் வாசனைப் பொருள்களை வாங்கி வாணிபம் செய்துகொண்டிருந்த டச்சுக்காரர்கள், கி.பி. 1606-இல் தொண்டை மண்டலத்தை ஆண்டுகொண்டிருந்த வெங்கடபதி ராயனிடம் அனுமதி பெற்றுப் பழவேற்காட்டில் 1601இல் குடியேறிக் கோட்டையைக் கட்டிக்கொண்டு வாணிபம் செய்ய முற்பட்டனர். (Vide. Madras T.C. Volume P.50)

கத்தோலிக்க பிரிவினரான போர்ச்சுகீசியர்க்கும், புராடஸ்டண்டு பிரிவினரான டச்சுக்காரர்களுக்கும், ஐரோப்பாவில் ஏற்பட்ட அரசியல் சச்சரவு சோழ மண்டலக் கரையிலும் விடவில்லை. வாணிபப் போட்டியும் உடன் சேர்ந்து கொண்டது. விளைவைச் சொல்லவும் வேண்டுமா? அவர்கள் கடலில் சண்டையிட்டுக் கொள்வதோடு நில்லாமல், உள்நாட்டிலும்

அதைக் காண்பித்ததால் தொண்டை மண்டலத்தை ஆண்டுகொண்டிருந்த தாமல் வெங்கடபதிக்கு தொல்லைத் தருவதாகவும் இருந்தது.

இச்சோழ மண்டலக்கரை என்பது கன்னியாகுமரி முதல் ஒரிஸாவரை நீண்டுள்ள கரையோரமாகும். பிற்காலச் சோழர்கள் இக்கரையோரத்தைச் சார்ந்த பகுதியைக் கட்டியாண்டதால், போர்ச்சுக்கீசியர் இதைச் 'சோரமண்டலா' (Choramandala) என்றும், டச்சுக்காரர்கள் 'சோரமண்டல்' (Choramandal) என்றும் அழைத்தனர்.

மற்ற ஐரோப்பிய வணிகர் இந்தியாவிலிருந்து பொருள் குவித்துச் செல்வதைக் கண்ட ஆங்கிலேய வணிகர்க்கும் நாவில் நீர் சுரந்தது. கொள்ளை பொருள் திரட்ட வேண்டும் என்கிற ஆவலின் காரணமாக லண்டனில் 1600இல் நூறு பேர் சேர்ந்து 'ஆங்கிலக் கிழக்கிந்திய வாணிபக் கழகம்' என்கிற ஓர் அமைப்பைக் கண்டனர். இவர்கள் முதலில் வாசனைப் பொருள்கள் கிடைக்கக்கூடிய, ஜாவா, சுமத்திரா முதலிய கிழக்கிந்தியத் தீவுகளில் வாணிபம் செய்து கொண்டிருந்தனர். அங்கு டச்சுக்காரர்களுக்கும் இவர்களுக்கும் ஏற்பட்ட வாணிபப் போட்டி முற்றி, 1623இல் அம்பாயனப் படுகொலையில் முடிந்தது. அடுத்து மூன்று டச்சுப் போர்களும் நடந்தன. இதன் பிறகுதான் அவர்கள் இந்தியாவிற்கு வர நேர்ந்தது.

பிரஞ்சுக்காரர்களும் 1664இல் பிரஞ்சுக் கிழக்கிந்திய வாணிபக் கழகம் என்கிற பெயரில் ஓர் அமைப்பை நிறுவி இங்கு வாணிபம் செய்ய முற்பட்டனர்.

மேலே சொன்ன ஐரோப்பியர்களுக்குள்ளே ஏற்பட்ட வாணிபப் போட்டியின் காரணமாகவும், கடலாதிக்கத்தின் காரணமாகவும், நாடு பிடிக்கும் பேராசையின் காரணமாகவும் அடிக்கடி இந்தியாவில் சண்டை ஏற்படலாயிற்று. ஒருசமயம் சென்னைக்கு 3 கல் தொலைவிலுள்ள பிரஞ்சுக்காரர்கள் குடியேறி வாழ்ந்து வந்த சாந்தோமைப் போர்ச்சுகீசியர்கள் முற்றுகையிட்டுக் கைப்பற்றிக் கொண்டனர். இங்கிருந்து துரத்தப்பட்ட 60 பேர்களைக் கொண்டுதான் ஷுவா மார்ட்டின் என்னும் பிரஞ்சுக்காரர் கி.பி. 1674இல் புதுச்சேரி பட்டினத்தை ஏற்படுத்தினார்.

அக்காலத்தில் நீராவிக் கப்பல் கண்டுபிடிக்கப்படவில்லை. பாய்மரக் கப்பல்களே வாணிபத்திற்கும் பிறவற்றுக்கும் பயன்படுத்தப்பட்டன. அப்பொழுது இந்தியரிடம் இருந்த கப்பல்கள் ஐரோப்பியரிடம் இருந்தவைகளைக் காட்டிலும் உருவில் பெரியனவாகவும் சிறந்தனவாகவும் உறுதியானவாகவும் இருந்தன என்று நிக்காலோகாண்டி

என்பவர் குறித்திருக்கிறார். 1815ஆம் ஆண்டில் இந்தியாவில் கப்பல் கட்டுவது கூடாது என்று ஆங்கிலக் கிழக்கிந்திய வாணிபக் கழகம் தடை செய்ததாலேயே இந்தியக் கப்பல் தொழில் அழிந்தது என்று இங்கு இடைமறித்துச் சொல்ல வேண்டியதாயிருக்கிறது.

மேலும், 16ஆம் நூற்றாண்டில் வலுவான பேரரசு ஒன்று கூட இந்தியாவில் இல்லை. சிற்றரசர்கள் ஒருவருடன் ஒருவர் போரிட்டுக் கொண்டிருந்தனர். ஐரோப்பியர் வாணிபத்திற்காக வேண்டியே இந்நாட்டிற்கு வந்தாலும், நாட்டின் கொந்தளிப்பான சூழ்நிலையைத் தங்களுக்குச் சாதகமாக்கிக்கொள்ள அவர்கள் தவறவில்லை. அவர்கள் இந்திய அரசர்களுக்குள் சிண்டு முடிந்துவிட்டுத் தங்களது ஆட்களையும், ஆயுதங்களையும் உதவி சில பல பதவிகளைப் பெற்றனர். இது பின்னர் இந்நாட்டைச் சுரண்டிப் போவதோடு நிற்காமல், கட்டியாளவும் துணிவு தந்தது!

அன்று தொண்டைமண்டலம் விசயநகர வீழ்ச்சிக்குப்பின் சந்திரகிரி அரசின்கீழ் இருந்தது. இவ்வாட்சி மகம்மதிய படையெடுப்புக்கு முன் எதிர் நிற்க முடியாமல் நிலைகுலைந்தது. பின்னவரது ஆட்சி இந்நாட்டில் வேரூன்றும் போதுதான், ஆங்கிலேயர் சென்னையில் வந்து குடியேற முற்பட்டனர். அவர்களின் வருகையால்தான் ஏற்கெனவே சிற்றூராக இருந்த சென்னைப் பட்டினம் பேரூராக - நகரமாக முடிந்தது.

6. ஆங்கிலேயர் வருகை

ஆங்கிலேயர் சென்னைப்பட்டினத்தில் வந்து குடியேறுவதற்கு முன்பு தென்னாட்டில் இருந்த சூழ்நிலையைச் சுருக்கமாக முந்திய தலைப்பில் குறித்திருந்தோம். இனி ஆங்கிலேயர் இங்கு ஏன் வர வேண்டியதாயிற்று என்பதைச் சிறிது கவனிப்போம்.

முதன் முதலில் ஆங்கிலேயர் வடநாட்டில் சூரத் பண்டகசாலையை அமைத்தனர். பிறகு கோல்கொண்டாரா ராஜ்ஜியத்தின் தலைமைத் துறைமுகமான மசூலிப்பட்டினத்தில் மற்றொரு பண்டகசாலையை ஏற்படுத்தினார்கள். அன்று மசூலிப்பட்டினம் பருவக் காற்றுகளிடமிருந்து தற்காத்துக் கொள்ளும் நல்ல துறைமுகமாக விளங்கியது.

மேலும், அது தென்னிந்தியாவின் புகழ்பெற்ற வைரங்கள், இரத்தினங்கள் ஆகியவற்றுக்கு முக்கியச் சந்தையாகவும் (Principal Market) திகழ்ந்தது. வண்ணத்தாலான விலையுயர்ந்த சீட்டுத்துணிகளும் (Chintz) பலவித நிறத்தாலான அச்சடித்த துணிகளும் (Printed cloth) அன்றும் இன்றும் பெருவாரியாக அதைச் சுற்றியுள்ள பகுதிகளில் தயாரிக்கப்பட்டு வருகின்றன.

இத்தகைய வாணிபச் சிறப்புவாய்ந்த இடத்தில் ஆங்கிலேயர் பலவித முயற்சிக்குப் பின்தான், பண்டகசாலை கட்டிக்கொள்ள முடிந்தது. ஆனால், டச்சுக்காரர்களின் போட்டியும் போர்ச்சுகீசியரின் பொறாமையும், நகர மகம்மதிய ஆளுநரின் (கவர்னரின்) அடக்குமுறையும் ஆங்கிலேய வணிகர்களை அங்குள்ள தொழிற்சாலைக்கு அப்பொழுது மூடுவிழா செய்யும்படி செய்தது. ஆகவேதான், அவர்கள் தெற்குத் திசை நோக்கிப் பயணம் செய்ய வேண்டியவர்களானார்கள்.

ஆங்கிலேயர், முன்பே பழவேற்காட்டில் குடியேறியிருந்த டச்சுக்காரர்களுடன் கூட்டாக வாணிபம் செய்ய 1621இல் முயன்றனர். ஆனால், அவ்வாறு செய்வது இருதரப்பாருக்கும் அனுகூலமாக இல்லாததால், அத்திட்டம் கைவிடப்பட்டது. பிறகு, ஆங்கிலேயர் நிசாம் பட்டினத்திலும் பெத்தபள்ளியிலும் நிலைக்க முற்பட்டனர். இவ்விடங்களில் இருந்த வெப்ப, தட்ப நிலை ஆங்கிலேய வர்த்தகர்களுக்கு மிகவும் எதிரிடையாக இருந்தது. எனவே, சில ஆண்டுகளின் பயனற்ற போராட்டத்திற்குப் பிறகு அவர்கள் அங்கிருந்து மூட்டை கட்டவேண்டியதாயிற்று.

கடைசியாக, ஆங்கிலேயேர்கள் சிறுசிறு படகுகள் மூலம் பழவேற்காட்டிற்கு வடக்கே 30 கல் தூரத்திலுள்ள ஆறுமுகப்பட்டினத்தை (Armagon) 1626இல் அடைந்தனர். இவ்விடமும் துறைமுக வசதியில்லாமல் இருந்தது. அன்றியும் ஆங்கிலேயர் விரும்பிய 'காலிக்கோ' துணியை ஐரோப்பாவுக்கு ஏராளமாக ஏற்றுமதி செய்ய இங்கே இயலவில்லை. எனினும் இவ்விடமே அக்காலத்தில் பாதுகாப்பான இடமாக இருந்ததால், இங்கே ஒரு சிறு கோட்டையைக் கட்டிக்கொண்டு வாணிபம் நடத்திப் பார்த்தனர். ஆனால், பரிதாபத்துக்குரிய ஆங்கில வணிகர்கள் மறுபடியும் மசூலிப்பட்டினத்திற்கே திரும்பிச் செல்ல வேண்டியதாயிற்று. அச்சமயத்தில் அப்பட்டினம் பஞ்சத்தால் பாதிக்கப்பட்டிருந்தது. பாதுகாப்புக்கு வேண்டிய உறுதி மொழிகள் தரப்பட்டிருந்தும் அவ்விடத்தில் ஆங்கில வர்த்தகம் வளர முடியவில்லை. மசூலிப்பட்டினத்திலும் செழிக்க முடியவில்லை; ஆறுமுகப்பட்டினமும் நம்பிக்கையற்ற இடமாக இருந்ததால் ஆங்கிலேய வர்த்தகர்கள் இடம் தேடும் படலத்தைத் தொடங்க வேண்டியதாயிற்று.

ஆறுமுகப்பட்டின துணைப் பண்டக சாலையின் தலைவனாகப் பணியாற்றி வந்த பிரான்சிஸ் டே என்பவன் 1637இல் தெற்கே பாண்டிச்சேரி வரை கடற்கரையோரமாக மலிவாக நெசவுப் பொருள் எங்குக் கிடைக்கும் என்று அறியவும், வாணிபம் செய்ய புதிய இடத்தை தேர்ந்தெடுக்கவும் வேண்டிப் பயணம் செய்தான்.

பழவேற்காட்டிற்குத் தெற்கே உள்ள பகுதிகளில் நெய்யப்படும் துணிகளின் விலையைக் காட்டிலும் மதராஸ் பட்டினத்தில் 20லிருந்து 30 சதவீதம் குறைவாக இருப்பதையும், டே கண்டு மேலதிகாரிகளுக்குத் தெரிவித்தான். அவர்களது அனுமதியுடன் வாணிபம் செய்வதற்கும் கோட்டை கட்டிக்கொள்வதற்கு ஏற்ற இடத்தைத் தேர்ந்தெடுப்பதற்கும் அனுமதி பெற்றுக்கொண்டான். டே தேர்ந்தெடுத்த இடமே 'மதராஸ் பட்டினம்' என்னும் பட்டினமாகும்.

இப்பட்டினத்தைப் பெற ஆங்கிலேயர் அக்காலத்தில் தொண்டை மண்டலத்தை ஆண்ட நாயக்கர்களை அணுகினார்கள். தாமல் வேங்கடபதி தனது ஆட்சிக்கு உட்பட்ட எல்லைக்குள் ஏதேனும் ஒரு பகுதியை தேர்ந்தெடுத்துக் கொள்ளும்படி கூறினான். அவன் ஆங்கிலேயர்க்குச் சென்னைப்பட்டினத்தை வலியத் தர விரும்பியதற்கு மற்றொரு காரணமும் உண்டு. அப்பொழுது கடற்கரையோரப் பகுதி எவ்விதப் பாதுகாப்புமின்றிக் கிடந்தது. மகம்மதிய அரசர்களின் கை வலுக்காமல் இருப்பதற்கு இங்கு ஒரு சேனை வைக்க வேண்டும் என்று இந்து ஆட்சியாளர் கருதினர்.

டச்சுக்காரர்கள் அவர்களிடம் நல்ல விதமாக நடந்து கொள்ளாததால், அவர்களுக்கு எதிரான ஆங்கிலேயர்க்கு இடம் தந்து, அதன் மூலம் தங்கள் வர்த்தகத்தையும், நாட்டின் பாதுகாப்பையும் வருவாயையும் ஒருங்கே அடையத் திட்டமிட்டனர். இதற்காக வேண்டியே கோட்டை கட்டிக்கொள்ள உதவி செய்வதாகவும் வேங்கடபதி தரப்பில் சொல்லப்பட்டது.

டச்சுக்காரர்கள் போல் போர்ச்சிகீசியரும் எங்கு சென்னையில் குடியேறத் தடை செய்வார்களோ என்று அஞ்சி ஆங்கிலேயர் 1639இல் மேத்வால்டு (Math Wold) என்னும் மசூலிப்பட்டன முகவனைச் சாந்தோமுக்குத் தூதனுப்பிச் சரி செய்துகொண்டார்கள்.

பாளையக்காரர் - டே ஒப்பந்தம்: 1639ஆம் ஆண்டு ஆகஸ்ட் மாதம் 22ஆம் தேதியன்று பாளையக்காரருக்கும் டேவுக்கும் ஓர் ஒப்பந்தம் ஏற்பட்டது. இதன்படி 'மதராஸ் பட்டின'த்தையும் அங்கே இரண்டாண்டுக் காலத்திற்குக் கோட்டையும் மாளிகையும் கட்டிக்கொள்ள ஆங்கிலேயர்களுக்கு அனுமதி தரப்பட்டது. ஆண்டொன்றுக்கு 1,200 வராகன் வரி (கிஸ்தி) கட்டுவதாக ஆங்கிலேயர் ஒப்புக் கொண்டனர்.

இதற்குப் பிறகு 1640இல் டேவும் கோகனும் சில ஆலை முதலாளிகளும் கணக்கர்களும் 25 ஐரோப்பியப் போர்வீரர்களைக் கொண்ட ஒரு சிறு காவற்படையும், ஐரோப்பியத் தொழிற் கம்மியர்களும் (Artificers), நாகப்பட்டன் என்னும் துப்பாக்கி மருந்து தயாரிக்கும் ஓர் இந்துவும் சென்னைப் பட்டினத்தில் ஆங்கிலப் பண்டக சாலையை ஏற்படுத்துவதற்காகப் புறப்பட்டனர். அவர்கள் மதராஸ் பட்டினத்தை 1640ஆம் ஆண்டு பிப்ரவரி மாதம் 22ஆம் தேதி அடைந்தனர். இந் நாள் முதற்கொண்டுதான் ஆங்கிலேயர்கள் சென்னையில் நிலைபெறத் தொடங்கினர்.

அன்று, சென்னை அவர்களுக்கு எப்படிக் காட்சியளித்திருந்தது என்பது தெரியுமா?

அப்பொழுது கடல் இப்பொழுது தள்ளிச் சென்று இருப்பது போல் இல்லை. அது சற்றேறக் குறைய அங்கப்ப நாயக்கன் வீதிவரையில் உள்ளே வந்திருந்தது. கடலும் கடல் சார்ந்த பகுதியுமான நெய்தல் நிலத்தைச் சேர்ந்ததன் காரணமாக மீன் பிடிப்பவர்களைக் கொண்ட சிறுசிறு குப்பங்கள் கரையோரங்களில் திருவொற்றியூர் முதல் திருவல்லிக்கேணி வரையில் இருந்தன. இப்பொழுது கோட்டை கட்டப்பட்டுள்ள இடத்தில், மதுரசேனன் என்னும் செம்படவத் தலைவனுக்குரிய வாழைத் தோட்டம் அன்றைக்கு ஒன்று இருந்தது. அதற்கு மேற்கே நரிமேடு என்னும் சிறு மணற் குன்று வீற்றிருந்தது. தீவு (ஐலந்து) மைதானம் அப்பொழுது நீரால் சூழ்ந்திருந்தது. கடற்கரையோரமாக நின்று பார்த்தால் அன்று நகரி மலையின் உச்சி தெரியும். அதுதான் அன்று மாலுமிகளுக்குக் கலங்கரை விளக்கு போல் உதவிக் கொண்டிருந்தது.

பிராட்வே சாலை அன்று கிடையாது. அங்கு ஒரு சிறு கால்வாய் வடக்குத் தெற்காகப் போய்க் கொண்டிருந்தது. மேற்குப் பகுதியில் விளை நிலங்கள் இருந்தன. இவைகளுக்கு உதவியாகப் பல ஏரிகளும் கிணறுகளும் பயன்பட்டு வந்தன.

இச் சென்னையை உள்ளடக்கிய தொண்டை மண்டலப் பகுதியைச் சந்திரகிரி அரசன்கீழ் தாமல வேங்கடபதி நாயக்கன் என்பவன் பூவிருந்தவல்லியிலிருந்து ஆண்டு கொண்டிருந்தான். அவன் ஆங்கில வணிகர்களுக்கு நான்கு சிற்றூர்களைத் தந்தான் என்று மெக்கன்சியின் கைப்பிரதி ஒன்றில் காணப்படுகிறது. அவை முறையே 1. மதராஸ் குப்பம் (இங்குதான் ஆங்கிலேயர் ஒரு கோட்டையைக் கட்டிக் கொண்டனர். அதுவே மதராஸ் என அழைக்கப்பட்டது) 2. சென்னைக் குப்பம் (இவ்வூரில்தான் பின்னர் முத்தியாலுப் பேட்டையும் பகடலு பேட்டையும் ஏற்பட்டன.) 3. ஆர் குப்பம் (இக்கிராமம் இதே பெயரில் அழைக்கப்பட்டது. 4. மேற்கிலுள்ள மேலுப்பட்டு (இக்கிராம நிலத்தில்தான் உப்பு விளைவிக்கப்பட்டது. தற்போதய உப்பளம் (Salt Cotaurs) பகுதி அமைந்தது இதனால்தான் போலும்).

இவைகளால் முதலில் பரதவர் என்னும் மீன் பிடிப்போரே இங்கு வசித்திருக்க வேண்டும் என்றும், பிறகு மருத நில மக்கள் அதாவது, வேளாளர் சிறுகச் சிறுகக் குடியேறி பரதவரைக் கடற்கரையோரத்திற்கு அனுப்பியிருக்கலாம் என்றும் ஊகிக்க முடிகிறது.

இனி ஆங்கிலேயர்க்குக் கொடுக்கப்பட்ட பகுதி எது என்பதைப் பார்ப்போம். நாயக்கர்கள் ஆங்கிலேயர்க்கு நிலத்தை மாற்றுதல் செய்த பட்டத்தில் (*Grant*) இன்னின்ன இடத்திலிருந்து இன்னின்ன பகுதிகள்வரை என்று திட்டவட்டமாகக் குறிப்பிடவே இல்லை.

ஆனால், 'மதராஸ் பட்டினம்' என்று ஏற்கெனவே அழைக்கப்பட்ட சிற்றூரின் முழுப்பகுதியும் ஆங்கிலேயர்க்குக் கொடுக்கப்பட்ட பகுதியாக அறிஞர்கள் கருதுகின்றனர்.

கடற்கரையோரமாகக் கூவம் ஆற்று முகத்துவாரத்திற்குச் சில நூறு கெஜ அளவு வடக்காகவும், தற்போதைய 'ஜார்ஜ் டவுனின்' வடக்கு எல்லை வரையிலும் இப்பகுதியின் பரப்பு இருந்திருக்க வேண்டும் என்று கூறப்படுகிறது. இதைப் பேராசிரியர் கா. நமச்சிவாய முதலியார், "அந்த நிலம் கூவம் ஆற்றுக்கு வடக்கிலும் காசிமேட்டிற்கு அருகிலிருந்த சென்னப்ப நாயக்கன் குப்பத்திற்குத் தெற்கிலும் அமைந்திருந்தது. அதன் அகலம் கிழக்கில் கடற்கரையிலிருந்து மேற்கில் ஒருமைல் அளவுள்ளது" என்று தமது "தமிழ்க்கடல் வாசகம்" இரண்டாம் புத்தகத்தில் குறிப்பிட்டுள்ளார்.

இவ்விரண்டு எல்லைக்கும் இடையே மேற்குப் புறத்தில் ஐலந்து மைதானம் (*Island Ground*) இருந்தது. அதன் மேற்கு எல்லைக்கோடு அப்போது வடக்கு ஆறு (*The North River*) எனப்பட்ட இக்காலத்திய கோகேன் (*Cochrane*) கால்வாயிலிருந்து தற்காலத்தில் ஜார்ஜ் டவுன் வரை பரவியிருந்தது. இப்பகுதியை ஒட்டியிருந்த சிற்றூர்களை நாளடைவில் ஆங்கிலேயர் தமது பரம்பரைப் போக்குப்படி மதராஸ் பட்டினத்துடன் சேர்த்துக் கொண்டனர். இது ஒரு புறமிருக்கட்டும்.

அக்காலத்தில் கூவம் ஆறு - சேற்றுப்பட்டு, நுங்கம்பாக்கம் சிந்தாதிரிப்பேட்டை ஆகியவற்றின் வழியாக வளைந்து ஓடியது. அது மதராஸ் பட்டினத்திற்குத் தெற்கு எல்லைக்கு அருகாமையில் எழும்பூர் ஆறு எனப்படும் வடக்கு ஆற்றுடன் சேர்ந்து கடலில் கலக்கும் போக்குடையதாக இருந்தது. அன்று மதராஸ் பட்டினத்திற்கு மேற்குக்கரை ஓரத்திலிருந்து ஒரு மைல் தொலைவிலும், அதற்கு இணையான போக்கிலும் வடக்கு ஆறு பாய்ந்து கொண்டிருந்தது.

இந்த வடக்கு ஆற்றுக்கும் கடலுக்கும் இடையே உள்ள மணற்பாங்கான இடத்தை - ஆற்று முகத்துக்கு முக்கால் மைல் வடக்கிலும், மதராஸ் பட்டின கிராமத்திற்குத் தெற்கிலும் உள்ள நிலப் பகுதியையே - கோட்டை (*Fort*) கட்டுவதற்குத் தகுந்த இடமாக ஆங்கிலேயர் தெரிந்தெடுத்தனர்.

கோட்டையைச் சதுரமாகவும், ஒவ்வொரு முனையிலும் காவல் அரண்களும் (Bastions) நடுமய்யத்தில் பண்டகசாலையும் (Factory) அமைக்க அவர்கள் திட்டமிட்டனர்.

கோட்டை எழுந்தது: பண்டகசாலைக் கட்டிடவேலை 1640 ஆம் ஆண்டு மார்ச் மாதம் 1ஆம் தேதி தொடங்கப்பட்டது. இக்கட்டிடத்தின் ஒரு பகுதியை ஏப்ரல் 23ஆம் தேதி ‘செயின்ட் ஜார்ஜ் நாள்’ அன்று கட்டி முடித்ததால், இதற்கு ‘செயின்ட் ஜார்ஜ் கோட்டை’ என்று பெயரிட்டனர். ஆங்கிலேயர்க்கு நிதி நிலைமையில் முட்டுப்பாடு ஏற்பட்டதால் கொஞ்சம் கொஞ்சமாகக் கோட்டையைக் கட்டலானார்கள். அதை முற்றும் கட்டிமுடிக்க 14 ஆண்டுகள் பிடித்தன. கடைசியாக அது 1653இல் முடிவாயிற்று.

முதல் தடவையாக மண் சுவர்களால் கட்டப்பட்ட கோட்டை வடக்கு தெற்காக 100 கெஜமும், கிழக்கு மேற்காக 30 கெஜமும் கொண்டதாக விளங்கியது. அதன் வடக்குத் தெற்குப் பாகத்தில் முதலில் ஓலைக் குடிசைகளும் பிறகு கட்டிடங்களும் தெருக்களும் ஏற்பட்டன. இவையே பின்னர் ‘வெள்ளையர் பட்டணம்’ (White Town) எனப்பட்டது.

30 ஆண்டுகள் வரை இங்குக் குடியேறியுள்ளவர்களுக்கு வேண்டிய உணவு, துணி, மதுவகை மீது சுங்கமோ, வரியோ வசூலிப்பது கிடையாது என்று பறை சாற்றப்பட்டது. இதன் காரணமாக இந்திய நெசவாளிகள், தொழிற் கம்மியர்கள், வர்த்தகர்கள் ஆகியோர் அடங்கிய சுமார் 300லிருந்து 400 குடும்பங்கள் வரை கோட்டைக்கு வடபுறத்தில் வந்து குடியேறினர். கோட்டை தொடங்குவதற்கு முன் மதராஸ் கிராமத்தில் இரண்டு பிரஞ்சுப் பாதிரிகளும், சுமார் ஆறுக்கும் மேற்பட்ட செம்படவக் குடும்பத்தினரும் அங்கு இருந்தனர் என்று கூறப்படுகிறது.

30 ஆண்டுகள் வரை பொருள்கள் மீது இறக்குமதி வரி கிடையாது என்ற உறுதிமொழியின் பேரில் குடியேறிய இந்தியர் சிறந்த வீடுகள் கட்டத் தொடங்கினர். அவர்கள் நிலைக்க முற்பட்ட முதலாண்டிற்குள் சுமார் 70லிருந்து 80 வரை கோட்டைக்குத் தெற்கிலும் வடக்கிலும் போதிய வீடுகள் எழுந்தனவாம். அங்கு ஏறக்குறைய 400 நெசவாளர் குடும்பங்கள் வரை நிலையாகத் தங்கினர். வீடுகள் கட்டிக் கொள்வதற்கு பிரான்ஸிஸ் டே வட்டிக்குக்குக் கடன் தந்து ஊக்கினான்.

இப்பொழுது தனிப்பட்ட வாணிபம் செய்தான் என்று பிரான்சிஸ் டே மீது குற்றம் சாட்டப்பட்டது. 1641இல் தன் மீதுள்ள குற்றச்சாட்டிற்குப் பதில் கூற அவன் இங்கிலாந்திற்கு அனுப்பப்பட்டான். அங்கு அவன்

தன்மீது சாட்டப்பட்ட குற்றங்கள் அவதூறானவை என்று விளக்கமாக எடுத்துரைத்து, சோழ மண்டிலக் கரைக்கு மீண்டும் திரும்பி வந்தான்; சாதாரண ஆளாக அல்ல - மதராஸின் துணை ஆலோசகனாக!

கோகன் இதற்குள் மதராஸின் முகவன் (Agent) ஆக்கப்பட்டான். அவன் மூன்றாண்டுகளுக்கு மேற்பட்டு, இப்பதவியிலிருந்து கோட்டையை வலுவாக்கி, நகரத்தைப் பெருக்க வழி செய்தான். அவன் மீதும் ஊதாரித்தனமாகச் செலவு செய்தான் என்று ஆங்கில வாணிபக் கழகம் குற்றம் சாட்டியது. அதனால் அவன் வெறுப்புற்றுத் தன் பதவியை உதறித் தள்ளி, கடல் கடந்து சென்றுவிட்டான்.

ஆங்கில வர்த்தகம் சென்னையில் வளரவும் கோட்டையைக் கட்டவும் அடிகோலிய பிரான்ஸிஸ் டேவும், கோகனும் ஆங்கிலேயர்களால் பழி சுமத்தப்பட்டனர். ஆங்கிலக் கழகத்திற்காக உழைத்த டேவுக்கோ, கோகனுக்கோ ஒரு நினைவுச் சிலையோ, உயிர் ஓவியமோ, நினைவுச் சின்னமோ எதுவுமே செய்யப்படவில்லை. அக்கால ஆங்கில வர்த்தகர்களின் வன்னெஞ்சத்திற்கும், நன்றி மறப்புக்கும் இவை நல்ல எடுத்துக்காட்டுகளாக உள்ளன.

சென்னை - பெயர்க் காரணம்: சுமார் 350 ஆண்டுகளுக்கு முன் சென்னைப் பட்டினம் 'சென்ன கேசவபுரம்' என்று வழங்கப்பட்டது. அப்பொழுது கடல் தற்போதைய அங்கப்ப நாய்க்கன் வீதிவரை பரவியிருந்தது. திருவொற்றியூரிலிருந்து திருவல்லிக்கேணி, மயிலாப்பூர், திருவான்மியூர், திருப்போரூர் போன்ற ஊர்களுக்குப் போக மேற்படி சென்ன கேசவபுரம் வழியாகக் கடற்கரையோரமாக ஒரு மணற்பாதை இருந்தது. இங்கு இப்போது உள்ள மாவட்ட ஆட்சியர் (கலெக்டர்) அலுவலகம் இருக்கும் இடத்தில் - குளம் ஒன்று இருந்தது என்றும், அங்கு ஒரு சிலை கண்டெடுக்கப்பட்டது என்றும் தெரிகிறது. இதுவன்றியும் சென்னை லிங்கி செட்டித் தெருவில் மல்லிகேசுவரர் கோயில் என்று ஒரு பழமையான கோயில் இருக்கிறது. இதனால் இது ஒரு காலத்தில் பூமியில் புதையுண்டிருந்தது என்றும் அது பின்னால் தோண்டியெடுக்கப்பட்டு அதற்குப் பின்னர் இன்றுள்ள அளவு கட்டிடமாக்கப்பட்டது என்றும் சொல்கிறார்கள். (திரு. ஞா. இலக்குமணசாமி செட்டியார் (முன்னாள் தலைமை ஆசிரியர் முத்தியாலுபேட்டை உயர் நிலைப் பள்ளி) அவர்களின் 24-7-1952 சென்னை வானொலிப் பேச்சைப் பார்க்கவும்.)

இப்படிப்பட்ட சென்ன கேசவபுரம் ஆங்கிலேயரின் வருகையின்போது ஒரு குப்பமாக இருந்தது. ஆங்கிலேயர், பாளையக்காரரிடம் பெற்ற பட்டயத்திற்குச் சந்திரகிரி அரசன் வேங்கடபதியிடம் ஒப்புதல் பெற்றனர்.

இவ்வரசனுக்குப் பின் 1642இல் ஸ்ரீரங்கராயன் பட்டத்துக்கு வந்தான். இவனிடம் பிரான்ஸிஸ் டேவுக்குப் பின் வந்த தாமஸ் ஈவி (Thomas Ivy) என்பவன் ஃபாக்டர் கிரீன்ஹில் (Factor Green hil) என்பவனைத் தூதனுப்பி ஒரு புதிய பட்டயத்தைப் (New Grant) பெற்றான். இது 1645 அக்டோபர் - நவம்பர் வாக்கில் வழங்கப்பட்டது. இதனால் ராயர் சந்ததியினர் ஆங்கிலேயர்க்குச் சென்னைப் பட்டினத்தை நீதிபரிபாலனம் செய்யும் புதிய அனுமதி தந்ததுடன், நரிமேடு என்னும் இடத்தையும் (மதராஸ் பட்டினத்திற்கு மேற்கில் இருந்ததை) அவர்களுக்கு அளித்தனர். தாமல் வேங்கடபதி நாயக்கனும், வேங்கடபதி அரசனும், அவனது வேங்கடபதி நாயக்கனும், வேங்கடபதி அரசனும், அவனது வாரிசு ஸ்ரீரங்கராயனும் ஆங்கிலேயருக்குத் தந்த பட்டயங்கள் பொன் தகட்டில் செதுக்கப்பட்டிருந்தன. ஆனால் இன்று அவைகளில் ஒன்றுகூட கிடைக்கவில்லை என்பது மிகவும் வருத்தத்தைத் தருகிறது.

முதன் முதலில் நாயக்கர்கள் தந்த பட்டயத்தில் "மதராஸ் பட்டணம்" என்றே சொல்லப்பட்டுள்ளது. அடுத்து 1645இல் ஸ்ரீரங்கராயன் பட்டயத்தில் "ஸ்ரீரங்க ராயபட்டணம்" என்று குறிக்கப்பட்டுள்ளது.

கோட்டைக்குச் சென்னப்பட்டினம் என்று தனது தந்தை சென்னப்ப நாயக்கன் பெயரை வைக்க வேண்டும் என்று வேங்கடப்பனும் அவனது இளவல் அய்யப்பனும் விரும்பினார்கள் என்று ஒரு சாரார் சொல்லுகிறார்கள். ஆங்கிலேயர்க்கு மதராஸ் பட்டினத்தில் கோட்டை கட்டிக் கொள்ளச் சந்திரகிரி வேந்தனது ஆணைக்கு அடங்கி, அப்பகுதியை ஆண்டு அனுபவித்துக் கொண்டிருந்த கரையாளர் தலைவன் மதுரேசன் தன் உடைமையை விட்டுக் கொடுத்தான் என்று ஆப்ஸன் ஜாப்சன் என்போர் "மதராஸ்" (See Col.Loves Vestiges of Old Madras, 1640-1800 and also Hobson Jobson under the head 'Madras'.) என்ற தலைப்பில் ஒரு நூலில் குறித்திருக்கின்றனர். மதுரேசனும் தன் பெயரைத் தான் ஆண்டு கொண்டிருந்த மதராஸ் பட்டினத்திற்கு வைக்க வேண்டும் என்று கோரினானாம்.

சென்னைக்குப் பெயர் எப்படி வந்தது என்பது இன்னும் தெளிவாக உணரப்படாத - உறுதி செய்யப்படாத ஒரு செய்தியாகவே இருந்து வருகிறது. ஏனென்றால், 1639இல் ஆங்கிலேயர்கள் இங்கு வந்து நிலைப்பதற்கு முன்பே மதராஸ் பட்டினம் என்ற பெயரில் ஒரு கிராமம் இருந்திருக்கிறது. (The Town or place, anciently called CHENA PATNAM, is now called Madras Patnam, and Fort St. George." - Letters patent in Charters of the East India Company, 368 - 69.

"Madras is certainly no new foundation and We might almost say that nobody knows its foundation". - Vide Madras. T. Volume. P.41.)

"சென்னைப் பட்டினம் என்பது இப்போது உயர் நீதிமன்றம் உள்ள இடத்தில் இருந்த நகரமாகும்" என்று டாக்டர் மா. இராச மாணிக்கனார் தமது, "தமிழ்நாட்டு வடஎல்லை" என்ற நூலில் குறிப்பிட்டிருப்பதும் இங்கு சிந்திக்கத்தக்கதாகும்.

இவைகளிலிருந்து சென்னைப் பட்டினம் தற்போதைய ஜார்ஜ் கோட்டையைச் சேர்ந்த பகுதியேயாகும் என்றும், பழைய மதராஸ் பட்டினம் என்னும் கிராமம் கோட்டைக்கு வடக்குப் பார்த்தாற்போல் இருந்தது என்றும் அறிய முடிகிறது.

கோட்டை ஏற்பட்ட சில ஆண்டுகளுக்குப் பின், அதைச் சுற்றிலும் எழுந்த புதிய நகரத்திற்குத் தமிழர்கள் 'சென்னைப் பட்டினம்' என்று பொதுவாகப் பெயரிட்டு அழைத்தனர். வடக்கு மதராஸ் பட்டினத்திற்கும், தெற்குச் சென்னைப் பட்டினத்திற்கும் இடையே உள்ள இடத்தில் அதிவேகமாகக் கட்டிடங்கள் எழுந்தன. இந்த இரண்டு பட்டினங்களையும் ஒன்றுசேர்த்து ஆங்கிலேயர், தங்களுக்கு, ஏற்கெனவே அறிமுகமாகியிருந்த 'மதராஸ் பட்டினம்' என்ற பெயரால் அழைக்கலாயினர். தமிழர்களோ அவ்விரண்டிற்கும் 'சென்னைப் பட்டினம்' என்ற பெயரையே தந்தனர். இதனால் கோட்டையைச் சேர்ந்த பகுதிக்கு மதராஸ் என்றும், கோட்டைக்கு வடக்கிலுள்ள இந்திய நகரத்திற்குச் சென்னைப்பட்டினம் என்றும் வேறுபாடு கற்பிக்கப்பட்டது.

எனினும், சென்னைப்பட்டினம் - மத்திராஸ பட்டினம், மதராஸ் பட்டினம், மதராபட்டணம், மதராஸ் பட்டணம் என்று பல்வேறு விதமாக அழைக்கப்பட்டு வந்திருக்கிறது. 'மதில்' என்ற பெயர் 'மதராஸ்' என மருவியது என்றும், 'மத்திரஸா' என்றால் கல்லூரிப்பட்டினம் என்றும், 'மந்தராசு' (சிற்றரசு) - மதராஸ் என ஆகியது என்றும், இன்னும் பலவிதமாகக் காரணங்கள் கற்பிக்கப்படுகின்றன.

தமிழில் 'சென்னி' என்றால் 'தலை' என்பது பொருள். சென்னி வளவன், சென்னி குலோத்துங்கன், இளஞ்சேய்ச்சென்னி என்ற வழக்குகளும் உண்டு. சென்ன கேசவர் என்கிற பெயரில் ஒரு கோயிலும் இங்கு இருந்திருக்கிறது. இது, தற்போது நீதிமன்றம் உள்ள சோலையடர்ந்த இடத்தில் (கோட்டைக்கு அடுத்தாற்போல்) முதலில் கட்டப்பட்டிருந்தது.

1646இல் நாகப்பட்டனும் அதற்கு இரண்டு ஆண்டிற்குப்பின் பேரி

திம்மனும் இதற்காக மானியம் (Endowment) அளித்திருக்கிறார்கள். ஆனால், 1749இல் இக்கோயில் இருந்த இடம் இராணுவத்திற்கு வேண்டியிருந்ததால், தகர்க்கப்பட்டது. இதற்காக வேண்டி அரசாங்கம் நஷ்டஈடு கொடுத்தது. இதற்குப் பிறகுதான், பிக்கட்டின் மொழித் தரகராக இருந்த மணலி முத்துக் கிருஷ்ண முதலியார் என்பவர் சீனக்கடைத் தெருவிலுள்ள (சைனா பஜார்) தற்போதைய சென்னகேசவ பெருமாள் கோயிலை எழுப்பினார். சென்ன மல்லிகேசுவரர் கோயில், சென்ன கேசவ பெருமாள் கோயில், சென்ன கேசவபுரம் என்கிற இன்றைய வழக்குகள், சென்னி என்ற சொல்லிலிருந்து சென்ன - சென்னை - என மருவி வழங்குகின்றது என்று சொல்லலாம் அல்லவா?

உண்மையான பெயர் எப்படி வந்திருக்கக் கூடும் என்பதையோ, எது சரி, என்பதையோ இதைப் படிப்பவர்களின் மனப்போக்கிற்கே விட்டு விடுகிறோம். ஆங்கிலேயர் வந்தபின் 30 ஆண்டுக் காலம்வரை எதிர்பார்த்த விதமே சென்னை வளர்ச்சியடைந்து வந்திருக்கிறது.

தங்களுக்குச் சென்னைப்பட்டினப் பகுதி கிடைக்கப் பாடுபட்ட ராயபட்டனுக்கு பிரான்சிஸ் டேயும், கோகனும் 1640இல் கணக்குப் பிள்ளை பதவியை முறிச்சீட்டு (Cowel) மூலம் தந்தனர். இதை அவனது சந்ததியினரில் ஒருவன், இப்பதவிக்காக வேண்டி, பிற்காலத்தில் சுட்டிக்காட்டிப் போராடியிருக்கிறான்.

சந்திரகிரி ஆட்சி வீழ்ந்தது: ஆங்கிலேயர் சென்னையில் தங்கி வாணிபம் செய்யத் தொடங்கிய சில ஆண்டுகளுக்குள் சந்திரகிரி ஆட்சியினர் வலிமை குன்றி விட்டனர். அவ்வரசினர் இந்நாட்டை ஆண்டதெல்லாம் கி.பி. 1639 முதல் 1646 வரையில் - அதாவது ஆறு ஆண்டு இரண்டு மாதங்களேயாகும்.

கி.பி. 1646-47க்குள் தென்னாட்டு அரசியலில் பெரும் குழப்பம் ஏற்பட்டது. பீஜப்பூர் சுல்தான் மைசூர்ப் பீடபூமி வழியாகக் கர்நாடகத்தின் மீது படையெடுத்து, செஞ்சிக் கோட்டையிலிருந்து தஞ்சாவூர் வரையில் உள்ள கரையோரப் பகுதிகளைப் பிடித்துக் கொண்டான். கோல்கொண்டா நவாப்பின் படையினர் சென்னையைச் சுற்றியுள்ள பகுதிகளைக் கைப்பற்றிக் கொண்டனர். சந்திரகிரி ராஜ்யம் கோல்கொண்டா பட்டாளத்தாலும், பீஜப்பூர் சுல்தான் பட்டாளத்தாலும் உள்நாட்டுப் பாளையக்காரர்களாலும் சிதறியடிக்கப்பட்டது. சந்திரகிரி ஆட்சியின் கடைசி அரசனான ஸ்ரீரங்கராயனும் மைசூருக்கு ஓடிப்போய் விட்டான்.

இப்பொழுது சென்னை முழுவதும் கோல்கொண்டா நவாப்பு வசம்

ஆகிவிட்டது. அவனுடைய மந்திரியாகிய மீர்ஜு முலாவே இதனை ஆண்டுவந்தான்.

1646இல் அவன் சாந்தோமை முற்றுகையிட்டபோது, மதராஸில் இருந்த ஆங்கிலேயர் அவனுக்குத் தங்களிடமிருந்த போர் வீரர்களையும், பீரங்கிகளையும் அனுப்பி உதவினர். இதற்குக் கைம்மாறாக அவர்கள் தாம் ஏற்கெனவே சந்திரகிரி ஆட்சியினரிடமிருந்து பெற்ற சலுகைகளை உறுதிப்படுத்திக் கொண்டதோடு, ஏராளமான தொகையையும் வட்டியின்றி மீர்ஜுமுலாவிடமிருந்து பெற்றுக் கொண்டனர்.

இத்தகைய ஆட்சி மாற்றத்தால் ஆங்கிலேயர்க்குத் தம் முன்னாள் ஆதிக்கம் குறையவில்லை. மாறாகச் சலுகைக்கு மேல் சலுகை கிடைத்து வந்தது. இதனால் 'வெயில் காய்ந்தாலும் சட்டிச் சோறு; மழை பெய்தாலும் சட்டிச் சோறு' என்னும் தமிழ்நாட்டுப் பழமொழி ஆங்கிலேயர்க்கு நூற்றுக்கு நூறு பொருந்தும் அல்லவா?

முதற் பஞ்சம்:

இதே காலத்தில் தென்னாட்டில் ஒரு பெரும் பஞ்சம் ஏற்பட்டது. அப்பொழுது சென்னையில் மட்டும் 1646 செப்டம்பரிலிருந்து 1647 ஜனவரி வரையில் 3,000 பேர் இறந்தனர். பழவேற்காட்டில் 15,000மும், சாந்தோமில் இதே அளவும் மக்கள் மடிந்தனர்.

ஆங்கிலேயரின் வர்த்தகம், பஞ்சத்தாலும் இராணுவப் படையெடுப்பாலும் பாதிக்கப்பட்டது. என்றாலும், இவ்வளவு நெருக்கடியான நிலைமையிலும் ஆங்கிலேயர்க்குச் சந்திரகிரி ஓர் அரிய வாய்ப்பேயாகும். அவர்களுக்கு முன்பு ராயர்களால் தரப்பட்ட உரிமைகள் மேலும் உறுதிப்படுத்தப்பட்டன. ஒருவகையில் சொல்லப்போனால், அவர்களுக்கு இழப்பைவிட, ஆதாயமே அதிகம். இச்சமயத்தில் காலமும் அவர்களுக்கு உடந்தையாக இருந்ததால், ஆங்கிலேயர் 'பாலுக்கும் காவலாகவும் பூனைக்கும் தோழனாக' நடித்து, ஒரே கல்லில் பறவையை அடிக்க முடிந்தது.

ஆங்கிலேய வர்த்தகர்கள் சென்னையில் கோட்டை கட்டிக்கொண்டு வாழ முற்பட்டதற்குப் பின்னர்தான், சென்னையின் வளர்ச்சியிலும் ஆட்சி முறையிலும் ஒரு புதிய திருப்பு மய்யம் ஏற்பட்டது.

7. ஆட்சிக் காலம்

ஆங்கிலேயர் முதலில் சென்னைக்கு வந்து வாணிபத்தின் நிமித்தமேயாகும். இவ்வாணிபத்தின் காரணமாகவே ஒரு பண்டக சாலையும் அமைத்தனர். பண்டகசாலையின் பாதுகாப்புக்காகக் கோட்டை எழுந்தது. இச்சமயத்தில் பழவேற்காட்டில் இருந்த டச்சுக்காரரும், சாந்தோமில் இருந்த போர்ச்சுக்கீசியரும் இவர்களோடு வாணிபத்தில் போட்டியிடத் தொடங்கினர். இதனோடு மகம்மதியர் படையெடுப்புத் தென்னாட்டில் அடிக்கடி நேர்ந்தது. இச் சூழ்நிலையில் இவர்கள் தம் வாணிபத்தைக் காத்துக் கொள்ளவும், தம் எதிரிகளை மட்டந்தட்டவும் வேண்டி, சுற்றுப்புற ஊர்களையும் இடங்களையும் மகம்மதிய ஆட்சியாளரிடமிருந்து வாங்கித் தம் வசப்படுத்திக் கொள்ளலானார்கள். பிறகு, இவர்களுடைய ஆதிக்கம் சிறுகச் சிறுக அண்டைப்புறத்து ஊர்களிலும் பரவி, சென்னை மாகாணம் முழுவதும் இவர்கள் கைக்கு வந்தது. இது வரலாற்றிலேயே எதிர்பாராத விதமாக ஏற்பட்ட ஒரு நிகழ்ச்சியாகும். பிறகு, இவர்களுடைய ஆட்சி தொடர்ந்து நடைபெற்றிருக்கிறது.

ஆங்கிலேயர் ஆட்சியை ஆறு வகையாகப் பிரிக்கலாம். அவையாவன: 1. முகவர் ஆட்சி (Agents rule) 2. ஆளுநர் ஆட்சி (Governor's rule 3. நேரடியாட்சி (Direct rule 4. இரட்டையாட்சி (Diarchy) 5. மாகாணத் தன்னாட்சி (Provincial Autonomy) 6. ஆலோசகர் ஆட்சி (Advisary Regime).

முகவர் ஆட்சி:

ஆங்கில வாணிபக் கழகத்தின் முதல் முகவன் பிரான்ஸிஸ் டே ஆவான். இவனைப் பற்றி முன்னரே குறித்திருக்கிறோம். இவன் காலத்திலேதான் செயின்டு ஜார்ஜ் கோட்டை எழுந்தது என்பது

இங்கே குறிப்பிடத்தக்க செய்தியாகும். இவன் குற்றஞ்சாட்டப்பட்டு, இங்கிலாந்திற்குப் போயிருந்தபோது, ஆண்ட்ரு கோகன் என்பவன் மசூலிப் பட்டணத்திலிருந்து சென்னைக்கு வந்து முகவர் பதவியை ஏற்றுக் கொண்டான். டே ஆங்கிலக் கழகத்தின் முதல் அதிகாரியாக இருந்தாலும், முகவர் பதவி என்ற ஒன்றை மசூலிப் பட்டணத்திலிருந்து சென்னைக்குக் கொண்டுவந்தவன் கோகனே ஆவான். இவன் செய்த இந்தச் செய்கையினால், 1641 செப்டம்பர் 24 ஆம் தேதியிலிருந்து சென்னை ஆங்கிலேயரின் தலைமைப் பட்டினமாக ஆகியது. இதனால், பிரான்ஸிஸ் டேவும், கோகனும் ஆங்கிலேயர் ஆட்சியைச் சென்னையில் நிலை நிறுத்திய முதல்வர்கள் என்று சொன்னால் தவறாகாது.

கோகனுக்கு அடுத்தபடியாகத் தாமஸ் ஈவி என்பவன் முகவனானான். இவன் காலத்தில் பழவேற்காட்டில் இருந்த டச்சுக்காரர்களுடன் ஆங்கிலேயருக்குத் தொடர்ந்து பிணக்குகள் ஏற்பட்டு வந்தன. இவன்தான் கிரீன்ஹில் என்பவனை ஸ்ரீரங்கராயனிடம் தூதனுப்பிச் சலுகையைப் பெறச் செய்தவன். அன்று நாடு ஒரு பக்கத்தில் பஞ்சத்தால் வாடிக் கொண்டிருக்கும் போது, சாந்தோமில் இருந்த போர்ச்சுக்கீசியருடன் பகைமையும் நீடித்து வந்தது. இதை நன்கு உணர்ந்த ஈவி, கோட்டையை வலுப்படுத்தும்படி கழகப் பொறுப்பாளர்களை வற்புறுத்தினான்.

பஞ்சத்தைப் போக்க சூரத்திலிருந்து தானியங்களை வரவைழைத்துச் சென்னை வாசிகளுக்கு வழங்கியவனும் இவனேயாவான். மீர்ஜூமுலாவிடம் ஆங்கிலேயரின் சலுகைகளை நிலை நிறுத்திக் கொண்ட பெருமையும் இவனையே சாரும்.

ஸ்ரீரங்கராயனிடம் தூது சென்ற ஹென்றி கிரீன்ஹில், ஈவிக்கு அடுத்துப் பதவியேற்றான். இவன் மகம்மதியர்களுடன் அடிக்கடி கடிதப் போக்குவரத்துச் செய்ய வேண்டியதாயிற்று. இந்தக் கடிதங்களிலிருந்து பீஜப்பூர் சுல்தானின்கீழ் அவதிக்குள்ளாகிய செஞ்சிப் பகுதியைவிடக் கோல்கொண்டா நவாப்பின்கீழ் சென்னை மிகவும் பாதுகாப்பாக இருந்தது என்பது தெரியவருகிறது.

இவனுக்குப் பின், ஆரென் பேக்கர் ஆட்சிக்கு வந்தான். இவனுடைய காலமான 1652இல் செயின்டு ஜார்ஜ் கோட்டைக்கு மாகாண உயர்வு (The Status Presidency) அளிக்கப்பட்டது. அதிலிருந்து முகவர்களைத் தலைவர்கள் (Presidents) என்றும் அழைக்கத் தலைப்பட்டனர். இப்படிப்பட்ட சமயத்தில் பலவிதத் தொல்லைகள் ஏற்பட்டன.

இதில் முக்கியமானது, சென்னை நகரில் இருந்த இந்துக்களுக்குள்

'வலக்கையர் - இடக்கையர்' என்று ஏற்பட்ட கட்சித் தகராறாகும். இதற்குக் காரணம், சென்னையில் நீண்ட நாளாக வாழ்ந்து வந்த மக்களுக்கும் புதிதாகக் குடியேறிய மக்களுக்கும் ஏற்பட்ட உரிமைப் போராட்டமும், இவர்களிடையே சமூகத்தில் உண்டான மரியாதை ஏற்றத் தாழ்வுகளுமே எனலாம். இச் சச்சரவுகளை ஆரன் பேக்கர் தலையிட்டுத் தீர்த்து வைத்தான். இவன் காலத்தில் தான், முதன் முதலாகச் சென்னைப் பட்டினம் என்ற சொல் அதிகாரப்பூர்வமான எழுத்து மூலங்களில் (Official documents) காணப்படுகிறது.

மேற்சொன்ன கட்சித் தீர்ப்பிலிருந்து சில செய்திகள் தெரிய வருகின்றன. அன்று இந்தியர் வாழும் பகுதியை அதிகாரி, கணக்குப்பிள்ளை, பெத்தநாயகன் என்னும் மூன்று உத்தியோகஸ்தர்கள் நிர்வகித்து வந்தார்கள். இவர்கள் வழி வழி அந்தப் பதவியை ஏற்றார்கள். இவர்களால் ஒழுங்கும் அமைதியும் நாட்டில் நிலைநிறுத்தப்பட்டன. இந்தியருள் பெரும் வணிகர்களும் இருந்தனர். இவர்கள் ஆங்கில வாணிபக் கழகத்தின் ஏற்றுமதிக்காகப் பருத்தி ஆடைகளைத் திரட்டித் தந்தும், வெளிநாடுகளிலிருந்து இறக்குமதியாகும் பொருள்களை உள்நாட்டில் விற்பனை செய்தும் வந்திருக்கிறார்கள்.

இவர்களில் சேஷாத்ரி நாயக்கரும், போனேரி செட்டியாரும் குறிப்பிடத்தக்கவர்களாவர். இவ்வர்த்தகர்களுக்கும் ஆங்கிலேயர்க்குமிடையே மொழித் தரகர்கள் (Dubashes) என்கிற சிலர் இருந்து வந்தனர். இவர்களுடைய முக்கியத்துவம் நாளாவட்டத்தில் அதிகரித்தது. இவர்களே பின்னர் இந்திய அரசர்களிடம் தூது செல்லும் வேலைக்கும் அமர்த்தப்பட்டனர்.

பேக்கர், வாணிபக் கழகப் பொறுப்பாளர்களுடன் எதிரும் புதிருமாக இருந்து வந்தான். அப்பொழுது நிர்வாக சபையில் இருந்த கிரீன்ஹில் பதவிக்கு வர வேண்டியதாயிற்று.

இவனது ஆட்சிக் காலத்தில் ஆங்கில வாணிபக் கழகத்திற்குப் பொருள் முட்டுப்பாடு ஏற்பட்டதால், 1652இல் கோட்டையின் மாகாண மதிப்பு முகவனாட்சியாகக் (Agency) குறைக்கப்பட்டது. மூன்றாண்டுகளுக்குப் பிறகே பழைய உயர்வு தரப்பட்டது.

இதே காலத்தில் மீர்ஜூ முலா, தக்கணத்தில் முகலாய அரசப் பிரதிநிதியாக இருந்த ஔரங்கசீப்புடன் சேர்ந்து கொண்டு, ஷாஜகானுக்குத் துணைவனாகிவிட்டான். இதுவரை தனக்கு உட்பட்டிருந்த மீர்ஜூமுலா வலிமை பொருந்திய முகலாயரின் ஆதரவைப் பெற்றதால்,

கோல்கொண்டா நவாப்பால் அவனை ஒன்றும் செய்ய முடியவில்லை.

ஆனால், மீர்ஜுமுலா கர்நாடகத்தில் கோல்கொண்டா நவாப்பின்கீழ் இராணுவ வலிமையால் தான் வென்ற பகுதியை முகலாயர் உதவியின் பேரில் தனக்கே உரியதாக்கிக் கொண்டான். இங்ஙனம் இவ்விருவரிடையே எழுந்த பூசலைப் பயன்படுத்திக் கொண்டு, தான் இழந்த சென்னைப் பகுதிகளை ஸ்ரீரங்கராயன் மீட்க முயன்றான். ஆங்கிலேயரும் இவனுக்கு உதவ முன்வந்தனர்.

இதைக் கண்டு வெகுண்ட மீர்ஜுமுலா, பால்ராவின் தலைமையின்கீழ்ச் சென்னையை நோக்கிப் படையை அனுப்பினான். இதனால்தான் 1657இல் சென்னை முதன்முதலாக முற்றுகையிடப்பட்டது.

இம்முற்றுகையின் விளைவாக முன்சொன்ன படையினரால் சென்னைக்கு அருகிலுள்ள ஊர்கள் அடிக்கடி கொள்ளையிடப்பட்டன. வர்த்தகர் வழி மறிக்கப்பட்டனர். ஆங்கிலேயர் பேரின்னல்களுக்கு உள்ளாயினர். பொதுவாக மக்களிடையே பெரும் பீதி நிலவிற்று. இன்னபிற காரணங்களால் கிரீன்ஹில் 1658இல் மீர்ஜுமுலாவின் பிரதிநிதிகளுடன் தற்காலிக உடன்படிக்கை ஒன்று செய்துகொள்ள வேண்டியதாயிற்று. இதன்படி ஆங்கிலேயர் நவாப்பின் அமைச்சனுக்கு (திவானுக்கு) நகரத்தின் சுங்கத்தில் சேர வேண்டிய பாதிப்பங்கிற்காகவேண்டி ஆண்டுதோறும் 380 பகோடாக்கள் (நாணயங்கள்) தருவதாக ஒப்புக்கொண்டனர்.

1656-57 வரை சென்னை முற்றுகையிடப்பட்டதன் காரணமாக நகரில் குடியேற்றம் தடைப்பட்டது. கோட்டையை வலுப்படுத்த வேண்டும் என்ற படிப்பினை ஏற்பட்டது. இதனால் கோட்டைக்கு உள்ளேயும், ஐரோப்பியர் தங்கியிருந்த பகுதியைச் சுற்றிலும் சுவர் எழுப்பப்பட்டது. இது முடிவடையும் தருணத்தில், மீர்ஜுமுலா ஔரங்கசீப்பின் ஆட்சியின்கீழ் வங்க அரசப் பிரதிநிதியாக ஆக்கப்பட்டதால், கர்நாடகத்தில் அவனுக்கு இருந்த பிடி தளரலாயிற்று. இந்த எதிரபாராத வாய்ப்பைச் சாதகமாக்கிக் கொண்டு கோல்கொண்டா நவாப்பு வெகு எளிதாக 1658இல் சென்னைக்கு அடுத்துள்ள பகுதிகளைத் தன் வசமாக்கிக் கொண்டான்.

இதுகாறும் ஆட்சியிலிருந்த கிரீன்ஹில் இறந்துவிட்டதால், தாமஸ் சேம்பர் அடுத்து முகவனானான். இவன் ஆட்சிக்கு வந்த முதலாம் ஆண்டில் நல்ல மழை பெய்ததால், முன்பு பஞ்சத்தின் கொடுமையால் விலையேறியிருந்த பொருள்கள் விலை மலிந்தன. ஆனால் இது நீடித்து நிற்க முடியவில்லை. அடுத்து ஏற்பட்ட பெரும்புயலின் விளைவாலும் அரிசி விநியோகம் தனிப்பட்ட ஒருவனிடமே சிக்கிக் கொண்டதாலும்,

மறுபடியும் விலைவாசிகள் உயர்ந்து விட்டன.

இதனால் நெசவாளிகளுடைய சாயம் போடுவோருடைய கூலியை உயர்த்த வேண்டியதாயிற்று. இதனால் ஆங்கில வாணிபக் கழகத்திற்குப் பெருநஷ்டம் ஏற்பட்டது. சேம்பர், கோல்கொண்டா பட்டாளத்தால் நகரத்திற்கு ஆபத்து வராமல் தடுப்பதற்கு வேண்டிய தற்காப்பு வேலையில் முனைந்தான்.

ஸ்ரீரங்கராயனின் கை இனி ஓங்காது என்பதை நன்கு உணர்ந்துகொண்ட கோல்கொண்டா படையினர் 1659இல் சென்னையை அடுத்துள்ள பகுதியிலிருந்து சென்று விட்டனர். ஆனால், பீஜப்பூர் சுல்தான், கடலூர் துறைமுகத்தைக் கைப்பற்றினாலும், டச்சுக்காரர்களிடம் சாந்தோம் அகப்படாமல் காத்தற் பொருட்டும் மீண்டும் திரும்ப வேண்டியதாயிற்று.

ஆகவே 1662ஆம் ஆண்டின் தொடக்கத்தில் கோல்கொண்டாவின் தளபதியான ரெஸாகுலி என்பவன் சாந்தோமை முற்றுகையிட்டு அதே ஆண்டு மே மாதத்தில் அதைச் சரணடையும்படி செய்தான். அங்கிருந்த கொழுத்த பணக்காரர்களான போர்ச்சுகீசிய வர்த்தகர்கள் உடனே சென்னைக்கு ஓடிவந்து விட்டார்கள்.

ரெஸாகுலி சாந்தோம் வெற்றியோடு நிற்காமல், செயின்டு ஜார்ஜ் கோட்டையையும் முற்றுகையிடுவதாகப் பயமுறுத்தினான். தங்களுக்குள்ள வலிமை வரையில் கோட்டையைப் பாதுகாப்பதாகவும், அப்படி முடியவில்லையானால் தங்களுடைய வர்த்தகமும் சலுகைகளும் போனாலும் கவலைப்படாமல் கடல்வழியாகப் பழிவாங்குவதாகவும் சேம்பர் தெரிவித்தான்.

போர்ச்சுகீசிய இளவரசி காதரீனை ஆங்கில அரசன் இரண்டாம் சார்லஸ் மணந்ததன் மூலம் பம்பாய் சீதனமாகக் கிடைத்தது போல, சாந்தோமும் தங்களுக்குக் கிடைக்கும் என்று ஆங்கிலேயர் எண்ணினார்கள். ஆனால் அது கோல்கொண்டா கைவசமானதால் அவ்வெண்ணத்தில் மண் விழுந்தது. 1661 நவம்பர் 28ஆம் தேதி கழகத்தின் அன்றாட நடவடிக்கைக் குறிப்பிலிருந்து பின்வரும் வாசகம் குறிப்பிடத்தக்கதாகும்:

“உங்களுக்குச் சென்னைப் பட்டினத்தைச் சேர்ந்த பகுதிகள் அளிக்கப்பட்டுள்ளன. அங்கு வாழ்கின்றவர்களை உங்களுடைய குடிகளைப் போலவே கருதி, நீதி வழங்குங்கள். சுங்க வசூலில் பாதி திவானுக்குச் சேர வேண்டும்.”

இதன் பிறகு, தனிப்பட்ட வர்த்தகம் செய்தான் என்ற

குற்றச்சாட்டின்பேரில் சேம்பர் பதவியிலிருந்து நீக்கப்பட்டான்.

சர் எட்வர்ட் விண்டர் என்பவன் அடுத்து ஆட்சிக்கு வந்தான். இவனும், இவன்கீழ் உள்ளவர்களும் ஊழல் விவகாரங்களில் தலையிடுபவர்களாகவே இருந்தனர். 1663இல் சென்னைக்காகச் சேரவேண்டிய பாக்கி வகையில் நவாப்பு நெக்னம்கானிடம் ஆங்கிலேயர் சிக்கிக் கொண்டனர். இந்த நவாப்பின் கோரிக்கையும் அளவுக்கு மீறியதாக இருந்தது. அவன் 40,000 பேர்கள் கொண்ட படையுடன் சென்னையை முற்றுகையிடுவதாக அச்சுறுத்தினான். மேலும், ஒரு மகம்மதிய தளகர்த்தன் நகரில் இருந்து சுங்கவிடுதி கட்டிக்கொண்டு, சுங்கம் வசூலிக்க இடந்தர வேண்டும் என்றும் கோரினான்.

இவ்வளவு கெடுபிடிக்கிடையேயும், விண்டர் ஆங்கிலேயர்க்கு உள்ள உரிமை குறித்து ஒப்பந்தம் ஒன்றைச் செய்து கொண்டான். அன்றியும், கோட்டையின் உள்ளரணை விரிவுபடுத்தியதோடு, அங்கு ஒரு நூல் நிலையத்தையும் ஏற்படுத்தினான். இவனது ஆட்சியில் வெள்ளையர் வாழ்ந்த பகுதிக்குள் தனிப்பட்ட விடுதியொன்றில் நோயாளிகளுக்கெனத் தனி மருத்துவமனை ஒன்று அமைக்கப்பட்டது. இதுவே நாளடைவில் விரிவடைந்து தற்போதைய பொது மருத்துவச்சாலை (General Hospital) யாக உருவடைந்தது.

கோல்கொண்டா பட்டாளத்தாரின் தொந்தரவை எதிர்த்து நகருக்கு வெளியிலுள்ள அரணைப் பாதுகாப்பதற்காக வேண்டி அநேக இந்தியப் போர்வீரர்கள் அமர்த்தப்பட்டனர். இதற்குப் பிறகு விண்டரின் ஒழுக்கத்தைப் பற்றி விசாரணை ஒன்று நடத்தப்பட்டு, பாக்ஸ் - கிராப்டு என்பவனை முகவனாக்கத் தீர்மானிக்கப்பட்டது.

வேலியே பயிரை மேய்வது போல, ஆட்சிக்கு வரவிருந்த பாக்ஸ் - கிராப்டை, விண்டர் மூன்றாண்டுகள் வரை சிறையில் அடைத்து வைத்துத் தானே ஆட்சி செய்யலானான். இங்கிலாந்தில் இருந்த ஆங்கிலக் கழகத்தின் மேலிடத்தார், விண்டரின் தான்தோன்றித்தனத்தை அறிந்து, கிராப்டை விடுவிக்க ஒரு விசாரணைக் குழுவை 1665இல் அனுப்பினர்.

மேற்படி விசாரணைக் குழுவினர் 1668 ஆகஸ்ட் 22ஆம் தேதி கோட்டையை விண்டரிடமிருந்து கைப்பற்றி பாக்ஸை விடுவித்து அவனை முகவனாக்கினார்கள்.

விண்டர் முதலில் இங்கு வரும்பொழுது உடன் கொண்டுவந்த 1611ஆம் ஆண்டின் சாசனப்படி இந்திய நகரத்தில் இருந்த சத்திரத்தில் (Choultry) இந்திய குடிகளுக்காக நீதி வழங்கிய ஐரோப்பியர்களை நீக்கிவிட்டு, இரு

இந்தியர்களை நியமித்து அதனை ஆளச் செய்தான். இவனுக்குப்பின், ஆட்சிக்கு வந்த பாக்ஸ் கிராப்டோ, இந்திய நீதிபதிகளை நீக்கிவிட்டு, அந்த இடத்தில் ஓர் ஐரோப்பிய நீதிபதியை அமர்த்தினான்.

பாக்ஸ் கிராப்டு ஒரே ஆண்டில் முகவனாகவும், முதல் ஆளுநராகவும் (Governor) இருந்திருக்கிறான். இவன்தான் முதன் முறையாக முகவனாக இருந்து கோட்டையின் முதல் ஆளுநராக ஆக்கப்பட்டவன். இப்பெருமை இவனுக்கு வந்ததே எதிர்பாராத ஒரு நிகழ்ச்சியாலாகும்.

1665இல் ஓர் அடிமைப் பெண் அநியாயமாகக் கொல்லப்பட்டாள். இக்கொலை சம்பந்தமாக அவளது ஐரோப்பியத் தலைவிமீது குற்றம் சாட்டப்பட்டது. ஐரோப்பியக் குடிமீது வாணிபக் கழக நிர்வாகிகளும், அதன் ஆட்சியாளனும் வழக்குத் தொடர உரிமையுண்டா என்பதை நிர்ணயிக்க முடியாமல் திணறி, இங்கிலாந்திற்கு எழுதிக் கேட்டார்கள். இதற்கு அங்கிருந்து 1666ஆம் ஆண்டு மார்ச் 10இல்தான் பதில் கிடைத்தது. இது சென்னையில் விண்டர் தவறாக ஆட்சி புரிந்தபோது, வந்து சேர்ந்தது. ஆயினும், கிராப்டு தலைவனாகவும் முதல் ஆளுநராகவும் (Agent and Governor) ஆக்கப்பட்ட பிறகே, மேற்கூறிய வழக்கை விசாரிக்க முடிந்தது. இவ் வழக்குக்குக் காரணமாகவே கவர்னர் (ஆளுநரின்) பதவி ஏற்படுத்தப்பட்டது.

ஆளுநர் கிராப்டுக்குத் துணையாக ஐந்து உறுப்பினரோடு நான்கு பண்டகசாலை அதிகாரிகளும், தொழிற்பயிற்சி பெறுவோர் நான்கு பேரும் நியமிக்கப்பட்டனர்.

இதற்கிடையில் நவாப் நெக்னம்கான் சென்னை நிர்வாகிகளுடன் மீண்டும் தொந்தரவுகள் செய்ய முற்பட்டான். பாக்ஸ் கிராப்டு வெகு நிதானமாக அவனுடன் பேச்சுவார்த்தைகள் நடத்தியும், பயனில்லாமற் போயிற்று. இதனால் 1670இல் நவாப்பின் துணைவனால் சென்னை ஏறக்குறைய ஒரு மாதம் வரை முற்றுகையிடப்பட்டது. இதற்கு அடுத்த ஆண்டில் பாக்ஸ் கிராப்டுக்கும், விண்டருக்கும் ஏற்பட்ட தகராறைத் தீர்க்க வந்த வில்லியம் லாங்கோன் என்பவன் அடுத்த ஆட்சியாளனானான்.

ஆளுநர் ஆட்சி:

ஆளுநர் பதவி உண்மையில் பாக்ஸ் கிராப்டு காலத்திலிருந்து தொடங்கினாலும், லாங்கோனே அப்பதவியின் முழுப்பொருளுக்கு உரியவனாகிறான் என்று சொல்வது இங்கு பொருத்தமுடையதாகும். இவனுடைய காலத்தில்தான் (1672-78) சென்னையின் வளர்ச்சியில் புதியதொரு கட்டம் தொடங்கியது. இவன் மிகுந்த திறமையும்

அனுபவமும் வாய்ந்தவன். இவன் ஆட்சிக்கு வந்தவுடனேயே, சென்னை நகர வாடகை சம்பந்தமான தகராறைத் தீர்க்கவும் ஆங்கிலேயர் முன்பு பெற்ற உரிமைகள் சம்பந்தமாகவும் நவாப்பு நெக்னம்கான் ஒரு கட்டளை (Firman) வெளியிட்டான்.

லாங்கோன் ஆட்சிக் காலத்திலிருந்துதான் அரசாங்க எழுத்து மூலங்கள் (Govt. Records) ஒழுங்காகத் தொகுக்கப்பட்டு, மடலங்களாகப் (Volumes) பிரிக்கப்பட்டதாகத் தெரிகிறது. அது மட்டுமல்லாமல், இவை பொது மக்கள் பார்வைக்கும் வைக்கப்பட்டன. இத் தொகுப்புகளிலிருந்து அக்கால ஆட்சி நடவடிக்கைகளை நாம் அறியமுடிகிறது.

இதே சமயத்தில், நவாப்பு நெக்னம்கான் இறந்து போனான். அவனால் ஆங்கிலேயருக்கு ஏற்பட்ட தொல்லைகள் ஒருவாறு நீங்கிய போதிலும், மயிலாப்பூரிலுள்ள சாந்தோமில் ஒரு புதிய இக்கட்டு நேரிட்டது.

லாங்கோன் காலத்தில் சாந்தோம் போர்ச்சுகீசியர் வசம் இருந்தது. இதனைப் பிரெஞ்சுக்காரர்கள் 1672இல் கைப்பற்றினார்கள். அப்போது சாந்தோம், சென்னையில் ஆங்கிலேயர் வாழ்ந்த பகுதியைவிட, இரட்டிப்பு மடங்கு பெரியதாகவும் வாணிபச் செழிப்பு மிக்கதாகவும் இருந்தது. இங்குப் பிரஞ்சுக்காரர்களின் ஆதிக்கம் உயர்வதைக் கண்ட லாங்கோன் அவர்களை எவ்வகையிலேனும் அங்கிருந்து விரட்டப் பார்த்தான். இதற்கு கோல்கொண்டா நவாப்பும், டச்சுக்காரர்களும் ஆதரவாயிருந்தனர். சாந்தோம் கோட்டையை அழித்துவிட்டால் பிரஞ்சுக்காரர்கள் தாமே ஒழிந்துவிடுவார்கள் என்று எண்ணிய லாங்கோன், கோல்கொண்டா நவாப்புக்கும் டச்சுக்காரர்களுக்கும் ஆட்களை உதவி அக்கோட்டையை வெடிமருந்து வைத்துத் தகர்க்கச் செய்தான். கோட்டை தகர்ந்ததும், சாந்தோம், கோல்கொண்டா நவாப்பு வசப்பட்டது. இங்ஙனம், இது பிறகு 1749இல் ஆங்கிலேயர் கைக்குவர லாங்கோன் காரணமானான்.

இவனுக்குப்பின் வந்த ஸ்டெரயின் ஷாம் மாஸ்டர் காலத்தில் நகரம் பல வகையில் சீர்திருந்தியது. தெருக்கள் துப்பரவு செய்யப்பட்டன. இரவில் காவற்காரர்கள் நகர்வலம் வந்தனர். வீடுகளுக்கு வரி வாங்கவும், வீட்டு எண்ணிக்கை எடுப்பதற்காகவும் ஓர் உயர்தர அதிகாரி நியமிக்கப்பட்டான். விடுதிகள் நடத்துவோரும், நாடகங்கள் கேளிக்கைகள் நடத்துவோரும் அனுமதிச்சீட்டு (Licence) பெறும்படி செய்யப்பட்டது. 1668ஆம் ஆண்டு ஆகஸ்ட் 1ஆம் தேதி வீட்டு வரி விதிப்பு சம்பந்தமாகப் பொது மக்களின் கருத்துக் கோரப்பட்டது. இதற்கு முன் 40 ஆண்டுகள் வரை எந்தவித வரியும் தராமல் வாழ்ந்துவந்த பொதுமக்கள், இதனை எதிர்த்துக் கிளர்ச்சி

செய்தனர். இதைக் கண்ட மாஸ்டர் தனது திட்டத்தைச் சிறிது காலத்திற்கு ஒத்திவைத்துப் பிறகு, அமுலுக்குக் கொண்டு வந்தான்.

இவன் இந்தியக் குடிகளுக்கு நியாயம் வழங்க இரண்டு வெள்ளை அதிகாரிகளைச் சத்திரத்தில் நியமித்தான். அங்குச் சரியான நீதி கிடைக்காவிடில் மேற்கொண்டு வழக்குத் தொடர மேல் நீதி மன்றம் (Appellate Court) ஒன்றும் ஏற்படுத்தினான். அம்மன்றத்திற்கு ஆளுநரே தலைமை வகித்து நீதி வழங்கினான். இன்று கோட்டையில் இருக்கும் செயின்டு மேரி மாதாகோயில் இவன் காலத்திலேதான் கட்டி முடிக்கப்பட்டது. இதுவன்றியும் சென்னைக்குத் தெற்கிலுள்ள சாந்தோம், வடக்கிலுள்ள திருவொற்றியூர், மேற்கிலுள்ள எழும்பூர் போன்ற சுற்றுப்புற ஊர்களைப் பெற மாஸ்டர் முயன்றான். ஆனால் இவன் காலத்திற்குப் பிறகுதான் இவை ஆங்கிலேயர் கைக்கு வந்தன.

இதற்குப் பிறகு மாஸ்டருக்கும் கழகப் பொறுப்பாளர்களுக்கும் முடிவற்ற பிணக்கு ஏற்பட்டது. கழகப் பொறுப்பாளர்கள் தங்கள் வாணிபச் செழிப்பு இந்திய ஆட்சியாளரிடமிருந்து பெற்ற கட்டளைகளையும், ஒப்பந்தங்களையும் பொறுத்திருக்கிறது என்று கருதினார்கள். ஆனால், மாஸ்டரோ ஆங்கிலேயரின் செழிப்பு, தங்கள் இராணுவ வலிமையிலும், கோட்டைப் பாதுகாப்பிலுமே அடங்கியிருக்கிறது என்று இறுமாப்புக் கொண்டான். கடைசியாக அவன் இங்கிலாந்திலிருந்து அழைக்கப்பட்டான்.

அடுத்து, ஆட்சிக்கு வந்தவன் வில்லியம் கிபோர்டு ஆவான். ஆங்கிலக் கழகத்தின் அனுமதியின்றி அதன் செல்வாக்கால் கிழக்குப் பகுதியில் வாணிபஞ் செய்த ஆங்கிலேயர்களை அடக்க கிபோர்டு முயன்றான். ஆனால், இதில் அவன் வெற்றி பெறவில்லை. இவன் காலத்தில், சென்னை நகரம் வெள்ளையர் பட்டணம் (White Town) என்றும், கறுப்பர் பட்டணம் (Black Town) என்றும் பிரிக்கப்பட்டது.

கறுப்பர் பட்டணம் கோட்டையின் வடக்குப் பகுதியையும் மேற்குப் பகுதியையும், சட்டக்கல்லூரி, உயர் நீதிமன்றத்தின் சுற்றுப்புறங்களையும் கொண்டதாக இருந்தது. இதற்குச் சற்றுத் தெற்கே கோட்டையை அடுத்து வெள்ளையர் பட்டணம் இருந்தது. நகரத்தின் வருவாயை உயர்த்தவும், கறுப்பர் பட்டணத்தின் பாதுகாப்பைப் பெருக்கவும் கிபோர்டு பெருமுயற்சி செய்தான். வரி உயர்வை மக்கள் எதிர்க்கவே கிபோர்டு அதைக் கைவிட வேண்டியதாயிற்று.

கிபோர்டு தனது ஆட்சிக் காலத்தில் கறுப்பர் பட்டண ஊர்க்காவல் நிர்வாகத்தைத் (Police Administration) திருத்தியமைத்தான். ஊர்காவலின்

தலைவனான பெத்தநாயகனுக்கு இவன் காலத்தில் மதிப்பு உயர்ந்தது. இப்போது பெத்த நாயகன் பேட்டை என்று அழைக்கப்படும் இடம் இவன் பெயரால் ஏற்பட்டதேயாகும். முன்பு நெல் வயல்கள் சூழ்ந்த இவ்விடம் ஊர்க்காவலுக்காக வேண்டி பெத்தநாயகனுக்கு மானியமாக அளிக்கப்பட்டிருக்கிறது.

இதே காலத்தில் ஔரங்கசீப் பேரரசன் நாடு பிடிப்பதிலும் பீஜப்பூர் கோல்கொண்டா ராஜ்யங்களைச் சேர்த்துக் கொள்வதிலும் ஈடுபட்டு வருவதைக் கண்ட கிபோர்டு, அவன் எந்த நேரத்திலும் தெற்கு நோக்கிப் படையெடுக்கலாம் என்று கருதி கோட்டையின் மதில்சுவர்களையும் வாயில் வழிகளையும் பழுதுபார்த்து வலுப்படுத்தத் தொடங்கினான். இவன் உணவு தானியங்களைக் கிடங்குகளில் சேகரித்து வைத்தான். கோட்டைக்குள்ளே தண்ணீர் வசதியைப் பெருக்கினான். அதன் மேற்குப் பக்கத்தில் சேனைக்காகப் படைவீடுகள் கட்டினான்.

இவன் காலத்தில்தான் 'மதராஸ் பாங்கு' ஏற்படுத்தப்பட்டது. இவன் குடியேற்றப் பகுதியிலிருந்து அடிமை ஏற்றுமதியைத் தடை செய்வதற்கான நடவடிக்கைகள் எடுத்தான். மாஸ்டர் ஆட்சியில் ஏற்படுத்தப்பட்ட மேல் நீதிமன்றத்திற்குப் (*The High Court of Judicature*) பதிலாக நீதியாட்சி மன்றம் (*Court of Admirality*) என்ற ஒன்றை உண்டாக்கினான்.

இதற்கப்புறம் வந்தவன் எலிஹு ஹேல். கோட்டையிலுள்ள செயின்டு மேரி மாதாகோவிலில் இவனுக்குத்தான் முதன் முதலாகத் திருமணம் நடந்தது. இவன் ஆட்சிக்கு வந்தவுடனே கோட்டை பத்திரி மேட்டில் (*Bastion*) ஆங்கிலக் கழகக் கொடிக்குப் பதிலாகப் பிரிட்டிஷ் கொடியான 'யூனியன்ஜாக்' பறக்க விடப்பட்டது.

பொது மக்களின் வரிகொடா இயக்கத்தாலும் ஜோஸையா சைல்டு (*Josiah Child*) என்ற எழுத்தாளனின் இடையறாத கோரிக்கையாலும் 1687ஆம் டிசம்பர் மாதம் 30ஆம் தேதி ஜேம்ஸ் அரசனின் அனுமதியுடன் சென்னையில் நகராண்மைக் கழகம் (*Corporation of Madras*) என்கிற ஓர் அமைப்புத் தோற்றுவிக்கப்பட்டது. இவ்வமைப்பின் தலைவராக நகரத் தந்தையும் (*Mayor*) அவருடன் ஒத்துழைக்க சில மூப்பர்களும் (*Aldermen*) நகரத்தாரும் (*Burgesses*) அமர்த்தப்பட்டனர்.

டச்சுக் கிழக்கிந்தியத் தீவுகளின் நகராட்சி முறையை ஒட்டியே இந்நகராண்மைக் கழகமும் அமைக்கப்பட்டது. முதல் நகரத் தந்தையாக நந்தானியேல் இக்கின்ஸன் (*Nathaniel Higginson*) நியமிக்கப்பட்டார். இதன் பிறகு நகர மண்டபம் (*Town Hall*) என்றும் கட்டப்பட்டது. நகராண்மைக்

கழகத் தோற்றுவிப்பு ஹேல் காலத்தில் நடந்த தலைசிறந்த நிகழ்ச்சி என்பதை இங்குக் குறிப்பிடுதல் நலம்.

இனி, சென்னையில் புழங்கிய நாணயத்தைப் பற்றி இங்குச் சிறிது கவனிக்க வேண்டியிருக்கிறது. 1640 வாக்கிலேயே சென்னையில் ஒரு நாணயசாலை ஏற்படுத்தப்பட்டுள்ளது. ஆங்கிலேயர் வெள்ளி ரூபாய்களையும் செப்புக் காசுகளையும் மகம்மதிய மாதிரியில் செய்ய விரும்பினார்கள். இதற்குக் கோல்கொண்டா நவாப்பின் அனுமதியைக் கேட்டார்கள். அது மறுக்கப்படவே, 1687இல் இரண்டாம் ஜேம்ஸ் அரசனின் உத்தரவுப்படி அவர்களே நாணயங்கள் அடிக்க முடிவு செய்தனர்.

இதற்குப் பிறகு ஹேல் காலத்தில் தான் மகம்மதிய முத்திரையோடு வெள்ளி நாணயங்களை அச்சடித்து வெளியிட சென்னை தங்கசாலைக்கு (நாணய சாலைக்கு) அனுமதி தரப்பட்டது. அக்காலத்தில் நாணயங்களைக் காசுகள் என்றும், பணம் என்றும், வராகன் என்றும் அழைத்ததாகத் தெரிகிறது. (1 வராகன் - 32 பணம்; 1 பணம் என்பது சாதாரணமாகப் பொன்னால் 4 1/4 மாற்றுத் தூய்மையுள்ளதாகச் செய்யப்பட்டது.)

செஞ்சிக் கோட்டையில் தங்கியிருந்த மகம்மதிய சுல்தானிடம் ஹேல் இரு ஆங்கிலேயரைத் தூதனுப்பி திருவல்லிக்கேணி உள்ளடங்கிய சென்னைக்காக இதுவரை ஆண்டுதோறும் தந்து வந்த வாடகைப்பணமான 1,200 வராகன்களைத் தள்ளிவிட வேண்டும் என்றும், தொண்டையர் பேட்டை, புரசைவாக்கம் எழுமூர் ஆகிய ஊர்களை வாடகையின்றி இனாமாகத் தரவேண்டும் என்றும், தங்கசாலையில் சுதந்திரமாக நாணயங்களை அச்சடிக்க உரிமையளிக்க வேண்டும் என்றும் கேட்டுக் கொண்டான்.

ஆனால், இதில் நாணய அச்சடிப்பு உரிமை மட்டுமே இவனுக்குக் கிடைத்தது. சாந்தோமில் இருந்த மகம்மதியரோடு ஏற்பட்ட பிணக்கினாலும், கடலூரில் மராத்தியரால் உண்டான கலவரத்தாலும், சென்னை பிரஞ்சுக்காரரோடு ஏற்பட்ட கடற் போரினாலும் ஹேல் கோட்டையின் இராணுவத்தை ஒழுங்குபடுத்தி மேலும் வலிமைப்படுத்த வேண்டியதாயிற்று. இவன் காலத்தில்தான் கோட்டையின் இந்தியப் பட்டாளம் ஒழுங்கிலும் கட்டுப்பாட்டிலும் மேம்பட்டது. ஒரு சமயம் ஹேல், சென்னையில் வாழ்ந்த போர்ச்சுகீசியரும் இந்தியரும் தம்தம் குடும்பங்களிலிருந்து ஒன்று அல்லது இரண்டு ஆட்களைப் படைப் பயிற்சிக்கு அனுப்ப வேண்டும் என்றும் உத்தரவிட்டிருக்கிறான்.

முதல் நகரத் தந்தையாக இருந்த நத்தானியேல் இக்கின்ஸன்,

ஹேலுக்குப் பிறகு, ஆளுநரானான். ஆட்சிக் காலத்தில் தன்மீது எந்தவிதக் குற்றமுமில்லாமல் ஓய்வு பெற்றவன் இவன் ஒருவனே என்று சொல்லலாம். இவன் காலத்தில் நகராண்மைக் கழகம் தெருக்களைச் சுத்தமாக வைத்துக் கொள்ளும் பொறுப்பையும், நகரின் பாதுகாப்பை மிகுதிப்படுத்தும் செயலையும் தானே மேற்கொண்டது.

இப்பொழுது கோட்டையில் இருந்த பழைய மருத்துவமனை புதுப்பிக்கப்பட்டது. இதுவரையில் போர் வீரர்களுக்கும் கப்பற்படையினருக்கும் மட்டுமே பயன்பட்டுவந்த இம்மருத்துவமனை, இப்போது சாதாரணக் குடிகளுக்கும் பயன்படத் தொடங்கியது. இவன் காலத்தில் பட்டணம் கோயிலும் (சென்ன கேசவ பெருமாள் கோயில்), திருவல்லிக்கேணி கோயிலும் நிர்வாக முறையில் புதிய மாற்றத்துக்கு உள்ளாயின.

இந்தக் கோயில்கள் அவைகளுக்காக விடப்பட்ட மானியங்களாலும், ஏற்றுமதி இறக்குமதிப் பொருள்கள் மீது இந்தியர்கள் தந்த சிறு வரிகளாலும் நடந்துவந்தன. இதுவரையில் இக்கோயில்களின் நிர்வாகம் முழுவதும் ஆங்கிலக் கழகத்தின் முக்கிய வர்த்தகர்களின் கையில் இருந்தது. ஆனால், இப்போது இது அவர்களிடமிருந்து பிடுங்கப்பட்டு ஆட்சியாளனால் நியமிக்கப்பட்ட அறத்தலைவர்களிடம் (தர்மகர்த்தர்) சென்றது.

கழகக் குடியேற்றத்தின் எல்லையைப் பெருக்குவதில் இக்கின்ஸன் பேரளவு ஈடுபட்டிருக்கிறான். இதுவரை ஆங்கிலேயர்க்குச் சென்னைக் கிராமமும், நரிமேட்டுப் பகுதியும், திருவல்லிக்கேணியும் வாடகையின்பேரில் கிடைத்துள்ளன என்பது முன்னரே நாம் அறிந்த செய்தியாகும். ஆளுநர் ஹேல், மகம்மதிய அதிகாரிகளை எழுமூர், புரசை, தொண்டையார்பேட்டை முதலியவற்றை வாடகையின்றி அளிக்கும்படி கேட்டதையும் முன்பே படித்தோம் அல்லவா?

ஆனால், மேலே சொன்ன மூன்று ஊர்களும் இக்கின்ஸன் ஆட்சிக்காலமான 1693இல் தான் 'வாடகை தரவேண்டும்' என்ற கட்டுப்பாட்டின் பேரில் மகம்மதியரிடமிருந்து பெறப்பட்டன. இவை ஆங்கில எழுத்து மூலங்களில் திருவல்லிக்கேணியையும் சேர்த்து நான்கு பழைய நகரங்கள் (*Four Old Towns*) என்று அழைக்கப்படுகின்றன. சிறிது காலத்திற்குள் இக்கின்ஸன் திருவொற்றியூர், கத்திவாக்கம், நுங்கம்பாக்கம், வியாசர்பாடி, சாத்தன்காடு, வேப்பேரி போன்ற ஊர்களையும் சேர்த்துக்கொள்ள மனுப்போட்டான். இவை இவன்

காலத்தில் கிடைக்காவிட்டாலும் 1708இல் ஆங்கிலேயர் வசம் வந்தன.

இக்கின்ஸனுக்கும் - நிர்வாக சபைக்கும் சிறுசிறு பூசல்கள் நிகழ்ந்து கொண்டிருந்தன. இவன் ஆட்சியின் போதுதான், கோட்டையில் இருந்த பழைய விடுதி (Old Fort House) தகர்க்கப்பட்டு, உள்கோட்டையின் கிழக்குப் புறத்தில் திரும்பக் கட்டப்பட்டது. இம்மாதிரியான அதிகச் செலவுள்ள செய்கையை இவன் மேற்கொண்டது நிர்வாக சபையினருக்குப் பிடிக்கவில்லை. என்றாலும், இவன் கட்டிய இக்கட்டிடமே பின்னாளில், அரசாங்க அலுவலகக் கட்டிடம் (Secretariat Building) எழக் காரணமாயிருந்தது.

இக்கட்டிடம் கோட்டையின் செயிண்டு மேரி கோயிலுக்கு 15 ஆண்டுகள் பிந்தியதாகும். இதனால் இது கோட்டையின் இரண்டாவது பழமையான கட்டிடமாக ஆகிறது. 1825க்குப் பிறகு இதன் இருமுருங்கும் புதிய இணைப்புகள் சேர்க்கப்பட்டு, இப்போது அரசாங்க அலுவலகத்தின் நடுப்பகுதியில் இது காணப்படுகிறது. இதுவுமல்லாமல் ஒரு நாணய சாலை, நகரமண்டபம், விரிவான சுங்க விடுதி ஆகியவை இவன் காலத்திய பிற கட்டிடங்களாகும்.

நகராண்மைக் கழகம் கட்டவேண்டிய மேற்படி நகர மண்டபத்தை இக்கின்ஸன் கட்டியதால், சுமார் 4,000 வராகன் வரை அதற்குக் கடன் ஏற்பட்டது. இக்கடனைத் தீர்க்க அதனால் முடியவில்லை. இதனால், ஆங்கில ஆட்சியினர் நகராண்மைக் கழகத்தின் வரவு செலவு விவரத்தைக் கேட்க வேண்டியதாயிற்று. பல்வேறு வகுப்பினர்க்கும் சரியான பிரதிநிதித்துவம் கொடுக்கப்படவில்லை என்றும் அப்பொழுது புகார் செய்யப்பட்டது.

முகலாய அதிகாரிகளால் தொடர்ந்து ஏற்பட்ட தொந்தரவுகளை நீக்க, இக்கின்ஸன் கறுப்பர் பட்டணத்தின் மதில் சுவரை வலுப்படுத்தினான். இந்திய நகரத்தின் வரிவசூலை மரபு வழியாகக் கவனித்து வந்த கணக்குப்பிள்ளை பதவி, ஆங்கிலேயர் போக்குக்கு இடையூறாக இருந்ததால், அதை எடுத்துவிட 1693இல் இக்கின்ஸன் ஆட்சியின் போது தீர்மானிக்கப்பட்டது. அதிலிருந்து நகரத்தின் வரிவசூலிக்கும் பொறுப்பை ஆங்கிலக் கழகமே ஏற்றுக் கொண்டு, வசூலான தொகை நகரச் சாவடியில் சேர்க்கப்பட்டது.

இங்ஙனம் இக்கின்ஸன் ஆட்சி வெளிச்சமும் இருட்டும் கலந்ததாக இருந்தாலும், நல்ல அமைதியும் முன்னேற்றமும் நகரத்திற்கு ஏற்பட்டன என்பதில் ஐயமில்லை.

கோட்டை ஆட்சியாளர்களில் புகழ்மிக்க தாமஸ் பிட்டின் 11 ஆண்டுக்கால ஆட்சியைச் சென்னையின் பொற்காலம் என்று சொல்லலாம். பிட்டின் வாழ்க்கைச் சரித்திரம் மிகவும் வேடிக்கையானது. இளமையிலேயே இவன் காரணமின்றி ஆங்கிலக் கழகத்தின் விவகாரங்களில் தலையிட்டதால், கைது செய்யப்பட்டுச் சென்னைக் கோட்டையில் விசாரணைக்குள்ளானான். இங்குத் தண்டனையிலிருந்து தப்பிப் பாரசீகத்திற்கு ஏகினான். பிறகு, இந்தியாவிற்குத் திரும்பி, ஹுக்ளிக்கு அருகே சொந்தமாக ஒரு பண்டகசாலை வைத்து நடத்தினான். இதனால் மீண்டும் கைது செய்யப்பட்டு, நாடு கடத்தப்பட்டான். சிறிது காலத்திற்குப் பின், ஆங்கிலக் கழகத்தின் சென்னை ஆளுநராக வந்து சேர்ந்தான்.

பிட்டின் ஆட்சிக் காலத்தில் நவாப்பு தாவுத்கானால் அளவற்ற துன்பங்கள் ஏற்பட்டன. 1701 ஜூலையில் தாவுத்கான் 10,000 போர் வீரர்களோடு சாந்தோமை முற்றுகையிட வந்தான். அது அப்போது தவிர்க்கப்பட்டாலும், பிறகு அதே தொல்லை ஏற்பட்டது. இது போன்று பலமுறை நடந்ததால், பிட் எதற்கும் ஆயத்தமாக இருக்க வேண்டியதாயிற்று. 1702இல் நடந்த சென்னை முற்றுகையில் மகம்மதியர்கள் தாம் கொடுத்த பழைய மூன்று கிராமங்களைப் பெற முயன்றனர். ஆனால் இதனைப் பிட் பக்குவமாகத் தடுத்து, மேற்படி ஊர்களைக் கழக வர்த்தகர்களுக்குக் குத்தகை விட்டு விட்டான். மேலும், பழைய கறுப்பர் பட்டணத்தைச் சுற்றி மதில் எழுப்பினான். நீர் சூழ்ந்திருந்த ஐலந்து மைதானம் இவன் காலத்தில் வடிக்கப்பட்டுச் செம்மை செய்யப்பட்டது.

நகரத்தை அளவிட்டுத் தெருக்களைத் துல்லியமாக வகுக்கச் செய்தான். இது சம்பந்தமாக அவனது திட்டத்தைக் குறிப்பிடும் நிலப்படத்தின் நகல் இன்றும் இருக்கிறது. இதனால் நாம், பழைய கறுப்பர் பட்டணம் 1 1/2 மைலுக்கு மேல் சுற்றுவட்டமுள்ளதாய் இருந்தது என்றும், இப்போது ‘பிராட்வே’ என்று அழைக்கப்படும் சாலையில் அப்போது கால்வாய் ஒன்று கறுப்பர் பட்டணத்தையும் முத்தியாலுப்பேட்டையையும் பெத்த நாயகன் பேட்டையிலிருந்து பிரித்துச் சென்றது என்றும் அறிய வருகிறோம்.

பிட், தாவுத்கானிடம் தந்திரமாக மனுச் செய்து திருவொற்றியூர், நுங்கம்பாக்கம், வியாசர்பாடி, கத்திவாக்கம், சாத்தங்குடி என்னும் ஐந்து கிராமங்களை 1708இல் இனாமாகப் பெற்றான். அவைகளுக்கு ஐந்து புதிய நகரங்கள் (Five New Towns) என்று பெயர். பிற்காலத்தில் வாணிபம் அதிகரிக்க அதிகரிக்க நெசவாளிகள் சாயம்போடுபவர்களின்

எண்ணிக்கையும் பெருகத் துவங்கியது. வர்த்தகம் செழிப்பாக நடைபெற்று வந்த காலத்தில், ஒரு சமயம் 50 கப்பல்கள் வரை, சென்னைக் கடற்கரையில் தங்கியிருந்ததாகக் கழக ஏடுகளில் குறிப்பிடப்பட்டுள்ளது.

நகரத்தில் இருந்த வகுப்பினர் மீது பிட், திடீரென்று 8,000 வராகனுக்குத் தீர்வை போட்டான். இதனை அவர்கள் கட்டுப்பாடாக எதிர்த்தபோதிலும், செங்கோலுக்கு முன் சங்கீதம் சாயவில்லை; இதுவன்றியும் முன்பு அடங்கி இப்பொழுது எழுந்த கட்சிச் சண்டையை இவன் தன் அதிகாரத்தினால் அடக்கினான்.

நிலமாக்கப்பட்ட ஐலந்து மைதானத்தின் இரு பக்கமும் செடிகள் வைத்து வளர்க்கச் செய்தான் பிட். இதைக் கழக மாளிகைத் தோட்டத்திலிருந்து (தற்போதைய பொது மருத்துவச் சாலையிலிருந்து) பார்க்க மிக இரம்மியமாக இருக்குமாம். இது பிற்காலத்தில் பிரஞ்சுக்காரர்களால் அழிக்கப்பட்டது. பிறகு கூவத்தின் தெற்குக் கரையில் தற்போது அரசாங்க மாளிகை (Govt. House) உள்ள இடத்தில் தோட்டம் வளர்க்கப்பட்டது. இது போன்று கிண்டியில் இருந்த செடிகள் செறிந்த மாளிகை ஒன்று, பேரி திம்மனின் சகோதரன் சின்ன வெங்கடாத்திரியால் 1695இல் ஆங்கிலக் கழகத்திற்குப் பரிசளிக்கப்பட்டது. இங்கு தான் தற்போதைய ஆளுநர் (கவர்னர்) மாளிகை உள்ளது.

இங்ஙனமாக இக்கின்ஸன் காலத்துச் செல்வச் செழிப்பும், தொழில் முன்னேற்றமும், நகரப் பெருக்கமும் பிட் காலத்தில் பன்மடங்கு ஓங்கி வளர்ந்தன.

பிட்டுக்குப் பின் ஆட்சிக்கு வந்தவர்களில் சிலர்தாம் குறிப்பிடத்தகுந்த பணிபுரிந்திருக்கிறார்கள். இவர்களில் ஹாரிஸன் என்பவன் காலத்தில் (1711 - 17) கோகனாலும், டேவாலும் கட்டப்பட்ட உட்கோட்டை (Inner Fort) அழிக்கப்பட்டது. அந்த இடமே இப்போதுள்ள கோட்டைச் சதுக்கம் (Fort Square) ஆகும். மருத்துவமனைக்காகவும் தங்கசாலைக்காகவும் புதிய கட்டிடங்களை ஹாரிஸன் எழுப்பச் செய்தான். கோட்டைப் படை வீடுகளைப் (Barracks) புதுப்பித்து விரிவடையச் செய்தான்.

கோட்டையிலிருந்து வடக்கு ஆற்றைக் கடந்து ஐலந்து மைதானத்திற்குப் போவதற்காக 1715இல் செம்மையான பாலம் ஒன்று அமைத்தான். இதற்குமுன் கூவம் ஆறு, வடக்கு ஆறு ஆகியவை மீது கட்டப்பட்ட பாலங்கள் மரத்தால் ஆனவை என்பது இங்குக் கவனிக்கத்தக்கது.

இக்காலத்தில் செஞ்சியை ஆள்பவர்க்கும், விசாகப்பட்டினத்தைப் பரிபாலிப்பவர்க்கும் இடையே பூசல் ஏற்பட்டது. இதற்குப் பின் ஆங்கிலக்

கழகத்தின் கடலூர் டேவிட் கோட்டையில் இருந்த துணை ஆட்சியாளன் ஒரு குட்டிக் கலகம் செய்தான். இக் கலகத்துடன் கோட்டைச் சிப்பாய்கள், போர் வீரர்களிடையே கட்டுப்பாடும் ஒழுங்கும் குலைந்ததால், அடிக்கடி கலகம் விளைந்தது. இவர்கள் அட்டகாசத்துடன் கறுப்பர் பட்டணத்திலும் அதற்குப் பக்கத்திலுள்ள பேட்டைகளிலும் நுழைந்ததால், அங்கெல்லாம் அமைதியின்மையும் பீதியும் ஏற்பட்டன. ஹாரிஸன் காலத்தில் நிலவழியாக வங்காளத்துக்குக் குறைந்த செலவில் ஒழுங்கான தபால் போக்குவரத்து நடைபெற ஏற்பாடு செய்யப்பட்டது. விரைந்து செய்திகளைக் கொண்டு போவதற்காக வேண்டி ஆட்கள் அமர்த்தப்பட்டனர்.

18ஆம் நூற்றாண்டின் முற்பகுதியில் வாழ்ந்த முக்கிய இந்திய வர்த்தகர்களைப் பற்றி இவ்விடத்தில் சிறிது சொல்லவேண்யிருக்கிறது. கலவை செட்டியும், காளஸ்திரி செட்டியும் இடங்கையரில் (Left Hand Group) சிறந்திருந்த வணிகர்கள் ஆவர். இவர்கள் வலங்கையர் (Right Hand Group) மீது புகார் கூறத் தொடங்கினர். இதனால் 1708இல் ஏற்பட்ட கட்சிச் சண்டை 1716இல் மறுபடியும் தலைகாட்டலாயிற்று. ஆகவே, கோட்டை ஆட்சியாளர்கள் ஓர் உத்தரவு போட்டனர். இதன்படி, ‘புதிய கோயில்கள் எதையும் கழக அனுமதியின்றிக் கட்டக்கூடாது. விருந்திடுங் காலங்களில் செயிண்டு ஜார்ஜ் சிலுவைக் கொடியைத் தவிர வேறு எதனையும் பயன்படுத்தக் கூடாது. வலங்கையரோ, இடங்கையரோ பட்டணங் கோயிலில் வழிபாடு செய்யக்கூடாது’ என்ற முடிவு செய்யப்பட்டதால் கட்சிச் சண்டை அடங்கியது.

மேலே சொன்ன இரு வணிகர்களைத் தவிர சுங்குராமர் என்பவர் கழக முக்கிய வர்த்தகராக இருந்தார். இவருக்குக் கோட்டையுள் வீடு வாங்கவும். அதில் துணிகளைச் சேர்த்து வைக்கவும் இக்காலத்தில் அனுமதி தரப்பட்டது. இவரும் பால செட்டி, கலவை செட்டி, காளஸ்திரி செட்டி என்போரும் 1717இல் இருந்த முக்கிய வர்த்தகர்களில் குறிப்பிடத்தக்கவராவர். இவர்களில் கடைசி இருவருக்குத் தரப்பட்ட உயர்வு கட்சித் தகராறு காரணமாக எடுபட்டது. அம்மதிப்பைக் சுங்கராமரும், பத்திரையனும் பெற்றார்கள்.

இவர்கள் அறுவரும் தங்கள் வீட்டை வலுவுடையதாகவும், எதிரிகளின் தாக்குதலைத் தாக்குப்பிடிக்கக் கூடியதாகவும், துப்பாக்கிகள் பொருந்தியதாகவும் வைத்திருந்தார்கள். அவ்வீடுகளைச் சாவடிகளாக வணிகர்களும் பிறரும் பயன்படுத்திக் கொண்டனர். வடக்கு ஆற்றுக்கு அருகிலும், பெத்தநாயகன் பேட்டைக்கு மேற்கிலும் பத்திரய்யனின் காவல்வீடு (Battery) இருந்தது. மற்ற ஐவரது வீடுகளும் வடக்குப்

பக்கத்தில் கடற்கரை வரையில் பரவியிருந்தன. 1733இல் எழுதப்பட்ட சென்னை நிலப்படத்தில் இவை குறிக்கப்பட்டுள்ளன.

இவர்களுள் தம்பு செட்டி என்பவர் முத்து, பவளம், நவரத்தினம் முதலிய பொருள்களை வியாபாரம் செய்த 18ஆம் நூற்றாண்டின் செல்வாக்கு மிகுந்த வணிகராவார். லிங்கிசெட்டி என்பவரும் இவரைப் போலவே தேயிலை வியாபாரம் செய்துவந்த வர்த்தகராவார். இவர்கள் பெயரில் சென்னையில் இன்றும் வீதிகள் உள்ளன.

ஹாரிஸனுக்குப் பின் வந்த ஜோசப் காலட் (*Joseph Collet*) காலத்தில் கர்நாடக நவாப்பான சததுல்லாகான் தம் முன்னோர் ஆங்கிலேயர்க்கு அளித்த ஐந்து புதிய கிராமங்களை திரும்பப் பெற முயன்றான். இவனது படையினரைக் காலட் திருவொற்றியூரில் எதிர்த்து விரட்டி விட்டான். சில ஆண்டுகளுக்குப் பிறகு நவாப் மேற்படி கிராமங்களை ஆங்கிலேயரிடம் ஒப்படைக்க இணங்கி விட்டான்.

இச்சமயத்தில் சென்னையில் குடியிருப்பு நெருக்கடி ஏற்பட்டதால், நெசவாளிகளும் சாயம் போடுவோரும் நீர் வளமும் நிலவளமும் நிறைந்த திருவொற்றியூருக்குச் செல்லும்படித் தூண்டப்பட்டனர். நெசவுத் தொழிலுக்குரிய வசதிகள் நிறைந்த இடமாகத் திருவொற்றியூரின் தென்பகுதி இருந்ததால், இவர்கள் அங்குச் சென்று குடியேறினர். அங்கு இவர்களால் தயாரிக்கப்பட்ட துணிகள், வாணிபக் கழகம் ஐரோப்பாவுக்கு ஏற்றுமதி செய்யும் அளவு உயர்ந்திருந்தன. அப் பகுதிக்குக் குடியேறிகளால் தந்த பெயர் ‘காலட்பேட்டை’ என்பது. ஆனால் அது தற்போது ‘காலடிப்பேட்டை’ என்கிற தவறான பொருளில் வழங்கப்படுகிறது.

ஜார்ஜ் டவுனுக்கு வடக்கில் தற்போதைய வண்ணாரப் பேட்டையைச் சுற்றியுள்ள பகுதிகள் இக்காலத்தில் வளரத் துவங்கின. முதலில் ஆங்கிலக் கழகத்தின் துணிமணிகளை வெளுப்பதற்கும், துவைப்பதற்கும், சாயம் போடுவதற்கும் பல வண்ணார்கள் பெத்தநாயகன் பேட்டை வடபுறத்தில் இருந்து வேலை பார்த்து வந்தனர். அங்கே அவர்களுக்கு வேண்டிய நீண்ட திறந்த வெளியும், பெருமளவு நல்ல நீரும் கிடைக்காமையால், அவர்கள் கறுப்பர் பட்டணத்திற்கு வடக்கில் சென்று குடியேற வேண்டியதாயிற்று. அவர்களுக்குரிய வசதிகள் இங்கே நிறைந்திருந்ததால், இங்கேயே அவர்கள் நிலைக்கத் தொடங்கினர். இதனால் இப்பகுதிக்கு ‘வண்ணாரப்பேட்டை’ என்கிற பெயர் உண்டாயிற்று.

காலட்டுக்குப் பின்னர் பிரான்சிஸ் ஹேஸ்டிங்ஸும், இவனை

அடுத்து எல்விக்கும் ஆளுநரானார்கள். எல்விக் ஆட்சியின்போது, கழக ஆட்களுக்கும் பெரியமேட்டிலிருந்து சுங்கம் வசூலித்து வந்த மகம்மதிய அதிகாரிகளுக்கும் சண்டை ஏற்பட்டது. இதன் விளைவாக இதுவரை வாடகை கொடுத்துவந்த எழுமூர், புரைசைவாக்கம், தொண்டையர்பேட்டை என்னும் பழைய கிராமங்களை ஆங்கிலேய ஆட்சியாளரே நேரடியாக எடுத்துக் கொண்டனர்.

அப்பொழுது புரசைவாக்கத்திலிருந்த ஏரியைப் பழுது பார்க்க நேரிட்டது. அநேக நெசவாளிகள் அங்குக் குடியேற விரும்பியதால், அவர்களுக்காக வேண்டிய வசதி செய்து தரப்பட்டது. எல்விக் காலத்தில், கர்நாடக நவாப்பு மீண்டும் திருவொற்றியூர் போன்ற கிராமங்களைத் திரும்பப் பெற விழைந்தான். முகலாய பேரரசனின் கட்டளையாலும் நவாப்பே முன்பு ஆங்கிலேயரின் உரிமையை ஒப்புக் கொண்டிருப்பதாலும் ஐந்து புதிய கிராமங்கள் ஆங்கிலேயரிடம் இருக்க உரிமையுடயது என்று எல்விக் வாதாடி வெற்றி பெற்றான்.

இவனுக்குப் பின்னால் வந்த ஆட்சியாளன் மக்கரே என்பவன் ‘வணிக ஆட்சியாளர்களில் இளவரசன் போன்றவன்’ என்று சிறப்பிக்கப்படுகிறான். வெள்ளையர் பட்டணத்தின் அரணை நல்ல முறையில் வைத்திருந்தும், கறுப்பர் பட்டணக் காவல் அரண்களைப் பழுது பார்த்தும் ஆட்சி செய்தான் மக்கரே. இவன் காலத்தில் நகரிலுள்ள ஆர்மீனியர்களும், யூதர்களும் மிகவும் சிறப்புற்றிருந்தார்கள். ஆயினும், ஆர்மீனிய வர்த்தகர்கள் ஆங்கிலக் கப்பல் மூலம் தங்கள் சரக்குகளை அனுப்பாமல் டச்சுக்காரர் போன்ற வேற்று நாட்டினரின் நாவாய்கள் மூலம் பொருள்களைக் கொண்டு போவதும் கொண்டுவருவதும் இவனுக்குப் பிடிக்கவில்லை.

இக்காலத்தில்தான் சென்னையின் புகழ் பெற்ற ஆர்மீனியனான கோஜா பெட்ரஸ் உஸ்கன் என்பவன், தனது சொந்தச் செலவில் சைதாப்பேட்டையையும், கிண்டியையும் அடையாறு பிரிக்கும் இடத்தில், மாம்பலத்தில் மர்மலாங் பாலத்தைக் கட்டினான். செந்தாமஸ் மலை உச்சி வரையில் செல்லும் கருங்கற் படிகளை அமைத்தவனும் இவனே என்று சொல்லப்படுகிறது. இவன் ஆங்கிலேயரிடம் உண்மையுள்ளவனாக இருந்து வந்தான்.

ஆர்மீனியரைப் போன்று ஒரு சிறு யூத சமூகமும் சென்னையில் அப்பொழுது வாழ்ந்து வந்தது. இச் சமூகத்தினர் சிறப்பாக வைர வாணிபத்தில் ஈடுபட்டிருந்தனர். இவர்கள் லண்டனில் இருந்த ஈப்ரு வர்த்தகர்களிடமிருந்து பவழம் முதலிய பொருள்களை இறக்குமதி

செய்து உள்நாட்டில் விற்று வந்தனர். முத்தியாலுப்பேட்டையின் வடக்குப் பகுதியில் பவழ வணிகர்கள் சிலர் வசித்து வந்தனர். இதனால்தான் பழைக்காரர் நகரம் (பகடலுபேட்டை) அல்லது பவளக்காரத் தெரு என்னும் பெயர் அப்பகுதியில் இன்றும் நிலைத்து நிற்கிறது.

இதே சமயத்தில், மக்கரே காலத்தில் (1727இல்) நகராண்மைக் கழகம் திருத்தியமைக்கப்பட்டது. இது குறித்து பின்னர் விவரிக்கப்படும்.

மக்கரேவுக்குப் பின் ஜார்ஜ் மார்ட்டன் பிட் என்பவன் ஆட்சிக்கு வந்தான். இவன் காலத்தில் மெல்ல மெல்ல கர்நாடகம் வரை ஆங்கில ஆட்சி விரிவடைந்து வந்தது. மேலும், இவனது ஆட்சியின் போதுதான் சிந்தாதிரிப்பேட்டை புதிதாக ஏற்பட்டது.

முன்னர் குறிக்கப்பட்ட சுங்குராமர் என்ற வணிகருக்குக் கூவம் ஆற்றுத் திருப்பத்தில் பெரிய மேட்டிற்குத் தெற்கே ஒரு பெரிய தோட்டம் இருந்தது. சுங்குராமர் வர்த்தகத்தில் செல்வாக்கிழந்த சமயத்தில் 1734இல் ஒரு புதிய நெசவாளர் குடியேற்றத்திற்காக வேண்டி இது ஆட்சியாளரால் எடுத்துக் கொள்ளப்பட்டது. பிறகு, நூற்றுக்கணக்கான நெசவாளர் குடும்பங்கள் அங்குக் குடியேறினர். அன்று நெசவாளிகள் சிறு தறிகள் (Small looms) போட்டு நெசவு வேலை செய்து வந்ததால், சின்ன தறிப் பேட்டை - சிந்தாதரிப் பேட்டையாக மருவி வழங்கலாயிற்று. (Another name for the place suggested as the eniginal viz. Chinna Tari Petta (The Village of small looms) History of Madras by C.S.S. P-149.)

இப்பேட்டையின் முன்னாள் சொந்தக்காரரான சுங்குராமர் பெயரில் இங்கு ஒரு பார்ப்பனச் சேரியும் (அக்கிரகாரம்) நூல் நிலையம் ஒன்றும் இப்போதும் உள்ளன.

ஆளுநர் மார்ட்டன் பிட்டின் உத்தரவுக்கிணங்க 1733இல் சென்னையும் அதனைச் சேர்ந்த கிராமங்கள் பற்றியும் ஒரு நிலப்படம் வரையப்பட்டது. அதில் திருவல்லிக்கேணியிலிருந்து எண்ணூர் வரையிலுள்ள கரையோரப் பகுதியும், நுங்கம்பாக்கம், பிரம்பூர் வரையிலுள்ள உள்ளூர்ப் பகுதியும் குறிப்பிடப்பட்டுள்ளன. இதை வீலர் (Wheeler) என்பவர் அச்சுப்படிமை (Litograph) செய்து வெளியிட்டுள்ளார்.

'1733இல் சென்னை' என்ற தலைப்பில் இப்படத்தைக் காலொனல் லவ் தமது நூலின் இரண்டாவது பகுதியில் திருத்திப் பதிப்பித்துள்ளார். இப்புதிய படத்தில் பேட்டைகளின் வெளி அரண்களும், முக்கிய உள்ளூர்களும், தோட்டங்களும், கறுப்பர் பட்டணம், வெள்ளையர் பட்டணம், திருவல்லிக்கேணி, பெத்தநாயகன் பேட்டை ஆகியவற்றின்

தலையாய தெருக்களும் கொடுக்கப்பட்டுள்ளன.

இப்பிட்டின் ஆட்சி எவ்விதத் தொந்தரவுமில்லாமல் நடந்தது. கறுப்பர் பட்டண ஊர்காவல் இவன் காலத்தில் சில மாற்றங்கள் செய்யப்பட்டன. ஆயினும், விரைவில் சாதாரண ஊர்க்காவல் சிப்பந்திகள் சூழ்நிலை காரணமாகப் போரிடும் சிப்பாய்களின் கடமைகளை மேற்கொள்ள வேண்டியதாயிற்று.

அடுத்து, பெனியன் (Benyon) என்பவன் 1735-44 வரை 9 ஆண்டுக்காலம் ஆட்சி புரிந்தான். இவனுடைய காலத்தில் பல முக்கிய நிகழ்ச்சிகள் நடைபெற்றுள்ளன. மராத்தியர்கள் ராகுஜிபான்ஸலே தலைமையில் கர்நாடகத்தின் மீது படையெடுத்ததால், 1740இல் மகம்மதியர்கள் வீழ்ச்சியடைய நேரிட்டது. கர்நாடக நவாப்பான தஸ்தலி போர்க்களத்தில் இறந்துவிட்டான். இவன் மகன் சப்தர் அலி வேலூருக்குத் தப்பியோடிவிட்டான். வெற்றி பெற்ற மராத்தியர்களின் தயவைப் பெற ஆங்கிலேயர், ராகுஜியிடம் பீட்டர் உஸ்கன் என்னும் ஆர்மீனியனை வெகுமதிகளோடு தூதனுப்பினர். இதனால் அவர்களுக்குச் சென்னை மீதும் செயிண்டு டேவிட் கோட்டை மீதும் இருந்த முன்னைய உரிமைகள் முறிச்சீட்டு மூலம் மேலும் நிலைநாட்டப்பட்டுவிட்டன.

தப்பியோடிய சப்தர் அலி தன் மனைவியையும் இளங்குமாரனையும் பாதுகாப்பிற்காக வேண்டி சென்னைக்கு அனுப்பினான். அவர்களுக்காக ஆங்கிலேயர் கறுப்பர் பட்டணத்தில் வேண்டிய வசதி செய்துகொடுத்தனர். இதற்குப் பின், சில நாட்களுக்குள் சப்தர் அலியை அவனது உறவினன் ஒருவன் கொலை செய்துவிட்டான். இச்செய்தி உடனே சென்னைக்குத் தெரிவிக்கப்பட்டதும், 1742 டிசம்பர் மாதம் கழகத் தோட்ட விடுதியில் சப்தர் அலியின் மகன் போதிய ஆடம்பரத்தோடும் மரியாதையோடும் நவாப் ஆக்கப்பட்டான்.

ஆங்கில ஆட்சியரின் தாராள குணத்தைக் கண்டு களிப்புற்ற இந்த இளநவாப்பு, ஆங்கிலேயருக்கு இனாமாக வேப்பேரி, புதுப்பாக்கம் போன்ற ஐந்து கிராமங்களைத் தந்ததோடு, சிந்தாதரிப்பேட்டையில் அமைக்க இருந்த ஆங்கிலேயரது நாணய சாலையில் ஆற்காட்டு நாணயங்களை அச்சடிக்கவும் அனுமதியளித்தான். இந்த நாணயச் சாலையை லிங்கி செட்டி என்பவர் கவனித்து வந்தார் என்று சொல்லப்படுகிறது. இங்கிருந்து வங்காளத்துக்கு வேண்டிய ஆற்காட்டு நாணயங்கள் அச்சடித்து அனுப்பப்பட்டன.

இச்சமயத்தில் ஆங்கிலேயர், சென்னையில் தங்களது கோட்டையை

வலுப்படுத்துவதிலும் சிறப்பாக மேற்குப் பக்கச் சுவர்களைப் பலப்படுத்துவதிலும் மும்முரமாயிருந்தனர்.

டில்லியிலிருந்து திரும்பிய நிஜாம் முல்முல்க், சீரழிந்த கர்நாடகத்தைத் தன் ஆதிக்கத்தின் கீழ்க் கொண்டுவர முடிவு செய்து, பெரும் படையுடன் ஆற்காட்டுக்கு வந்து திருச்சிராப்பள்ளியில் இருந்த மராத்தியப் படையை விரட்டியடித்தான். வெற்றி பெற்ற நிஜாமிடம் ஆற்காட்டு இளம் நவாப்பு சென்றான். இவனுக்கு வயது வந்ததும் நவாப்பு பதவியை அளிப்பதாக நிஜாம் முல்க் வாக்குறுதியளித்து, அதுவரை தன் அதிகாரிகளில் ஒருவனைக் கர்நாடகத்தை மேற்பார்வையிடும்படி கட்டளையிட்டான். அவ்வதிகாரி பதவியேற்பதற்கு முன்பே இறந்துவிட்டான். இவனுக்குப் பதிலாக அன்வருதீன்கான் நியமிக்கப்பட்டான். இவன் ஆற்காட்டுக்கு வந்தவுடனே முன்னே சொன்ன நவாப்பு கொல்லப்பட்டான்.

பெனியனுக்குப் பிறகு மோர்சு பதவியேற்றான். ஆட்சியாளன் ஹேல் காலம் முதல் பிரஞ்சுக்காரருடன் போர் மூளும் வரை சென்னை நகர் வர்த்தகத்தில் வளர்ந்தும், செல்வத்தில் சிறப்புற்றும், அரசியலில் படிப்படியாக முன்னேறியும் வந்திருக்கிறது என்பதை இங்குக் குறிப்பிட வேண்டும். மோர்ஸ் ஆட்சியாளனான போதுதான் பிரஞ்சுக்காரருடன் ஆங்கிலேயர்க்கு ஐரோப்பாவில் போர் மூண்ட செய்தி சென்னையில் எட்டிற்று. உடனே இவன் வங்காளத்துக்குத் தகவல் அனுப்பி இரு போர்க் கப்பல்களை அனுப்பும்படி கேட்டுக் கொண்டான்.

இந்தியப் பெருங்கடலில் பிரஞ்சுக்காரருக்கும் ஆங்கிலேயர்க்கும் சண்டை ஏற்படாமல் அமைதியாக வாழலாம் என்று டூப்ளே, மோர்சுக்கு எழுதித் தெரிவித்தான். ஆனாலும் ஆங்கிலப் போர்க்கப்பல் ஒன்று 1745இல் சென்னையை வந்தடைந்தது. அன்வருதீன்கான் சென்னைக்கும் பாண்டிச்சேரிக்கும் இடையே ஏற்பட்ட போர் முயற்சியைக் கண்டு திடுக்கிட்டான். பிரஞ்சுக்காரருடன் பகைமை வேண்டாம் என்று மோர்சுக்கு எழுதினான். இதற்கு மோர்சு மேலிடத்திலிருந்து வந்திருக்கும் உத்தரவை அலட்சியம் செய்ய முடியாது என்று பதிலளித்து விட்டான். இதன் பிறகு அன்வருதீன்கான் சாந்தோமுக்கு வந்து, ஆங்கிலேயர்களை நல்ல முறையில் வரவேற்றான்.

பிரஞ்சுக் கப்பற்படை 1746இல் செப்டம்பர் 3 ஆம் தேதி கோட்டைக்கு எதிரில் தோன்றியது. அதன் தளபதியும் படையினரும் தற்போதைய ஐஸ்அவுஸுக்கு (திருவல்லிக்கேணிக்கு) வடக்கே சிறிது தூரத்தில் வந்திறங்கினர். அவர்கள் பெத்த நாயகன் பேட்டையில் கழகத் தோட்ட

விடுதியைக் கைப்பற்றிக் கொண்டு, கோட்டையை நோக்கிக் குண்டுமாரி பெய்தனர். இத்துடன் மூன்று பிரஞ்சுக் கப்பல்கள் கோட்டைக்கு எதிரில் நின்றுகொண்டு பீரங்கி முழக்கம் செய்தன. இரண்டு நாட்கள் வரை குண்டுகள் விடாமல் வீசப்பட்டன. கடைசியாக மூன்றாம் நாளன்று - செப்டம்பர் 10ஆம் தேதி ஆங்கில ஆட்சியாளன் மோர்சும் அவனது படை வீரர்களும் சிறை செய்யப்பட்டனர். பிற்பகல் கோட்டைக் கொடிமரத்தின் மீது இதுகாறும் பறந்து கொண்டிருந்த 'யூனியன் ஜாக்' இறக்கப்பட்டு, பிரஞ்சுக்காரரின் வெள்ளைக் கொடி பறக்கவிடப்பட்டது.

படைவீரர்களும் நகரிலுள்ள எல்லா ஆங்கிலேயரும் போர்க் கைதிகளாயினர். பிறகு ஆறு வாரம் வரையில் சென்னையில் இருந்த பிரஞ்சுத் தளபதி டி - லா - போர்டென ஜுக்கும் புதுச்சேரி ஆட்சியாளன் டூப்ளேவுக்கும் காரசாரமன கடிதப் போக்குவரத்து நடைபெற்றது. கடைசியாகப் போர்டெனெஸ் சென்னையை டூப்ளேவிடம் ஒப்படைத்துவிட்டுச் சென்றான். பிரஞ்சு அரசனுக்கு அடங்க மறுத்த ஆங்கிலேயர் பாண்டிச்சேரிக்குக் கைதிகளாக அனுப்பப்பட்டனர். இவர்களில் பல இராணுவ அதிகாரிகளும் அநேக உத்தியோகஸ்தர்களும் இருந்தனர். ஆட்சியாளர் மோர்சும், அவன்கீழ், அப்பொழுது சாதாரணக் கணக்கனாக இருந்த கிளைவும் கைதானவர்களில் குறிப்பிடத்தக்கவராவர்.

இப்பிரஞ்சுப் படையெடுப்பு சென்னை வரலாற்றிலேயே இப்போதுதான் முதல் தடவையாக நடைபெற்றதாகும். இதனால் 1746-49 வரை மூன்றாண்டுக் காலம் சென்னை பிரஞ்சுக்காரர் வசம் இருந்தது. அவர்கள் அதனை எப்போதும் தங்கள் கீழ் வைத்திருக்கத் திட்டமிட்டனர். கோட்டையின் வடக்கு மதிலை ஒட்டியிருந்த கறுப்பர் பட்டணத்தில் இருந்த இந்திய வீடுகளை கோட்டையில் பிரஞ்சுக்காரர் அழித்துவிட்டனர். இதற்குப்பின் அவர்கள் மாறுதல் ஒன்றும் செய்யவில்லை.

கறுப்பர் பட்டணத்தின் பாதிக்கு மேலுள்ள பகுதியும் அதன் சுவர்களும் பெத்தநாயகன் பேட்டையில் இருந்த கழகத்தின் தோட்ட விடுதியும் கோட்டையும் எதிரியின் குண்டுகளிலிருந்து பாதுகாப்பதற்காக வேண்டி அழிக்கப்பட்டன.

இதே காலத்தில் சென்னையை இழந்த ஆங்கிலேயர்க்குக் கடலூரிலுள்ள செயின்டு டேவிட் கோட்டையே கிழக்குக் கரையாரத்தின் மாகாணமாகியது. டூப்ளே இதைப் பல தடவைகள் தாக்கினான். கடைசியாக 1748இல் பிரஞ்சுத் தளபதி போஸ்கவன், பலமிக்க படையுடன் கரையோரம் வந்தான். அப்போது ஆங்கிலேயர் தற்காப்பு

முறையிலிருந்து (Defence) தாக்குதல் முறையை (Offence) மேற்கொண்டு பாண்டிச்சேரியைப் பலமாகத் தாக்கினார்கள். அங்கு போர் தீவிரமாக நடந்து கொண்டிருக்கும்போது ஐரோப்பாவில் ஆங்கிலேயர்க்கும் பிரெஞ்சுக்காரருக்கும் ஏய்-லா-சாப்பிலேயில் ஏற்பட்ட சமாதான உடன்படிக்கைச் செய்தி இந்தியாவிற்கு வந்தது. அதனால் இங்குப் போர் நின்றது. ஆங்கிலேயர் பாண்டிச்சேரிக்குத் தூதனுப்பி, சென்னையைத் தங்களிடம் ஒப்படைத்து விடும்படி பிரெஞ்சுக்காரரைக் கேட்டனர். மூன்றாண்டுகள் வரை பிரெஞ்சு வசம் இருந்த சென்னை, 1749 ஆகஸ்டு 21ஆம் தேதி மறுபடியும் ஆங்கிலேயர் கைக்கு வந்தது.

ஆங்கிலேயரிடம் சென்னை ஒப்படைக்கப்பட்டும், மூன்றாண்டு வரை டேவிட் கோட்டையே அவர்களுக்குத் தலைமையிடமாக இருந்து வந்தது. சென்னை அதற்குக் குறைவான மதிப்பிலேயே வைக்கப்பட்டது. சிலகாலம்வரை மேஜர் லாரன்ஸ் என்பவன் சென்னை நகரைக் கவனித்து வந்தான். பிறகு, ரிச்சர்ட் பிரின்ஸ் என்பவன் செயின்டு ஜார்ஜ் கோட்டைக்குத் துணை ஆளுநராக நியமிக்கப்பட்டான்.

இப்போது சென்னை நகரில் மறுபடியும் அமைதியான நிலைமை ஏற்பட ஒவ்வொன்றையும் புதிதாகச் செய்யவேண்டியதாயிற்று. பிரஞ்சுப் படையெடுப்பால் இந்த நகரை விட்டுச் சென்றிருந்த ஐரோப்பியரும் இந்தியரும் மீண்டும் திரும்பி வந்தனர். அப்பொழுது சத்திர மன்றம் (Choultry Court) திருத்தியமைக்கப்பட்டது. பிரஞ்சுக்காரர்களுடன் தொடர்பு கொண்டிருந்தார்கள் என்ற காரணத்தைக் காட்டி ஆர்மீனியர்கள், கத்தோலிக்கப் பாதிரிமார்கள் ஆகியோரை வெள்ளையர் பட்டணத்திலிருந்து வெளியேற்றினார்கள். அவர்கள் வீடுகளைப் புராடஸ்டன்டு வர்த்தகர்களுக்கு விற்று விட்டனர்.

பிரெஞ்சுக்காரர் சென்னையைக் கைப்பற்றி ஆண்ட காலத்தில் தமிழ் வணிகர்களை மீண்டும் குடியேற்ற பெருமுயற்சி செய்தார்கள். ஆயினும் தமிழர்கள் திரும்பாததால் அவர்கள் முயற்சி வெற்றி பெறவில்லை. இது குறித்துப் புகழ்பெற்ற ஆனந்தரங்கம் பிள்ளையின் நாட்குறிப்பில், "சென்னை ஆங்கிலேயர் கைவசமாகி அவர்கள் கொடி பறந்தவுடன், பார்ப்பனர்கள் பூசை செய்தனர்; தேங்காய்கள் உடைக்கப்பட்டன; ஆடுகள் வெட்டப்பட்டன; மேலும், பல தமிழ்ச் சடங்குகளும் நடைபெற்றன. பிறகு கோட்டையிலிருந்தும், போஸ்கவன் கப்பலிலிருந்தும் குண்டுகள் போடப்பட்டுச் சிறப்பு மரியாதை செய்யப்பட்டது. அக்காலத்தில் தமிழர்கள் எங்கு சென்றார்கள் என்பது தெரியவில்லை. ஆனால் ஆங்கிலேயர் கொடி பறக்கத் தொடங்கியவுடன் பத்து லட்சம் தமிழர்கள், மகம்மதியர்கள்,

லப்பைகள், பட்டணவர்கள், கூலிகள் ஆகியோர் கோட்டையும் நகரமும் தங்கள் ஒவ்வொருவருக்கும் உரியன என்ற நினைப்பில் மகிழ்ச்சியோடு நகருள் குழுமினர்'' என்று எழுதியிருப்பது இங்கு நினைவுகூரத்தக்கது.

சென்னையில் பழைய அமைதி ஏற்பட்டவுடன் ஆங்கிலேயர்கள் கோட்டையைப் புதுப்பித்தனர். மேற்குப் பக்கத்தில் ஓடிக் கொண்டிருந்த கூவம் ஆற்றை தற்போதுள்ள போக்கில் திருப்பி விட்டனர். ஆற்றின் பழைய படுகை (Bed) கோட்டையோடு சேர்க்கப்பட்டது. இதே சமயத்தில்தான் பழைய கறுப்பர் பட்டணத்தின் நடுவில் இருந்த சென்ன கேசவ பெருமாள் கோயில் பாதுகாப்பிற்காக இராணுவத்தினரால் இடிக்கப்பட்டு, வேறு இடத்தில் கட்டிக்கொள்ள பணவசதி செய்யப்பட்டது. சீனக் கடைத் தெருவில் அப்போது புதியதாகக் கட்டப்பட்ட கோயிலே இப்போது பட்டணங் கோயில் எனப்படும் கேசவ பெருமாள் கோயிலாகும்.

பிரஞ்சுக்காரர் சென்னையில் இருந்தபோது, கர்நாடக நவாப்பான அன்வருதீன், சந்தா சாகிப்பால், கொல்லப்பட்டான். இப்போது அன்வருதீன் மகனான மகம்மதலியை ஆங்கிலேயரும் சந்தா சாகிப்பைப் பிரஞ்சுக்காரரும் ஆதரிக்கத் தொடங்கினர். சந்தா சாகிப்பு கர்நாடகத்தைக் கைக்கொண்டாலும் சென்னையில் நிலைபெறவில்லை. சென்னை மகம்மதலி வசமே இருந்தது. மகம்மதலிக்கு ஆங்கிலேயர்கள் பலவழியில் உதவி புரிந்து 1749இல் அவனிடமிருந்து சாந்தோமைப் பெற்றனர்.

கொஞ்ச காலத்திற்குப் பின்பு ஆங்கிலேயர் நவாப்பு மகம்மதலியிடம் நடந்து கொண்ட விதத்தில், நவாப்பு அவர்கள் சென்னைக்காகத் தந்து வந்த வாடகையைக் குறைத்தான். பூவிருந்தவல்லியும் இதே காலத்தில் அவனிடமிருந்து ஆங்கிலேயர்க்குக் கிடைத்தது.

பிரஞ்சுக்காரர் காலத்தில் பாதிக்கப்பட்ட நகராண்மைக் கழகம் இப்பொழுது செயற்படத் துவங்கியது. இங்கிலாந்து அரசனான இரண்டாம் ஜார்ஜினால் 1753இல் பிறப்பிக்கப்பட்ட புதிய சாசனம், இதற்குக் காரணமாயிற்று. இதுவன்றியும் இச் சாசனம், நிலப்படைக்கும் கடற்படைக்கும் தளபதிகளை அமர்த்தும் உரிமையையும், பொதுப்படை வலிமையை மிகுதிப்படுத்தும் அதிகாரத்தையும், ஆங்கிலக் கழகத்திற்குக் கொடுத்தது. கோட்டைமீது ஆக்கிரமிப்போ தாக்குதலோ ஏற்பட்டால் அதனை எதிர்த்துப் போரிடவும், போர்க்காலத்தில் இராணுவச் சட்டத்தை அமுல் செய்யவும் சமயமான ஆகஸ்டு 13இல் தான், சென்னைக்கு நகராண்மையாளர் (Sheriff) ஏற்பட்டார்.

பிரஞ்சுக்காரர் குடியிருப்பில் காணாமற்போன நகரமன்றத்தின்

(Mayor's Court) அதிகாரப்பூர்வமான அடையாளப் பொருள்கள் இப்போது மீட்கப்பட்டன.

இத்தனை நிகழ்ச்சிகளும் நடந்த சாண்டர்ஸ் காலத்தில் கோட்டைப் புதுப்பிப்பு வேலை தீவிரமாகக் கைக்கொள்ளப்பட்டது. கலோனல் ஸ்காட்டு என்னும் கட்டிடக் கலைஞர் இதில் ஈடுபட்டார். இவருடைய திட்டப்படி கோட்டையின் வடபகுதியிலும் வடமேற்குப் பகுதியிலும் புதிய முகப்புகள் (Fronts) கட்டப்பட்டன. திடீரென்று ஸ்காட் மரணமடைந்ததால், ஆங்கிலக் கழகம் ஒரு புதிய செயற்குழுவை அமைத்து மேற்படி வேலையைத் தொடர்ந்து கவனித்தது. 30 ஆண்டுக் காலம் பணிபுரிந்த இச்செயற்குழுவே கோட்டையின் இன்றைய இறுதி உருவத்திற்குக் காரணமாகிறது.

சென்னையின் நில அளவைப் படம் ஒன்று இதுபோது - 1755இல் வரையப்பட்டது. இதில் ஐலந்து மைதானத்தின் முழுப்பகுதியும், வடக்கு ஆற்றின் பழைய போக்கும் இன்றைய மாற்றப்பட்ட போக்கும், தகர்க்கப்பட்ட பழைய கறுப்பர் பட்டணத்தின் பகுதியும், இன்றைய எஸ்பிளனேடு வட்டமும், திருவல்லிக்கேணியைச் சார்ந்திருந்த நந்தவன வீடுகள் சிலவும் குறிக்கப்பட்டுள்ளன.

சாண்டர்சுக்குப் பின், பிக்கட் இருமுறை ஆளுநராக ஆனான். இவனது முதல் தடவை ஆட்சியின் போது, செயின்டு ஜார்ஜ் கோட்டை ராபின்ஸனின் திட்டப்படி புதுப்பிக்கப்பட்டது. இக்கோட்டையை இவ்வளவுதூரம் விரிவடையச் செய்து வலுப்படுத்தியதற்கு அடிப்படையான காரணம், பிரான்சுடன் போர் மூளும் என்று எதிர்பார்த்ததுதான். கோட்டை, திட்டமிட்டபடி முடிவடையும் தருணத்தில் ஆங்கிலேயருக்கும் பிரஞ்சுக்காரருக்கும் போர் மூண்ட செய்தி 1757இல் சென்னைக்குக் கிட்டியது.

கவுண்ட் லாலி என்பவன் 1758 டிசம்பர் முதல் 1759 பிப்ரவரி வரை சென்னையை முற்றுகையிட்டான். இந்த இரண்டாவது பிரஞ்சுப் படையெடுப்பு சென்னை நகர் வரலாற்றின் மற்றொரு நெருக்கடியான கட்டமாகும். ஆங்கிலேயர் லாலியின் தாக்குதலை வெற்றிகரமாகச் சமாளித்தனர்.

ஆனால், பழைய கறுப்பர் பட்டணத்தில் ஒரு சிறு படையினரே இருந்ததால், அதையும் அதை ஒட்டியிருந்த பகுதிகளையும் கைவிட்டுவிட நேரிட்டது. இவைகளைப் பிரஞ்சுக்காரர்கள் பிடித்துக்கொண்டு, கறுப்பர் பட்டணத்தில் மூர்க்கத்தனமாகக் கொள்ளையிட்டதோடு,

சேப்பாக்கத்திலிருந்து கூவம் முகத்துவாரத்திற்குத் தெற்கிலும் ஜலந்து மைதானம் திருவல்லிக்கேணிக்கு இடையிலும் உள்ள கிராமங்களைக் கொளுத்தினர்.

அன்றியும், தற்போதைய பாரிஸ் முனைக்கருகில் லாலி ஒரு பலமிக்க பத்திரிமேட்டை (Battery) ஏற்படுத்தி அங்கிருந்து சரிவுமேடு வழியாக முன்னேறி, கோட்டையின் பாதுகாப்பைச் சிதைக்க முற்பட்டான். ஆனால் இதற்குள் ஆங்கிலக் கடற்படை வந்துவிட்டதால், பிரஞ்சுக்காரர் முற்றுகையை நிறுத்திவிட்டு செயின்டு தாமஸ் மலை வழியாகத் திரும்பிப் போக வேண்டியதாயிற்று.

இங்ஙனமாக 67 நாள் பிரஞ்சு முற்றுகை ஒரு முடிவுக்கு வந்தது. இம்முற்றுகைக்குப் பிறகு கழகப் பொறுப்பாளர்கள் கோட்டையைப் பழுது பார்த்துச் செப்பனிட்டார்கள்.

இம்முற்றுகையை வெற்றிகரமாகச் சமாளித்த பெருமை தளபதி லான்ஸைச் சேர்ந்ததாகும். இவன்தான் சென்னை இராணுவம் (Madras Army) ஏற்பட வழிகோலியனாவான்.

சிப்பாய்களுக்கு இவன் காலத்தில் நல்ல பயிற்சி தரப்பட்டு 1000 பேர்கள் கொண்டது ஒரு பட்டாளம் (Battalion) எனப்பட்டது. இம்மாதிரியான பட்டாளங்களுக்கு ஐரோப்பிய அதிகாரிகளுடன் இந்தியத் தளபதிகளையும் (Commandant) நியமித்தான். இப்படிப்பட்ட பட்டாளங்கள் சென்னையில் இரண்டும், நகரின் வெளிப்பாதுகாப்பிற்காகச் செங்கற்பட்டில் ஒன்றும் மற்ற நான்கும் காஞ்சிபுரத்திலும் திருச்சிராப்பள்ளியிலும் வைக்கப்பட்டன. ஒவ்வொரு பட்டாளமும் 9 பிரிவாகப் பிரிக்கப்பட்டது. இதில் ஒன்று கிரினேடியர் பிரிவு (Grenadier Company) எனப்பட்டது. இதுவே சென்னை இராணுவத்தின் சிப்பாய்ப் பகுதிக்கு நடு அமைப்புப் போன்றதாகும்.

சென்னையில் இருந்த பெத்தநாயகர் என்னும் பாளையக்காரர் மேற்சொன்ன முற்றுகையின்போது இறந்து விட்டதால், அவர் கவனித்துவந்த பதவியையும் அதற்காகத் தரப்பட்ட மானியங்களையும் எடுத்துவிட ஆட்சியாளர் முடிவு செய்தனர். பாளைக்காரர் பார்த்துவந்த தலையாரி வேலைகளை, கறுப்பர் பட்டணத்தைப் பாதுகாத்துவந்த சிப்பாய்களைக் கொண்டு நடத்தத் திட்டமிடப்பட்டது. ஆனால், இப்புதிய திட்டம் நீண்ட நாள் நீடிக்கவில்லை. லாலியின் முற்றுகையின் விளைவால் ஏற்பட்ட மற்றொரு மாறுதலும் இங்குக் குறிக்கத்தகுந்தது.

பழைய கறுப்பர் பட்டணத்தில் ஆங்கிலேயரின் பழைய கல்லறைச் சின்னங்கள் இடிக்கப்பட்டன. அங்கிருந்த நினைவுச் சின்னங்களைக்

கொண்ட கற்கள் பல கோட்டைகளில் இருந்த செயின்டு மேரி கோயிலுக்குக் கொண்டுவரப்பட்டன. அவை இப்பொழுது இக்கோயிலின் தோட்டத்திற்குள் உள்ளன.

இக்காலத்தில்தான் ஜலந்து மைதானத்தின் வடமேற்குப் பகுதி, செயின்டு மேரி சர்ச்சின் கல்லறைக்காகத் தரப்பட்டது. கோட்டையை ஒட்டிக் கடலைப் பார்த்தாற்போல் இருந்த கட்டிடங்கள் பலவும் இச்சமயத்தில் இடிந்து போயிருந்தன.

இப்படிப்பட்ட சூழ்நிலையில் மைசூர் ஐதர் அலி நாளுக்கு நாள் பலம் பெற்று வந்தான். அவன் 1797-98இல் சென்னைக்கு அருகிலுள்ள இடங்கள் மீது படையெடுத்துச் சாந்தோமைக் கொள்ளையடித்து, அதன் அண்டையிலுள்ள பகுதிகளைத் தீக்கிரையாக்கினான். ஆங்கில ஆளுநர் தங்கியிருந்த தோட்ட விடுதியையும் ஐதர் அலி தாக்குவதாகப் பயமுறுத்தினான். இரண்டாண்டிற்குப் பிறகு மீண்டும் சென்னையை நோக்கிப் படையெடுத்து, ஆங்கிலேயரைத் தனது ஒப்பந்தத்தை ஒத்துக்கொள்ளும்படி வற்புறுத்தினான். ஆங்கிலேயரிடம் அப்பொழுது போதிய குதிரைப்படை இல்லாததும், நகரில் இருந்த உணவு வசதி 15 நாளைக்கு மட்டுமே போதுமாயிருந்ததாலும் ஐதர் அலியின் கோரிக்கைக்கு அவர்கள் இணங்க நேரிட்டது.

இவனது படையெடுப்புக்கு முன்னரும், பின்னரும் கோட்டையை மேலும் வலுப்படுத்தவும், கறுப்பர் நகரைத் தற்காக்கவும் வேண்டிய நடவடிக்கைகள் மேற்கொள்ளப்பட்டன. ஐதர் அலி போன்றவர்களின் படையெடுப்பைத் தடுக்க முத்தியாலுப்பேட்டையும் பெத்த நாயகன் பேட்டையும் ஒன்று சேர்ந்த புதிய கறுப்பர் நகரத்தில் மதில் சுவர் ஒன்று எழுப்பப்பட்டது. அது இன்றைய ஜார்ஜ்டவுனுக்கு வடக்கிலும் மேற்கிலும் 3 1/2 மைல் அளவுள்ளதாக இருந்தது. இதுவே ஒற்றை வாடை (*Wall Tax Road*) என அழைக்கப்படுவதாகும்.

அன்று இம்மதில்சுவர் 17 காவல் அரண்களைக் (Bastions) கொண்டதாகவும், ஏறக்குறைய 300 கெஜத்திற்குப் பீரங்கி அமைந்த இடைவெளிகள் (Curtains) உள்ளதாகவும், வெளியில் சரிவுமேடுகள் (*Glacis*) பொருந்தியதாகவும் அமைக்கப்பட்டது. வடக்கு மதில் சுவர் தொண்டையர் பேட்டைக்கருகில் வளைந்திருந்தது. வடக்கு ஆற்றை ஒட்டி மேற்கு மதில் சுவர் நேராகச் சென்றது. வடக்கிலும் மேற்கிலும் இருந்த பீரங்கிகளிலிருந்து (*Rampart*) குண்டுகள் வீசப்படுவதற்காக வெளியில் 600 கெஜ நீளமுள்ள அகல்வெளிகள் (*Esplanades*) விடப்பட்டிருந்தன.

அகல்வெளியின் மேற்பாகத்தின் தென்பகுதியே 19ஆம் நூற்றாண்டின் மத்தியில் மக்கள் பூங்காவாக (Peoples Park) மாற்றப்பட்டது.

இன்னும், இம்மதில் சுவரில் பல வாயில்கள் இருந்தன. இதில் தம்பு செட்டித் தெருவின் வடக்கு மூலையில் இருந்த புல்லி வாயிலும் (Pully Gate), மணியக்காரச் சத்திரத்திற்கு அருகில் விளங்கிய திருவொற்றியூர் வாயிலும், தங்கசாலைத் தெருவின் வடகோடியில் காணப்பட்ட எண்ணூர் வாயிலும் யானைகவுனி வாயிலும் மிக முக்கியமானவை.

இம்மதில் சுவரின் காவல் அரணுக்கு வடமேற்குக் கோணத்தில் கடன்காரச் சிறைச்சாலையும் (Debtor's Prison) மற்றொரு காவல் அரணுக்கு வடக்கு மதிலில் கொடுங்குற்றவாளிகளுக்கான (Criminal Jai) சிறைச்சாலையும் அக்காலத்தில் கட்டப்பட்டிருந்தன. அழிக்கப்பட்ட வடக்கு மதிலுக்கு அடுத்தாற்போலுள்ள வீதியில் இவற்றின் பழைய சின்னங்களை இன்றும் நாம் காணலாம். பழைய சிறைத் தெரு (Old Jail Street) என்னும் பெயரில் ஒரு தெரு இராயபுரம் ஸ்டான்லி ஆஸ்பத்திரிக்கு அருகில் இப்போது உள்ளது என்பது அறியத்தக்கது.

சென்னை கோட்டை பாதுகாப்பான இடத்தில் இருப்பதைக் கண்ட நவாப்பு மகம்மதலி, கோட்டைப் பகுதியிலே ஓர் அரண்மனை கட்டத் திட்டமிட்டான். ஆனால், இதனால் பலவித இக்கட்டுகள் ஏற்படும் என்பதை அறிந்து இத்திட்டம் பின்னால் கைவிடப்பட்டது. பிறகு, 1797இல் சேப்பாக்கம் அரண்மனையைக் கட்டி முடித்தான். இதன் தெற்குப் பக்கத்தில் 'கல்ஸ மகால்' என்ற இரு அடுக்குள்ள கட்டிடமும் வடக்குப் பகுதியில் ஹுமாயூன் மகால் என்ற பிறிதொரு கட்டிடமும் அமைந்துள்ளன. இதன் மொத்தப் பரப்பு 117 ஏக்கராவாகும். கூவம் முதல் பைகிராப்ட்ஸ் சாலை வரை பரவியுள்ள இப்பகுதியைச் சுற்றி சுற்றுச் சுவர் ஒன்று இப்போது எழுப்பப்பட்டது.

பிக்கட்டின் இரண்டாவது தடவை ஆட்சியில் கோட்டை நல்ல முறையில் திருத்தியமைக்கப்பட்டது. வேண்டிய அளவு தண்ணீர் கிடைக்க வசதி செய்யப்பட்டது. மலைப்பாதை (மௌண்ட் ரோடு); எழுமூர் ஆகிய இடங்களில் தோட்ட மாளிகைகள் எழுப்பப்பட்டன. இச் சமயத்தில் பிற்காலத்தில் ஆளுநர் தலைவனாக (Governor - General) வந்த வாரன்ஹேஸ்டிங்ஸ் சென்னை நிர்வாகச் சபையில் மூன்றாண்டுகள் உறுப்பினனாக இருந்தான்.

இவன் சென்னை நகரைப் பல வழிகளில் வளர்ச்சிடையச் செய்தான். சென்னைக்குத் துறைமுகம் ஏற்பட முதலில் அடிகோலியவன் இவனே

என்று சொல்லப்படுகிறது. கரையோரம், அலையெழுச்சி மிகுதியால் சரக்குகளைக் கொண்டு வரவும் போகவும் மிகவும் தொல்லையாக இருப்பதை அறிந்து, கடல்மீது அலை குறைவாகக் காணப்படும் இடம்வரை மரப்பாலம் (Margate Pier) ஒன்று அமைக்க வேண்டும் என்று இவன் மேலிடத்தாருக்குத் தெரிவித்தான்.

ஆனால், அவனது இத்திட்டம் அப்பொழுது ஏற்றுக் கொள்ளப்படவில்லை. 1860இல் தான் சென்னையில் ரேவு துறை அமைக்கப்பட்டது. ஆங்கில வாணிபக் கழகத்திற்கும் நெசவாளிகளுக்கும் இடையே தரகர்களாக இருந்துவந்த கழகத்தின் இந்திய வர்த்தகர்களை நீக்கி விட்டான் ஹேஸ்டிங்ஸ். இவர்களுக்குப் பதிலாகக் கீழாளர்களை (குமாஸ்தா) நியமித்து நாடு முழுவதும் உள்ள நெசவாளிகளுக்கு நேரடியாக அச்சாரம் தந்து வாணிபம் நடைபெறச் செய்தான்.

மணலி முத்துகிருஷ்ண முதலி என்பவரே கழகத்தின் கடைசி முக்கிய வர்த்தகராவர். இவர் பிக்கட்டிற்கு மொழிபெயர்ப்பாளராக (துபாஷ்) இருந்து பட்டணங் கோயிலைக் கட்டியவர் ஆவார். பேரி திம்மப்பன், சேஷாத்திரி நாயகர் முதல் நீண்ட நாட்களாக இருந்துவந்த துபாஷ் பதவியை கடைசியாக அலங்கரித்தவர் இவர்தான். நகரின் வளர்ச்சியில் பெரும் பங்கு எடுத்துக்கொண்ட இப் பழம்பெரும் பதவி இங்ஙனம் ஒரு முடிவு கட்டத்தை அடைந்தது.

இப்பொழுது சென்னை நகருக்காக ஊர்க்காவல் குழு (Board Of Police) ஒன்று ஏற்படுத்தப்பட்டது. இதற்கு ஆட்சியாளனே தலைவனானான். கோட்டையில் இருந்த தெருக்களின் ஒழுங்கை மேற்பார்ப்பதும், தேவையற்ற நாய்களை வெளியேற்றுவதும் இக்குழுவின் கடமையாக இருந்தது. அன்றியும் கோட்டையில் உள்ள வீடுகள், கட்டிடங்கள் முன் பொது விளக்குகள் அமைக்க இது பாடுபட்டது. சந்தைகளைப் (Markets) பார்த்துக் கொள்வதும் இதன் பொறுப்பாயிற்று. இக் குழுவிற்குக் கோட்டையுள் வாழும் ஐவர் துணையாக இருந்தனர். இதனால் கோட்டையின் தெற்குப் பகுதியில் ஒரு சந்தை கட்டப்பட்டது. ஆனால் சில ஆண்டுகளுக்குள் பலவிதச் சிக்கல்கள் ஏற்பட்டதால், மேற்சொன்ன குழு கலைக்கப்பட்டது.

இதே காலத்தில் வாலாஜா நவாப்புடன் ஆங்கில ஆட்சியாளனுக்கும் அவனது நிர்வாக சபையினருக்கும் தகராறுகள் ஏற்பட்டன. இதன் காரணமாக லண்டனிலிருந்து பிரிட்டிஷ் ஆட்சியினர் இரண்டு தடவை அமைச்சர்களை அனுப்பி இது சம்பந்தமாக விசாரிக்கச் செய்தனர். வந்த

அமைச்சர்களுக்கும், சென்னை அரசாங்கத்திற்கும் கருத்து வேறுபாடு எழுந்தது. இத்துடன், மராத்தியர், ஐதர் அலி ஆகியோர் மீதும் பூசல்கள் உண்டாயின. அவர்களுடன் சண்டையிடுவது ஒன்றே நவாப்பைத் திருப்திப்படுத்தும் வழியாகத் தோன்றியது.

இவற்றோடு நவாப்பு தஞ்சாவூர் மராத்திய ராஜ்யத்தைப் பலவந்தமாகக் கவர்ந்துகொள்ள விரும்பினான். ஆனால், ஆளுநர் பிக்கட்டிற்கு இது குறித்துத் தயக்கம் ஏற்பட்டது. இத்தயக்கம் பின்னால் இவனது சிறைபாட்டிற்கும் காரணமாகிறது. பிறகு, இவன் சிறையிலேயே 1777இல் இறக்கவும் நேரிடுகிறது. இவன் காலத்திய குறிப்பிடத்தக்க நிகழ்ச்சி பல துறைகளில் ஊழியர்களிடையே மலிந்திருந்த லஞ்ச ஊழலேயாகும். பிக்கட்டிற்குப் பின் நகர வளர்ச்சி மிக மந்த கதியிலேயே சென்றது. இப்போது கோட்டைக்கு அருகாமையில் வாழ்ந்த பறையர் சமூகத்தார், தங்களது சேரிக்குரிய நிலத்தை நாராயணன் என்கிற வணிகரிடமிருந்து பெற விழைந்தனர்.

மகம்மதியர் தங்களது மதத்தினர்க்குத் தனிச் சலுகைகள் வேண்டும் என்று கோரினர். இந்தச் சிக்கல்களோடு இக்காலத்தில் ஒரு முக்கிய நிகழ்ச்சியும் நேரிட்டது.

ஆளுநர் பிக்கட் சிறையில் மாண்டதன் காரணமாக முன்பு ஆங்கிலேய மேலிடத்தாரால் ஒரு விசாரணைக் குழு நியமிக்கப்பட்டது. சென்னை - ஆங்கிலக் கழகம் இக் குழுவின் விசாரணைக்கு உதவ ஒரு சட்ட ஆலோசகரை அமர்த்திக் கொள்ள வேண்டியதாயிற்று. இதற்குப் பெஞ்சமின் சுலிவான் என்பவர் தகுதியுள்ளவராகத் தேர்ந்தெடுக்கப்பட்டார். இந்தப் பதவியே நாளாவட்டத்தில் மாறி இன்று அரசாங்கத் தலைமை வழக்கறிஞர் (Advocate - General) பதவியாக விளங்குகிறது.

மக்கார்த்தனே ஆட்சிக்காலத்தில் (1778-85) கோட்டைக்குள் தனிப்பட வாழ்ந்திருந்த அநேகரின் வீடு வலுக்கட்டாயமாக விற்கச் செய்யப்பட்டு, அவைகள் இருந்த இடத்தில் பிரிட்டிஷ் பட்டாளங்களுக்கான படைவீடுகள் (Barracks) கட்டப்பட்டன. மேலும், இவன் ஆட்சியின் போது தான் கோட்டையை விரிவாக்க திட்டமிட்ட அமைப்பு வேலை முடிவுற்றது. 18வது நூற்றாண்டை கோட்டைக்கு முன் மாதிரியாக செயின்டு ஜார்ஜ் கோட்டை இன்றும் நின்று நிலவுகிறது. 1783இல் இக்கோட்டை தனது நான்காவது வளர்ச்சியை அடைந்தது. கோட்டையோடு இப்போதைய ஜார்ஜ் டவுனாக உள்ள அமைப்பையும் கறுப்பர் நகரம் பெற்றது மக்கார்த்தானே ஆட்சியிலேயேயாகும்.

முத்தியாலுபேட்டைக்கும் பெத்த நாயகம் பேட்டைக்கும் இடையே அட்டபாளையம் என்னும் பள்ளமான பகுதி முன்பு இருந்தது. இதற்கு அருகில் கழிவுநீர்க் கால்வாய் ஒன்று போய்க் கொண்டிருந்தது. இதுபோது, பெத்த நாயகன் பேட்டைக்குத் தென்கிழக்குப் பகுதியில் ஒரு உயரமான மேடு (நரிமேடு) இருந்தது. இவ்விடத்திலிருந்து வடக்கு ஆற்றின் கரைவரை வீடுகள் கட்டப்பட்டிருந்தன. இப்பகுதியே புதிய கோட்டை ஒன்று கட்டுவதற்கு ஏற்ற இடமாக ஆங்கிலேயரால் ஒரு காலத்தில் கருதப்பட்டது. இதற்குக் காரணம், அக்காலத்தில் கோட்டை, கடல் நீரால் அரிக்கப்படும் என்று அஞ்சியதேயாகும்.

சர்.அயர் கூட் என்னும் அக்காலத்தில் இராணுவத் தளபதி, இவ்வுயர்ந்த மேட்டுப் பகுதியைப் பூமி மட்டத்திற்குச் சமப்படுத்தினால் தான், எதிரிகளின் தாக்குதல்களினின்று, கோட்டையைப் பாதுகாக்க முடியும் என்று எண்ணி, 1781இல் மிகுந்த முயற்சியால் அங்கிருந்த வீட்டுச் சொந்தக்காரர்களுக்கு நஷ்டஈடு தந்து வெளியேறச் செய்தான். பிறகு, நரிமேடு சமப்படுத்தப்பட்டு, அங்கிருந்த மண்ணில் பாதியளவு முன்னர் சொன்ன பிராட்வே கால்வாய் நிலப்பகுதியை உயர்த்தப் பயன்பட்டது. உயர்த்தப்பட்ட நிலப்பகுதியின் இரு பக்கத்திலும் வீடுகள் எழுந்தன. அங்கு வடக்கு தெற்காகப் போய்க் கொண்டிருக்கும் வீதிக்கும் போபம் பிராட்வே (Popaham's Broadway) எனப் பெயரிடப்பட்டது. போபம் என்பவரே இப்பகுதியைச் சீர்படுத்த பெரிதும் பாடுபட்டவராவார். எஞ்சிய மண், மண்ணடி வீதி என்று சொல்லப்படும் இடத்தில் கொட்டிப் பள்ளம் தூர்க்கப்பட்டது.

இக்காலத்தில் கோட்டைக்குத் தெற்கிலும் தென்கிழக்கிலும் உள்ள வீடுகளில் வாழ்ந்து வந்தவர்கள் தாம் கோட்டைக்கு அருகாமையில் இருப்பது ஆபத்து என்று அஞ்சி, வேறு இடங்களுக்குக் குடியேறினர். அவர்கள் காலி செய்த நிலப்பகுதி கோட்டைக்கு முன்பு இருந்த அகல் வெளியாக (Esplanade) மாற்றப்பட்டது. இங்குதான் தற்போது இராணுவ விடுதிகள் (Ordinance Lines) உள்ளன. பெத்த நாயகன் பேட்டையின் தென் கிழக்குப் பகுதி துண்டிக்கப்பட்டு மூளியாக இருப்பதற்கு இதுவே காரணமாகும்.

மேற்சொன்ன ஸ்டிபன் போபம் சென்னைக்கு நிரந்தர போலீஸ் (நகர்க் காவல்) ஏற்படுவதற்கு ஒரு திட்டம் கொடுத்தார். ஒவ்வொரு தெருவிலும் குறுக்கும் நெடுக்குமாக சாக்கடைகள் கட்டவும், தெருக்களுக்கு பெயரிடவும், விளக்குகள் அமைக்கவும், பிறப்பு, இறப்புப் பதிவு ஒழுங்காக நடைபெறவும் - ஏற்பாடு செய்தார். மது, சாராயக் கடைகள் வைப்பதற்கு

அனுமதிச் சீட்டு பெறவேண்டும் என்றார். இவரது திட்டப்படி கொத்தவால் துணையுடன் ஒரு போலீஸ் அமைப்பு ஏற்படுத்தப்பட்டது. கொத்தவால் போலீஸ் மேலதிகாரியின் கீழ்ச் சந்தைகளை மேற்பார்வையிடுபவராக ஆக்கப்பட்டார்.

நெடுநாள் வரை, மனைவரி தெருச் சுத்தத்திற்கான தோட்டிவரி- இவற்றை வாங்குவதிலும் பெரிய சிக்கல்கள் இருந்தன. இது சம்பந்தமாக ஆங்கில வாணிபக் கழகத்திற்கு வரி விதிக்கும் அதிகாரம் இல்லாமல் இருந்தது. 1792இல் ஏற்பட்ட பாராளுமன்றச் சட்டம், கழகத்திருக்குச் சென்னை நகர வீடுகளின் சராசரி ஆண்டு வருமானத்தின் மீது நூற்றுக்கு ஐந்து விழுக்காடு வரி விதிக்க அதிகாரம் தந்தது.

போபம் கொடுத்த மேற்சொன்ன திட்டங்கள் சர் ஆர்ச்சு பால்டு காம்பல் காலத்தில்தான் (1708 - 91) அமுலுக்குக் கொண்டு வரப்பட்டன. இவனது ஆட்சியின்போது நகரத்திலும் மாகாணத்திலும் அமைதி நிலவியது; பல நிறுவனங்கள் வளர்ச்சியடைந்தன. காம்பல், சம்பளம் விலைவாசிகள் ஆகியவற்றை நிர்ணயிப்பதற்காக போலீஸ் குழு ஒன்றை ஏற்படுத்தியதோடு, வானிலை ஆராய்ச்சி நிலையம் (Astronomical Observatory) ஒன்றையும் நுங்கம்பாக்கத்தில் அமைத்தான்.

இந்த வானிலை ஆராய்ச்சி ஆராய்ச்சி நிலையம், 1793இல் கழகப் பொறுப்பாளர்களின் அனுமதியின் பேரில் அமைக்கப்பட்டது. ஆர்ச்சு பால்டு ஒரு வானிலை அளவை (Astronomical Survey) எடுப்பதற்காக 1786இல் விஞ்ஞானி ஒருவரை அமர்த்திக் கரையோர இடங்களின் நீள அகல வரைகளைக் (Longitudes and Latitudes) குறிக்கும்படி செய்தான். திரு. கோல்டிங்காம் அவ் விஞ்ஞானிக்குத் துணைபுரிந்தார். அரசாங்க வானிலை ஆராய்ச்சியாளராக இவர் 40 ஆண்டுகள் இருந்து தொண்டுபுரிந்திருக்கிறார். பிறகு, 1857இல் ஒரு நிரந்தர வான்நிலையம் மேற்சொன்ன ஆராய்ச்சி நிலையத்திற்குக் கிழக்கே அமைக்கப்பட்டது. இதுவே சென்னைக்கும் இந்தியாவின் பெரும் பகுதியில் உள்ள இருப்புப் பாதை நிலையங்களுக்கும், பிறவற்றிற்கும் ஒரு நிர்ணய காலத்தைக் (Standard Time) கொடுத்து வந்திருக்கிறது.

1787இல் முன் சொன்ன நிரந்தர போலீஸ் அமைப்பு உருவாகியது. இவ்வமைப்பின் குழுவில் சந்தைகளை மேற்பார்வையிடும் ஒரு கணக்கனும் ஒரு கொத்தவாலும், ஒரு துணைவனும் இருந்தனர். இந்தத் தேதி முதற்கொண்டு நகரத்திற்குத் தற்கால போலீஸ் அமைப்பு ஏற்படத் தொடங்கியது என்று சொல்லலாம்.

இம்மாறுதலோடு தபால் ஊழியத்தையும் (Postal Service) காம்பல் சீர்திருத்தினான். ஐரோப்பிய இராணுவக் குழந்தைகளுக்காக ஓர் அனாதை விடுதியை ஏற்படுத்தினான். அன்றியும், சென்னைக்கு 1786இல் ஒரு தனி மருத்துவத் துறை அமைத்து அதைத் தலைமை மருத்துவக் கலைஞர் (Physician General) கட்டுப்பாட்டின் கீழ்க் கொண்டு வந்தான். இவ்வலுவலாளரே மருத்துவச் சாலைகளின் பொறுப்பாளராகவும் (Director of Hospitals) வேலை பார்த்து வந்தார்.

இதே காலத்தில் சென்னைத் தபால் நிலையம் (Madras Post Office) ஆரம்பிக்கப்பட்டு, அரசாங்கத்தாரால் நடத்தப்பட்டு வந்தது. 100 மைல் செல்லும் எந்தக் கடிதத்திற்கும் ஒரு பணம் தபால் கூலியாகத் தரவேண்டும் என்று விதிக்கப்பட்டது. டாக்டர் ஆன்ட்ரூபெல் (Rev. Dr. Andrew Bell) என்னும் புகழ்பெற்ற ஆசிரியர் தலைமையில் ஒரு தருமப் பள்ளி இராணுவ - ஏனைய ஐரோப்பிய - அனாதைக் குழந்தைகளுக்குக் கல்வி புகட்டுவதற்காக ஏற்படுத்தப்பட்டது.

சென்னைக் கல்வி முறை என்னும் சட்டாம்பிள்ளைக் கல்வி முறையை இவரே தோற்றுவித்தவராவார். இவர், ஆண்கள் அனாதை விடுதியின் கண்காணிப்பாளராகவும் இருந்திருக்கிறார். சென்னைக் கல்லூரி (Madras College) என்னும் ஒரு பள்ளியைச் செயின்டு ஆன்ட்ரு மாதாகோயிலில் அமைத்தவரும் இவரே.

ஆனால், அது நெடுநாள் நிலைக்கவில்லை. இந்த ஆண்கள் அனாதை விடுதி, கோட்டையில் இருந்த தருமப் பள்ளி நிர்வாகிகளால் வளர்ச்சியடைந்தது. பிறகு, இப்பள்ளியில் ஓர் அச்சகம் ஏற்படுத்தப்பட்டது. இவ்வச்சக்தில் அனாதைப் பிள்ளைகள் தொழிற் பயிற்சிபெற வசதியாக இருந்தது. இதில்தான் அரசாங்கம் தனது கெஜட்டை (Gazette) அச்சடித்து வந்தது. இங்கிருந்து 'சென்னை ஆண்கள் அனாதை விடுதிப் பஞ்சாங்கம்' என்னும் வெளியீடு பல ஆண்டுகள் வரை நடத்தப்பட்டு வந்தது. தற்போது இது லாரன்ஸ் விடுதி அச்சகப் பஞ்சாங்கம் (Lawrence: Asylum Press Almanac) என்று அழைக்கப்பட்டு வருகிறது.

தற்போதைய எழுமூர் இருப்புப் பாதை நிலையம் உள்ள இடத்தில் இந்த ஆண்கள் அனாதை விடுதி இருந்தது. இதே சமயத்தில் பெண்கள் அனாதை விடுதி ஒன்று 1787இல் திருமதி காம்பெல் (Lady Campell) முயற்சியால் தொடங்கப்பட்டு, தனிப்பட்டவர் தருமத்தால் நடந்துவந்தது. நூறாண்டுகளுக்கு மேல் தனிப்பட இந்நிலையம் இயங்கிய பிறகு, சென்னையிலுள்ள அனாதை விடுதியுடனும் (Civil Orphan Asylum),

உதகை மண்டலத்திலுள்ள லாரன்ஸ் விடுதியோடும் 20ஆம் நூற்றாண்டின் பின் தொடக்கத்தில் இணைக்கப்பட்டு விட்டது.

இவைகளோடு செடியினத் தோட்டம் (Botanical Garden) ஒன்று, முதன் முதலில் காம்பெல் காலத்தில் டாக்டர் ஆண்டர்சன் ஆலோசனையின் பேரில் அமைக்கப்பட்டது. மேலும் 1793இல் பைத்தியக்கார விடுதி (Lunatic Asylum) ஒன்று புரசையில் எழுந்ததும் இங்கு உணரத்தக்கதாகும்.

காம்பலுக்குப் பிறகு ஆலந்து சகோதரர்களும், இவர்களுக்குப் பிறகு, ஓக்களியும், இவனை அடுத்து ஹோபர்ட்டும் அதிகாரத்திற்கு வந்தனர். ஹோபர்ட்டு காலத்தில் நடந்த முக்கிய நிகழ்ச்சி சென்னை மாகாணத்தின் நீதியாட்சி முறையில் ஏற்பட்ட மாறுதலாகும். ஆங்கிலக் கழகத்திற்கும், நகரமன்றத்திற்கும் (Mayors's Court) நெடுநாளாகப் பிணக்கு இருந்து வந்ததால், இந்தியர்களிடையே உண்டான சிறு சச்சரவுகளைத் தீர்த்து வைக்க ஒரு தனி வழக்குமன்றம் காணவேண்டியதாயிற்று. அப்படிக் கண்ட அம்மன்றத்திற்கு ‘ரிகார்டர் கோர்ட்டு’ என்று பெயர் வைத்தனர்.

சென்னை நகர மன்றமும் இதனுடன் சேர்க்கப்பட்டது. இதற்கு ‘ரிகார்டர்’ என்ற வழக்குப் பதிவாளரே தலைவராக்கப்பட்டார். 1801இல் கோட்டைச் சத்திர மன்றம் கலைக்கப்பட்டு ஒரு புதிய தலைமை நீதிமன்றம் (Supreme Court of Judicature) தோற்றுவிக்கப்பட்டது. இதற்கு சர். தாமஸ் ஸ்டிரேஞ்சு என்ற ரிகார்டரே தலைமை நீதிபதியாக ஆனார். இவருக்குத் துணையாக இரு நீதிபதிகள் பதவியேற்றனர்.

இதற்குப் பின்னர் லார்ட் கிளைவ் ஆட்சியாளனானான். இவன் ஆங்கில ஆட்சி இந்தியாவில் வேரூன்றுவதற்குப் பெரிதும் துணையாக இருந்த ராபர்ட் கிளைவின் மகன் ஆவான். இவன் காலத்தில் (1798 - 1803) நகரத்திலும் மாகாணத்திலும் பல மாறுதல்கள் ஏற்பட்டன. பிளாஸி வெற்றிக்குப் பின்பும், மைசூர் திப்பு சுல்தான் வீழ்ச்சிக்குப் பின்பும் ஆங்கிலேயரைத் தட்டிக் கேட்பவர் தென்னிந்தியாவில் எவரும் இல்லாமற் ஆகவே, தஞ்சாவூர் ராஜ்யமும், கர்னாடகமும் போயினர். 1801இல் ஆங்கில ஆட்சியுடன் இணைக்கப்பட்டன.

இத்துடன் மைசூர் ராஜ்யத்திலிருந்து 1792 முதல் 1799 வரை ஆங்கிலேயருக்குக் கிடைத்த புதிய பகுதிகளைச் சேர்த்து சென்னை மாகாணம் ஏறக்குறைய தற்போதைய அளவுக்கு வந்தது. இதில், ஆங்கிலேயரிடம் சிக்கிய பழைய பகுதிகளான வட சர்க்கார் பிராந்தியங்களும், ஜாகிர் அல்லு செங்கற்பட்டு ஜில்லா என்று சொல்லப்படும் பகுதியும் உள்ளடக்கியிருந்தன.

தலைமை நீதிமன்றம் கிளைவ் ஆட்சியில் ஒழுங்காக ஏற்பட்டதோடு, கோகிரேன் வெட்டப்பட்டது. இக்கால்வாய் பேசில் கோகிரேன் (Basil Cochrane) என்பவரால் வடக்கு ஆற்றை எண்ணூர் வரை விரிவுபடுத்தி போக்குவரத்து வசதிக்காக ஆழமாக வெட்டப்பட்டது. இது கிளைவ் காலத்தில் தோன்றியதால், நீண்டகாலமாகக் கிளைவ் கால்வாய் என்று அழைக்கப்பட்டு வந்தது. பக்கிங்காம் ஆலை உள்ள இடத்திற்கு அருகிலுள்ள நெடும்பாறை கிராமம் கிளைவ் பேட்டை என்று பெயரிடப்பட்டிருப்பதும் இங்குக் குறிப்பிடத்தக்கதாகும்.

இதே காலத்தில் புதிய அரசாங்க மாளிகையின் பக்கத்தில் விருந்து மண்டபம் (Banqueting Hall) ஒன்று ஸ்ரீரங்கப்பட்டண வெற்றிக்கு அறிகுறியாகக் கட்டப்பட்டது. இது கிரேக்கக் கோயில் அமைப்பை ஒட்டி கோல்டிங்ஹாமாம் எழுப்பப்பட்டதாகும். இம்மண்டபம் 120 அடி நீளமும் 65 அடி அகலமும் 40 அடி உயரமும் கொண்டது. மேலே சொன்ன கிளைவ் பேரால் படைத்தளம் (Battery) ஒன்றும் வடக்குக் கடற்கரை வீதியில் இன்றும் உள்ளது.

இங்ஙனமாக 19ஆம் நூற்றாண்டின் தொடக்கத்தில் சென்னை நகர் தற்காலத்திய அமைப்பைப் பெற்றது. இதனை அடுத்து சென்னை மாகாணம் ஏற்பட்டதிலிருந்து நகர வளர்ச்சியில் புதியதோர் கட்டம் துவங்கியது. மாகாண விரிவினால் உண்டான நிர்வாகப் பிரச்சினைகளால் நகராட்சிப் பொறுப்பு இக்காலத்திலிருந்து ஆங்கிலக் கழத்திற்குக் குறைந்தது என்று சொல்லலாம்.

கிளைவுக்குப் பின்வந்த வில்லியம் பெண்டிக் காலத்திலேயே 1860இல் வேலூரில் ஆங்கிலக் கழகத்தை எதிர்த்துச் சிப்பாய்க் கிளர்ச்சி ஒன்று நிகழ்ந்தது. இந்தக் கிளர்ச்சியே இந்திய உரிமைப் போருக்கு வித்திட்டது என்று கூறலாம். இதற்குப் பிற்பட்டுதான் இந்தியச் சிப்பாய்க் கலகம் நடந்தது என்பதை இங்கு நினைவுபடுத்துகிறோம்.

வேலூர்க் கிளர்ச்சி அடக்கப்பட்ட பின்னர், ஆட்சியாளனுக்கும் தலைமை நீதிமன்ற நீதிபதி ஒருவருக்கும் சென்னையில் நிறுவப்பட்ட ஒழுங்கான போலீஸ் (நகர்க்காவல்) அமைப்புச் சம்பந்தமாகப் பெரும் பூசல் உண்டாயிற்று. இவனுடைய கடைசிக் காலத்தில் வெள்ளையதிகாரிகள் ஒன்று சேர்ந்து ஒரு கலகம் செய்தனர். இதற்கு வெள்ளையர் கலகம் (White Mutiny) என்று பெயர். ஆனால் இது ஜார்ஜ் பார்லோ காலத்தில்தான் அடக்கப்பட்டது.

அதிகப்படியாகச் செலவு செய்து கடனாளியான கர்நாடக நவாப்பு

மகம்மதலி இச்சமயத்தில் இறந்துபடவே, அவனது மகன் உமாதுல் உமாரா பட்டத்துக்கு வந்தான். தந்தையார் கடனைத் தீர்க்க முடியாமல் இவனும் இறந்துவிடவே, 1801இல் பதவியேற்ற இவனது மகன் தன் குடும்பக் கடனைத் தீர்க்க தன்னுடைய அரசு முழுவதையும் ஆங்கிலேயர்க்குக் கொடுக்க வேண்டியவனானான். இற்குப் பதிலாக ஆங்கிலேயர்கள் ஆண்டுக்கு 12 லட்சம் ரூபாய் கொடுத்து மேற்படி கர்நாடகக் கடனைத் தீர்க்க ஒப்புக்கொண்டார்கள். இது சம்பந்தமாகப் பிறகு பல ஊழல் ஏற்பட்டு ஆட்சியாளன் பார்லோவிற்குக் கெட்ட பெயரும் வந்து சேர்ந்தது.

பார்லோவிற்குப் பிறகு ஆபர் கிராம்பியும் அதற்குப் பிறகு, ஹக் எலியட்டும் அதிகாரத்திற்கு வந்தார்கள். இந்த எலியட் மகன் பெயரில் அடையாற்றில் ஒரு கடற்கரையும் (Elliots's Beach) ஒரு சாலையும் (Edward Elliot's Road.) இன்றும் உள்ளன.

1814இல் சர் தாமஸ் மன்றோ தலைமையில் அமைக்கப்பட்ட சட்ட தீர்த்திருத்தக் குழு (Judicial Commission) சமர்ப்பித்த ஆட்சிமுறை மாற்றங்களை ஏற்றுக்கொள்ள மேற்படி எலியட் தயங்கினான் என்றாலும், இவை பின்பு ஏற்றுக்கொள்ளப்பட்டன. இம்மாற்றங்கள் புதுச்சட்டம் (New Regulations) என்று அழைக்கப்படுகிறது. இதன்படி நீதிபதிகள்கீழ் இருந்த நகர்க்காவலும் (போலீஸ்), மாவட்டத் தண்டனை அதிகாரியின் (Dt. Magistrate) நடவடிக்கைகளும் மாவட்ட ஆட்சியதிகாரி (Collector) கைக்கு மாற்றப்பட்டன. இவ்வதிகாரிகள் மரபு வழியாக வரும் கிராம ஊழியர்களை (பெத்த நாயகன், தலையாரி போன்றவர்களை) ஊர்க்காவலில் நியமித்தனர்; கிராமத் தலைவனுக்குச் சில்லறை வழக்குகளைத் தீர்க்க அதிகாரம் அளித்தனர்; இந்திய நீதியதிகாரிகளின் சக்தியை மிகுப்படுத்தி, நியாய மன்றங்களின் நடைமுறை விதிகளை எளிமைப்படுத்தினார்கள். கிராமங்களில் பஞ்சாயத்துகள் அல்லது ஊர்வாரியங்கள் ஏற்பட அனுமதியளித்தார்கள். இப்புதுச் சட்டத்தால் இதுவரை சிப்பாய்கள் செய்துவந்த கடமைகளைப் போலீஸ் ஏற்றுக்கொள்ள வேண்டியதாயிற்று.

இக்காலத்தில், இதுவரை வழக்கில் இருந்த நட்சத்திர வராகனுக்குப் (Star Pagoda) பதிலாக ரூபாய் நாணயம் மாகாணத்தின் நிரந்தர செலாவாணியாக்கப்பட்டது. ஒரு வராகனுக்கு 3 1/2 ரூபாய்கள், இரண்டணாக்கள், அணாக்கள் எனப்பட்டன. இவை யாவும் வெள்ளியால் ஆனவை. அணாவுக்குப் 12 பைகள் என்கிற வீதத்தில் சிறு செப்புக் காசுகளும் வெளியிடப்பட்டன.

1812ஆம் ஆண்டு ஆங்கில வாணிபக் கழகம் செயின்டு ஜார்ஜ்

கோட்டையில் ஒரு கல்லூரி (The Colege of Fort St. George) நிறுவத் திட்டமிட்டது. இதற்காக அமைக்கப்பட்ட குழுவிற்கான விதிமுறைகள் 1820இல் வகுக்கப்பட்டன. இக்கல்லூரி உருவானதும், அரசாங்க அலுவலர்களுக்கு, மாகாண மொழிகளில் பயிற்சியளித்ததோடு, மொழியாசிரியர் (முன்ஷி) சட்ட அதிகாரிகள் வழக்கறிஞர்கள் ஆகியோரின் கல்வியிலும் அக்கறை காட்டியது.

இதுவல்லாமல், இக்கல்லூரியின் செயற்குழு பழங்கால இந்தியச் சுவடிகளைப் பாதுகாக்க ஒரு நூல் நிலையமும், ஒரு காப்பிடமும் ஏற்படுத்தி நிர்வகித்து வந்தது. இதே காலத்தில், தலைமை நீதிமன்ற உயர் நீதிபதியான சர். தாமஸ் நியூ போல்ட்டால் சென்னை இலக்கியக் கழகம் (The Madras Leterary Society) ஒன்று துவக்கிவைக்கப்பட்டது. இங்கு தான் முதலில் கீழ்த்திசைச் சுவடிகள் (Oriental Manuscripts) திரட்டி வைக்கப்பட்டிருந்தன. இச் சுவடிகளே பின்பு செயின்டு ஜார்ஜ் கல்லூரி நூல் நிலையத்திற்குச் சென்றன.

இந்தச் சமயத்தில் பழஞ் சுவடிகளையும் பழம்பொருள்களையும் திரட்டித் தந்து புகழ்பெற்ற ஓர் அறிஞரைப் பற்றி இங்குத் தெரிந்து கொள்வது நலம் பயக்கும். இவர்தான் காலொனல் மெக்கன்சி என்பவர் ஆவர். இளமையிலேயே கணித அறிவியலில் ஈடுபாடுமிக்க இவர், இந்தியாவில் கணிதத் துறை சம்பந்தமான தகவல்களைச் சேகரிக்க 1782இல் சென்னைக்கு வந்தார். அப்போது தென்னிந்தியாவில் தங்கியிருந்த ஜான்ஸ்டைன் என்கிற செல்வந்தர் இவரை மதுரைக்கு அழைத்தார். இந்த ஜான்ஸ்டனோடும் பல அறிவுமிக்க புலவர்களோடும் மதுரையில் இருந்த போது, இந்நாட்டின் இலக்கியங்களிலும் பழம்பொருள்களிலும் வரலாற்று ஆசிரியர்களுக்கு வேண்டிய பேராதாரங்கள் மண்டிக் கிடப்பதை காலொனல் மெக்கன்சி உய்த்துணர்ந்தார். இவற்றையெல்லாம் சேகரித்து ஒழுங்காக வெளியிட வேண்டும் என்கிற ஆவல் இவருக்குப் பிறந்தது.

இப்பணியில் இவர் 38 ஆண்டுகள் இந்தியாவில் உழைத்தார். 1810இல் இவர் சென்னையின் தலைமை அவையாளராக (Surveyor General of Madras) ஆக்கப்பட்டவுடன், தாம் திரட்டிய பொருள்கள் குறித்துச் சுருக்கமாக ஓர் அறிக்கை வெளியிட எண்ணினார். இதற்குள் அவர் வேறு இடத்திற்கு மாற்றப்பட்டு 1820இல் திடீரென்று இறந்துவிட்டதால், அவரது எண்ணம் நிறைவேறவில்லை.

ஆனால், அவர் திரட்டிய மதிப்பு மிக்க பொருள்கள் யாவும் இந்திய ஆட்சியினரால் வாங்கப்பட்டு, பெரும் பகுதி இங்கிலாந்திற்கு

அனுப்பப்பட்டு விட்டன. அவற்றில் எஞ்சிய திராவிட மொழிகள் சம்பந்தமான சில பெரு நூல்களும், சிறு வெளியீடுகளும் பேராசிரியர் எச்.எம். வில்ஸனால் சென்னை இலக்கியக் கழகத்தில் சேர்க்கப்பட்டன. பிறகு 1828இல் இவையே சென்னைக் கல்லூரி நூல் நிலையத்திற்கு வந்து சேர்ந்தன. தற்போது சென்னைப் பல்கலைக்கழகத்தில் சேர்க்கப்பட்டிருக்கும் பழஞ் சுவடிகளின் தொகுப்பு மெக்கன்ஸியால் திரட்டப்பட்டவையிலிருந்தே பெருகியதாகும்.

பிறகு, 1820 முதல் 1827 வரை சர். தாமஸ் மன்றோ சென்னை ஆளுநராக இருந்தான். இவன் காலத்தில் புதிய மாவட்டங்கள் சென்னையுடன் இணைக்கப்பட்டு, சென்னை - ஆந்திரா பிரிவினைக்கு முன்பு இருந்த மாகாண உருவைப் பெற்றது. புத்தம் புதிய சீர்திருத்தங்கள் மன்றோ தலைமையில் கொண்டுவரப்பட்டன. இவற்றுள் உழவர்க்கும், அரசாங்கத்திற்கும் நேரடியான தொடர்பு ஏற்படுத்தும் 'ரயத்துவாரி முறை' தலைசிறந்தது.

இந்தியர்கள் மீது பெரும் நம்பிக்கை கொண்டு அவர்களை அதிகப்படியாக நிர்வாகத் துறையில் இவன் வேலைக்கு அமர்த்தினான். மேலும் 1828இல் நம் மாகாணத்திலுள்ள நாட்டுப் பள்ளியைப் (Native School) பற்றி ஒரு விசாரணைக் குழுவை ஏற்படுத்தினான். இவ் விசாரணையால் அப்பொழுது இம் மாகாணத்தில் 1,20,00,000க்கு மேற்பட்ட மக்கள் தொகைக்கு 12,500 நாட்டுப் பள்ளிகளே இருந்தன என்று அறிகிறோம். அன்று, கீழ் வகுப்பினர் முழுவதும் கல்வியற்றவர்களாகவும், நிலமுள்ளவர்கள் வணிகர்கள் போன்ற நடுத்தர வகுப்பினர் குறைந்த அளவு கல்வியுள்ளவர்களாகவும் பொதுவாக இந்துக்கள் வர்த்தகப் படிப்பை மட்டும் பெற்றவர்களாகவும் இருந்தனர் என்று உணர முடிகிறது.

போதிய அளவு கல்வி பெற்றவர்களாகப் பார்ப்பனரும் வேறு சில வகுப்பினருமே விளங்கினர். இவர்களில் சிலர் - இலக்கணம், தருக்கம், தத்துவம், கணிதம், சொற்பொழிவு போன்றவற்றில் சிறந்த தேர்ச்சியுடையவர்களாக இருந்தனர். இவர்களது பௌதிக, கணித அறிவுத் தேர்ச்சி ஐரோப்பிய நாட்டுக் கல்வியைக் காட்டிலும் தரத்தில் குறைந்திருந்தது என்றும், ஆனாலும் அவர்கள் மறுமலர்ச்சிக் காலத்திற்கு முன்பு இருந்த எந்தத் தொன்மையான நாட்டினர்க்கோ, ஐரோப்பிய அறிவாளிகளுக்கோ ஆற்றலில் குறைந்தவர்கள் அல்லர் என்றும் குறிக்கப்பட்டுள்ளது.

மேலே சொன்ன 12,500 நாட்டுப் பள்ளிகளில் 750 வேத பாடசாலையாக

இருந்தன. இவை தஞ்சாவூர் மாவட்டத்தில் அதிகமாகக் காணப்பட்டன. இவை போக, எஞ்சியவை ஆரம்பப் பள்ளிகள். இதில் பெற்றோர்களாலும் மாணவர்களாலும் ஆதரிக்கப்பட்டவை பெரும்பாலானவாகும். இங்குச் சொல்லித் தரப்பட்ட கல்வி, நடைமுறைக்கு எந்த விதத்திலும் பயன்படாததாக இருந்தது. மாணவர்கள் கணிதத்தின் பாலபாடத்தை மட்டும் அறிந்திருந்தார்கள். மனப்பாடம் மூலம் கணக்கு வழக்குகளை அவர்கள் உணர்ந்து வந்தனர். நினைவில் வைப்பதற்கு முடியாத விதத்தில் உயர் படிப்புகள் சொல்லித் தரப்பட்டன.

இந்நிலையில் ஆங்கிலக் கல்வி முறையைச் சென்னையில் புகுத்த மன்றோ சில சிபாரிசுகள் செய்தான். இதன்படி மாகாண முக்கிய நகரத்தில் (Presidencey Town) ஓர் ஆசிரியர் பயிற்சி உள்ள இடங்கள் (Collectorate) தோறும் இரண்டு முக்கியப் பள்ளிகளும் ஏற்படுத்தப்பட்டன. கடைசியாகச் சொன்ன இரண்டு பள்ளிகளில் இந்துக்களுக்கு ஒன்றும் மகம்மதியர்க்கு மற்றொன்றுமாக வைக்கப்பட்டன. இதோடு வட்ட ஆட்சியர் (Thasildar) அலுவலகம் உள்ள இடங்களிலெல்லாம் சாதாரணப் பள்ளிகள் (Inferior Schools) அமைக்கப்பட்டன. 'கலெக்டரேட்' பள்ளிகளில் கணிதம், இலக்கணம், பூகோளம் போன்ற கலைகளோடு ஆங்கிலம், தமிழ், தெலுங்கு, அரபு, சம்ஸ்கிருதம் போன்ற மொழிகளும் சொல்லித்தரப்பட்டன.

மன்றோ பொதுக் கல்விப் பயிற்சிக் குழு (Public Instruction Committee) ஒன்றை நியமித்தான். இது பின்னர் கல்லூரிக் குழுவுடன் (College Board) இணைக்கப்பட்டது. மாகாண மக்களின் மொழியைப் பற்றியும், சட்டத்தைக் குறித்தும் இளைய அலுவலர்களுக்குக் (Junior Civil Servants) கல்வி போதித்து அவர்களைப் பரிசோதிப்பது இக்குழுவின் நோக்கமாகும். இந்த இணைக்கப்பட்ட குழுவிற்குப் பொதுக் கல்விக்குழு (Board of Public Instruction) என்று பெயர். பொதுவாக, மாகாணத்தின் கல்வி நிலை பற்றியும், அதனை அவ்வப்போது சீர்திருத்தும் வகை குறித்தும் தனது கருத்தைத் தெரிவிக்க வேண்டியது இதன் கடமையாக இருந்தது.

இங்கு மேற்கொண்ட முதற்படியான வேலை சென்னையில் ஆசிரியர்களுக்காக ஒரு பள்ளியை நிறுவியதாகும். இந்த நிறுவனமே பின்னர் சென்னை உயர்தரப் பள்ளிக்கு வழிகோலியது. இதற்குப் பின்னர், இதுவே மாகாணக் கல்லூரியாக வளர்ச்சியுற்றது. மத்தியப் பள்ளிகளிலும், மாவட்டப் பள்ளிகளிலும் ஆங்கிலம் மூலமாகவும், 'தாசில்தாரி' பள்ளிகளில் தாய்மொழி மூலமாகவும் கல்வி கற்பிக்கப்பட்டது. ஆங்கிலக் கல்வி முறையை இந்தியாவில் முதன் முதலாக நுழைத்ததாலும், கல்வி, சட்டம்

சம்பந்தமான சீர்திருத்தங்களுக்குக் காரணமாக இருந்ததாலும், பிரிட்டிஷ் ஆட்சிக்கால இந்தியாவின் மூன்று பெரிய நிர்வாகிகளில் ஒருவரான சர்.தாமஸ் மன்றோவுக்கு மலைச்சாலையில் ஜலந்து மைதானத்திற்கு மத்தியில் குதிரை மீதிருக்கும் ஒரு சிலை அவன் நினைவுச் சின்னமாக வைக்கப்பட்டுள்ளது.

இதே காலத்தில் நகர வளர்ச்சியைப் பார்ப்போமானால், கோட்டையிலே இருந்த பழங்கோட்டைச் சதுக்கம் 1825இல் அழிக்கப்பட்டது. கோட்டை மாளிகைக்கு இருபுறத்திலும் கட்டிடங்கள் எழுப்பப்பட்டன. இதனால் இவை அரசாங்க அலுவலகத்திற்கு (Secretariat) உதவியாயின. இதற்குக் கிழக்கே மேல் சட்டசபைக் கட்டிடத்தை எழுப்பியதோடு வேறு எந்தப் பெருமாற்றமும் 19ஆம் நூற்றாண்டில் செய்யப்படவில்லை. 1796இல் அகலப்படுத்தப்பட்ட மலைச் சாலையின் இருமருங்கிலும் நிழல்தரும் மரங்கள் நெருக்கமாக வளர்க்கப்பட்டன. இச்சாலை வழியிலுள்ள செயின்டு ஜார்ஜ் மாதாகோயில் (St. George's Cathedral) ரோமர் கட்டிடக் கலை முறையில் 1814இல் கட்டப்பட்டது.

19வது நூற்றாண்டின் துவக்கம் சென்னையில் கிறிஸ்தவ அடியார்களின் பல நடவடிக்கைகளைக் கண்டிருக்கிறது. அப்போது தென்னிந்தியாவில் கல்வி, சமயத் தொண்டு புரிந்து வந்த பிரடிரிக் சுவார்ட்ஸ் என்பவர் இறந்து போனார். அன்றியும் ஆங்கிலப் பட்டாளங்கள் இம்மாகாணத்தில் அதிகப்படவே மத குருமாரும் அதிகரித்தனர். இதேகாலத்தில் ஐரோப்பிய அதிகாரிகளும், வணிகர்களும் தாங்களாகவே திருவல்லிக்கேணி பெருஞ்சாலைக்கும், மயிலாப்பூர் பெரிய குளத்திற்கும் இடையே உள்ள பகுதிகளில் தோட்ட மாளிகைகள் (Garden Houses) கட்டிக்கொண்டு குடியேறினர். இவை, இன்று திருவட்டீசுவரன் பேட்டை, இராயப்பேட்டை, நுங்கம்பாக்கம், தேனாம்பேட்டை போன்ற இடங்களின் உட்பகுதிகளாக இருக்கின்றன.

ஐரோப்பியர், கோட்டைக்கு வெளியே குடியேறி வாழ்ந்ததால் கோட்டை மாதா கோயிலுக்குச் செல்வோர் குறைவுற்றனர். இதனால், கோட்டைக்கு வெளியே பூவிருந்தவல்லி பெருஞ் சாலையிலுள்ள செயின்டு ஆன்ட்ரூ கிர்க்கு 1818-21க்குள் எழுப்பப்பட்டது. இது இந்துஸ்தானத்திலுள்ள கிறிஸ்தவக் கோயில்களில் சிறந்த கட்டிடம் எனப் புகழப்படுகிறது. பிராட்வே வீதியிலுள்ள 'வெஸ்லியன் சாப்ப்'லும், வேப்பேரியிலுள்ள 'செயின்டு மதியாஸ் சர்ச்சும்' இதே காலத்தில் ஏற்பட்ட மாதா கோயில்களாகும்.

மன்றோவிற்குப் பிறகு லூஷிங்டன் அதிகாரத்திற்கு வந்தான். இவனது

ஆட்சியின் போதுதான் மதராஸ் கிளப் 1832இல் துவக்கப்பட்டது. இந்தியாவிலுள்ள ஐரோப்பியர் தங்கும் இடங்களில் இதுவே தலைசிறந்த இடமாகத் திகழ்கின்றது.

இச்சமயத்தில் பள்ளிகளில் தரப்பட்டுவந்த கல்வியின் தரத்தை உயர்த்துவதற்கான தகவலைத் தெரிவிக்குமாறு 1830இல் சென்னை ஆளுநரை ஆங்கிலக் கழகப் பொறுப்பாளர்கள் கேட்டனர். உயர்தர வகுப்புகளில் ஆங்கிலமொழி மூலம் ஐரோப்பிய இலக்கியங்கள், விஞ்ஞானம் முதலியவற்றைப் போதித்து, இந்நாட்டு மக்களின் அறிவையும் பண்பையும் உயர்த்துவதோடு, நாட்டின் நிர்வாகத் துறையில் மேலான நிலைமைக்கு அவர்களைத் தகுதி வாய்ந்தவர்களாகச் செய்யவும் ஆங்கிலேயர் எண்ணினர்.

மேற்கூறிய எண்ணத்தை வெற்றிகரமாக நிறைவேற்ற, சென்னை அரசாங்கத்திற்கும், அதனால் நியமிக்கப்பட்ட பொதுக் கல்வி குழுவிற்கும் இயலவில்லை. 1834க்குப் பிறகே இதுபற்றி மெக்காலேயால் கொண்டுவரப்பட்ட திட்டத்தை ஒட்டி, ஒரு விரிவான முறை வகுக்கப்பட்டது. இதனால் மாகாணத்தில் அதிகப்படியான ஆங்கிலேயப் பள்ளிகள் திறக்கப்பட்டன. 'தாசில்தாரி' பள்ளிகள் அதிகரிக்கப்பட்டன. இவற்றோடு திருத்திய பாடப் புத்தகங்களும் வெளியிடப்பட்டன. இத்தகைய செயல்முறைகளாலும் ஆங்கில மேலிடத்தாரின் குறிக்கோள் ஈடேறவில்லை.

பிறகு, வங்களாக் கல்விக் குழுவின் பார்வைக்கு இத்திட்டம் அனுப்பப்பட்டது. அக்குழுவினர் இத்திட்டத்தை ஆராய்ந்து அனுப்பிய கருத்துரைகளால், சென்னை அரசியலார் 'தாசில்தாரி', கலக்ட்ரேட் பள்ளிகளை மூடிவிட முடிவு செய்தனர். பிறகு, கல்வி சம்பந்தமான எல்லா விவரங்களையும் கவனிப்பதற்காக உள்நாட்டவர் கல்விக்குழு (Native Education Committee) என்ற ஒன்று அமைக்கப்பட்டது. இதில் ஐந்து அதிகாரிகள் இருந்தனர்.

சென்னையின் உட்பகுதிகளில் 4 ஆங்கிலப் பள்ளிகள் தொடங்கவும், ஆசிரியர்களுக்காக ஓர் ஆங்கிலப் பயிற்சிக் கல்லூரி ஏற்படுத்தவும் ஒரு திட்டம் தரும்படி இக் கல்விக் குழுவினரை அரசாங்கம் (ஆட்சிக் கழகம்) கேட்டுக் கொண்டது. இதற்கு இக்குழுவினர் பயிற்சிக் கல்லூரி அமைப்பதற்குத் தகுதிவாய்ந்த இந்திய இளைஞர்கள் எவரும் இல்லை என்றும் பதிலளித்து விட்டனர். ஆனால், ஆரம்பப் பள்ளிகளை உள்ளூர்களில் துவக்கலாம் என்று மட்டும் சிபாரிசு செய்தனர். இச்சிபாரிசு

எலிபின்ஸ்டன் ஆட்சி ஏற்படும் வரையில் அமுலாக்கப்படவே இல்லை.

லார்டு எலிபின்ஸ்டன் 1839 முதல் 42 வரை ஆட்சி செய்தான். 1839 டிசம்பரில் இவன் தனது புகழ்பெற்ற அறிக்கையை வெளியிட்டான். இவ்வறிக்கையில், 1. சென்னையில் இலக்கியம், தத்துவம், விஞ்ஞானம் முதலிய கலைகளைக் கற்றுக் கொடுக்க ஒரு கல்லூரி நிறுவனமோ (Collegiate Insti - tution) பல்கலைக்கழகமோ ஏற்படுத்துதல் 2. மேற்படி பல்கலைக்கழகத்தைச் சார்ந்த ஓர் உயர்தரப் பள்ளியை அமைத்தல் என்ற இரண்டு நோக்கங்கள் கண்டிருந்தன. 'இப்பள்ளியில் ஆங்கிலத்தை திறம்பட எழுதவும் பேசவும், முடிந்த மாணவர்களே சேர்த்துக் கொள்ளப்படுவர். இங்கு ஆங்கில இலக்கியம், தாய்மொழிகள், ஆரம்ப விஞ்ஞானம், தத்துவம் ஆகியவை சொல்லித் தரப்படும்' என்றும் இவ்வறிக்கையில் குறிப்பிடப்பட்டு இருந்தது. இதன்படியே 1841 ஏப்ரலில் 70 பிள்ளைகளுடன் ஓர் உயர்தரப் பள்ளி துவக்கிவைக்கப்பட்டது.

ஆனால், முன்னர்க் குறிப்பிட்ட கல்லூரி 1853 வரை சரியாக அமையவில்லை. உயர்தரப் பள்ளியின் வகுப்புகளில் பாடங்கள் யாவும் ஆங்கிலத்திலேயே சொல்லித்தரப்பட்டன. மாகாணக் கல்வியை மேலும் சீர்திருத்தவும், கல்லூரிகளை மிகுதிப்படுத்தவும் வேண்டி எலிபின்ஸ்டன், சில உள்ளூர்களின் இடையே நல்ல ஆங்கிலப் பள்ளிகளை ஏற்படுத்த முனைந்தான். தனது முனைப்பை அமுலாக்குவதற்கு ஏற்ற விதத்தில், சுதேசக் கல்விக் குழுவாகச் சில காலம் வரை இயங்கிவந்த உள்நாட்டவர் கல்விக் குழுவைப் பல்கலைக்கழகக் குழுவாக (University Board) 1841இல் இவன் மாற்றினான்.

இது 1845-47 வரை கல்விச் சூழவையால் (Council of Education) மறையுண்டு கிடந்தது. இக் கல்விக் குழு (Board of Governors) என மாறியது. இதற்கு மூன்றாண்டுக்குப் பிறகு எல்லாக் கல்வி நடவடிக்கைகளும் பொது கல்வித் துறை (Department of Pubic Instruction) என்னும் புதிய அனுப்பினது பொறுப்பின்கீழ் வந்தது. மேற்கத்திய கல்வி முறையை இம்மாகாணத்தில் பரப்பப் பெரிதும் பாடுபட்ட அரசாங்கத் தலைமை வழக்கறிஞரான ஜார்ஜ் நார்ட்டன் என்பவர் எல்பின்ஸ்டனால் ஏற்படுத்தப்பட்ட பல்கலைக்கழகக் குழுவிற்குத் தலைமை தாங்கினார்.

எலிபின்ஸ்டன் காலத்தில் தான் சென்னையில் கோடை காலத்தைத் தவிர்க்க ஆட்சியாளர் நீலகிரி மலைக்குச் செல்லும் வழக்கம் ஏற்பட்டது. தாமஸ் மன்றோவே இவ்விடத்திற்குச் சென்ற முதல் ஆளுநராவான். உதகை மண்டலத்திற்கு ஆளுநர்கள் (கவர்னர்) செல்வது குறித்து இந்திய

அரசாங்கத்திற்கும் சென்னை அரசாங்கத்திற்கும் கருத்து வேற்றுமை ஏற்பட்டது. மேலிடத்து உத்தரவை மீறி கோடையினின்று இளைப்பாற எலிபின்ஸ்டன் உதகைக்குச் சென்றான். அங்கு 8 மாதங்களுக்கு மேல் தனது பரிவாரங்களுடன் தங்கியிருந்தான். இத்தகராறு 1840 ஜூலைக்குப் பிறகுதான் முடிவுற்றது.

இவனது ஆட்சியில் ஏற்பட்ட மற்றொரு குறிப்பிடத்தக்க நிகழ்ச்சி 1841ஆம் ஆண்டு ஜனவரி 1ஆம் தேதி புதுக் கலங்கரை விளக்கு (Light House) திறந்துவைக்கப்பட்டதாகும். இதற்கு முன்பெல்லாம் கோட்டையில் இருந்த பழைய பண்ட மாற்று மாளிகை (Old Exchange House) மீது மரத்தால் கட்டப்பட்ட கட்டிடத்தில் வைக்கப்பட்டிருந்தது. இப்போது இப்புதிய கலங்கரை விளக்கு தரையிலிருந்து உச்சிவரை கருங்கல் துண்டுகளால் 120 அடி உயரம்வரை கட்டப்பட்ட கட்டிடத்தில் பக்கங்கள் உள்ள கோணவைக்கப்பட்டது. விளக்கு, 12 விளக்குச் சுற்றும்போது வடிவங் கொண்டு விளங்கியது. (Parabolic reflectors) மூலம் வெளிச்சம் பூதக்கண்ணாடி பிரதிபலிக்கப்பட்டதால், ஒளிக்கதிர்கள் மிகுந்த வெளிச்சத்தைத் தந்து மறையும் தன்மையுடயதாக அமைந்தது.

பிற்காலத்தில், புது உயர்தர நீதிமன்றக் கட்டிடத்தின் மீது விளக்குக் கூடுஅமைக்கப்பட்டதால் பழைய விளக்குக் கூட்டின் சிறப்பு குன்றிவிட்டது. ஆனாலும், அது வெறுங் கட்டிடமாக இன்றும் நின்று கொண்டிருப்பதைக் காணலாம். இதே காலத்தில் நாணயசாலை திருத்தியமைக்கப்பட்டு, தற்போது தங்கசாலையின் வடக்குமுனையில் உள்ள நாணய மாளிகை (Mint Buidings) என்கிற இடத்திற்குக் கொண்டுவரப்பபட்டது. 19ஆம் நூற்றாண்டின் தொடக்கத்தில் சென்னை நாணய சாலையானது கோட்டையில் அமைக்கப்பட்டு இந்தியத் தொழிற் கலைஞர்கள் மேற்பார்வையின்கீழ் இருந்து வந்தது. லிங்கிசெட்டி என்பவர் குத்தகை ஒப்பந்தம் மூலம் நாணயங்களை அச்சடித்து வந்தார்.

தற்போதைய தங்கசாலைக் கட்டிடம் உள்ள இடத்திற்கு அருகில் இருந்த வெடிமருந்து சாலையில் (Powder mills) பல தடவை ஆபத்துகள் ஏற்பட்டதால், அதனைக் கறுப்பர் பட்டணச் சுவருக்கு அப்பால் மாற்றிவிட்டு, அவ்விடத்தில் புதிய நாணய சாலை நிறுவ முடிவு செய்யப்பட்டது. இந்த நாணயசாலைக் கட்டிடம் 1807இல் கட்டிமுடிக்கப்பட்டது. எனினும், அது சம்பந்தமான இயந்திரம் செப்பமுடையதாக இல்லாமையால், உலோகங்களை உருக்கவும், தகடாக்கவுங் கூடிய கருவிகள் படிப்படியாகச் சீர்திருத்தப்பட்டன.

ஆங்கில அரசின் உருவைக் கொண்ட புது நாணயங்களை இங்கு அச்சிடுவதற்குச் சிரமமாக இருந்ததால், 1833இல் சென்னையில் இருந்த தங்கசாலையை மூடிவிட்டு, கல்கத்தா நாணயசாலையிலிருந்தே சென்னைக்கு வேண்டிய நாணயங்களை அச்சிட்டு வரத் தீர்மானிக்கப்பட்டது. இதனால் 1836 முதல் 1841 வரை சென்னை நாணய சாலை வேலை செய்யவில்லை. பிற்காலத்தில் இது மீண்டும் திறக்கப்பட்டு நாணயசாலை விவகாரங்கள் மூன்று உத்தியோகஸ்தர்களும் - ஒரு செயலாளரும் கொண்ட குழு ஒன்றால் நிர்வகிக்கப்பட்டு வந்தன.

சிலகாலத்திற்குப் பிறகு வெள்ளியில் ஓரணா நாணயங்கள் வெளியிடுவது கைவிடப்பட்டது. தங்கசாலை குத்தகைக்காரரான லிங்கிசெட்டியின் வகுப்பினர் ‘காசுக்கார செட்டிமார்’ என இன்று அழைக்கப்படுவது இங்கு நினைவுகூரத்தக்கது. இதேசமயத்தில் உத்தியோகத்திற்காகவும், தொழிலுக்காகவும் ஏற்பட்ட நிலையங்களின் முன்னேற்றத்தைச் சிறிது கவனிப்போம்.

முதன் முதலில் பல்கலைக்கழகக் குழுவின் மேற்பார்வையில் இருந்த உயர்தரப் பள்ளியில் இலக்கிய வகுப்போடு மருத்துவம், பொறியியல் சம்பந்தமான கல்வியும் புகட்ட முடிவு செய்யப்பட்டது.

ஹண்டர் என்பவர் தனிப்பட்ட முறையில் 1850இல் தொழிற்பள்ளி (Industrial Art School) ஒன்றை நிறுவினார். ஐந்தாண்டிற்குப் பிறகு இதை அரசாங்கம் ஏற்றுக்கொண்டது. இதுவே பின்பு கலைப் பள்ளியாகவும் கலைத் தொழிற் கல்லூரியாகவும் மாறியிருக்கிறது.

நிலவரித் துறையினர்க்கும் (Revenue Department) பயிற்சியளிக்க 1838இல் அரசாங்க நில அளவைப் பள்ளி (Govt. Survey School) என்ற ஒன்று சேப்பாக்கக் கட்டிடத்தில் துவக்கப்பட்டது. இப்பள்ளி 1859இல் பொறியியல் பள்ளி (Civil Engineering School) என்று அழைக்கப்பட்டு அரசாங்கம் பொதுப்பணித்துறைக்குத் தேவையான பொறியியலாளர் உருவாக உதவி வந்தது. இதற்கு மூன்றாண்டுகளுக்குப் பிறகு இதில் புதுப் பிரிவு ஒன்று ஏற்படுத்தப்பட்டு இது கல்லூரியாக உயர்த்தப்பட்டது. இதுவே சிறிது காலத்திற்கு முன் பரந்துபட்ட இட வசதியுள்ள கிண்டிக்கு மாற்றப்பட்டு, இன்று அரசாங்கப் பொறியியல் கல்லூரியாக விளங்குவதாகும்.

இதே காலத்தில் சென்னை மருத்துவப் பள்ளி (Madras Medical School) என்கிற பெயரில் 1835இல் ஓர் அமைப்புக் காணப்பட்டது. மருத்துவப் பணியில் ஈடுபட விரும்பும் யுரேஷியர் அல்லது ஆங்கிலோ இந்தியர்,

இந்திய இளைஞர்கள் ஆகியவர்களுக்கு மருத்துவ முறையிலும், அறுவை முறையிலும் பயிற்சியளிப்பதே இப்பள்ளியின் ஆரம்ப நோக்கமாகும். ஆனால் 1851இல் பேராசிரியர்கள் இங்கு வேண்டிய அளவிற்குத் தயாராகவே, மருத்துவப் பள்ளியின் பெயர் சென்னை மருத்துவக் கல்லூரி என மாற்றப்பட்டு, மருத்துவக் குழுவின் மேற்பார்வையில் இது இருந்து வந்தது.

இக் கல்லூரிக்கென ஓர் இரசாயன ஆய்வுக் கூடமும், உடலை அறுத்துப் பார்க்க ஓர் அறையும் அமைக்கப்பட்டன. மருத்துவமனைக்கு உதவியாளராகத் தகுதி பெற்ற மாணவர்கள், 1877இல் ஏற்படுத்தப்பட்ட இராயபுரம் மருத்துவ உதவிப் பள்ளிக்கு (Royapuram Auxiliary Medical School) அனுப்பப்பட்டார்கள்.

சென்னையில் ஏற்பட்ட பெரும் பஞ்ச காலத்தில் கீழ்த்தர மருத்துவத் தொண்டர்களுக்குத் தேவை ஏற்பட்டபோது, அக்குறையை நிரப்புவதற்காக இங்கிருந்துதான் இவர்கள் எடுத்துக் கொள்ளப்பட்டார்கள். முன்னரே குறிப்பிட்டுள்ள எலிபின்ஸ்டன் திட்டப்படி ஒரு மத்திய கல்லூரி நிலையம் அல்லது பல்கலைக்கழகம் என்னும் அமைப்பு ஒன்று சென்னை மாகாணத்தில் இப்போது ஏற்படுத்தப்பட்டது. ஸ்காத்லாந்து பல்கலைக்கழகங்களைப் போல இது இரண்டு துறையாகப் பிரிக்கப்பட்டது. அவை: 1. உயர் தரப் பள்ளி: இங்கு ஆங்கில இலக்கியமும் தாய் மொழிகளும், ஆரம்ப விஞ்ஞானம், தத்துவம் ஆகியனவும் கற்றுக் கொடுக்கப்பட்டன. 2. கல்லூரி: உயர்தர இலக்கியம், தத்துவம், விஞ்ஞானம் போன்றவை இங்குச் சொல்லித் தரப்பட்டன. இதற்கு உதவியாக மாகாணத்தின் சிறந்த நகரங்களில் உயர்தரப் பள்ளிகள் (இவை இராஜதானி அல்லது மாகாணப் பள்ளிகள் என்று அழைக்கப்பட்டன) சில தொடங்கிவைக்கப்பட்டன. இவை, உயர்தரப் படிப்பிற்குத் தகுதி பெறும் மாணவர்கள் சென்னைப் பல்கலைக்கழக்தில் சேர்ந்துகொள்ளத் துணைபுரிந்தன.

1841இல் இவ்வுயர் தரப் பள்ளிகளுக்கெனப் பல்கலைக்கழகத்தில் ஒரு தனித்துறை ஏற்படுத்தப்பட்டது. உயர்தரப் பள்ளியில் சேர்த்துக் கொள்வதற்காக மாணவர்களைத் தயார்ப்படுத்தும் பள்ளிகள் (Preparatory Schools) தொடங்கப் பிறகு புதியதாகத் திட்டமிடப்பட்டது. ஓரளவு படித்தவர்கள் உயர் வகுப்புகளுக்குச் செல்வதற்கு மாதம் நான்கு ரூபாய் அதிகப்படியாக ஏற்பட்ட சம்பளம் தடையாயிருந்தது. இதனாலும் இன்னும் சில, காரணங்களாலும் சில ஆண்டுகள் வரை உயர் தரப் பள்ளிகளின் முன்னேற்றம் மிகவும் மெதுவாகவே நடைபெற்று, பின்னர் அதிகப்படியான சம்பளம் சிறிது குறைக்கப்பட்டு வந்தது. பட்டதாரிகள்

அதிகரித்ததாலும், படித்தவர்கள் சிறுகச் சிறுக அதிகரித்ததாலும் உயர் நிலைப்பள்ளி மாணவர்கள் இலக்கியத்திலும் விஞ்ஞானத்திலும் ஆங்கில ஆட்சியாளர் எதிர்பார்த்த அளவிற்குத் தேர்ச்சி பெற்று வந்தார்கள்.

இச்சமயத்தில் உயர்தரக் கல்விக்காகத் தனிப்பட்டவர்களும், பாதிரிமார்களும் செய்த தொண்டுகள் பெரும்பயனை விளைவித்தன என்பதை இங்குக் குறிப்பிட வேண்டும்.

1837இல் ஜான் ஆண்டர்ஸன் என்பவரால் கறுப்பர் பட்டணத்தில் 'ஜெனரல் அஸம்பளி ஸ்கூல்' என்ற பெயரில் ஒரு பள்ளி துவக்கி வைக்கப்பட்டது. இவருக்குப்பின், இது டாக்டர் மில்லர் தலைமையில் நடைபெற்று வந்தது. நாளடைவில் இது வளர்ச்சியுற்று, சென்னைக் கிறிஸ்வக் கல்லூரியாக (Madras Christian College) மாறிற்று. முன்பு சென்னை லிங்க செட்டித் தெருவில் இருந்த கிறிஸ்தவக் கல்லூரி இப்போது தாம்பரத்திற்கும், கிறிஸ்தவ உயர் நிலைப் பள்ளி சேற்றுப்பட்டுக்குமாக மாற்றப்பட்டுள்ளன. மில்லர் சிலை ஒன்று, அவரது கல்வித் தொண்டின் சிறப்பை விளக்கும் முறையில் சென்னை நீதிமன்றக் கட்டிடத்தின் முன் இன்று நிறுத்தப்பட்டுள்ளது.

அடுத்து, பச்சையப்பர் கல்லூரியின் வளர்ச்சியைக் கவனிப்போம். பச்சையப்ப முதலியார் 18ஆம் நூற்றாண்டில் சென்னையில் வாழ்ந்து, துவிபாஷியாக இருந்து பெரும் பொருள் திரட்டிய வணிகர் ஆவார். இவர் விட்டுச் சென்ற திரண்ட செல்வத்தைக் கல்விக்குப் பயன்படுத்தும்படி செய்தவர் நார்ட்டன் துரைமகனாராவர். பச்சையப்பரின் தருமச் சொத்திலிருந்து இந்து சமூகத்திலுள்ள ஏழை மாணவர்களுக்கு இலவசக் கல்வியும் அரசாங்க உயர்தரப் பள்ளியில் படிப்பவர்களுக்கு உணவு வசதியும் அளிக்கவே முதலில் திட்டமிடப்பட்டது.

ஆனால், நாளடைவில் பச்சையப்பர் அறநிலையம் வளர்ச்சி பெற்றது. இதன் முதல் பொறுப்பாளர் (டிரஸ்ட்) கூட்டம் தலைமை நீதிமன்றத் தீர்ப்புக்கிணங்க 1841 அக்டோபர் 1ஆம் தேதி நடைபெற்றது. அன்று, அதன் பொறுப்பாளர்கள் 300 பிள்ளைகள் படிக்க வசதியுள்ள இடமொன்றைக் கறுப்பர் பட்டணத்திலுள்ள போபம் பிராட்வேயிலோ, ஆர்மினியர் தெருவிலோ வாடகைக்கோ சொந்தமாகவோ வாங்கத் திட்டமிட்டனர். பிறகு, பல்கலைக்கழகத் தலைவரின் ஒத்துழைப்புடன் பிராட்வேயில் பச்சையப்பர் மாணவர் தயாரிப்புப் பள்ளி (Pachayapp's Native Preparatory School) என்ற ஒரு பள்ளி முதலில் தோற்றுவிக்கப்பட்டது. இப்பள்ளியே பின்னர் கல்லூரியாக வளர்ச்சியடைந்தது. தற்போது சீனக் கடைத்

தெருவிலுள்ள பச்சையப்பர் மண்டபம் 1850இல் கட்டப்பட்டதேயாகும். இப்போது பச்சையப்பர் கல்லூரி சேற்றுப்பட்டிலும், பள்ளிக்கூடம் முன்னர் சொன்ன தெருவிலும் நடைபெற்று வருகின்றன.

இவைகளோடு ஆளுநர் ஆட்சியில் ஏற்பட்ட மற்றொரு அரசியல் மாறுதலையும் இங்குக் குறிப்பிட வேண்டும். 1885இல் கர்நாடக நவாப்பின் வழிவந்த குலாம் மகம்மது இறந்துவிடவே, ஆங்கிலக் கழகம் நவாப்புப் பட்டத்தை நீக்கிவிட்டு, அவனது அடுத்த வாரிசுக்கு ஓய்வுச் சம்பளம் கொடுக்க முடிவு செய்தது. இதன் காரணமாக, நவாப்பிடம் இருந்த இராணுவப் படைகள் கலைக்கப்பட்டன.

நவாப்பு வைத்திருந்த சேப்பாக்கம் அரண்மனைக் கட்டிடங்கள் யாவும் பொது ஏலத்திற்குக் கொண்டு வரப்பட்டு அவைகளை ஆங்கில ஆட்சியினரே எடுத்துக் கொண்டனர். இதற்குப் பிறகுதான் சேப்பாக்கம் அரண்மனை நிலவரித் துறைக்காகவும் (Revenue Department), பொதுப்பணித்துறைச் செயலகத்திற்காகவும் (P.W.D.Secretariat) பயன்படுத்திக் கொள்ளப்பட்டது. அதன் மேற்குப் பக்கத்திலுள்ள நிலம் விளையாட்டு மைதானங்களுக்காக ஒதுக்கப்பட்டது. இதற்குக் கிழக்குப் பக்கத்திலுள்ள பகுதியைக் கொண்டுதான் அரசாங்க மாளிகையின் சுற்றுப்புறம் விரிவுபடுத்தப்பட்டது. தற்போது மாகாணக் கல்லூரித் தலைவரின் விடுதியாக உள்ள பகுதியே முன்பு நவாப்பின் நீதின்றம் இருந்த இடமாகும்.

இந்திய வரலாற்றிலே 1857ஆம் ஆண்டு சிறப்பிடம் பெற்ற ஒன்றாகும். இந்த ஆண்டில்தான் இந்தியாவின் உரிமைப் போர் இந்தியச் சிப்பாய்க் கிளர்ச்சி (Indian Sepoy Mutiny) மூலம் முழுமையாகத் தொடங்குகிறது என்று சொல்லலாம். அன்று, இந்திய அரசர்களின் உரிமைகள் சிறுகச் சிறுக ஆங்கிலேய வணிக ஆட்சியால் பறிக்கப்பட்டு வந்தன.

ஆங்கிலச் சிப்பாய்களுக்கு எந்த விதத்திலும் குறையாத அளவிற்கு இந்தியப் படையினர் பாடுபட்டும்கூட, அவர்களைக் கேவலமாகவே ஆங்கில ஆட்சியினர் நடத்திவந்தனர். அப்பொழுது ஆங்கில ஆட்சியில் அதிகாரிகள் மக்களைச் சிறிதும் பொருட்படுத்தாமல் துரைத்தனம் செய்து வந்தனர். அன்றியும், அவர்களது ஆட்சியில் லஞ்சமும் ஊழலும் மலிந்துவந்தன.

இதற்குச் சான்றாகப் பல கூறலாமென்றாலும், பானைச் சோற்றுக்கு ஒரு சோறு பதம் என்பதுபோல, இங்கிலாந்திலிருந்து வெறுங்கையோடு வந்த அடங்காபிடாரி ராபர்ட் கிளைவ், இங்குப் பதவியில் படிப்படியாக

உயர்ந்து ஆளுநர் தலைவனாகித் தனது தாயகம் செல்லும்போது, திரண்ட செல்வத்துடன் பல மானியங்களுக்குச் சொந்தக்காரனாகத் திரும்பியதைக் கூறலாம்.

இத்தகைய சூழ்நிலையை நன்கு பயன்படுத்திக் கொண்டு ஆங்கிலேயரை இந்தியாவைவிட்டே வெளியேற்றிவிட இந்தியச் சிப்பாய்களும், நாடிழந்த அரசர்களும் முயன்றனர். இவர்களது முயற்சி பெரும் கிளர்ச்சியாக உருவெடுத்து இந்தியாவையே, ஏன், இங்கிலாந்தையுங்கூட ஓர் உலுக்கு உலுக்கி விட்டது. ஆனால், இந்தக் கிளர்ச்சியின் கொந்தளிப்பு சென்னை மாகாணத்தில் அவ்வளவாக எதிரொலிக்கவில்லை என்றே சொல்ல வேண்டும்.

இக்கிளர்ச்சியை ஆங்கிலேயர் மிகுந்த சிரமத்துடன் சீக்கியர் போன்றவர்களின் துணை கொண்டு, அடக்கிவிட்டார்கள். என்றாலும், பொதுவாக இந்திய மக்களுக்கு ஆங்கில வாணிபக் கழகத்தின் மீது வெறுப்புணர்ச்சி வளர்ந்து கொண்டே வந்தது. இதனை உணர்ந்துகொண்ட விக்டோரியா பேரரசி இந்தியாவில் ஆங்கில வாணிப் கழக ஆட்சியை ஒழித்துவிட்டுத் தனது பிரதிநிதிகள் மூலம் நேரடியாக ஆளத் தொடங்கினாள். விக்டோரியா வெளியிட்ட பேரறிக்கைக்குப் பிறகு ஆளுநர் தலைவன் (*Governor General*) பதவி நீக்கப்பட்டு, அரசப்பிரதிநிதி (*Viceroy*) பதவி ஏற்படுத்தப்பட்டது. இவனுக்குக் கீழ் இந்திய மாகாணங்களில் ஆளுநர்கள் (கவர்னர்கள்) துரைத்தனம் புரியத் தொடங்கினர். இதற்கு நேரடியாட்சி (*Direct rule*) என்று பெயர்.

நேரடி ஆட்சி:

இந்நேரடி ஆட்சி 1858ஆம் ஆண்டு தொடங்கி 1947 ஆகஸ்டு 15 ஆம் தேதி வரை நடைபெற்று வந்திருக்கிறது. இக்காலத்தில் சென்னையில் நடந்த நிகழ்ச்சிகளை இனிக் கவனிப்போம்.

எலிபன்ஸ்டனால் 1841இல் உருவாக்கப்பட்ட பல்கலைக்கழகக் குழுவை சர். ஹென்றி பாட்டிஞ்சர் 1852இல் திருத்தியமைத்தான். இதுவரை இயங்கிவந்த உயர்தரப் பள்ளியுடன் கல்லூரிப் பகுதியும், ஆரம்பப் பள்ளி ஒன்றும் இப்போது தொடங்கிவைக்கப்பட்டன. இத்துடன் ஆங்கிலத்திலும் தாய்மொழிகளிலும் ஆசிரியர்கள் பயிற்சி பெற சாதாரண வகுப்பு ஒன்றும் நடத்தப்பட்டன. இச்சந்தர்ப்பச் சட்டம் இந்தியக் கல்வி வரலாற்றிலேயே குறிப்பிடத்தக்க முக்கியம் பெற்றதாகும். இது ஆங்கிலேயப் படிப்பிற்கு இந்தியாவில் ஓர் உரிமைப் பத்திரம் (*It has been described as "The Magna Charta of English Education in India" and* 'as the Intellectual Charter of India' - His of M.) போன்றது என்று சரித்திர ஆசிரியர்களால் சிறப்பிக்கப்படுகின்றது. இச்சட்டத்தின்படி ஏற்பட்ட சீர்திருத்தத்தால் மாவட்டங்களில் தாய்மொழிக் கல்வியும் ஐரோப்பியப் படிப்பும் சீர்திருத்தப்பட்டு பெரும் அளவு பரவின. நாட்டாண்மைக் கல்விக்காகத் தனித்துறை தோற்றுவிக்கப்பட்டது.

சென்னை, வங்காளம், பம்பாய் போன்ற மூன்று மாகாணங்களில் பல்கலைக்கழகங்கள் ஏற்படலாயின. இவைகளுடன் தனிப்படவும் அரசாங்க உதவி பெற்றும் நடைபெற்றுவந்த கல்வி நிலையங்கள் ஒன்று சேர்க்கப்பட்டன. கீழ் வகுப்புகளில் தாய்மொழியும், மேல் வகுப்புகளில் ஆங்கிலமும் போதனை மொழியாக்கப்பட்டன.

இப்போது, பொதுக் கல்வித் துறைக்காகப் பொறுப்பாளர் பதவி (Directof -ship) ஒன்று ஏற்படுத்தப்பட்டது இதனை ஏ.ஜே. அர்பத்நாட் என்பவர் முதலில் ஏற்றார். இவர் பின்னர் சென்னையின் ஆட்சியாளராகவும், கல்கத்தா, சென்னை ஆகிய பல்கலைக்கழகங்களின் துணை வேந்தராகவும் பதவி வகித்துள்ளார். இவற்றோடு பல நூல்களின் ஆசிரியருமாவார். இவர் 1875-86க்குள் சென்னை மாகாணக் கல்லூரியில் சட்டப் பிரிவைத் தொடங்கி வைத்தும், பல்கலைக்கழகத்தைத் திருத்தியமைத்தும், ஆசிரியர் பயிற்சிப் பள்ளி ஒன்றை ஏற்படுத்தியும் உள்ளார்.

இதற்குப் பின்னர், 1857இல் இந்திய சட்டசபையில் நிறைவேறிய சட்டத்தின்படி சென்னைப் பல்கலைக்கழகம் நிறுவப்பட்டது. இதைப் பரிபாலிக்க ஓர் ஆட்சியவையும் (Senate), கலை சட்டம் மருத்துவம் பொறியியல் ஆகிய படிப்புக்காக நான்குப் பிரிவுகளும் இப்போது ஏற்படுத்தப்பட்டன. முதன் முதலில் நுழைவுத் தேர்வு அல்லது மெட்டிரிக் பரீட்சை (The First Entrance or Matriculation Examination) 1857ஆம் ஆண்டு செப்டம்பர் மாதத்தில் நடைபெற்றது. இதன் பிறகு 1863-64க்கும் இடையில் கலையில் (Arts) மெட்டிரிக்குக்கும் பி.ஏ.வுக்கும் சேர்த்தாற்போல் தேர்வு நடத்தப்பட்டது. மெட்டிரிக் படிப்பிற்குப் பின்பு ஓராண்டு படித்துத் தேர்ந்தவர்கள் எஃப்.ஏ. பரீட்சைக்குத் தகுதியானவர்களாகக் கருதப்பட்டார்கள். அக்காலத்தில் பி.ஏ. பரீட்சைக்கைக்கு மூன்றாண்டுகள் படிக்க வேண்டியிருந்தது. சில ஆண்டுகள் கழிந்தபின் மெட்ரிக்குக்கும் எஃப்.ஏ.வுக்கும் இடையேயுள்ள காலம் இரண்டாக்கப்பட்டது. ஆகவேதான், "1869இல் மெட்ரிக்கில் தேர்வானவர்கள் 1871இல்தான் எஃப்.ஏ. தேர்வுக்குப் போகமுடியும்" என்னும் நிலை ("Those Who matriculated in 1869 could go for the F.A.

Examination only in 1871") உருவானது.

இலக்கியம் விஞ்ஞானம், கலை போன்ற பல திறப்பட்ட துறைகளில் ஈடுபாடுள்ளவர்களுக்குத் தேர்தல் வைத்து, தேர்ச்சி பெற்றவர்களுக்கு அவரவர் திறமைக்கேற்ப பட்டமளிக்க வேண்டும் என்பதை நோக்கமாகக் கொண்டே சென்னைப் பல்கலைக்கழகம் தோற்றுவிக்கப்பட்டது.

அடுத்து, 1859இல் நிலவரி வசூலில் ஏற்பட்ட குறைகளைக் களைவதற்காக ஜான்புரூஸ் நார்ட்டன் என்பவர் தலைமையின்கீழ் ஒரு விசாரணைக் குழு அமைக்கப்பட்டது. இந்த புரூஸ் - இந்தியர் நலனில் அக்கறை கொண்டவரும், பச்சையப்பர் அறநிலையத்தைத் தோற்றுவிக்க மிகுதியும் பாடுபட்டவருமான ஜான் டேவிட் நார்ட்டனின் மகனாவார். இவரது தகுதியுரையால்தான் சென்னை உயர் நீதிமன்றம் அமைக்க ஏற்பாடு செய்யப்பட்டது.

இதே காலத்தில் கிண்டி அரசாங்க மாளிகை முன்பைவிட, அழகுபடுத்தப்பட்டு, செம்மை செய்யப்பட்டது. சென்னையிலிருந்து பெங்களூருக்கு இராணுவச்சாலை ஒன்றும் போடப்பட்டது.

1859 முதல் 1860 வரை ஆட்சி புரிந்த சார்லஸ் டிரி வேலியன்தான் கறுப்பர் பட்டணத்தின் மேற்குச் சுவரை இடித்து அகல்வெளியாக இருந்த இடத்தை அழகான பூங்காவாக மாற்றினான். இதுவே அந்த நாள் முதல் மக்கள் பூங்கா (People's Park) என்று (இப்பூங்கா 116 ஏக்கர் பரப்புள்ளது) அழைக்கப்பட்டுவருகிறது. குடிநீருக்காக ஆனைக்கவுனிக்கு அருகில் போதிய நீர் நிறைந்த தேக்கம் ஒன்றை இவன் கட்டினான். இத் தேக்கமே, இப்போது பயன்படாவிட்டாலும், டிரிவேலியன் பேசின் (தண்ணீர் தொட்டி) என்று அழைக்கப்பட்டு வருகிறது.

இவனை அடுத்து வந்தவர்களில், வில்லியம் டெனிசன் என்பவன் சட்டசபைகளில் இந்தியர் இடம் பெறுவதையும், மாகாண சட்டசபை ஏற்படுவதையும் வன்மையாக எதிர்த்தவன் ஆவான். இவனது ஆட்சியின் போதுதான், தலைமை நீதிமன்றத்தையும், 'சட்டர்' மன்றத்தையும் (Supreme and Sudder Courts) ஒன்றாக இணைத்துச் சென்னையில் உயர் நீதிமன்றம் (High Court) ஏற்படுத்த திட்டமிடப்பட்டது.

இதற்குப் பிறகு வடக்கு அகல் வெளியில் (எஸ்பிளனெட்) பெரிய பூங்காவின் நடுவில் புதிய உயர் நீதிமன்றக் கட்டிடங்கள் 1889இல் எழுப்பப்பட்டன. இக்கட்டிடங்களில் உயர் நீதிமன்றத்துடன் சிறு வழக்கு மன்றமும் (City Civil Court), இம் மன்றங்களுக்கான அச்சகமும், வழக்கறிஞர்களுக்கான அறைகளும் அமைக்கப்பட்டன.

பெருஞ்செங்கற்களால் கட்டப்பட்ட இக்கட்டிடங்கள் மீது பலவகையான சிறு கோபுரங்கள் (Towers) எழுப்பப்பட்டன. இதில், உயர்ந்த ஒன்றுதான் தற்போதைய விளக்குக் கூடாக (Light House) விளங்குகிறது. இது மேற்சொன்ன கட்டிடங்களுக்கு நடுவே பொருத்தப்பட்டுள்ளது. (இவ்விளக்குக் கூண்டில் 18 ஆயிரம் மெழுகுவர்த்திகள் வெளிச்சம் தரக்கூடிய விளக்குப் பொருத்தப்பட்டுள்ளது. இவ்வெளிச்சம் 20 மைல் தூரம் வரை தெரியும்.) இதற்கு 50 ஆண்டுகளுக்கு முன்புவரை, பயன்பட்டுவந்த கருங்கற்களாலான பழைய விளக்குக் கம்பம் நீதிமன்றப் பூங்காவின் வடக்கில் நின்று கொண்டிருக்கிறது. புது விளக்குக்குக் கீழே சர்.தி.முத்துசாமி ஐயரின் உருவம் சலவைக்கல்லில் சமைக்கப்பட்டுள்ளது.

அடுத்த ஆட்சியாளனான லார்ட் நேப்பியர் பொது வாழ்விலும், பொதுப்பணித்துறையிலும், பெரியாறு அணைக்கட்டு போன்ற நீர்ப்பாசன வசதித் திட்டங்களிலும் பெரிதும் ஈடுபாடுடையவனாக இருந்தான். இவனது நினைவின் அறிகுறியாக மலைச்சாலைக்கு அடுத்துள்ள சிந்தாதரிப்பேட்டையில் ‘நேப்பியர் பூங்கா’வும் சென்னை தெற்குக் கடற்கரைச் சாலையில் ‘நேப்பியர் பாலமும்’ ஏற்படுத்தப்பட்டுள்ளன.

நேப்பியருக்குப்பின் வந்த ஹேபர்ட்டு ஆட்சியின்போது 1874இல் வடக்குக் கடற்கரை வீதியின் நடு மய்யத்திலுள்ள தபால் தந்தி அலுவலகக் கட்டிடம் (Post and Telegraph Building) இந்து சார்சானிக் கட்டிட முறையில் துவக்கப்பட்டது. ஆனால் இதைக் கட்டி முடிக்கப் பல ஆண்டுகள் ஆயின.

இதே காலத்தில் அரசாங்கக் கட்டிடக் கலைஞர் ஆர்.எப். ஷிஷோமின் (Chisholm) திட்டப்படி சென்னை மாகாணக் கல்லூரிக் கட்டிடம் இப்போதுள்ள இடத்தில் 1864-65இல் தொடங்கப்பட்டு 1871இல் முடிவுற்றது. பல்கலைக்கழக ஆட்சியவைக் (செனெட்) கட்டிடமும் இவர் தீட்டிய திட்டப்படியே 1874இல் தொடங்கி ஐந்தாண்டிற்குப் பிறகு முடிக்கப்பட்டது. பொதுப்பணித்துறை (P.W.D.) செயலகக் கட்டிடமும் 1864-68க்கும் இடையே எழும்பத் தொடங்கியது. சேப்பாக்க அரண்மனைக்கும், பொதுப் பணித் துறையின் செயலகத்திற்கும் இடையிலுள்ள அழகான கோபுரத்தை அமைத்தவரும் மேற்சொன்ன கட்டிடக் கலைஞரேயாவார்.

இதே நூற்றாண்டில் ஏற்பட்ட ஒரு முக்கிய சீர்திருத்தத்தையும் இங்குக் குறிப்பிட விரும்புகிறோம். சென்னையிலிருந்து ஆற்காட்டுக்கு (வாலாஜா நகருக்கு) இருப்புப் பாதை (Railway Line) அமைக்க வேண்டும் என்று லண்டனில் இருந்த ஒரு கழகம் 1845 ஜூலை 8ஆம் தேதி முடிவு செய்தது.

ஆனால், வேறொரு கழகமே (கம்பெனி) இவ்வேலையில் ஈடுபட்டது.

மேஜர் பியர்ஸ் என்பவன் சென்னையை அடுத்துள்ள பகுதிகளை அளவிட்டு 1851இல் ஒரு திட்டவட்டமான முடிவைத் தெரிவித்தான். இதனால், சென்னையிலிருந்து மின்னல் வரை முதலில் இருப்புப் பாதை அமைக்க முடிவு செய்யப்பட்டது. பிறகு, மின்னல், சோழலிங்க (சோளிங்கபுரத்திலிருந்து பல்லவனேரி (பலமனூர்) வழியாக ஆற்காட்டுக்கும், வேலூருக்கும் ஓர் இருப்புப் பாதை அமைக்க வேண்டும் என்றும், அங்கிருந்து பெங்களூர் வழியாக பெல்லாரிக்கும், பம்பாய்க்கும் பாதை போட வேண்டும் என்றும், ஆம்பூர் வழியாக ஒரு கிளைப் பாதை ஏற்படுத்த வேண்டும் என்றும் பியர்ஸ் திட்டத்தில் கண்டிருந்தது.

1853 ஜூன் 9ஆம் தேதி சென்னையிலிருந்து மின்னலுக்குப் பரிசோதனையாக ஓர் இருப்புப் பாதை அமைக்கப்பட்டது. இதற்கு 5 ஆண்டுகளுக்குப் பின்னர் நாகப்பட்டினத்திலிருந்து திருச்சிராப்பள்ளி வரைக்கும், தற்போதைய தென்னிந்திய இருப்புவழி உள்ளபடி தொடர் வண்டிப்பாதை அமைக்கப்பட்டது.

அக்காலத்தில் சென்னை இருப்புப் பாதைக் கழகத்தின் தலைமை நிலையம் (Railway Company Head-Quarters) சென்னையிலேயே இருந்தது. பாதை அமைக்கும் வேலை முடிவுற்றதும் சென்னையிலிருந்து ஆற்காட்டுக்குப் போகும் வழியில் தொடர்வண்டி (Train) 1856 ஜூலை முதல் ஓடத் தொடங்கியது. பங்களூர் கிளைப்பாதை 8 ஆண்டுகளுக்குப் பின் ஆரம்பமாகியது. அரக்கோணத்திலிருந்து ரெய்ச்சூருக்கு 1871லும் மேட்டுப்பாளையத்திற்கு 1873லும், இருப்புப்பாதை அமைக்கப்பட்டது.

சென்னையிலிருந்து பிரம்பூர் வரை போடப்பட்ட இருப்புப்பாதை 1874இல் முடிவுற்றது. இங்கிருந்து அரக்கோணம் வரை விரிவுபடுத்தப்பட்ட பாதை பஞ்ச நிவாரண வேலையாக 1877இல்தான் நிறைவடைந்தது. 'மதராஸ் ரயில்வே'யின் தலைமை நிலையக் கட்டிடம் இதே காலத்தில் சென்னைக் கடற்கரைக்கு அருகிலுள்ள இராயபுரத்தில் கட்டப்பட்டது.

சென்ட்ரல் நிலையம் ஏற்படுவதற்கு முன்வரை இராயபுரம் நிலையமே பெருஞ் சந்திப்பிடமாக (Junction) இருந்து வந்திருக்கிறது. முன் சொன்ன ஹேபர்ட்டு தனது ஆட்சிக் காலத்தில் கல்வியைப் பெருகச் செய்தான்; சென்னைத் துறைமுகத் திட்டத்தைக் கொண்டுவந்தான். இவனுடைய ஆதரவால்தான் சென்னையில் ஒழுங்கான முறையில் முதல் சாக்கடைத் திட்டம் கொண்டுவரப்பட்டது என்று சொல்லலாம்.

இவனுக்குப் பின் அதிகாரத்திற்கு வந்த ராபின்சன் உதகமண்டலத்தில்

அரசாங்க மாளிகையைக் கட்டுவித்தான். இவனது ஆட்சியின் போதுதான் 1876 முதல் 1877 வரை தென்னிந்தியாவில் கொடும் பஞ்சம் ஏற்பட்டு மறு ஆண்டுவரை நீடித்திருந்தது. இதுவே தாது வருடக் கருப்பு அல்லது பஞ்சம் என்று அழைக்கப்பட்டது. ஆங்கில ஆட்சியில் 1770 முதல் 1906 வரை சுமார் 22 பஞ்சங்கள் ஏற்பட்டிருப்பதாகக் கணக்கிடப்பட்டிருக்கிறது. இதில் மேற்சொன்ன தாது வருடப் பஞ்சம் ஐந்தாவதாகும்.

அப்போது வட ஆற்காடு, பெல்லாரி அதைச் சுற்றியுள்ள பகுதிகள் ஆகியவற்றில் பஞ்சம் வெகு கடுமையாக இருந்தது. செங்கற்பட்டிலும் இதற்குக் குறைவாக இல்லை. பஞ்சநிவாரண வேலை தொடங்குவதற்கு முன்னரே கஞ்சம் ஜில்லாவிலிருந்து 5 லட்சம் அரிசி மூட்டைகளுக்கு மேல் கொண்டுவரப்பட்டன. என்றாலும், 'பசி பசி' என்று கதறியவர்களுக்குச் சிறு உதவியே செய்ய முடிந்தது. மக்கள் தங்கள் 'நிலபுலங்களையும் வீடு வாசல்'களையும் துறந்து பெருவாரியாக நகரத்தில் வந்து குவிந்தார்கள்.

சென்னையில் முக்கிய சமூகத்தினர் பசிக் கொடுமையால் வாடிய ஆயிரக்கணக்கானவர்களுக்கு உண்டி கொடுத்து உதவினர். 'சென்னையில் உணவு கேட்க வேண்டியதுதான் தாமதம், அது தாராளமாகப் படைக்கப்படுகிறது' என்கிற வதந்தி பரவிற்று. 'மலை மலையாக அரிசியும் - ஆறு ஆறாக நெய்யும் சென்னையில் இருக்கின்றன' என்று வடவாற்காட்டில் புனைந்துரையாகக் கூறப்பட்டது. சென்னையிலுள்ள பிரமுகர்கள் 12000 மக்களுக்கு ஒரு வேளை உணவு வீதம் பல நாட்களுக்குப் போட்டார்கள். என்றாலும், சென்னையில் அப்போது காணப்பட்ட கோரக் காட்சி கல்நெஞ்சத்தையும் பிளக்கக் கூடியதாக இருந்ததாம்.

இப் பஞ்சகாலத்தில்தான் பஞ்ச நீப்பு வேலையின் அறிகுறியாகக் கிழக்குக் கரையோரக் கால்வாய் (East Coast Canal) வெட்டப்பட்டது. இதுவே பின்னர் 261 மைல் நீளமுள்ள பக்கிங்காம் கால்வாயாக வளர்ச்சியுற்றது. சென்னை மாகாணத்தின் கிழக்குக் கரையோரமாக வடக்கே பெத்த கஞ்சம் முதல் தெற்கே மரக்காணம் வரை இக்கால்வாய் வெட்டப்பட்டிருக்கிறது. இக்கால்வாய் வெட்டும் வேலை 1801லே துவக்கப்பட்டது. பஞ்சத்திற்கு முன்பு 1876 - 78 வரை இதற்கு ஆன செலவு 5 1/2 லட்சம் ரூபாய் பஞ்ச காலத்தில் 30 லட்சம் ரூபாய் வரை செலவழிக்கப்பட்டது. இதில் சுமார் 22 லட்ச ரூபாய்க்கு வேலை வாங்கிக் கொண்டு கூலி தரப்பட்டது. இதுபோது பக்கிங்காம் ஆலையும் துவக்கப்பட்டது.

19ஆவது நூற்றாண்டின் தொடக்கத்திலேயே கோகிரேன் கால்வாயும்,

தென்கரைக் கால்வாயும் இருந்தன. இதில் முதலில் சொல்லப்பட்டது கூவம் ஆற்றிலிருந்து வடக்குப் பக்கமாக துர்க்கராஜ பட்டினம் வரையிலும், பின்னர் குறிக்கப்பட்டது செங்கற்பட்டு மாவட்டத்திலுள்ள பாப்பஞ்சாவடியிலிருந்து தெற்குப் பக்கமாக பாலாற்றின் முகத்துவாரம் (சதுரங்கபட்டினம்) வரையிலும் இருந்து வருகின்றன.

பிரயாணிகளையும், விறகு, மீன் போன்ற இலேசான பொருள்களையும் ஏற்றிக்கொண்டு படகுகளால் இக் கால்வாய்களில் போக்குவரத்து நடைபெற்று வருகிறது. கோகிரேன் கால்வாயை நாளாவட்டத்தில் வடக்குப் பக்கமாக நீட்டி கிருஷ்ணா ஜில்லாவிலுள்ள பெத்த கஞ்சம் வரை விரிவுபடுத்தியிருக்கிறார்கள். இது இங்கிருந்து கிருஷ்ணா ஆற்றுக்கழிமுகம் வரை பிறகு சேர்க்கப்பட்டிருக்கிறது.

தென்கரைக் கால்வாயும் இம்மாதிரியே தென்னாற்காட்டு ஜில்லாவிலுள்ள மரக்காணம் வரை விரிவுபடுத்தப்பட்டுள்ளது. பக்கிங்காம் ஆட்சிக் காலத்தில் கூவம் முகத்துவாரத்திலிருந்து அடையாறு வரை, சென்னை நகரின் நடுமய்யத்தில் 5 மைல் நீளத்திற்குப் புதியதாக ஒரு கால்வாய் வெட்டப்பட்டது. 1877-78 வரை நடைபெற்ற பஞ்ச ஒழிப்பு வேலையில் இதுவும் ஒன்றாகும். இப் புதிய கால்வாயைத் தெற்கே வெட்டும்போது, அப்பகுதியிலுள்ள உயர் குடியினர் எதிர்த்தனர் என்பதை இங்கே நினைவூட்டுகிறோம்.

சில சமயங்களில் நகரின் மத்தியில் வெட்டப்பட்ட இப்புதிய கால்வாயையும் சேர்த்து தென் கிழக்குக்கரைக் கால்வாய் முழுவதும் பக்கிங்காம் கால்வாய் என்று அழைக்கப்படுகிறது. ஆனால் வடக்குப் பகுதிதான் எப்போதும் பக்கிங்காம் கால்வாய் என்று கூறப்படுகிறது. கோதாவரி கழிமுகத்திற்கும், கிருஷ்ணா ஆற்றுமுகத்திற்கும், பக்கிங்காம் கால்வாய்க்கும் இடையே தற்போது படகுப் போக்குவரத்து நடைபெற்று வருவதால் வழிப்போக்கர்கள் மரக்காணத்திலிருந்து 462 மைல் தொலைவுள்ள காக்கிநாடாவுக்குப் பயணம் செய்ய முடியும். சென்னை நகரில் இக்கால்வாய் வடக்கு ஆற்றுடன் கூவம் ஆற்றில் கலந்து சேப்பாக்கத்தின் இடையே அடையாற்றை அடைகிறது.

இனி, சென்னைத் துறைமுகம் கட்டப்பட்டதைக் கவனிப்போம். சென்னைக் கடற்கரையில் அலைகள் எழும்பி அதிவேகமாகக் கரையை மோதுவதால் கப்பல்கள் கரையோரம் வந்து தங்கி நங்கூரம் பாய்ச்ச முடியாமல் இருந்து வந்தன. இக்குறையைத் தவிர்க்க வேண்டும் என்று முன்பே ஹேஸ்டிங்ஸ் ஒரு திட்டம் கொடுத்திருந்தான். ஆனால்

மேலிடத்தார் அதை ஒத்துக்கொள்ளாமலேயே இதுவரை காலங்கடத்தி வந்தனர். இதற்கு முன்பெல்லாம் 'மசூலா'ப் படகுகள், கட்டுமரங்கள் ஆகியவற்றின் மூலம்தான் பிரயாணிகளையும் சாமான்களையும் கப்பல்களிலிருந்து கொண்டுவரவும் கொண்டுபோகவும் முடிந்தது.

ஆகவே, இத்தொல்லையை நீக்க ஓர் அலைத்தடுப்பு ஏற்பாடு (Screw - Pile Pier) 1862இல் செய்யப்பட்டது. பிறகு 1876இல் 3000லிருந்து 7000 டன்கள் நிறையுள்ள 9 கப்பல்கள் தங்குவதற்கு ஏற்ற வகையில் துறைமுக வேலை தொடங்கப்பட்டது. துறைமுகத்திற்கு இரு கைகள் போலக் கடலில் இரு பக்கமும் சுவர்கள் எழுப்பப்பட்டன. ஆனால் 1881இல் எழுந்த பெரும் புயல் கடல் நீரை உள்ளே புகவிடாமல் தடுத்த சுவரைப் புரட்டித் தள்ளியதோடு 1 1/2 மைல் நீளமுள்ள இருப்புப் பாதையையும், ஒரு சுமைதூக்கியையும் (Crane) அழித்துவிட்டுச் சென்றது. இப்பெருஞ்சேதத்திற்குப் பிறகு, சென்னை அரசாங்கம் துறைமுக வேலையில் மீண்டும் ஈடுபட்டுத் தனது முதல் திட்டப்படியே 1896இல் துறைமுகத்தைக் கட்டி முடித்தது.

துறைமுகத்தின் வாயில் கிழக்குப் பார்த்தாற்போல் 500 அடி அகலமுள்ளதாகத் திறந்திருந்ததனால் புதிய தொல்லை ஒன்று ஏற்பட்டது. தெற்குப் பக்கத்திலிருந்து அலைகளால் அடித்து வரப்பட்ட மணல் திரண்டு வாயிலைத் தூர்க்க ஆரம்பித்தது. ஆகவே, கிழக்கு வாயிலை மூடிவிட்டுத் துறைமுகத்தின் வடகிழக்கு முனையில் ஒரு புதிய வாயிலை ஏற்படுத்த வேண்டியதாயிற்று. இந்தச் செயற்கைத் துறைமுகம் கரையிலிருந்து முப்பக்கம் காங்கிரீட் சுவர் எழுப்பப்பட்டிருப்பதால், இது சதுர வடிவுள்ள 200 ஏக்கர் பரப்புள்ளதாகக் காணப்படுகிறது. வாயிலின் ஆழம், நீர்மட்டம் உயரும்போது சுமார் 37 அடியும், அது தாழும்போது, 34 அடியுமாக இருந்துவருகிறது. சாதாரணமாக நாள்தோறும் எழும் அலைகளின் உயரம் 2 1/2 அடியாகும். துறைமுகத்திற்குள் எத்தகைய அலைகள் அடித்தபோதிலும், இரவிலும் பகலிலும் எவ்வகையான காற்று வீசியபோதிலும் கப்பல்கள் பயமின்றி அமைதியாக வந்து தங்கிப் போக முடியும்.

இதற்கு அடுத்தபடியாகச் சென்னை நகரில் 1871ஆம் ஆண்டு ஒழுங்கான முறையில் முதல் குடிமதிப்பு (Census) எடுக்கப்பட்டது. இந்த ஆண்டிற்கு முன்பெல்லாம் ஐந்தாண்டிற்கு ஒருமுறை தோராயமாக மக்கள் தொகை கணக்கிடப்பட்டுவந்தது. ஆட்சியாளன் டிரிவேலியன்கூட நகரில் 10 லட்சத்திற்குக் குறையாத மக்கள் வாழ்ந்து வந்ததாகக் கணக்கிட்டிருக்கிறான் என்று கூறப்படுகிறது. ஆனால் 1871இல் 3,97,552

பேரே இருந்திருக்கிறார்கள் என்று புள்ளிவிவரம் பேசுகிறது.

பிறகு, 1881-86வரை ஆட்சிபுரிந்த கிரான்ட் டப் (Grant Duff) கோடைக் காலத்தில் கல்கத்தாவைவிட, ஐரோப்பியருக்குச் சென்னை வசதியுள்ள இடமாக இருந்தது என்று குறிப்பிட்டிருக்கிறான். இவன் கல்வி, விஞ்ஞானம் முதலியவற்றின் புரவலனாக இருந்திருக்கிறான். இவன் காலத்தில்தான் மெரீனா கடற்கரைச்சாலை, கூவம் முகத்துவாரத்திலிருந்து தெற்கில் சாந்தோம் வரை நேராகவும், அகலமாகவும், அழகாகவும் அமைக்கப்பட்டது. கரையோரத்தில் பல அழகிய கட்டிடங்கள் எழுப்பப்பட்டன. மெரீனா கடற்கரையோரமாகப் பூச்செடிகள் வளர்க்கப்பட்டு அழகாகத் தோற்றமளித்தன. ஐரோப்பியக் கணவனும் மனைவியும், காதலனும் காதலியும் நெஞ்சோடு நெஞ்சம் கலந்து, கையோடு கைகோத்துச் செல்லும் காதலர் பாதை (Lover's Path) மிகவும் புகழ் பெற்றதாகும். இப்போது ஆயிரக்கணக்கான மக்கள் மாலை நேரத்தில் இதமான காற்றுக்காக இங்கே திரள்கிறார்கள். ஆளுநர் கிரான்ட் டப்பால் மெரீனா மிகவும் பாராட்டப்பட்டுள்ளது.

இந்தியச் சிப்பாய்க் கிளர்ச்சிக்குப்பின் இந்தியர்களில் படித்தவர்களுக்கும் பணக்காரர்களுக்கும் அரசியல்மீது கண்ணோட்டம் செல்லலாயிற்று, சென்னையைப் பொறுத்தவரையில் சென்னை சுதேசிகள் சங்கம் (Native Association) ஒன்று தோற்றுவிக்கப்பட்டது. இது சென்னை மகாஜன சங்கம் ஏற்படுவதற்கு முன்பு இயங்கிவந்த ஒரு சங்கமாகும்.

இதற்குப் பிறகு, 1884இல் சென்னை மகாஜன சபை நிறுவப்பட்டது. இதனையடுத்து, 1884 டிசம்பரில் சென்னை நகரிலே திவான் பகதூர் ரகுநாதராவின் மயிலாப்பூர் மாளிகையில் பதினேழு தேச பக்தர்கள் கூடிக் காங்கிரஸ் என்ற தேசியப் பேரவையை ஆண்டுதோறும் கூட்டிக் கிளர்ச்சி செய்யத் தீர்மானித்தனர். இக்கூட்டத்திற்குப் பற்பல மாகாணங்களிலிருந்து அன்பர்கள் வந்திருந்தனர். ஆகவே, காங்கிரஸ் அரும்பியது சென்னை நகரில்தான் என்பதை நினைவுபடுத்துகிறோம்.

இதற்கு அடுத்த ஆண்டில் இந்திய தேசிய காங்கிரஸின் முதல் மாநாடு பம்பாயில் நடைபெற்றது. இதனைப் பார்த்து மற்ற மாகாணங்கள் தேசிய உணர்ச்சி கொண்டன. இங்ஙனம் காங்கிரஸ் உயிர்ப்புடன் வளரத் தொடங்கிய போது, சென்னையை கிரான்ட் டப்பும் கன்னிமராவும் ஆட்சிபுரிந்து வந்தனர்.

1887இல் இந்திய தேசிய காங்கிரஸின் மூன்றாவது மாநாடு சென்னையில் நடந்தது. அப்பொழுது இராணுவச் சட்டத்தைப் பற்றி

(Arms Act) இங்கு விவாதம் எழுந்தது. இம்மாநாட்டில் சர். டி.மாதவராவ், வீரராகவாச்சாரியார், ஜி.சுப்பிரமணிய ஐயர், பி.ரங்கய்ய நாடு, பி. அனந்தாச் சார்லு போன்ற பிரமுகர்கள் கலந்து கொண்டனர். அன்று வீரராகவாச்சாரியார் தமிழில் காங்கிரஸ் பேரவை குறித்துக் கேள்வியும் பதிலும் (Congress Catechism) என்பது பற்றி ஒரு நூலில் எழுதி 30,000 படிகள்வரை வெளியிட்டார். அம்மாநாட்டிற்குப் பச்சையப்பன் கல்லூரித் தலைவராக இருந்த திரு. ஜான் ஆடம், புகழ்பெற்ற எர்டிலே நார்ட்டன் போன்ற ஐரோப்பியப் பிரதிநிதிகளும் வந்திருந்து சிறப்பித்தனர்.

காங்கிரஸ் உறுப்பினர் என்ற முறையில் அல்லாமல், சிறப்பு வாய்ந்த விருந்தினர் என்கிற முறையில் காங்கிரஸுக்கு வந்திருந்த பிரமுகர்களைக் கன்னிமரா பிரபு அரசாங்க மாளிகைக்கு அழைத்து விருந்தளித்தான் என்பது இங்கு குறிக்கத்தகுந்தது. இதற்கு இரண்டாண்டுகளுக்குப் பிறகுதான், காங்கிரஸின் மீது மத்திய, மாகாண அரசாங்கங்கள் எதிரிடையான நடவடிக்கைகளை மேற்கொண்டன.

இனி, கன்னிமரா (1886-90) ஆட்சியின்போது ஏற்பட்ட மற்றொரு நிகழ்ச்சியைப் பார்ப்போம்.

இப்போது எழுமூர் பொருட்காட்சி நிலையம் (Museum) இருக்குமிடத்தில் முன்பு நிலவரி வசூலிக்கும் அலுவலகமும் (Land Customs Office), மாவட்ட ஆட்சியதிகாரி அலுவலகமும் (Collector's Cutcherry) இருந்தன. பின்னர், அங்குப் பொருட்காட்சிச் சாலையும், நூல் நிலையக் கட்டிடங்களும் கட்டப்பட்டன.

சென்னை இலக்கியக் கழகம் 1851இல் தன்னிடம் இருந்த நிலவியல் பொருள்களை (Geological Specimens) அரசாங்கத்திற்கு உதவியது. இவையும் பிறவுமே தொடக்கத்தில் பொருட்காட்சிக்குரிய பொருள்களாக இருந்தன. முதலில் மாகாணம் முழுவதும் பல உள்ளூர்ப் பொருட்காட்சிகளை (Local - Museums) அமைக்கத் திட்டமிடப்பட்டது. அவைகளுக்கு மத்தியப் பொருட்காட்சி நிலையமாக (Central Museum) சென்னைப் பொருட்காட்சிச் சாலை இருக்குமாறு ஏற்பாடு செய்யப்பட்டது. ஆரம்பத்தில் பல திறப்பட்ட பொருள்கள் சுமார் 30,000 வரை சென்னைப் பொருட்காட்சி நிலையத்தில் சேர்ந்தன. பிறகு இம்மாகாணத்தின் பழங்குடிகளின் பழக்கவழக்கங்களையும், உடை வகைகளையும் கொண்ட பொருள்கள் சேகரித்து வைக்கப்பட்டன.

குட்டி போட்டுப் பால் கொடுக்கும் பிராணிகள் (Mammals), பறவைகள் (Birds), ஊர்வன (Reptiles) போன்றவைகளின் வகைகளும் பழங்காலச்

சிற்பங்களும் பழைய கட்டிடத்தில் இப்போது வைக்கப்பட்டுள்ளன. புதிய கட்டிடத்தில் (கன்னிமரா நூல் நிலையத்திற்குத் தெற்கில் உள்ளது) பலவகை இனத்தினரைப் புலப்படுத்தும் பொருள்களும் (Ethnographical Objects) தென்னிந்தியாவில் பழங்காலத்தில் கையாளப்பட்ட ஆயுதங்களும் - கருவிகளும் திரட்டி வைக்கப்பட்டுள்ளன. தென்னிந்தியாவை ஆண்ட மன்னர்களின் நாணயங்களும், ஆங்கில - ஐரோப்பிய வாணிபக் கழகங்கள் பயன்படுத்திய பழைய நாணயங்களும் இங்குச் சேகரித்து வைக்கப்பட்டுள்ளன.

இப்பொருட்காட்சிச் சாலையுடன் 1885இல் உயிர்க் காட்சிச்சாலை (Zoo) ஒன்றும் ஏற்படுத்தப்பட்டது. இது பின்பு, 'மக்கள் பூங்கா'விற்குக் கொண்டு போகப்பட்டது. இப்பூங்கா 1860 முதல் சென்னை நகராண்மைக் கழகத்தின் கண்காணிப்பில் விடப்பட்டு, அன்று முதல் இன்று வரை அது அவர்கள் மேற்பார்வையிலேயே வளர்ச்சியடைந்து வருகிறது. விக்டோரியா பொது மண்டபம் 1887இல் ரூபாய் 1,79,000 செலவில் கட்டப்பட்டது.

மேலும், பொருட்காட்சிச் சாலைக்கு மேற்பார்வையாளராக இருந்த தர்ஸ்டன் என்பவரால் மாகாணக் கல்லூரிக்கு எதிரிலுள்ள இடத்தில் மீன்காட்சி நிலையம் (Aquarium) ஒன்று அமைக்கப்பட்டது. பலநிறமான மீன்களும், அவற்றின் அரிய வகைகளும் இங்கு வைக்கப்பட்டன. இரண்டாவது உலகப் போரின் போது, இது மூடப்பட்டது. மீண்டும் இதைத் திறந்து வைத்துள்ளார்கள்.

ஏழாண்டுகளுக்குப் பிறகு இந்திய தேசிய காங்கிரஸின் 10ஆவது மாநாடு சென்னையில் நடைபெற்றது. இதற்குத் திரு. பி.ரங்கைய நாயுடு வரவேற்புக் குழு தலைவராக இருந்தார். சென்னை நகராண்மைக் கழகத் தலைவராக இருந்த சர். ஜார்ஜ் மூர் இம்மாநாட்டிற்குப் பெரும் உதவி புரிந்தார்.

மேலும், புகழ்பெற்ற சென்னைப் பிரமுகர்களான பழந்தலைவர்களுடன் ராஜா சர்.சவலை இராமசாமி முதலியார், சி.ஜம்புலிங்க முதலியார், என். சுப்பாராவ் பந்துலு, சர். சி. சங்கரன் நாயர் போன்றவர்களும் வந்திருந்தனர். தென்னாப்பிரிக்க இந்தியர்களின் வாக்குரிமை குறித்து ஒரு தீர்மானம் இங்கு நிறைவேற்றப்பட்டது. இதுபோன்ற தீர்மானம் ஒவ்வொரு காங்கிரஸிலும் தொடர்ந்து வந்ததால், சென்னையில் அதற்குப் 'பிள்ளையார் சுழி' இடப்பட்டது என்கிறார் ஓர் ஆசிரியர்.

வென்லாக் ஆட்சியின் போதுதான் (1891-1901) உயர் நீதிமன்றத்தை

ஒட்டியுள்ள சட்டக்கல்லூரிக் (Law College) கட்டிடம் எழுப்பப்பட்டது. பழைய கறுப்பர் பட்டணத்தின் ஆங்கிலேயர் இடுகாடு இருந்த இடத்தில் இது கட்டப்பட்டிருக்கிறது. கல்லூரியின் பின்புறத்தில் சில நினைவுச் சின்னங்களை இன்றும் காணலாம்.

இவனுக்குப் பின், ஆர்தர் ஹாவ்லக் அதிகாரத்திற்கு வந்தான். இவ்விருவர் ஆட்சியில் 19ஆம் நூற்றாண்டின் இறுதியில் ஏற்பட்ட சில சட்ட மாறுதல்களைத் தவிர, குறிப்பிடத்தக்க நிகழ்ச்சிகள் எதுவும் நடைபெறவில்லை.

இந்த நூற்றாண்டின் மத்தியில் சென்னையிலுள்ளவர்கள் ஒரு சில கிணறுகளிலிருந்தே குடிநீர் கொண்டுவர வேண்டியிருந்தது. மற்ற இடங்களில் தண்ணீர் உப்புக்கரிப்பதாக இருந்ததால், 1886இல் குடத்தலை ஆற்றிலிருந்து தண்ணீர் கொண்டுவரத் திட்டமிடப்பட்டது. இதனால் சென்னைக்கு வட மேற்கே 17 கல் தொலைவிலுள்ள தாமரைப்பாக்கம் என்னும் இடத்தில் ஓர் அணை கட்டினார்கள். கழிவு நீர்ப்பாதைகளை விரிவாக அமைக்கவும் இதே காலத்தில் முடிவு செய்யப்பட்டது.

இத்துடன் இந்நூற்றாண்டின் சென்னை நகர வரலாறு முடிவடைகிறது. அடுத்து, 20ஆம் நூற்றாண்டின் முக்கிய நிகழ்ச்சிகளைப் பார்ப்போம்.

இருபதாம் நூற்றாண்டின் சென்னை முதல் ஆளுநர் ஆம்ப்தில் ஆவான். இவன் ஆட்சியாளனாவதற்கு முன்பு, இந்தியாவின் தலைமை ஆட்சியாளனாகவும், அரசப் பிரதிநிதியாகவும் இருந்திருக்கிறான். இங்கு இவனது ஆட்சியின் போது தான், 1904இல் சென்னை மின்சார டிராம் வண்டி நிறுவனம் (Madras Electric Tram Ways Ltd) ஏற்படுத்தப்பட்டது. முதலில் டிராம் வண்டிக்கு மின்சாரம் பூமிக்கடியிலிருந்து (Conduit System) கிடைத்தது. ஆனால் விரைவில் இம்முறையை விடுவித்து, வண்டிக்கு மேலேயிருந்து கிடைக்கும் நிலை (Over-head lines) ஏற்பட்டது.

இந்த நிறுவனத்தை அடுத்து 1906ஆம் ஆண்டில் சென்னை மின்சார விடுமுதல் அமைப்பு (The Madras Electric Supply Corporation Ltd) தென்னிந்தியாவில் முதன் முதலாகப் பதிவு செய்யப்பட்டது. 1907 ஆகஸ்டு முதல் சென்னை அரசாங்கம் இம்மின்சார நிறுவனத்தை ஏற்றுக் கொள்ளும்வரை பொதுமக்களுக்கு மேற்சொன்ன அமைப்பே மின்சாரத்தை உதவி வந்திருக்கிறது. அன்றியும், சென்னை அரசாங்கத்திற்கும், இருப்புப்பாதை நிலையங்களுக்கும், நகராண்மைக் கழகத்திற்கும், சென்னை டிராம் வண்டிகளுக்கும் வேண்டிய மின்சாரத்தையும் இது உற்பத்தி செய்து அனுப்பிவந்திருக்கிறது.

மின்சாரம் சென்னைக்குக் கிடைப்பதற்கு முன் வரை மண்ணெண்ணெய் விளக்குகளே இங்கு எரிந்து கொண்டிருந்தன. இதற்குப் பின்னரே, மின்சார விளக்குகளும் தொழிற்சாலைகளும் பெருகி, நகரம் வளர முடிந்தது. இதே சமயத்தில் சென்னை அரசாங்கத்தின் சுகாதார மேற்பார்வையாளராக இருந்த கிங் (Col. W.G. King C.I.E.) என்பவரின் பெயரால், சென்னை நகருக்கு 6 மைல் தொலைவிலுள்ள கிண்டியில், கிங் மருத்துவ நிலையம் (The King Institute of Preventive Medicine) ஏற்படுத்தப்பட்டது. இந்நிலையத்தை 1905இல் ஆட்சியாளன் ஆம்ப்தில் பிரபு திறந்து வைத்தான். இங்கு அம்மைப்பால் தயாரிக்கவே முதலில் திட்டமிடப்பட்டது. ஆனால் இந்நிலையம் நாளடைவில் ஓர் ஆய்வுச் சாலையாக (Laboratory) வளர்ச்சியுற்று இந்திய மாகாணங்களிலேயே மிகப் பெரிய மூன்று ஆய்வுச் சாலைகளில் ஒன்றாக இன்று விளங்குகிறது.

1909ஆம் ஆண்டில் சென்னையில் கொண்டுவரப்பட்ட சீர்திருத்தச் சட்டத்திற்கு ஆம்ப்தில் அடிகோலினான். இச்சட்டம் வருவதற்கு முன்பு சென்னை அரசாங்கத்தை நடத்தும் பொறுப்பு ஆட்சியாளனிடமும், மூன்று உறுப்பினர்கள் கொண்ட அவனது அவையினிடமும் (Governor -in-Council) ஒப்படைக்கப்பட்டிருந்தது. இம்மூவரில் இருவர் இந்திய நிர்வாக ஊழியர்களிலிருந்து (I.C.S.) பொறுக்கியெடுக்கப்பட்டனர். மற்றொருவர், சென்னை இராணுவத் தலைமைத் தளகர்த்தர் (Commander-in-Chief of the Madras Army) ஆவர். அப்போது சட்டமன்றத்தில் 8 அரசாங்க உறுப்பினர்களும் 6 உத்தியோகப் பற்றற்ற நியமன உறுப்பினர்களுமாக இருந்தனர். 1892இன் இந்திய சட்டமன்றச் சட்டத்தின்படி (India Council Act of 1892) மேற்சொன்ன அதிகப்படியான உறுப்பினர்கள் தலைமை வழக்கறிஞரைத் (அட்வகேட் ஜெனரல்) தவிர்த்து 20 பேராக அதிகரிக்கப்பட்டனர்.

ஆனால், உத்தியோகப் பற்றுள்ள உறுப்பினரின் பெரும்பான்மை எண்ணிக்கை பழையபடியே இருந்தது. இதனால், சட்டமன்றத்தில் குறுக்குக் கேள்விகள் கேட்டு விவாதிக்கலாமே தவிர, வரவு செலவுத் திட்டத்தின் மீது வாக்களிக்க முடியாது. 1895இல் சென்னைக்கு எனத் தனியாக திரட்டப்படும் இராணுவ முறை எடுபட்டதால், தலைமை அரசாங்கத்தில் நெடுங்காலமாக இருந்துவந்த தலைமைத் தளகர்த்தர் பதவி இத்துடன் மறைந்தது. அரசாங்க நிர்வாகச் சபையில் இப்போது ஆட்சியாளனுடன் இரு உறுப்பினர் மட்டுமே இருந்தனர்.

அடுத்து, 1909இல் ஏற்பட்ட சீர்திருத்தச் சட்டத்தினால், சட்டமன்ற உறுப்பினர்களின் எண்ணிக்கை அதிகப்படுத்தப்பட்டது. சட்டமன்றத்தின்

42 அதிகப்படியான உறுப்பினர்களில் 19 பேர் தேர்ந்தெடுத்து அனுப்பப்பட்டவர்களாக ஆயினர். வெள்ளை அரசாங்கத்தின் வலிமை குறையாமல் இருக்க அமர்த்தப்பட்ட பெரும்பான்மையான அதிகார உறுப்பினர்களின் கூட்டமும் மறைந்தொழிந்தது! இப்போது உறுப்பினர்கள் பொதுமக்களின் நன்மைக்கான சட்டங்கள் குறித்துத் தீர்மானங்கள் கொண்டுவர முடிந்தது; குறுக்குக் கேள்விக்குக் கொடுக்கும் பதில் மீது துணைக் கேள்விகளும் கேட்க முடிந்தது.

ஆம்ப்திலுக்குப் பின் தாமஸ் கிப்ஸன் கார்மைக்கேலும், பெண்ட்லந்தும் ஆட்சியாளரானார்கள். இக்காலத்தில் சென்னைப் பல்கலைக்கழகம் அடைந்த வளர்ச்சியைக் குறித்துச் சொல்வோம்.

1904வரை சென்னைப் பல்கலைக்கழகம் ஒரு தேர்தல் குழுவாகவே இயங்கி வந்தது. 1904இல் பல்கலைக்கழக விசாரணைக் குழுவின் சிபாரிசின் காரணமாக, இந்தியப் பல்கலைக்கழக 8ஆம் சட்டம் இயற்றப்பட்டது. இதனால் பல்கலைக்கழக ஆட்சியவைகளில் கற்றறிவாளர்களின் எண்ணிக்கை அதிகரித்தது.

பல்கலைக்கழகம் கல்லூரிகளைக் கண்காணிக்கவும், மேற்பார்வையிடவும் தன்னோடு இணைத்துக் கொள்ளவுமான அதிகாரத்தைப் பெற்றது. பல்கலைக்கழத்தில் பாடங்கள் நடைபெறவும், ஆராய்ச்சிகள் செய்யவும், இப்போது வசதிகள் உண்டாயின. இந்திய வரலாறு, தொல்பொருள் ஆராய்ச்சி, இந்தியப் பொருளாதாரம் - ஆகிய துறைகளுக்கு இப்போது தனிப் பதவிகள் ஏற்பட்டு அவற்றைக் கற்றறிஞர்கள் ஏற்று நடத்தினர்.

ஆளுநர் பெண்ட்லந்து ஒரு மிதவாதப் போக்குடையவன். 1914இல் சென்னையில் நடைபெற்ற காங்கிரஸின் 29ஆவது மாநாட்டிற்கு இவன் சென்றான். ஆங்கில ஆட்சியின் முதல்வன் ஒருவன் காங்கிரஸ் மாநாட்டிற்கு வருகை தருவது இதுவே முதல் தடவையாகும். இதனால், அம்மாநாட்டில் இருந்த அனைவரும் எழுந்து நின்று கைதட்டி வரவேற்புச் செய்தனர். இவன் ஏழாண்டுக் காலம் இச்சென்னை மாகாணத்தின் ஆளுநராக இருந்து கல்விச் சீர்திருத்தத்தில் பெரிதும் அக்கறை காட்டினான்.

இரட்டையாட்சி:

இவனை அடுத்து வெலிங்டன் அதிகாரத்திற்கு வந்தான். இதற்கு முன்பு இவன் பம்பாய் ஆட்சியாளனாக இருந்து அனுபவம் பெற்றவன். இவனது ஆட்சியின் போதுதான், 1919இல் நிறைவேறிய இந்திய அரசாங்கச்

சட்டப்படி, சென்னை அரசாங்கம் இருதுறையாகப் பிரிக்கப்பட்டது. இராணுவம், சட்டம், வரிவசூல், நியாய விசாரணை முதலியன ஒதுக்கப்பட்ட பகுதி (Reserved half) என்றும், கல்வி, நாட்டாண்மை, சுகாதாரம், கூட்டுறவு முதலியன மாற்றப்பட்ட பகுதி (Transferred Half) என்றும் ஏற்பட்டு இவை இரு பிரிவினரால் நிர்வகிக்கப்படலாயின. ஆட்சியாளனின் நிர்வாக சபை உறுப்பினர்கள் ஒதுக்கப்பட்ட பகுதியையும், சட்டமன்றத்தில் பெரும்பான்மைக் கட்சிக்குப் பொறுப்பான அமைச்சர்கள் மாற்றப்பட்ட பகுதியையும் கவனிக்க வேண்டியதாயிற்று. இந்த முறைக்கு இரட்டையாட்சி (The Scheme of Diarchy) என்று பெயர். இம்முறை 1926 முதல் 1930 வரை இருந்தது. 'ஜஸ்டிஸ்' கட்சியினர் என்று சொல்லப்பட்ட தென்னிந்திய நல உரிமைச் சங்கத்தின் சென்னை மாகாணம் ஆட்சி செய்யப்பட்டது. இச்சங்கம் 1918இல் டாக்டர் டி.எம். நாயர், சர்.பி.தியாகராய செட்டியார் போன்ற காங்கிரஸிலிருந்து பிரிந்த தலைவர்களால் காணப்பட்டதாகும்.

1921இல் கடலூர் சுப்பராயலு ரெட்டியார் தலைமையில் முதலாவது அமைச்சரவை அமைந்தது. 1922இல் பனகல் அரசர் தலைமையில் கே.வி.ரெட்டி, ஏ.பி.பாத்ரோ கூட்டுறவுடன் இரண்டாவது அமைச்சரவை ஏற்பட்டது. 1923இல் பனகல் அரசரின் தலைமையில் ஏ.பி.பாத்ரோவும் டி. சிவஞானம் பிள்ளையும் அமைச்சரானார்கள். 1926இல் டாக்டர் சுப்பராயன் தலைமையில் ஏ.ரங்கநாத முதலியார்; ஆர்.என். ஆரோக்கியசாமி முதலியார் (இவர் இந்திய ரோமன் கத்தோலிக்கர் சென்னையின் முதல் இந்தியக் கிறிஸ்தவ அமைச்சர்) ஆகியோர் அமைச்சரானார்கள். திரு. சுப்பராயன் 1927இல் இங்கு வந்த சைமன் குழுவை ஆதரிக்கவே, முன்னவர் இருவர் விலகிக் கொண்டனர். இவர்கள் இடத்திற்கு எஸ். முத்தையா முதலியாரும் சே. ரத்தினம் அய்யரும் வந்தனர்.

1930இல் ஜஸ்டிஸ் கட்சி தேர்தலில் போட்டியிட்டு, பெரும்பான்மை பெற்றது. முனுசாமி நாயுடு தலைமையில், புதிய அமைச்சரவை அமைந்தது. இவருடன் பி.டி.ராஜனும், குமாரசாமி ரெட்டியாரும் அமைச்சரானார்கள். 1932இல் முனுசாமி நாயுடு விலகிக் கொள்ளவே, பொப்ளி அரசர் தலைமையில் கே.வி.ரெட்டியும், ஆர்.வி. பாலட்டும், எம். சி.ராஜாவும் கொண்ட அமைச்சரவை அமைக்கப்பட்டது.

இரட்டையாட்சியின் போது, சென்னை மாகாணத்திலுள்ள எல்லாச் சமூகத்தினரும், தங்கள் எண்ணிக்கைக்கு ஏற்ற அளவில், கல்வி நிலையங்களிலும் உத்தியோகத் துறையிலும் இடம் பெறுவதற்காக வகுப்புவாரி உரிமை (Communal G O.) கொண்டுவரப்பட்டது. மேலும்,

அப்போது முதலமைச்சராக இருந்த பனகல் அரசரின் பெருமுயற்சியால், 1924இல் இந்திய மருத்துவப் பள்ளி (Indigenous School) ஒன்று அமைக்கப்பட்டது. இப்பள்ளியே பின்னர் கல்லூரியாக உயர்ந்தது.

வெலிங்டன் மேற்சொன்ன இரட்டையாட்சி முறையைச் சென்னையில் புகுத்தி வெற்றிகரமாக நடக்கச் செய்தான். அன்றியும் நகரில் நடைபெற்ற எல்லாவித சமுதாய பண்பாட்டு நடவடிக்கைகளிலும் ஈடுபாடு காட்டினான். இவன் காலத்தில்தான் சென்னையில் தொழிலாளர் இயக்கம் வளரத் தொடங்கியது. இதனை விரும்பாத ஆட்சியாளன், அன்று தொழிலாளர் தலைவர்களாக இருந்த திரு. வி. கலியாணசுந்தர முதலியார், வி. சக்கரை செட்டியார் போன்றவர்களை நாடு கடத்த திட்டமிட்டான். ஆனால், 'ஜஸ்டிஸ்' கட்சியின் தலைவர்களான தியாகராய செட்டியாரும், முதலமைச்சர் பனகல் அரசரும் அத்திட்டத்திற்கு இணங்காததால், வெறும் எச்சரிக்கை மூலம் தன் எண்ணத்தை நிறைவேற்றிக்கொள்ள வேண்டியதாயிற்று!

தனது ஆட்சியில் இவன் காட்டிய உறுதியையும் பிடிவாதத்தையும் கண்டு மக்கள் இவனை 'இரும்புத் தலையன்' என்று அழைக்கலாயினர். பைகாரா மின்சாரத் திட்டமும், மேட்டூர் அணைக்கட்டுத் திட்டமும் இவன் காலத்தில்தான் அமலுக்குக் கொண்டுவரப்பட்டன. இவனது மனைவி திருமதி. வெலிங்டனும் இந்தியர்களுடன் நெருங்கிப் பழகி இம்மாகாணத்தின் முன்னேற்றத்தில் பற்றுள்ளவளாக நடந்து கொண்டாள்!

இதன் பிறகு 1923ஆம் ஆண்டு சென்னைச் சட்டமன்றத்தில் நிறைவேறிய சட்டப்படி சென்னைப் பல்கலைக்கழகம் திருத்தியமைக்கப்பட்டது. இப்போது சென்னைப் பல்கலைக்கழகத்தில் முன்சொன்ன துறைகளோடு தத்துவம், பூகோளம், கணிதம், அரசியல், கீழ்க்கலைக் கல்வி, இசை, இந்திய மொழிகள் போன்ற துறைகளிலும் பாடம் நடைபெற்று வந்தன. இவற்றுடன் உயிர் நூல், செடி நூல், உயிரியல் ரசாயனம் (Bio - Checmistry) ஆகிய விஞ்ஞானத் துறைகளுக்கென மூன்று ஆய்வுக் கூடங்கள் அமைக்கப்பட்டன.

இதற்குப்பின், மொழிவாரிப் பல்கலைக்கழகம் ஏற்படலாயிற்று. 1926இல் தெலுங்கு மொழி பேசும் பகுதிக்காக ஆந்திரப் பல்கலைக்கழகமும் 1929இல் தமிழ் பேசும் பகுதிக்காக அண்ணாமலைப் பல்கலைக்கழகமும் உண்டாயின. பின்னது, செட்டி நாட்டரசர் அண்ணாமலை செட்டியாரின் கொடைச் சிறப்பால் எழுந்ததாகும்.

இப்போது 1929 ஜூலையில் 1905ஆம் ஆண்டின் சென்னைத் துறைமுக

நிர்வாகச்சட்டம் (*Madras Port Trust Act of 1905*) திருத்தியமைக்கப்பட்டது. இதன்படி 14 உறுப்பினர்களும் ஒரு தலைவரும் கொண்ட ஒரு துறைமுக நிர்வாகக் குழு (Port Trust Board) அரசாங்கத்தால் அமைக்கப்பட்டது. இக் குழுவிற்கு அரசாங்கம், சுங்க ஆட்சியதிகாரி ஒருவரையும், மாகாண துறைமுக அதிகாரி ஒருவரையும், சென்னை இருப்புப் பாதை நிலையங்களின் ஆட்சிப் பொறுப்பாளர் இருவரையும் நியமித்து வந்தது.

வெலிங்டனுக்குப் பின், கோஷனும், ஜார்ஜ் ஸ்டான்லியும், எர்ஸ்கினும் முறையே அதிகாரத்திற்கு வந்தனர். 1934இல் ஆளுநர் பதவி தற்காலிகமாகக் காலியான போது, சர்.மகம்மது உஸ்மான் ஆட்சியாளரானார். மீண்டும் 1936இல் இதே மாதிரியான நிலை ஏற்பட்டபோது, சர். கே.வி. ரெட்டி தற்காலிக ஆட்சியாளரானார். இவ்விருவரும் அக்காலத்தில் ஆட்சியாளரின் நிர்வாக சபையில் இருந்த மூத்த உறுப்பினர்களாவர். சென்னை வரலாற்றிலேயே பிரிட்டிஷ் ஆட்சிக் காலத்தில் இவ்விரு இந்தியர் தாம் முதன் முதலாக ஆளுநர் பதவிக்கு நியமிக்கப்பட்டிருக்கிறார்கள்.

அடுத்த ஆட்சிக்கு வந்த ஜார்ஜ் ஸ்டான்லி காலத்தில் இராயபுரத் துணை மருத்துவப் பள்ளிக்கு இருந்த பெயர் எடுக்கப்பட்டு, 1933இல் ஸ்டான்லி மருத்துவக் கல்லூரி என்று மாற்றப்பட்டது. இதற்கு முன்பு 1923லிருந்து பெண்களுக்கெனத் தனியாக இயங்கிவந்த லேடி வில்லிங்டன் மருத்துவப் பள்ளி 1938க்குப் பிறகு ஸ்டான்லி கல்லூரியுடன் ஒன்று சேர்க்கப்பட்டது.

பின்னர், 1937 ஜூலை மாதத்தில் முதன் முறையாகக் காங்கிரஸ் அமைச்சரவை திரு. ச. இராஜ கோபாலாச்சாரியார் தலைமையில் அமைந்தது. (இதில் டி.எஸ்.எஸ்.ராஜன், டி.பிரகாசம், வி.வி.கிரி, ஆர். ராமன் மேனன், யாகூப் அசன், சி.ஜே.வர்க்கீ, எஸ்.ராமநாதன், பி.கோபால் ரெட்டி ஆகியோர் இடம்பெற்றிருந்தனர்.)

இக்காலத்தில்தான், மதுவிலக்கு மசோதா, கடன் நிவாரண மசோதா போன்றவை கொண்டுவரப்பட்டன. மேலும், இந்தி மொழியை இம் மாகாணத்திலுள்ள இளம் பிள்ளைகளுக்குக் கட்டாயமாகக் கற்பிக்க வேண்டும் என்கிற ஒரு திட்டமும் கொண்டுவரப்பட்டது. இந்த இந்தி கட்டாயத் திணிப்பை எதிர்த்துப் பெருங்கிளர்ச்சி எழுந்தது. திரு. ஈ.வே. ராமசாமி அவர்கள் தலைமையில் 1000க்கும் மேற்பட்டவர்கள் சிறை புகுந்தனர். நடராஜன், தாளமுத்து என்னும் இரு தமிழ் இளைஞர்கள் இந்தி எதிர்ப்புப் போராட்டத்தால் சிறையில் மாண்டனர்.

இக்கிளர்ச்சிக்குப் பின்னர் இரண்டாம் உலகப் போர் மூண்டது. அப்போது பிரிட்டிஷார், காங்கிரஸைக் கலக்காமலேயே இந்தியாவைப் போரில் இழுத்துவிட்டனர் என்று குறை கூறப்பட்டு, அமைச்சரவையை விட்டு வெளியேற வேண்டும் என்று காங்கிரஸ் மேலிடத்திலிருந்து கட்டளை பிறந்தது. ஆகவே, சென்னையில் இருந்த காங்கிரஸ் அமைச்சரவை பதவியை விட்டு விலகியது.

பிறகு, ஆளுநரின் ஆலோசனைக் குழுவினர் (Adviser's Regime) இம்மாகாணத்தை ஆட்சி செய்தனர். அவர்கள் இந்தி கட்டாய பாடமாக இருந்ததை விருப்பப் பாடமாக ஆக்கினர். இவர்கள் ஆட்சியின்போது, சென்னை சூளை ஆலையில் (Choolai Mill) தொழிலாளர் வேலை நிறுத்தம் செய்தனர். அந்த ஆலையின் சொந்தக்காரரான குஜராத்திய முதலாளி, தாம் முன்னரே தீர்மானித்திருந்தபடி ஆலையை மூடிவிட்டார். அதனால் எண்ணற்ற தொழிலாளிகள் வேலையின்றித் தவித்தபோது, பக்கிங்காம் ஆலையில் அதிகப்படியான ஆட்கள் தேவையாயிருந்ததால் அங்கே எடுத்துக் கொள்ளப்பட்டனர்.

சென்னை நகர் வரலாற்றிலே பிரஞ்சுப் படையெடுப்பு இரு முறையும், வேறுசில முற்றுகைகளும் நடந்திருக்கின்றன. மற்றபடி எவ்விதமான படையெடுப்போ தீச்செயல்களோ நடைபெற்றதில்லை. ஆனால் முதல் உலகப் போரின் போது, ஜெர்மனியின் எம்டன் குண்டு சென்னையில் 1914இல் வீசப்பட்டது. அன்று ஒரு குண்டு பாரீஸ் முனைக்குத் தெற்கே உயர் நீதிமன்றத்துக்குக் கிழக்கு வேலியின் அருகே விழுந்தது. இந்த நிகழ்ச்சியைக் குறிப்பிடும் கற்பாறைச் சின்னம் மேற்சொன்ன முனையில் பொருத்தப்பட்டிருக்கிறது. மற்றொன்று, இராயபுரத்தில் மண்ணெண்ணெய்த் தொட்டியின் மீது விழுந்து அதை தீப்பற்றிக் கொள்ளச் செய்ததுமின்றி, அங்குக் காவல் புரிந்து கொண்டிருந்த சேவகன் தலையையும் கொய்து விட்டுச் சென்றது.

முதல் உலகப் போரில் பிரிட்டனுக்குச் சென்னை மக்கள் செய்த தொண்டைப் பாராட்டியும், இங்கிருந்து சென்று பல நாடுகளில் போர் புரிந்து வீரமரணம் எய்தியோரின் நினைவுக்கு அறிகுறியாகவும் போர் நினைவு மண்டபம் (Victory Memorial Building) ஒன்று 1936இல் கோட்டைக்குத் தெற்கே எழுப்பப்பட்டது.

இரண்டாம் உலகப் போர்க் காலத்தில் சென்னையில் உணவுப் பண்டங்களுக்கும் விறகு மண்ணெண்ணெய் துணிமணிகள் ஆகிய இன்றியமையாப் பொருள்களுக்கும் பங்கீட்டு முறை (Ration System)

கொண்டுவரப்பட்டது.

எதிரிகளிடமிருந்து சென்னையைப் பாதுகாப்பதற்காக விளக்கு வெளிச்ச மறைப்பு முறை (Block Out) அமுலுக்கு வந்தது. இப்போது விமானப் படையெடுப்பிலிருந்து மக்களைக் காக்க வான வீச்சுத்தடுப்புக் காவலர்கள் (Air Raid Precautioners) அமர்த்தப்பட்டனர். ஆங்காங்கே பதுங்குமிடங்கள் கட்டப்பட்டன. இவ்வளவு தற்காப்புகள் செய்யப்பட்டிருந்துங்கூட, ஜப்பான் விமானம் சென்னையில் திடீரென்று வந்து குண்டு வீசிச் சென்றது. அக்குண்டு வீச்சால் கோட்டையின் மேற்குப் புறத்திலும், 'இந்தியன் பாங்கு'க்கு எதிரிலும் சிறு பள்ளங்கள் ஏற்பட்டனவே தவிர, வேறு சேதம் உண்டாகவில்லை.

இப்போர்க்காலத்தில் கிழக்குப் பகுதியில் பிரிட்டனின் வலிமை குறைவதைக் கண்ட சென்னை மக்கள், தாங்களாகவே திரள் திரளாக உள்ளூர்களுக்குச் சென்று குடியேறினர். அச்சமயத்தில் சென்னைத் தெருக்கள் சந்தடியற்றும், வீடுகள் மூடப்பட்டும் அழகின்றித் தோற்றமளித்தன.

இதற்குப்பின் 1942இல் இந்தியாவிற்கு வந்த கிரிப்ஸ் திட்டம் தோல்வியடைந்தது. இதே ஆண்டில் காந்தியடிகளால் 'வெள்ளையனே வெளியேறு' (Quit India Movement) என்ற இயக்கம் தொடங்கப்பட்டதால், பிரிட்டிஷ் ஆட்சியில் நாடெங்கும் அடக்குமுறை கட்டவிழ்த்து விடப்பட்டது. பிறகு, 1945இல் பிரிட்டிஷ் அமைச்சரவைக் குழு (Cabinet Mission) ஒன்று வந்தும் அரசியல் சிக்கல் தீரவில்லை. இதற்குள் இங்கிலாந்தில் சர்ச்சில் அமைச்சரவை கவிழ்ந்து தொழிற் கட்சியைச் சேர்ந்த அட்லியின் அமைச்சரவை பதிவியேற்றபின், 1946இல் மறுபடியும் ஒரு தூதுக் குழு இந்தியாவிற்கு வந்து 16-05-1946இல் இந்தியாவில் ஓர் இடைக்கால அரசாங்கம் (Interim Government) ஏற்படும்படி செய்தது.

இதனையடுத்து 1947 ஜூன் மாதத்தில் பிரிட்டன் இந்தியாவை விட்டு வெளியேற இசைந்தது. பிறகு, ஆகஸ்ட் 15இல் இந்தியா துண்டாடப்பட்டு பாகிஸ்தான் அமைந்தது. குடியேற்ற நாட்டு உயர்விலிருந்து 1950 ஜனவரி 26ஆம் தேதி முதல் இந்திய நாடு, சுதந்திர ஜனநாயகக் குடியரசாக மலர்ந்தது.

இப்படிப்பட்ட அரசியல் மாற்றச் சமயத்தில் சென்னை மாகாணத்தில் காங்கிரஸ் சார்பில் முதலில் 1946இல் டி.பிரகாசமும், இவருக்குப் பின், ஓமந்தூர் பி. இராமசாமி ரெட்டியாரும், இவர்களைத் தொடர்ந்து குமாரசாமிராஜாவும் முதலமைச்சரானார்கள். இவர்கள்

அமைச்சரவையைக் கண்டபோது, ஆர்தர் ஹோப்பும், ஆர்ச்சுபால்டு நையும் ஆங்கில ஆளுநராக இருந்தனர்.

இந்தியா விடுதலையடைந்தவுடன், "பிரிட்டிஷ் பேரரசில் சூரியன் மறைவதே இல்லை" என்ற பழமொழி பொய்த்துவிட்டது. இதுவரை சென்னைக் கோட்டையைக் காத்துவந்த வெள்ளை இராணுவத்திடமிருந்து இந்தியப் படையினர் இராணுவ நிர்வாகத்தை ஏற்றுக் கொண்டனர். ஏறக்குறைய மூன்று நூற்றாண்டுகளாகச் சென்னைக் கோட்டைக் கொடி மரத்தின் மீது பறந்து கொண்டிருந்த 'யூனியன் ஜாக்' இறக்கப்பட்டது. இங்ஙனமாக முதன் முதலில் சென்னையிலிருந்து விரிந்து பரவிய பிரிட்டிஷ் பேரரசின் ஆதிக்கம் மறைந்தது.

அடுத்து, 1948இல் கிருஷ்ணகுமார் சிங்ஜியும் (பவநகர் ராஜா), 1952இல் ஸ்ரீ பிரகாசாவும் இந்திய ஆளுநராகச் (கவர்னர்) சென்னைக்கு நியமிக்கப்பட்டார்கள். பிறகு, இந்தியாவில் ஏற்பட்ட வயது வந்தோர் வாக்குரிமைத் தேர்தலுக்குப்பின் சென்னை மாகாணத்தில் இரண்டாவது முறையாக ச. இராஜகோபாலாச்சாரியார் முதலமைச்சரானார். இவர் ஏறக்குறைய இரண்டாண்டுக் காலம் ஆட்சி புரிந்து, உணவுக் கட்டுப்பாட்டை ஒழித்து, ஆட்சி நிர்வாகத்தில் காங்கிரஸ் சட்டமன்ற உறுப்பினர்கள் தலையிடுவதைத் தடுத்து மக்களின் பாராட்டுதலைப் பெற்றார். அன்று சட்டமன்றக் காங்கிரஸ் பெருவாரியான எண்ணிக்கை பலம் பெற்றதாக இல்லை. ஆகவே, பொதுநலக் (காமன் வீல்) கட்சியினரைத் தன்னுடன் சேர்த்துக் கொண்டு இவர் ஆட்சி புரியத் தொடங்கினார்.

இவரது ஆட்சியின்போதுதான், ஆந்திர மாகாணம் 1953 அக்டோபர் 1 ஆம் தேதி சென்னை மாகாணத்திலிருந்து தனியாகப் பிரிந்தது. அடுத்து, இவர் ஆரம்பக் கல்வித் திட்டத்தைக் கொண்டு வந்தார். காங்கிரஸ் கட்சியையும், சட்டமன்ற உறுப்பினர்களையும் கலக்காமலேயே இத்திட்டம் கொண்டு வரப்பட்டதாகக் குறை கூறப்பட்டது. மேலும், இதனை எதிர்த்து நாட்டில் பெருங்கிளர்ச்சி எழுந்தது. எதிர்ப்பைக் கண்டு அஞ்சாமல் தமது திட்டமே சரியானது என்று காங்கிரஸ் கட்சிக் கூட்டத்தில் இவர் வலியுறுத்தியமையால், சட்டமன்றக் காங்கிரஸ் தலைமைப் பதவி திரு. கே. காமராஜ நாடாரிடம் சென்றது.

பின்னர் காமராஜரே முதலமைச்சராக இருக்க ஒருப்பட்டார். இவர் ஆட்சிக்கு வந்தவுடனேயே முன்னவரின் ஆரம்பக் கல்வித் திட்டத்தை எடுத்து விட்டார். மக்களில் பெரும்பான்மையோர் விரும்பாத திட்டத்தைக் கைவிட்டதன் மூலம் எதிர்க் கட்சிகளின் பாராட்டுதலைப்

பெற்றார். இதனால் குடியாத்தம் துணைத் தேர்தலில் பிற கட்சியினரின் ஒத்துழைப்புடன் வெற்றி பெற்று ஆட்சி நடத்தினார். மேலும், 60ஆவது காங்கிரஸ் மாநாடு இவரது பெருமுயற்சியால் ஆவடியில் 1955இல் நல்ல முறையில் நடத்தப்பட்டது. சுமார் 5 லட்சத்திற்கு மேற்பட்ட மக்கள் இங்குக் குழுமினர். காங்கிரஸுக்கு அடிகோலிய சென்னையிலேயே அதன் மணிவிழா நடைபெற்றது குறிக்கத்தகுந்த ஒரு நிகழ்ச்சியாகும்.

1957இல் நடைபெற்ற பொதுத் தேர்தலிலும் காங்கிரஸ் கட்சி வெற்றியடைந்து பெரும்பான்மை பலம் பெற்றது. திரு. காமராசர் தலைமையில் அமைச்சரவை அமைந்தது. இப்போது மொழி வழி மாகாணம் திருத்தியமைக்கப்பட்டதன் காரணமாகச் சென்னை மாகாணத்திலிருந்து - மலபார், கேரளாவிற்கும், தென் கன்னடம், மைசூருக்கும் பிரித்துக் கொடுக்கப்பட்டது.

குமரி மாவட்டமும், செங்கோட்டை மாவட்டத்தில் ஒரு பகுதியும் எஞ்சிய சென்னை மாகாணத்திற்குக் கிடைத்தன. தமிழர் எண்ணிக்கை மிகுந்திருக்கும் தேவி குளம், பீர்மேடு பகுதிகள் திரு - கொச்சியிலிருந்து கிட்டவில்லை. செங்கற்பட்டிலிருந்து வளமான பகுதிகள் ஆந்திராவுக்குப் பிரித்துக் கொடுத்து வரண்ட திருத்தணி பகுதிகள் பெற்றுக் கொள்ளப்பட்டன.

சென்னையின் தண்ணீர்த் தட்டுப்பாட்டைத் தீர்ப்பதற்கென்று அமைக்கப்பட்ட ஆரணியாறு அணை - ஆந்திராவிற்கு அளிக்கப்பட்டுவிட்டது. 1962இல் நடைபெற்ற பொதுத் தேர்தலிலும் காங்கிரஸ் கட்சி வெற்றியடைந்து, எஞ்சிய சென்னை மாகாண ஆட்சியைத் திரு. காமராஜர் தலைமையில் இரண்டாவது முறை ஆளமுற்பட்டது.

காமராசர் ஆட்சிக் காலத்தில் பள்ளி இறுதி வகுப்பு வரை இலவசக் கல்விதர ஏற்பாடு செய்யப்பட்டது. அதிகார வரம்பில் அனாவசியக் குறுக்கீடுகள் தவிர்க்கப்பட்டன. தொழில் வளர்ச்சிகள் ஏற்பட்டன. மூத்த தலைவர்கள் பதவியிலிருந்து விலகிக் கொள்ள வேண்டும் என்ற தமது திட்டத்தைக் கொடுத்து, அதற்கு முன் மாதிரியாகக் காமராசர் தமது முதலமைச்சர் பதவியிலிருந்து 1963இல் விலகிக் கொண்டார். இதனால் காமராஜர் திட்டத்திற்குப் பெரும் புகழ் கிட்டியது. திரு. மொரார்ஜி தேசாய் போன்றவர்கள் விலகிக் கொள்ள வேண்டிய கட்டாயம் ஏற்பட்டது.

காமராஜர் விலகலுக்குப் பின், திரு. எம். பக்தவத்சலம் முதலமைச்சரானார். இவர் 20 ஆண்டுகாலத்திற்கு மேல் பல்வேறு துறைக்கு அமைச்சராக இருந்து அனுபவம் பெற்றவர். இவர் ஆட்சிக்

காலத்தில் இந்தி ஆட்சிமொழிச் சட்டம் இந்திய பாராளுமன்றத்தில் நிறைவேற்றியதன் காரணமாகத் தமிழகத்தில் பெரும் கிளர்ச்சி ஏற்பட்டது.

தமிழின் சிறப்புக் குன்றும் என்றும், தமிழர் இரண்டாம்தரக் குடிமக்களாக ஆக்கப்படுவர் என்றும் அஞ்சினர் பலர். சிலர் தம் இன்னுயிரைத் தீக்குளிப்பின் மூலம் மாய்த்துக் கொண்டு தியாகம் செய்தனர். இந்தி மொழி ஆட்சி மொழியாகச் சட்டமானதும், இந்தி எதிர்ப்புக் கிளர்ச்சி எரிமலையாக வெடித்ததும், துப்பாக்கி சூட்டில் பலர் உயிரை இழந்ததும் 1967 பிப்ரவரி பொதுத் தேர்தலில் பெருத்த மாற்றத்தை உண்டாக்கி விட்டது.

முதலில் 15 பேரே சட்டமன்ற உறுப்பினராக இருந்த தி.மு.க. கட்சியை, பின்னர் 50 பேராகப் பெருக்கி, 1967இல் 138 பேர்களாக்கி ஆட்சியைக் கைப்பற்றச் செய்துவிட்டது. இது ஒரு எதிர்க்கட்சி மூன்று பொதுத் தேர்தல்களுக்குள் ஆட்சியைப் பிடிக்கக்கூடிய புதிய சூழ்நிலையை உருவாக்கிவிட்டது.

அறிஞர் சி.என்.அண்ணாதுரை தலைமையில் முதல் தி.மு.க. அமைச்சரவை 6-3-1967இல் அமைந்தது. திருவாளர்கள் இரா. நெடுஞ்செழியன், மு.கருணாநிதி, மதியழகன், மாதவன், ஏ.கோவிந்தசாமி, முத்துசாமி, சாதிக்பாட்சா, சத்தியவாணிமுத்து ஆகியோர் அமைச்சர்களானார்கள். எஞ்சிய சென்னை மாகாணத்திற்கு ‘தமிழ்நாடு’ என்னும் பெயரைச் சட்டபூர்வமாகச் சூட்டினார்கள். எரியாத சிறு வீடுகள் கட்டச் செய்தார்கள். குடிசை மாற்று வாரியம் அமைத்தார்கள். இரண்டாம் உலகத் தமிழ் மாநாட்டை கோலாகலமாக நடத்தச் செய்தார்கள்.

தமிழ்த் தொண்டாற்றிய பெருமக்களுக்குச் சிலை அமைத்தார்கள். திருக்குறளைப் பேருந்து வண்டிகளில் பொறிக்கச் செய்தார்கள்; திருக்குறளுக்காக ஆராய்ச்சி பீடங்கள் அமைய ஏற்பாடு செய்தார்கள். சாலைகளையும் பாலங்களையும் அகலமாக்கிச் செப்பனிட்டார்கள். கூவத்தைச் சீர்திருத்தினார்கள். தலைமைச் செயலகத்திலும் பிற இடங்களிலும் தமிழை முதன் மொழியாக்க முனைந்தார்கள். எதிர்பாரா வகையில் அறிஞர் அண்ணா 3-2-1969இல் உயிர் நீத்தார். தமிழகமே சென்னையில் திரண்டு தனது இறுதி மரியாதையைச் செலுத்தியது.

1969 பிப்ரவரி 3ஆம் நாள் திரு. இரா.நெடுஞ்செழியன் தற்காலிக முதலமைச்சராக ஆனார். அண்ணா அமைச்சரவையில் இருந்த அனைவரும் இதில் இடம்பெற்றனர்.

1969 பிப்ரவரி 9ஆம் நாள் கலைஞர் மு. கருணாநிதி தி.மு.க.

சட்டமன்றக் கட்சித் தலைவராகத் தேர்ந்தெடுக்கப்பட்டார். 10ஆம் நாள் இவரது தலைமையில் புதிய தி.மு.க.அமைச்சரவை ஏற்பட்டது.

1970 டிசம்பர் இறுதியில் இந்தியப் பிரதமர் திருமதி. இந்திரா காந்தி பாராளுமன்றத்தைக் கலைத்துப் புதிய தேர்தலுக்கு வழிவகுத்தார். இதனை ஒட்டி, தமிழ்நாட்டு முதலமைச்சர் பாராளுமன்றத்திற்கும், தமிழகச் சட்டமன்றத்திற்கும் ஒரே சமயத்தில் தேர்தல் நடைபெற்றால், தமிழ் மக்கள் எளிதாக வாக்களிக்க முடியும் என்று கருதி 1971 சனவரி மாதம் 15ஆம் நாள் தமிழ்நாட்டுச் சட்டமன்றத்தைக் கலைத்துவிடும்படிச் சிபாரிசு செய்தார். ஆகவே, தமிழ்நாட்டில் 1972இல் நடைபெற வேண்டிய தேர்தல், 1971 மார்ச் மாதம் முதல் வாரத்தில் முன்கூட்டியே நடைபெற வேண்டியதாயிற்று.

தமிழகச் சட்டமன்றத் தேர்தலில் தி.மு.க. 184 இடங்களைப் பிடித்தது. பெரும்பான்மை கட்சியாகி, மீண்டும் கலைஞர் மு. கருணாநிதி தலைமையில் அமைச்சரவையை அமைத்தது. இது இதுவரையில் அமைந்த அமைச்சரவையில் 20ஆவது ஆகும். தி.மு.க. அமைச்சரவையில் நான்காவதாகும். இதில் 14 பேர்கள் இடம்பெற்றனர்.

திரு. கருணாநிதி தலைமையில் தி.மு.க. அரசு சுறுசுறுப்பாக இயங்கியது. முடிவுகள் அப்போதைக்கப்போது எடுக்கப்பட்டு பிரச்சினைகள் உடனுக்குடன் தீர்க்கப்பட்டன. அறிஞர் அண்ணாவுக்கு நாடெங்கும் சிலைகள் எழுப்பப்பட்டன. அண்ணா சதுக்கம் அழகாக அமைக்கப்பட்டது. வள்ளுவர் கோட்டம், கட்டபொம்மன் கோட்டை, பூம்புகார் சிற்பக்கூடம் போன்றவை அவர் எடுத்த திட்டங்களுள் பூர்த்தியானவை. கண்ணொளி திட்டம், ஊனமுற்றோர்க்கு மறுவாழ்வு, சித்த மருத்துவத்திற்குப் புது ஊக்கம் போன்றவை அவர் எடுத்த முடிவுகளில் சிலவாகும்.

மத்திய அரசாங்கத்திற்கும் மாநில அரசாங்கத்திற்கும் அவை தனித்தனியே வேறு வேறு கட்சியால் நடத்தப்பெற்றும் நல்லுறவு நிலவியது. ஆனால் அவசரகாலச் சட்டத்திற்கு எதிர்ப்பு தெரிவித்ததும், வேறு சில காரணங்களினாலும் அந்த நல்லுறவு முறிந்தது. ஆகவே, தி.மு.க. ஆட்சியை இந்தியக் குடியரசுத் தலைவர் 1-2-1976இல் நீக்கிவிட்டார். சட்டமன்றத்தையும் கலைத்துவிட்டார். இன்னும் ஏழுவாரம் சென்றிருந்தால், தானே கலைந்திருக்க வேண்டிய சட்டமன்றம், தமிழகத்தில் முதன்முறையாக முன்கூட்டியே முடிவுக்கு கொண்டுவரப்பட்டுவிட்டது.

தமிழகம் குடியரசுத் தலைவரின் நேரடி ஆட்சிக்கு உட்பட்டது.

இவருக்கு உதவியாகத் திருவாளர்கள் ஆல்.எம். தவேவும் ஆர்.வி. சுப்பிரமணியமும் தமிழகம் அனுப்பப்பட்டனர். தி.மு.க.ஆட்சியின் போது சர்தார் உஜ்ஜல்சிங்கும், கே.கே.ஷாவும் ஆளுநராக இருந்தனர். பிறகு திரு. மோகன்லால் சுகாதியா ஆளுநரானார்.

அவசரச் சட்டம் இந்தியா முழுவதும் அமுலில் இருந்ததன் காரணமாகத் தொழிலாளர் போராட்டங்களும், கடையடைப்புகளும் தொழிற்கூட மூடல்களும் மற்றும் எத்தகைய எதிர்ப்புகளும் தலையெடுக்காமல் அமுங்கிக் கிடந்தன. குடியரசுத் தலைவரின் நேரடி ஆட்சி தமிழகத்தில் கடந்த ஓராண்டு காலத்திற்கு மேல் நீடித்திருந்தது. சென்னை மாநகராட்சியும் தி.மு.க. ஆட்சியின் போது கலைக்கப்பட்டு சிறப்பு அதிகாரியின் மேற்பொறுப்பில் ஆணையாளரின்கீழ் இயங்கும்படி செய்யப்பட்டது.

1977 மார்ச்சில் நடைபெற்ற நாடாளுமன்றப் பொதுத் தேர்தலில் திருமதி இந்திரா காந்தி சார்ந்திருக்கும் கட்சிக்குச் சிறுபான்மை கிடைத்தது. அவரை எதிர்த்த ஜனதா கட்சிக்குப் பெரும்பான்மை பலத்தைக் கொடுத்தது. இதனால் திரு. மொரார்ஜி தேசாய் தலைமையில் இந்திய அமைச்சரவை டில்லியில் அமைந்தது. இதன் பின் விளைவாகச் சில மாதங்களுக்குள் சட்டமன்றத் தேர்தல்கள் நடத்தப்பட்டன. இதில் தமிழகத்தில் நடந்த சட்டமன்றத் தேர்தலில் அனைத்திந்திய அண்ணா தி.மு.க. கட்சி பெரும்பான்மை இடத்தைப் பிடித்தது. திரு. எம்.ஜி. இராமச்சந்திரன் தலைமையில் புதிய அமைச்சரவை ஏற்பட்டது. இதற்குமுன் ஆளுங்கட்சியாக இருந்த தி.மு.க. எதிர்க்கட்சியாக திரு. மு. கருணாநிதி தலைமையில் செயல்பட்டு வருகிறது. புதிய அமைச்சரவையில் ஒரேயொருவரைத் தவிர, மற்றவர் ஆட்சிக்குப் புதியதாக வந்துள்ளார்கள். இவர்கள் காலத்தில் தமிழகம் என்னென்ன மாறுதலை அடையப் போகிறது என்பதை அவர்கள் பொறுப்பில் நடைபெறும் செயல்கள்தாம் முடிவு கட்டும். தற்போது சென்னை மாநகருக்காக 14 சட்டமன்ற உறுப்பினர்களும் பாராளுமன்றத்திற்காக மூவரும் தேர்ந்தெடுக்கப்பட்டுள்ளனர்.

8. நகர வளர்ச்சி

இதுவரை ஆட்சிக் காலத்தில் சென்னை நகரில் ஏற்பட்ட முக்கிய நிகழ்ச்சிகளைக் குறிப்பிட்டு வந்தோம். இனி நகர வளர்ச்சியைத் தொகுத்துச் சொல்வோம்.

ஆங்கிலேயர் வருகைக்குமுன் சென்னைப்பட்டினம் எவ்வளவு பரப்புள்ளதாக இருந்தது என்பதற்குத் திட்டவட்டமான குறிப்புகள் இல்லை. ஆனால் கிழக்கிந்திய வாணிபக் கழகத்திற்கு முதலில் கிடைத்த நிலப்பகுதி 3 மைல் நீளமும் 1½ மைல் அகலமும் கொண்ட ஒன்றேயாகும். அப்போது சில செம்படவக் குடும்பங்களே அங்கு வசித்து வந்தன.

ஆங்கிலேயர் சென்னைப் பட்டினக் கிராமத்தில் கோட்டை கட்டிக்கொண்டு வாணிபம் செய்யத் தொடங்கிய பின்னர், அருகில் இருந்த கிராமங்களிலிருந்தும், வெளியூர்களிலிருந்தும் மக்கள் இந்நிலப் பகுதியில் வந்து குடியேறத் தொடங்கினர்.

கி. பி. 1645-இல் அதாவது 16-ஆம் நூற்றாண்டின் நடுப்பகுதியில் சென்னைப்பட்டினத்தை நீதி பரிபாலனம் செய்யும் உரிமையும், நரிமேடு என்னும் புதிய பகுதியும் ஆங்கிலேயர்க்குக் கிடைத்தன. அடுத்து 30 ஆண்டுக் காலத்தில் நகரம் ஆங்கிலேயர் எதிர்பார்த்த அளவு வளர்ச்சியுற்றது. நகரப் பண்டகசாலையும், சோழமண்டலக் கரையிலுள்ள பண்டகசாலைகளுக்கெல்லாம் தலைமையானதாக உயர்ந்தது.

17-ஆம் நூற்றாண்டின் தொடக்கத்தில் எழுமூர், புரசைப்பாக்கம், தொண்டையர்பேட்டை ஆகிய நான்கு பழைய பட்டணங்கள் ஆங்கிலேயர் கைக்கு வந்தன. இதன் பிறகு கத்திவாக்கம், நுங்கம்பாக்கம், வியாசர்பாடி, சாத்தங்காடு, திருவொற்றியூர் ஆகிய ஐந்து புதிய பட்டணங்களும் இவர்கள் வசமாயின. 17-ஆம் நூற்றாண்டின் இடையில்

வேப்பேரி, பிரம்பூர், புதுப்பாக்கம், எர்ணாவூர், சடையன்குப்பம் முதலிய கிராமங்கள் நகருடன் இணைந்தன. இதற்கு 7ஆண்டிற்குப் பிறகு சாந்தோமும் மயிலாப்பூரும் கிடைத்தன. இவ்வாறாக நாளுக்கு நாள் அண்மைப் பகுதிகள் நகருடன் சேர்க்கப்பட்டு, சென்னையின் பரப்பு அதிகரிக்கலாயிற்று. 17ஆம் நூற்றாண்டின் இறுதிக்குள் சென்னை, இந்துஸ்தானத்தில் பிரிட்டிஷாரின் ஒரு முக்கியக் குடியேற்றப் பட்டினமாகவும், ஐரோப்பியப் பொருள்களுக்கும் இந்தியச் சரக்குகளுக்கும் ஒரு முக்கியத் துறைமுகமாகவும் திகழத் தொடங்கியது.

ஆனால், 18-ஆம் நூற்றாண்டில் சென்னையின் சிறப்புக் கொஞ்சம் குன்றத் தொடங்கியது. ஆங்கிலேயர் இந்தியாவில் சிறுகச் சிறுக நாடு பிடிப்பதிலும், அவைகளை ஒன்று சேர்த்து ஒரு பேரரசை நிறுவுவதிலும் ஈடுபட்டிருந்ததாலும், 1773-இல் கொண்டுவரப்பட்ட ஒழுங்குமுறைச் சட்டம் இந்திய ஆட்சியாளர் தலைவனின் இருப்பிடத்தைக் கல்கத்தாவிற்குரியதாக ஏற்படுத்தியதாலும், இதற்குப் பிறகு 19 ஆம் நூற்றாண்டில் கல்கத்தாவும், பம்பாயும் தொழிலியலிலும், வாணிபத்திலும் சென்னையைக் காட்டிலும் உயர்ந்து வந்ததாலும் - சென்னையின் முக்கியத்துவம் இந்த வகைகளில் குறையலாயிற்று.

ஆயினும், அதே நேரத்தில் இதன் சிறப்பு இன்னொரு வகையில் உயர முடிந்தது. செயின்டு ஜார்ஜ் கோட்டை ஏற்பட்டதிலிருந்து வங்காள விரிகுடாவில் எதிரிகளின் தாக்குதலைத் தடுப்பதற்கான ஒரு முக்கியக் கப்பல் தளமாகச் (*Naval-base*) சென்னை விளங்கியது. இத்தளத்தின் உதவியைக் கொண்டு ஆங்கிலேயர் அடிக்கடி பாண்டிச்சேரியைத் தாக்கி, பிரெஞ்சுக்காரர்களை வலுவிழக்கச் செய்து வந்தனர்.

மேலும், சோழமண்டலக் கரையின் மய்யத்தில் சென்னை அமைந்திருந்ததால், இது ஓர் இராணுவத் தளமாகவும் இருக்க வேண்டியதாயிற்று. வங்காளத்தைச் சென்னையிலிருந்தே தற்காக்க முடியும் என்று 18ஆம் நூற்றாண்டின் இறுதியில் ஆங்கிலேயர் நம்பினர் என்றால், சென்னை பாதுகாப்புத் துறையில் அடைந்த முன்னேற்றத்தை ஓரளவு புரிந்து கொள்ளலாம்.

வங்காளத்தின் பாதுகாப்பு சென்னையின் வலிமையில் அடங்கி யிருக்கிறது என்றுகூட அக்காலத்தில் கருதப்பட்டது. 18-ஆம் நூற்றாண்டில் பிரஞ்சுக்காரருக்கும், ஆங்கிலேயருக்கும் நடந்த சண்டையில் சென்னைக்கு அருகே 8 தடவைக்கு மேல் கப்பற் போர் நடந்திருக்கிறது என்று வரலாறு சொல்லுகிறது.

இங்ஙனம் பழஞ்சிறப்பு வாய்ந்த சென்னை தொடக்கத்தில் ஒரு சிறு குப்பமாக இருந்து, பிறகு வாணிபத்தாலும், தொழிலியலாலும் மாகாணத்தின் தலைநகராகி, படிப்படியாக அண்டைப் பகுதிகளை இணைத்துக் கொண்டதன்மூலம், குடிப் பெருக்கமுற்று ஒரு பெருநகராக வளர்ச்சியடைந்திருக்கிறது. வெறும் பரப்பளவில் மட்டும் சென்னையின் வளர்ச்சியைக் குறிப்பிட வேண்டுமானால், இது 1911இல் 17,661 ஏக்கராகவும், 1922இல் 18,455 ஏக்கராகவும், 1932இல் 19,728 ஏக்கராகவும் 1947இல் மொத்தம் 49.74 சதுர மைல்களாகவும் பெருகி வந்துள்ளது எனலாம்.

நகர் அமைப்பு: நகர் உண்டாவதற்கு முன் சென்னையைக் கடல் நீர் சூழ்ந்திருந்தது என்றும், பிறகு இந்நீர் வற்றவே மணல் திட்டுகள் உண்டாயின என்றும், இதற்குப் பிறகு இந்த இடத்தில் உப்பங்கழிகள் தோன்றின என்றும், பின்னர் கழிநீரால் பண்பட்ட நிலத்தில் பயிர் செய்யக்கூடிய புலங்கள் ஏற்பட்டன என்றும் நில நூல் வல்லார் கூறுகின்றனர்.

தற்போது சென்னை நகர் கரையோரமாகத் தெற்கில் அடையாற்றிலிருந்து வடக்கில் திருவொற்றியூருக்கு அடுத்தாற் போல் ஒரு மைல் வரையிலும் ஏறக்குறைய 12 மைல் நீளமுள்ளதாக இருக்கிறது. இது கிழக்கு மேற்காக உச்ச அளவில் சொல்லப்போனால், கூவம் ஆற்று முகத்துவாரத்திலிருந்து 5 மைல் அகலமுள்ளதாக இருக்கிறது. இப்பகுதி முழுவதும் மணற்பாங்காகக் காணப்படுகிறது.

இதன் தாழ்ந்த பகுதி இரண்டிலிருந்து ஆறடி வரையிலும், உயர்ந்த பகுதி பதினாறிலிருந்து இருபத்தி நான்கு அடி வரையிலும் கடல் மட்டத்திற்கு உயர்ந்து விளங்குகிறது. நகரத்தின் நில அமைப்புப் பொதுவாக மணற்பாங்காக இருந்தாலும் சில இடங்களில் களிமண்ணும் கற்பாறைகளும் மிகுந்துள்ளன என்பது குறிக்கத்தக்கது. நகரத்தின் எல்லாப் பாகங்களிலும் பொதுவாகக் கடல் மட்டத்திற்குச் சிறிது இறக்கத்தில் தண்ணீர் கிடைக்கிறது. நகரின் மேற்குப்பகுதியைத் தவிர மற்றப்பகுதிகள் யாவும் ஏறத்தாழ சமமட்டத்திலேயே உள்ளன.

சென்னைக்கு அருகிலுள்ள கடல் 42 அடியிலிருந்து 63 அடிவரை ஆழமுள்ளதாக இருக்கிறது. கடலிலிருந்து கடற்கரையோரம் அரை மைல் அகலத்திற்கு மணலாகக் காணப்படுகிறது. கடலில் எழும்பும் பெரிய அலைக்கும் சிறிய அலைக்கும் உள்ள வேறுபாடு மூன்று அடியாகும்.

சென்னை நகரின் கிழக்குப்புறம் கடலும், மேற்குப்புறம்

பிரம்பூருக்கடுத்த செம்பியம், வில்லிவாக்கம் என்ற சிற்றூர்களும், தெற்குப்புறம் அடையாற்றுக்கருகே உள்ள காந்தி நகரும் வடக்குப்புறம் எண்ணூருக்குச் சிறிது முன்னுள்ள கிராமங்களும் எல்லையாக உள்ளன. இதில் கிழக்கே உள்ள கடலும், தென் மேற்கே சைதாப்பேட்டைக்கு அருகிலுள்ள சிறுமலையும், வட மேற்கே உள்ள செங்குன்றும் இயற்கை அரண்களாகும்.

இவை தவிர, ஓர் ஊருக்கு அழகு தருவது அதன் ஆறுதானே. இந்நகரில் இரண்டு ஆறுகள் ஓடுகின்றன. இதில் கூவம் ஆறு சென்னைக்கு மேற்கில் 30 கல் தொலைவில் ஒரு கால்வாய் போலத் தோன்றி, 20 கல்லுக்குப் பிறகு ஆற்றைப்போல அகன்று காட்சியளித்து வருகிறது. பொதுவாக எல்லா ஆறுகளும் மலையிலிருந்து தோன்றுவது இயற்கை. ஆனால், இக்கூவமோ செம்பரம்பாக்க ஏரியின் கலங்கலிலிருந்து ஆரம்பமாகிறது.

பூவிருந்தவல்லிக்கு இரண்டு கல் வடக்கேயுள்ள திருவேற்காடு என்னும் சிற்றூருக்கருகில் இது வரும்போது "பழம்பாலாறு" என்று பெயர் பெறுகிறது. இவ்வாற்றுநீர் ஒரு காலத்தில் பயிர் வேலைக்குப் பயன்பட்டு வந்தது. சென்னையிலுள்ள கட்டிடங்கள் பலவற்றுக்கு இவ்வாற்று மணல்தான் நிரம்ப உபயோகம் பட்டிருக்கிறது. இதற்கு அடுத்தது அடையாறு ஆகும். செங்கல்பட்டு மாவட்டத்திலுள்ள வண்டலூர், கூடுவாஞ்சேரி போன்ற சிற்றூர்களிலுள்ள ஏரிகள் நிரம்பிய பிறகுதான் அடையாற்றில் நீர் ஓடும். இது சென்னையின் தென்மேற்கே சைதாப்பேட்டையையும் கிண்டியையும் மாம்பலத்திற்கு அருகில் பிரித்துப் பின்னர், தென்கிழக்கே திருவான்மியூருக்கும். சென்னைக்கும் இடையே அடையாற்றுக்கருகில் ஓடிக் கடைசியாகக் கடலில் கலந்து விடுகிறது. வண்ணார் துணிகள் துவைப்பதற்குத் தவிர வேறு வகையில் இவ்வாற்று நீர் பயன்படுவதில்லை.

இவ்விரு இயற்கை ஆறுகளோடு செயற்கை ஆறு ஒன்றும் சென்னையில் ஓடுகின்றது. கிழக்குக் கரையோரக் கால்வாய் என்ற பக்கிங்காம் கால்வாயே அது. இது சென்னையில் ஒரு காலத்தில் ஏற்பட்ட பஞ்சத்தின் போது அப்போது ஆளுநராயிருந்த பக்கிங்காம் என்பவனின் பெயரால் வெட்டப்பட்டதாகும். இது வடக்கே கிருஷ்ணா ஆற்றிலிருந்து தெற்கே புதுச்சேரி வரை சென்னை நகரின் ஊடே கூவம் ஆற்றையும் அடையாற்றையும் கடந்து செல்லுகின்றது. இதன் அகலம் சுமார் 30 அடியும், ஆழம் 3 அடி முதல் 4 அடி வரையிலும் இருக்கும். இக்கால்வாய் படகின் மூலம் சாமான்கள் போக்குவரத்துக்கு மிகுதியும் பயன்படுகிறது.

இவைகளோடு சென்னை நகரில் எழுமூர் ஏரி, நுங்கம்பாக்கம் ஏரி என்ற இரண்டு ஏரிகள் முன்பு நீர்ப்பாசனத்துக்குப் பயன்பட்டு வந்தன. ஆனால் பின்பு இவை நகரின் வளர்ச்சி கருதித் தூர்க்கப்பட்டுவிட்டன. இதில் எழுமூர் ஏரி, எழுமூர் இருப்புப்பாதை நிலையத்துக்கும் சேற்றுப்பட்டு நிலையத்துக்கும் இடையில் இருந்தது. இது இருந்த இடம் இன்று 'ஸ்பர் டாங்க் சாலை' (Spur Tank Road) என்று அழைக்கப்படுகிறது. நுங்கம்பாக்கம் ஏரி நீர் மயிலாப்பூர், தேனாம்பேட்டை, நுங்கம்பாக்கம் முதலிய இடங்களிலுள்ள தோட்டப்பயிருக்கும், நெற் பயிருக்கும் கால்வாய் மூலம் பாய்ச்சப்பட்டு வந்தது. இப்போது, இது இருந்த இடத்தின் நடுவில் மாம்பலத்திற்குப் பாதை போட்டிருக்கிறார்கள்; லயோலாக் கல்லூரியும், இன்னும் சில புதிய கட்டிடங்களும் இதன் பக்கத்தில் கட்டப்பட்டுள்ளன.

சென்னை நகரத்தின் நீள்வரை (Longitude) 80° - 14'54" கிழக்கு என்றும், அகல்வரை (Latitude) 13° - 4'6" வடக்கு என்றும் நிலப்படத்தில் குறிக்கப்பட்டுள்ளது.

தட்ப வெப்பநிலை: சென்னையில் டிசம்பர், ஜனவரி, பிப்ரவரி மாதங்களில் குளிர் மிகவும் அதிகமாக இருக்கிறது. காலையில் சூரிய உதயத்திற்குப் பிறகும்கூட, சிறிது நேரம் வரையில் பனி பெய்து கொண்டிருக்கும். மார்ச்சு மாதத்திலிருந்து கொஞ்சங் கொஞ்சமாகச் சூரியவெப்பம் அதிகமாகிக் கொண்டே வரும். ஏப்ரல் மாதத்தில் சூரியன் தலைக்குத்தாக வந்து கொண்டிருப்பதால் நிழல் குறுகிக் கொண்டே வருகிறது. சிறிது காலம் சூரியன் வடக்கில் காணப்படுவதால் அக்காலத்தில் நிழல் தென்புறமாக விழுகிறது.

மே, ஜூன் மாதங்களில் பகலவன் வெப்பம் தாங்க முடியாததா யிருக்கிறது. இந்தக் காலமே கோடைக்காலம் எனப்படும். சென்னையில் கோடை மிகக் கடுமையாயிருந்த போதிலும், தென் திசையிலிருந்து தென்றல் காற்றும், பிற்பகலில் கடற்காற்றும் வீசுவதால் வெப்பம் தணிந்து விடுகிறது. அக்டோபர், நவம்பர் மாதங்களில் காற்றின் போக்கு மாறி விடுவதால், வாடைக்காற்று அடித்து மழை பெய்கிறது.

கோடையில் சில காலத்தில் மட்டும் எதிர்பாராத விதமாக மழை பெய்யும். செப்டம்பர், அக்டோபர், நவம்பர், டிசம்பர் மாதங்களில் மழை குறைந்து, குளிர் அதிகரிக்கத் தொடங்குகிறது. இங்ஙனம் பருவகாலம் மாறி மாறி வந்தாலும் சென்னையின் தட்பவெப்ப நிலை எப்போதும் மிதமாகவே இருக்கிறது எனலாம்.

சென்னை மாநகரில் மே மாதத்தில் சூரிய வெப்பம் 91° பாரனைட் அளவுள்ளதாக இருக்கிறது. இந்த மாதத்தில் ஒரு நாளின் உயர்ந்த அளவு வெப்பம் 101° பாரனைட்டாகவும், ஒரு மாதத்தின் உயர்ந்த அளவு வெப்பம் 107° பாரனைட்டாகவும் கணக்கிடப்பட்டிருக்கிறது. சனவரி மாதத்தில் 67° பாரனைட்டாகவும் மிகக் குறைந்த அளவு வெப்பம் 63° பாரனைட்டாகவும் இருக்கும்.

இங்கு ஓராண்டில் 50 அங்குல மழை அல்லது 127 செ.மீ. மழை பெய்கிறது. அக்டோபர், நவம்பர் மாதங்களில் இதில் மூன்றில் ஒரு பகுதியாக 31 அங்குல மழை பெய்யும். 1918இல் நவம்பரில் 43 அங்குல மழை பெய்திருக்கிறது. ஆனால், 1904இல் மிகக் குறைந்த அளவாக 0.2 அங்குல மழை பெய்துள்ளது. 1943இல் அதிக அளவில் 84 அங்குல மழையும், 1901 டிசம்பர் 10ஆம் நாள் 24 மணி நேரம் பெய்த அடைமழையில் 10 அங்குலம் என்றும் பதிவு ஆகியுள்ளது.

1891-லிருந்து 1940 வரையிலுள்ள 60 ஆண்டு காலகட்டத்தில் 30 பெரும் புயல் காற்று வங்கக் கடலில் உருவாகி இந்நகரைக் கடந்து சென்றிருக்கிறது. 1941-லிருந்து 1961-க்குள் 18 சூறாவளிப் பெருங்காற்று எழும்பி, கடலூரிலிருந்து நெல்லூர் வரை வீசிப் போயிருக்கிறது. சென்னை நகரில் 1943இல் வெள்ளம் வந்தது. 1960 நவம்பர் 20ஆம் நாள் பிற்பகலில் சூறைக் காற்று சுழன்று சுழன்று அடித்துள்ளது. இத்தகைய பெருங்காற்றின் உயர்ந்தபடியான வேகம் மணிக்கு 85 மைல் என்று கணக்கிடப்பட்டுள்ளது.

24-10-76இல் பெய்த மழையானது. 100 ஆண்டுக்கு ஒரு முறை ஏற்படக் கூடியதாக விளங்கியது. இக்கனத்த மழை காரணமாகச் சென்னை மாநகரில் பல இடங்களில் வெள்ள அபாயம் ஏற்பட்டது. செம்பரம்பாக்கம் ஏரி, கொரட்டூர் ஏரி உடைப்பும் இதற்குப் பெருங்காரணமாகும். இதனால் பலத்த சேதம் ஏற்பட்டது. இத்தகைய அடைமழையால் அடையாறு, கூவம் ஆறுகளில் வெள்ளப் பெருக்கு ஏற்பட்டு, பள்ளப் பகுதிகளில் நீர் உட்புகுந்து வீடுகளுக்கும், குடிசைகளுக்கும் உயிர் வகைகளுக்கும் மிகுந்த தொல்லையையும் துயரையும் அடிக்கடி உண்டாக்கி விடுகின்றன. மேலும், இதுபோன்ற வெள்ளப்பெருக்கின் போது - இருப்புப் பாதைகளும் தெருக்களும் சேதமாகி, போக்குவரத்துக்கு இடைஞ்சலை ஏற்படுத்தி விடுகின்றன.

1977 அக்டோபர் மாதத்தில் ஏழு நாட்களுக்கு மேல் தொடர்ந்து அடைமழை பெய்ததன் காரணமாகச் சென்னை மாநகரின் வடபகுதிகள்

பெரிதும் பாதிக்கப்பட்டன. எச்சரிக்கையாக இருந்தும் மீண்டும் கோட்டூர் போன்ற பகுதிகளில் வெள்ளம் புகுந்து மக்களிடையே பீதியை உண்டு பண்ணி விட்டது! இதனால், பல பகுதிகள் சேதத்திற்கு உள்ளாயின. ஒரு லட்சம் பேர் வீடிழந்து தவித்தனர். அவர்களுக்கு மாநகராட்சியினர் தமது பள்ளிகளில் தங்க இடங்கொடுத்தும், உண்ண உணவு வழங்கியும் காப்பாற்றினர். சென்னை மாநகரில் இப்படி அடிக்கடி அவதிக்குள்ளாகும் 1,300 குடிசைப் பகுதிகள் உள்ளன.

நகர் ஆட்சி: சென்னைப்பட்டினம் ஆங்கிலேயர் வருகைக்கு முன்பு தமிழர்களாலேயே ஆளப்பட்டு வந்தது. அப்போது அதிகாரி என்பவன் இங்கு வரிவசூலித்து ஒழுங்கை நிலைநாட்டி நீதி வழங்கி வந்தான். கணக்குப்பிள்ளை அதிகாரிக்கு உதவியாக இருந்தான். இவ்விருவரை அடுத்துப் பெத்தநாயகன் என்பவனும் அவனுக்குக்கீழ் பல தலையாரிகளும் இருந்தனர். வீதிகளில் ஒழுங்கை நிலை நிறுத்தி, விழாக்காலங்களில் திருடரையும் குற்ற செயல்களில் ஈடுபடுவோரைக் கைது செய்து அதிகாரியின் முன் கொண்டு வருவது இவர்களது முக்கியத் தொழிலாகும். சிறு குற்றம் புரிபவர்களின் வழக்கு அதிகாரியின் தலைமையில் சாவடிகளிலோ, நகர விடுதியிலோ நடைபெறும். சுங்கம் அல்லது வரி வசூலிக்கும் நிலையமாகவும், திருடர்கள் தீச்செயல் புரிவோர் மீது வழக்குத் தொடரும் இடமாகவும் அன்று சாவடி இருந்து வந்தது. இவ்விடத்தில் குற்றவாளிக்காக ஒரு சிறையும் இருந்துள்ளது. மேற்சொன்ன மூவரின் பதவிகள் மரபு வழியாக வந்தன.

இதன் பிறகு, ஆங்கிலேயர் ஆட்சிக் காலத்தில் ஸ்டேரேன் ஷாம் மாஸ்டர் அதிகாரத்தின்போது, சென்னை நகரின் வீதிகளைத் துப்புரவாக வைத்துக் கொள்ளவும், இரவில் நகர்க் காவல் செய்யவும் வழிகோலப்பட்டது. வீட்டு எண்ணிக்கை எடுப்பதற்காகவும், வீட்டு வரி வாங்குவதற்காகவும் ஓர் உயர்தர வெள்ளை அதிகாரி நியமிக்கப்பட்டான். இவன் மூலம் வரியை வசூலித்துக் குப்பைகளை எடுத்து விடவும், தெருக்களைச் சுத்தமாகப் பெருக்கி வைக்கவும் தீர்மானிக்கப்பட்டது. நகரை இரு பிரிவாகப் பிரித்து, தமிழர்கள் வாழ்ந்த பகுதியில் 75 வீடுகளும், வெள்ளையர் குடியேறியிருந்த பாகத்தில் 115 வீடுகளும் இருப்பதாகக் கணக்கிடப்பட்டு, வீடு ஒன்றுக்குக் காலணா முதல் ஒரு பணம் (0-1-3) வரை வரி விதிக்க முடிவு செய்யப்பட்டது. இவ் வரி விதிப்பை எதிர்த்து மக்கள் கிளர்ச்சி செய்யவே, ஆட்சியாளன் அத்திட்டத்தைச் சிறிது காலத்திற்கு ஒத்திவைத்துப் பின்னர் நடைமுறைக்குக் கொண்டு வந்தான்.

இப்போது வரி வசூலிப்பவனுக்குக் 'குப்பைக்காரன்' (Scavenger)

என்று பெயர் தரப்பட்டது. இப்பதவிக்கும் ஆட்சியாளன் அவையிலுள்ள மூத்த வெள்ளையதிகாரியே நியமிக்கப்பட்டான். இதன் பிறகு வீட்டு வரியுடன் மனைவரி (Quit-rent) என்று ஒன்று சேர்ந்தது! மனை வரி வசூலிப்பவனை மனைவரியாளன் (Rent-Gen- eral) என்று அழைத்தனர். நெடுநாள்வரை இவ்விரு பதவிகளையும் ஒருவனே பார்த்து வந்தான்.

அடுத்தாற்போல் ஹேல் ஆட்சியின்போதுதான் சென்னை நகரத்திற்கு நகராண்மைக் கழகமும், நகரத் தந்தை பதவியும் டச்சுக் கிழக்கிந்தியத் தீவுகளில் நடைபெற்று வந்த நகராட்சி முறையை ஒட்டி ஏற்படுத்தப்பட்டன. முதலில் மூன்று ஆங்கிலேயர்களும், மூன்று பிரஞ்சுக்காரர்களும், இந்துக்கள், மகமதியர்கள் ஆகியோரும் சேர்ந்து மொத்தம் 13 பேர்கள் கொண்ட மூப்பரவை (Aldermen Court) ஒன்று அமைக்கப்பட்டு, ஆண்டு தோறும் செப்டம்பர் 29ஆம் தேதி நகரத் தந்தை தேர்தல் நடத்த வேண்டும் என்று தீர்மானிக்கப்பட்டது

இதன்படி முதன் முதலாக நகராண்மைக் கழகம் 1687ஆம் ஆண்டு டிசம்பர் 30ஆம் தேதி இரண்டாம் ஜேம்ஸ் அரசனின் அனுமதியுடன் ஆரம்பமாகியது. முதல் நகரத் தந்தையாக நத்தானியேல் இக்கின்ஸன் என்பவர் நியமிக்கப்பட்டார்.

இந்நகராண்மைக் கழகத்தில் யூத போர்ச்சுகீசிய இந்து வர்த்தகர்கள் மும்மூவர் இருந்தனர். இந்துக்களில் கிழக்கிந்திய ஆங்கிலக் கழகத்துடன் வாணிபம் செய்து வந்தவர்களில் முக்கியரான பேரி திம்மனின் சகோதரர் சின்ன வேங்கடாத்திரியும், மூத வீரண்ணாவும், அலங்காத்தாப் பிள்ளையும் நகராண்மைக் கழக உறுப்பினராக இருந்தனர்.

பீரங்கி முழங்க, வாத்தியங்கள் ஒலிக்க நகராண்மைக் கழகத் தொடக்கவிழா கோட்டையில் விமரிசையாக நடைபெற்றது. உறுப்பினர்கள் எல்லாம் பலவித அழகிய உ டைகள் உடுத்திக் கொண்டு நகரத் தந்தையுடன் ஊர்வலம் வந்தனர்.

அடுத்து, குடிகள் மீது வரிபோட்டு அதனால் வரும் வருவாயைக் கொண்டு சிறு வழக்குகளை விசாரிக்கவும், பள்ளிக் கூடம் நகர மண்டபம் சிறைச்சாலை முதலியவற்றைக் கட்டவும் வேண்டி வரி வசூலிப்பதாகச் சொல்லப்பட்டது. என்றாலும் தன்னிடம் ஒப்படைக்கப்பட்ட பணிகளைச் சரிவர ஆற்ற நிதி நிலைமை இடம்தராததால், நகராண்மைக் கழகம், ஆட்சியாளரிடம் புகார் செய்யத் தொடங்கியது. நகரத் தந்தைக்கும், ஆளுநருக்கும் அடிக்கடி பூசலும் சச்சரவும் எழலாயின. ஏறக்குறைய 39 ஆண்டுகள் வரை நகராண்மைக் கழகம் பூசலிலேயே நடைபெற்று வந்தது.

இக்காலத்தில் ஆங்கிலேயர்கள் சுற்றுப் பக்கத்து ஊர்களைத் தமது ஆட்சியில் சேர்த்துக் கொண்டபோதிலும் அவைகளை நகராட்சி எல்லைக்குள் கொண்டு வரவில்லை.

பிறகு 1727-ஆம் ஆண்டு ஜூலை மாதம் நகராண்மைக் கழகம் திருத்தியமைக்கப்பட்டது. இப்போது நகரத் தந்தையோடு 9 மூப்பர்களில் 7 பேர் பிரிட்டிஷ்காரர்களாக இருந்தனர். எல்லா நீதி வழக்குகளையும் நீதியாளர் மன்றம் (Court of Record) தீர்க்க அதிகாரம் தரப்பட்டது. நகர மன்றத்துக்கு (மேயர் கோர்ட்டு) நகராண்மையாளர் (ஷெரீப்) என்பவர் எல்லா ஒழுங்கு முறைகளையும் வகுத்துக் கொடுத்தார். இங்ஙனம் சிலகாலம் நடந்துவந்தது.

நகராண்மைக் கழக வளர்ச்சியின் அடுத்த பெரிய கட்டம் 1753இல் ஏற்பட்டது. இதற்கு முன் மூன்றாண்டுகள் வரை சென்னையைப் பிரஞ்சுக்காரர் கைப்பற்றியதால் நகராண்மைக் கழகம் தற்காலிகமாக நிறுத்தி வைக்கப்பட்டது. இதன்பிறகும் நகர வரிவசூலிப்பில் சிக்கல் ஏற்பட்டுக் கொண்டே வந்ததால், 1792வது ஆண்டில் இங்கிலாந்து பாராளுமன்றத்தார் இந்தியக் குடிகளிடமிருந்து வீட்டு வாடகையின் ஆண்டு மதிப்பில் நூற்றுக்கு 5 விழுக்காடு வரி வசூலிக்கும்படி ஆங்கிலக் கழகத்திற்கு அதிகாரம் தந்தனர். இப்போதுதான் நகர சுத்தி வேலைகள் கவனிப்பாளர், தண்டலாளர் (Surveyors and Collectors) என்னும் அதிகாரிகளிடம் தரப்பட்டன.

இவர்கள் இவ்வேலைகளைக் குத்தகை ஒப்பந்த அடிப்படையில் மற்றவர்கள் மூலம் செய்து வந்தனர். வரிவசூலிக்கவும், மது வகைகளுக்கு அனுமதி (லைசென்ஸ்) கொடுக்கவும். வழக்குகளைத் தீர்த்துச் சமாதானத்தைப் பாதுகாக்கவும் மேற்சொன்ன பாராளுமன்றச் சட்டம் நகராண்மைக் கழகத்திற்கு அதிகாரம் கொடுத்தது. இதிலிருந்துதான் அதிகாரமுள்ள நகராட்சி முறை சரியாக தொடங்குகிறது என்று கூறலாம்.

1856இல் நியாய மன்றப் பொறுப்பை நீக்கிவிட்டு நகரை முன்னேறச் செய்யவும், துப்புரவாக வைத்திருக்கவுமான அதிகாரம் மட்டும் நகராண்மைக் கழகத்திற்கு அளிக்கப்பட்டது, நகரிலுள்ள சில வகுப்பாரைத் தாமே வரி வசூலித்துத் தம்தம் வட்ட (டிவிஷன்) நிர்வாகத்தை நடத்தி வரவும் இச்சமயத்தில் அனுமதி தரப்பட்டது. ஆனால், இச்சலுகையால் பெரும்பயன் விளையவில்லை. அடுத்து, இதே ஆண்டில் மூன்று ஆணையாளர்கள் (கமிஷனர்கள்) சொற்ப ஊதியத்தில் நியமிக்கப்பட்டனர்.

இத்துடன் நிலவரி அதிகமாக விதித்துக் கொள்ளவும் சட்டமியற்றப்பட்டதால், வீட்டுவரி நூற்றுக்கு ஐந்திலிருந்து ஏழரையாக உயர்ந்தது. வண்டிகளுக்கும் மாடுகளுக்கும் வரி போடப்பட்டது. பிறகு இந்தியக் குடிகளிடமிருந்து மதிப்பு (கௌரவ) உறுப்பினர் நியமிக்கப்பட்டனர். 1863இல் வர்த்தக வரி, உத்தியோக வரி, சுங்கவரி முதலியன போட்டுக் கொள்ளவும் சட்டம் இடம் தந்தது. இதுவரையில் போலீஸையும் நகராண்மைக் கழகமே நிர்வகித்து வந்ததை நீக்கி விட்டு, அதை அரசாங்கமே ஏற்றுக் கொண்டது.

1867இல் சென்னைப்பட்டினம் முழுவதையும் 8 பகுதிகளாகப் (Wards) பிரித்து ஒவ்வொன்றுக்கும் 4 ஆணையாளர்களை நியமிக்கச் சட்டம் இயற்றப்பட்டது. ஆனால், இவர்களை அரசாங்கமே நியமித்து வந்தது. இந்த ஆணையாளர்களின் கூட்டத்திற்குத் தலைமை வகித்து ஆண்டு வரவு செலவுத் திட்டத்தைத் திருத்தவும் நிறைவேற்றவும் அதிகாரம் வாய்ந்த நிர்வாக அதிகாரி (Executive Officer) ஒருவர் நியமிக்கப்பட்டார்.

இதற்குப் பின்பு 1878-இல் ஏற்பட்ட சட்டப்படி 8 பகுதிகளுக்கு 32 பேர்களை நியமிப்பதற்குப் பதில், 16 பேர்கள் நியமனம் மூலமும் 16 பேர்கள் வரி செலுத்துவோர் தேர்ந்தெடுப்பதன் மூலமும் இருக்க வேண்டும் என்பதாயிற்று. மேலும் சுகாதாரத் தனியதிகாரி, பொறியியலார் (எஞ்சினியர்), நிலவரி அலுவலாளர் என்ற மூன்று பதவிகள் 1892இல் ஏற்படுத்தப்பட்டன. இப்போது சாக்கடைத் திட்டத்தின் செலவை ஈடுகட்டிக் கொள்வதற்காக வரியை உயர்த்தினார்கள்.

1904இல் நகராட்சி ஆணையாளர்கள் முப்பத்திரண்டாக இருந்ததை முப்பத்தாறாக உயர்த்தி வணிகச் சங்கங்களிலிருந்தும் மற்ற சங்கங்களிலிருந்தும் 8 ஆணையாளர்களைத் தேர்ந்தெடுக்கவும், ஒரு நிரந்தரக்குழு (Standing Commitee) அமைக்கவும் ஏற்பாடு செய்யப்பட்டது. இதற்கு 15 ஆண்டுகளுக்குப் பின்னர் 36 ஆணையாளர்கள் (கமிஷனர்கள்) என்று இருந்ததை, 50 நகராண்மைக் கழக உறுப்பினர் (Councillors) என்று மாற்றினார்கள். இதன் பிறகு சென்னையை 30 வட்டங்களாகப் (Divisions) பிரித்து, ஒவ்வொரு வட்டத்திற்கும் ஒரு நகராட்சி உறுப்பினர் வீதம் 30 உறுப்பினர்களையும், மற்ற 20 உறுப்பினர்கள் நியமனம் மூலமாகவும் வர்த்தகத் தொகுதியிலிருந்தும் மற்றத் தொகுதிகளிலிருந்தும் தேர்ந்தெடுக்க வேண்டும் என்று சட்டம் வந்தது.

இப்போது நிரத்தரக் குழுக்கள் நான்காக அதிகரிக்கப்பட்டன. ஆணையாளர்களுக்குத் தலைமை வகிக்கும் தலைவர் (President)

பதவி 'கமிஷனர்' என மாற்றப்பட்டு இவருக்கு நிர்வாக அதிகாரம் அளிக்கப்பட்டது. இச் சமயத்தில்தான் பெண்களுக்கு வாக்குரிமையும், தேர்தலுக்கு நிற்கும் உரிமையும் கிடைத்தன. நகராண்மைக் கழகக் கூட்டத்திற்குத் தலைமை தாங்குபவர் தலைவர் (பிரஸிடென்ட்) என்று அழைக்கப்பட்டார். முதன் முதலாக இந்தியரில் இப்பதவிக்குத் தேர்ந்தெடுக்கப்பட்டவர் திரு. சர். பி. தியாகராய செட்டியார் ஆவர். நிர்வாக அதிகாரியான ஆணையாளரை அரசாங்கம் நியமித்து வந்தது.

1933இல் கொண்டுவரப்பட்ட சட்டம் தலைவர் (பிரஸிடென்ட்) என்பவரை 'நகரத் தந்தை' (மேயர்) என்று அழைக்கச் செய்தது. முதல் நகரத் தந்தையாக எம். ஏ. முத்தையா செட்டியார் தேர்ந்தெடுக்கப்பட்டார். இப்போது நகரத்தை 40 வட்டங்களாகப் பிரித்து நகராண்மைக் கழக உறுப்பினர்களின் எண்ணிக்கையை 50-லிருந்து 60 ஆக உயர்த்தி, இவ்வறுபது உறுப்பினர்களே ஒரு பெண்மணியையும் நான்கு ஆண்களையுமாக 5 மூப்பர்களைத் (ஆல்டர்மென்) தேர்ந்தெடுக்க வேண்டும் என்பதாயிற்று.

அடுத்து நிரந்தரக் குழுக்கள் நான்கிலிருந்து ஆறாயின. நகராட்சி உறுப்பினர்களிடையேயிருந்து 'துணை நகரத் தந்தை' (Deputy Mayor) பதவிக்குத் தேர்தல் நடத்தும் அதிகாரம் மேற்சொன்ன 1936ஆம் ஆண்டில்தான் கிடைத்தது. முதல் துணை நகரத் தந்தையாக திரு. எம். பக்தவத்சலனார் தேர்ந்தெடுக்கப்பட்டார்.

சென்னையை அடுத்துள்ள சிற்றூர்களை இணைத்துக் கொண்டதால் நகராட்சிச் சட்டம் 1948இல் திருத்தப்பட்டு, நகரம் 50 வட்டங்களாக விரிவுபடுத்தப்பட்டது. 50 வட்டங்களுக்காக 50 உறுப்பினர்களும், தாழ்த்தப்பட்ட வகுப்பினர்க்காக ஒதுக்கப்பட்ட இடங்களிலிருந்து 5 உறுப்பினர்களும், பெண்களுக்காக ஒதுக்கப் பட்ட இடங்களிலிருந்து 4 பெண் உறுப்பினர்களும், தொழிலாளர் பகுதியிலிருந்து 4 பேரும், வர்த்தக சங்கங்களிலிருந்து 8 பேரும். சென்னைத் துறைமுகத்தின் சார்பாக ஒருவரும், பல்கலைக்கழகம் சார்பாக ஒருவரும், மூப்பர்கள் ஐவரும், சிறப்பு நகராட்சி உறுப்பினர்களாக 3 பேரும் ஆகக்கூடி 81 பேர் நகராண்மைக் கழகக் கூட்டத்திற்கு வந்தனர்.

பிறகு வெள்ளையறிக்கைப்படி நகரம் 100 வட்டங்களாகப் பிரிக்கப்பட்டு நகராட்சி தேர்தல் 1959-இல் நடத்தப்பெற்றது. தி.மு.க. நகர மன்றக் கட்சி பெரும்பான்மை பெற்றதால் திரு. அ.பொ. அரசு முதல் தி.மு.க. நகரத் தந்தையாக ஆனார். திரு. பி. சிவசங்கரன் துணைமேயரானார்.

பின்னர், நகரம் 120 வட்டங்களாக்கப்பட்டது. இடையில் ஒரு தடவை திரு. ஆர். சிவசங்கரமேத்தா அவர்கள் காங்கிரஸ் கட்சியின் சார்பில் நகரத் தந்தையாகவும், திரு. டி. மணிவண்ணன் துணை நகரத் தந்தையாகவும் ஆனார்கள். அடுத்து தி.மு.க. சார்பிலே நகராட்சி நடத்தப்பட்டு வந்தது. திரு என். ஜீவரத்தினம் தி.மு.க. நகர மன்றக் கட்சித் தலைவராகவும், பின்னர் திரு. வி. முனுசாமி தலைவராகவும் பல ஆண்டுக்காலம் திறம்பட நிர்வாகம் நடத்தி வந்தார்கள்.

இவர்கள் நிர்வாகத்தில், முன்பைவிட நகர வருவாய் பெருகியும், நகரம் பல துறைகளில் வளர்ச்சியுற்றும் வந்தது. முதலில் டாக்டர். பி. சீனிவாசனும் பிறகு திரு. எஸ். ஜி. வினாயகமூர்த்தியும் திரு. கே. குப்புசாமியும் நகர மன்றக் காங்கிரஸ் கட்சித் தலைவராக இருந்தார்கள். ஆனால், போலிச் சம்பள பட்டுவாடா செய்ததில் எல்லாக் கட்சியினரும் இதில் ஈடுபட்டிருந்தார்கள் என்று காரணம்காட்டி தமிழக அரசு சென்னை மாநகராட்சியைக் கலைத்து விட்டது. இது நகர வரலாற்றிலே எதிர்பாராததோர் விளைவாகும்.

இப்போது நகர நிர்வாகத்தை, (1) நகர மன்றமும் (Council), (2) நகர மன்றத்தால் நியமிக்கப்பட்ட நிரந்தரக் குழுக்களும், (3) ஓர் ஆணையாளரும் (கமிஷனர்) சேர்ந்து கவனித்து வந்தனர்.

குறைந்தது மாதம் இருதடவையாவது நகரமன்றக் கூட்டம் நகராண்மைக் கழகக் கட்டிடத்தில் நடைபெறுகிறது. கவனிக்க வேண்டிய வேலைகள் அதிகமாக இருந்தால் பல கூட்டங்கள் நடைபெறும். மூன்றாண்டுகளுக்கு ஒரு முறை நகராண்மைக் கழக உறுப்பினர் தேர்தல் நடைபெறும். தேர்தலில் வெற்றி பெற்றவர்கள் கூடி. நகரத் தந்தை (மேயர்) யையும், துணைத் தந்தை (டிபுடி மேயர்) யையும் ஆண்டுதோறும் நவம்பர் முதல் தேதி தேர்ந்தெடுப்பர். நகரமன்றக் கூட்டங்களுக்கு நகரத் தந்தை தலைமை வகிப்பார். அவர் இல்லாத போது, துணைத் தந்தையும், இவ்விருவரும் இல்லாத சமயத்தில் நகரமன்ற உறுப்பினர்களில் ஒருவரும், தலைமை தாங்குவார். ஆணையாளர் தலைமை வகிக்கக்கூடாது. ஆனால் கூட்டங்களுக்கு வந்திருந்து உறுப்பினர்களின் ஐயங்களைத் தெளிவிக்க வேண்டும்.

நகராண்மைக்கழகப் பொறுப்பில் இருக்கும் எல்லாத் துறைகளின் தலைமை அலுவலாளரும் கூட்டத்தில் இருக்கவேண்டும். எல்லா நகரமன்றக் கூட்டங்களுக்கும் பொதுமக்கள் அனுமதிக்கப்படுவர். தலைமை வகிப்பவருக்கு விருப்பமில்லாவிட்டால் ஒருவரையோ

எல்லோரையுமோ மன்றத்தை விட்டு வெளியே போகச் சொல்லலாம். ஒவ்வொரு கூட்டத்திற்கும் குறைந்தது 20 உறுப்பினர்களாவது இருக்கவேண்டும். ஒவ்வொரு கூட்ட நடவடிக்கைகளையும் குறிப்புப் புத்தகத்தில் எழுதி நகரத் தந்தையோ, துணைத் தந்தையோ தலைமை வகித்தவரோ கையெழுத்திட வேண்டும்.

நகராண்மைக்கழக உறுப்பினர்களிலிருந்து ஆறு நிரந்தரக் குழுக்கள் அமையவேண்டும். அவை: (1) பொதுப்பணிக்குழு (2) கணக்குக்குழு. (3) கல்விக்குழு, (4) சுகாதாரக்குழு, (5) வரி, நிதிக் (வரி விசாரணை தவிர) குழு, (6) நகரமைப்புச் சீர்திருத்தக்குழு என்பனவாகும். ஒவ்வொரு குழுவிற்கும் ஏழு உறுப்பினர்கள் இருக்கவேண்டும். ஒரே உறுப்பினர் இரண்டு குழுக்களுக்குமேல் அங்கம் வகிக்கக்கூடாது. ஒரு நிரந்தரக் குழுவிற்குக் குறைந்தது மூன்று உறுப்பினராவது இருக்க வேண்டும். நிரந்தரக்குழுவின் கூட்டங்களுக்குப் பொதுமக்கள் அனுமதிக்கப்பட மாட்டார்கள். குழுவின் உறுப்பினர்களே ஆண்டிற்கு ஒரு முறை தலைவரைத் தேர்ந்தெடுப்பர். நிரந்தரக் குழு செய்யும் தீர்மானங்களை அரசாங்கம் தடுத்தாலன்றி ஆணையாளர் நிறைவேற்றாமல் இருக்கக்கூடாது. எல்லா நிரந்தரக் குழுக்களின் நடவடிக்கைகளிலும் நகரத் தந்தை கலந்து கொள்ளலாம். ஆனால் தலைவராக மட்டும் தேர்ந்தெடுக்கப்படக் கூடாது. எல்லாக் குழுக் கூட்டங்களையும் ஆணையாளர் கவனிக்கலாம். ஆனால், எந்தக் குழுக் கூட்டத்திலும் வாக்களிக்கும் உரிமை அவருக்குக் கிடையாது.

பின்னர், நிரந்தரக் குழுக்களைத் தேர்ந்தெடுக்கும் முறை நீக்கப்பட்டு விட்டது. இதற்குப் பதிலாக வட்டக்குழு (Circle Committee) மத்தியக் குழு (Central Committee), கணக்குக்குழு Accounts Commit- tee), ஒப்பந்தக்குழு (Contract Committee), உரிமம் மேல் முறையீட்டுக் குழு (Licence Appeals Committee) போன்றவை புதியதாக அமைக்கப்பட்டன.

பத்துக் கோட்ட (Division) உறுப்பினர்கள் சேர்ந்தது ஒரு வட்டக் குழு. ஒவ்வொரு வட்டக் குழுவிற்கும் ஒரு தலைவர் தேர்ந்தெடுக்கப்படுவர். இதுவன்றி ஒரு மத்தியக் குழு உறுப்பினரும் தேர்ந்து எடுக்கப்படுவர். மேலும் தாழ்த்தப்பட்டோர் பிரதிநிதித்துவம் போதிய அளவிற்கு இல்லாதபோது அவ்வட்டக் குழுவில் ஒருவர் சேர்த்துக் கொள்ளப்படுவர்.

மத்தியக்குழுவிலுள்ள பத்து உறுப்பினர்கள் ஒரு தலைவரைத் தேர்ந்தெடுப்பர். நகரத் தந்தையும், துணை நகரத் தந்தையும் இதில் உடன் இருப்பர்.

நகரமன்றத்தால் தேர்ந்தெடுக்கப்பட்ட கணக்குக் குழுவில் ஏழு

உறுப்பினர்களோடு நகரத் தந்தையும், துணை நகரத் தந்தையும் இருப்பர். இவர்கள் வரவு செலவை பரிசீலிப்பர். மான்யங்கள் சரியாகப் பயன்படுத்தப்படுகின்றனவா என்பதை கண்காணிப்பர். மாதந்தோறும் நகரமன்ற வரவு செலவுக் கணக்குக் குறித்து ஆணையாளர் தரும் தகவலைப் பரிசோதிப்பர்.

ஒப்பந்தக் குழுவில் நகர மன்றத் தந்தையும், மத்தியக் குழுத் தலைவரும், ஆணையாளரும் இருப்பர். நகர மன்றத் தந்தையே இக் குழுவிற்குத் தலைவருமாவர். உரிமம் மேல் முறையீட்டுக் குழுவில் ஐவர் இருப்பர். இவர்கள் நகரமன்றத்தால் தேர்ந்தெடுக்கப்படுவர்.

ஒவ்வொரு வட்டக் வட்டக் குழுவிலும் தேர்ந்தெடுக்கப் பட்ட உறுப்பினர்களோடு வட்டப் பொறியாளர் (Circle Engineer) துணை சுகாதார அதிகாரி (Assistant Health Officer) ஆகியோர் உடன் இருந்து கலந்து பேசி, அந்தந்த வட்டம் மேன்மையடைவதற்குரிய வழிவகைகளைத் தீர்மாணிப்பர். இவ்வட்டக்குழுக்களுக்கு என்று தனித்தனி அலுவலகம் ஏற்பாடு செய்யப்பட்டது.

பின்னர் மேலே சொன்ன வட்டக்குழு மத்தியக்குழு எடுக்கப் பட்டன. பழையபடி நிரந்தரக் குழுக்கள் தேர்ந்தெடுக்கப்பட்டன.

சென்னை மாநகராட்சியை இரு பகுதிகளாகப் பிரித்து வடக்கிற்கு ஒரு துணை ஆணையாளரும், தெற்கிற்கு ஒரு துணை ஆணையாளரும் என்று நியமிக்கப்பட்டு நிர்வகித்து வருவர். இவர்களுக்கு மேல் ஆணையாளரும் அவருக்குத் துணைபுரிய ஒரு உதவி ஆணையாளரும் (Deputy Commissioner) ஒருவரும் நிர்வாகப் பணிகள் ஒழுங்குற நடைபெற அதிகாரம் செய்வர்.

சென்னை மாநகராட்சி கலைக்கப்பட்டதன் காரணமாக அரசாங்கத்தினால் ஒரு தனியதிகரரி (Special Officer) பதவி ஏற்படுத்தப்பட்டுள்ளது.

ஆணையாளரையும், துணை ஆணையாளர்களையும் அரசாங்கமே நியமிக்கிறது. நகராட்சி முழுவதையும் ஆணையாளரே தன் கீழ் உள்ள துறைகளின் அலுவலாளரைக் கொண்டு நடத்தி வருகிறார். இவருக்குரிய மூன்றாண்டுக் காலத்திற்குள் இவரை வெளியேற்ற மாகாண அரசாங்கத்திற்கு உரிமை உண்டு. நகரமன்ற உறுப்பினர்களில் நான்கில் மூன்றுபங்கு பேருக்குமேல் நகர மன்றச் சிறப்புக் கூட்டத்தில் ஆணையாளரை நீக்க வேண்டும் என்று வாக்களிப்பார்களேயானால், ஆணையாளரைக் கட்டாயம் நீக்கி விடவேண்டும்.

நகர மன்ற விவாதங்களில் குறுக்கிட்டுப் பேச உரிமை இருந்தாலும் இவர் எந்தத் தீர்மானத்தையும் கொண்டு வரவோ, வாக்களிக்கவோ முடியாது. நகராண்மைக் கழகத்தின் முக்கிய நிர்வாசு அதிகாரி இவரேயாவர். இன்னும் நிர்வாகப் பொறியாளர், சுகாதார அதிகாரி, மின்சார எஞ்சினியர், தண்ணீர்த்துறை எஞ்சினியர், வருவாய்த்துறை அதிகாரி, கல்வி அதிகாரி என்போர் தத்தம் துறைகளில் பொறுப்பேற்று நடத்தி வருகின்றனர். இவர்களுக்கு உதவியாகப் பல அலுவலாளர்கள் உள்ளனர்.

நகராண்மைக் கழகத்தின் முன்னாள் அலுவலகம் முத்தியாலுப் பேட்டையிலுள்ள எர்ரபாலு செட்டி வீதியில் (பிராட்வேவுக்கு அருகில் உள்ள) இடத்தில் வாடகை கொடுத்து நடைபெற்று வந்தது. பின்னர் 1913இல் இது ரிப்பன் கட்டிடத்திற்கு மாற்றப்பட்டது. இக்கட்டிடம் ரூ.8 லட்சம் செலவில் கட்டப்பட்டதாகும்.

வாணிபமும் தொழிலும்: சென்னைப் பட்டினத்தில் தொடக்கத்தில் பயிர்த்தொழிலும் நெசவுத் தொழிலுமே மிகுதியாக நடைபெற்று வந்தன. ஆங்கில வாணிபக் கழகம் வந்த பிறகு பட்டாடைகளும், ‘மஸ்லீன்’ போன்ற மெல்லிய துணிகளும், மிளகு போன்ற வாசனைப் பொருள்களும் இங்கிருந்து ஐரோப்பாவிற்கு ஏற்றுமதியாகத் தலைப்பட்டன.

வெளிநாடுகளிலிருந்து இறக்குமதியான பொருள்களைக் கழகம் இங்கு விற்பனை செய்து வந்தது. பிறகு கழகத்தில் இருந்தவர்களே தனிப்பட வாணிபம் செய்யத் தொடங்கினர். சென்னையில் இருந்த சேஷாத்திரி நாயக்கர், பேரி திம்மன், காசி வீரண்ணா, தம்பு செட்டி, லிங்க செட்டி போன்ற பெருவணிகர்கள் அப்போது ஆங்கிலேயர்க்கு மிகவும் உதவியாக இருந்தனர்.

ஆங்கில வாணிபக் கழகமே இதுகாறும் பெற்று வந்த வாணிபச் சலுகை 1833இல் எடுபட்டதால், தனிப்பட்ட ஐரோப்பிய சமூகத்தினர் மேற்கொண்டு முன்னேறலானார்கள். இப்படிப்பட்ட வர்த்தகர்களால் ஏற்பட்ட நிறுவனங்களுள் பென்னி & கம்பெனி, பாரி & கம்பெனி, பெஸ்ட் & கம்பெனி குறிப்பிடத்தக்கவையாகும். இந்நிறுவனங்கள் இன்றும் சுப்பல் போக்குவரத்து, ஏற்றுமதி இறக்குமதி வியாபாரம், ஆலைத்தொழில் வெளிநாட்டுக் ‘கம்பெனி’களில் இயந்திரச் சாமான் விற்பனை, பிரதிநிதித்துவம்-ஆகியவைகளில் முதன்மைபெற்று விளங்குகின்றன.

வாணிபச் செழிப்பின் காரணமாகச் சென்னையில் ஏற்பட்ட செயற்கைத்

துறைமுகம் நாளாவட்டத்தில் வளரத் தொடங்கியது. இந்தியர்கள், தனிப்படவும் கூட்டாகவும் வாணிபத்தில் உயரலானார்கள் ஆட்டுத்தோல், எண்ணெய் வித்துக்கள், பருத்தி “மாக்னஸைட்டு', அபிரகம் முதலிய பொருள்கள் இங்கிருந்து வெளிநாடுகளுக்கு ஏற்றுமதியாகின்றன.

மரவகை, நிலக்கரி, எண்ணெய் வகை, தானியங்கள், இயந்திரக் கருவிகள், ஆடம்பரப் பொருள்கள், ஆகியவை வெளிநாடுகளிலிருந்து இங்கு இறக்குமதியாகின்றன. பெரும்பாலும் சென்னையிலிருந்து ஏற்றுமதியாகும் பச்சைப் பொருள்கள் (Raw Materials) மீண்டும் ஐரோப்பாவிலிருந்து முடிந்த பொருள்களாக (Finished Products) திரும்பி வருகின்றன என்பது இங்கு மனங்கொள்ளத்தக்கது.தமிழகத்தில் கடலோரமாக நடைபெறும் வாணிபத்தில் ஏறக்குறைய நூற்றுக்கு ஐம்பது விழுக்காடு சென்னைத் துறைமுக மூலமாகவே நடைபெறுகிறது எனலாம்.

துறைமுகத்தை அடுத்துள்ள பாகத்தில் நவதானிய வாணிபஞ் செய்யும் கிடங்குகளும், அதனைச் சார்ந்த கடற்கரை வீதியில் பல்வேறு தொழில்களில் ஈடுபட்டுள்ள அயல் நாட்டு வாணிபக் ‘கம்பெனி'களும் நிதி நிலையங்களும் (பாங்கு) உள்ளன. இவைகளைச் சார்ந்த கட்டிடங்கள் பார்க்க அழகாக இருப்பவை. சென்னையின் முக்கிய வியாபார இடங்களில் இதுவும் ஒன்று.

‘பேஸின் பிரிட்ஜுக்கு' அருகிலுள்ள பக்கிங்காம் கால்வாய்த் துறையிலும், சென்ட்ரல் நிலையத்திற்குச் சமீபத்திலுள்ள ஒற்றை வாடையிலும், கூல வாணிபம் சிறப்பாக நடைபெறுகிறது. ஒற்றைவாடையிலும் கந்த கோட்டத்திற்கு அடுத்துள்ள பெரிய கடைத் தெருவிலும், லிங்கி செட்டித் தெரு, ஏர்ரபாலு செட்டித் தெரு, மண்ணடித் தெருக்களிலும் இரும்பு, இயந்திர வாணிபம் அதிகமாக நடைபெறுகிறது. தமிழர்களிடத்திலேயே இருந்த இவ்வாணிபம் இன்று நாளுக்கு நாள் வடநாட்டு ‘போராக்'க்காரர்களிடம் சென்று கொண்டிருக்கிறது. தங்கசாலைத் தெருவுக்கு மேற்கில் பேஸின் பாலத்திற்குச் செல்லும் வழியிலும், பெரியமேட்டிலிருந்து சூளைக்குச் செல்லும் பாதையிலும் மர, தோல் வாணிபம் நடைபெற்று வருகின்றன.

கொத்தவால் சாவடி சென்னையின் வாணிப மய்யங்களில் மிகவும் முக்கியமானது. நகரமக்களின் அன்றாடத் தேவைக்கு வேண்டிய உணவுப் பொருள்களும், காய்கறிகளும், பழவகைகளும் இங்கே கிடைக்கின்றன. வெளியூர்களிலிருந்து சரக்குகளை இங்கே கொண்டு வந்து விற்பனை செய்கிறார்கள். நகரத்தின் பற்பல பாகங்களிலிருந்து வணிகர்கள் தங்கள் கடைகளுக்கு வேண்டிய சரக்குகளை இங்கேதான் மொத்தமாகப்

பெறுகிறார்கள். இதனை அரும்பாக்கத்தில் மாற்றியமைக்கத் திட்டமிடப்பட்டிருக்கிறது.

தங்கசாலைத் தெருவில் குஜராத்திய வியாபாரிகளும் பொன் வெள்ளி வியாபாரிகளும் இருக்கின்றனர். சீனக்கடைத் தெருவிலும், பிரம்புக் கடைத் தெருவிலும், தேவராஜ முதலித் தெருவிலும் திருவொற்றியூர் நெடுஞ்சாலையிலும், பாண்டிபஜாரிலும், ஜாம்பஜார் பைகிராப்ட்ஸ் வீதியிலும், வியாசர்பாடி நெடுஞ்சாலையிலும் பட்டு, பருத்தித் துணிக்கடைகளும், விதவிதமான உடைகள் விற்கும் நிலையங்களும், அழகு ஆடம்பரப் பொருள்கள் கிடைக்கும் இடங்களும் நிறைந்துள்ளன.

தொலைபேசி இணைப்பகக் கட்டிடத்திற்குப் பின்புறத்திலுள்ள பழச் சந்தையும் பூச்சந்தையும் குறிப்பிடத்தக்கன. பந்தர்.தெரு, கிடங்குத்தெரு, கோவிந்தப்ப நாயக்கன் தெரு முதலியவை மொத்தப் பொருள்களுக்கும் பொதுச் சரக்குகளுக்கும் பேர் போனவை. ஆண்டர்சன் வீதியிலும் பந்தர் வீதியிலும் காகித வியாபாரிகள் உள்ளனர்.

அண்ணாசாலையில் (மௌண்ட் ரோட்) பெரும் பத்திரிகை நிலையங்களும், கடிகாரக் கடைகளும், தட்டுமுட்டுச் சாமான் விற்பனை நிலையங்களும். உணவு விடுதிகளும், பிரயாண வசதி செய்துதரும் அலுவலகங்களும், திரைப்பட அரங்குகளும், மோட்டார் வண்டி நிறுவனங்களும், தொழிற்சாலைகளும், நகைக் கடைகளும், இன்னும் பலவிதமான பொருள்களைக் கொண்ட அங்காடிகளும் அமைந்துள்ளன.

இவை தவிர சென்னையில் நடைபெறும் தொழில்களில் நெசவுத் தொழில் முக்கியமானது என்று சொல்லலாம், பிரம்பூரிலும் சூளையிலும் பஞ்சிலிருந்து நூல் நூற்று நெசவுத் தொழில் செய்யும் பக்கிங்காம் & கர்னாடிக் ஆலைகள் இருக்கின்றன. இவ்வாலைகளில் பதினைந்தாயிரம் தொழிலாளர்கள் வேலை செய்கின்றனர். உலகத்திலேயே மிகப் பெரிய நெசவாலைகளில் ஒன்றாக பி. அண்டு சி. திகழ்கின்றது.

இப்போது 19,960 விசைத் தறிகளும், ஒருலட்சம் கதிர்களும் இங்கு உள்ளன. இவ்வாலைகளிலிருந்து தயாரித்து ஏற்றுமதி செய்யப்படும் சரக்குகளுக்கு வெளிநாட்டுச் சந்தைகளில் நல்ல புகழும் தேவையும் இருக்கின்றன. இந்த ஆலை நிர்வாகத்தை "பென்னி கம்பெனி கவனித்து வருகிறது. சென்னை அரசாங்கம் மின்சார உற்பத்தி நிலையத்தை ஏற்குமுன்வரை இந் நிறுவனமே அதை நடத்தி வந்தது. மேலும், டிராம் வண்டி அமைப்பையும் இது மேற்பார்வையிட்டு வந்தது. சுருக்கமாகச்

சொல்லவேண்டுமானால், சென்னையில் மிகவும் செல்வமும், செல்வாக்கும் படைத்த நிறுவனம் இது ஒன்றேயாகும்.

பிரம்பூரில் தொடர் வண்டித் தொழிற்சாலை (Govt. Coach Factory) இருக்கிறது. இன்னும் நூற்றுக்கணக்கான இயந்திர சாலைகளும், 'மோட்டார்' தொழிற்சாலைகளும், அச்சு, மை தொழிற்சாலைகளும், பலவிதமான தொழில் நிலையங்களும் சென்னை நகரத்தில் நடைபெறுகின்றன. இவையன்றி திருவல்லிக்கேணியிலும் வண்ணாரப்பேட்டையிலும் அலுமினியப் பாத்திரங்கள் செய்யும் தொழிற்சாலைகள் ஏற்பட்டுள்ளன. வண்ணையம்பதியில் 'பென்சில்' தொழிற்சாலை (Pencil Factory) ஒன்று உள்ளது. சென்னையிலுள்ள சிறந்த சுதேசக் கைத்தொழில் நிலையங்களில் இது ஒன்றாகும். இத் தொழிற்சாலைக்கு வடக்குப் பகுதியிலுள்ள தொண்டையர் பேட்டையில் கண்ணாடிச் சாமான்கள் செய்யும் தொழிற்சாலைகள் நிறுவப்பட்டுள்ளன. இங்கு நமக்கு அன்றாடம் பயன்படும் பலவகையான கண்ணாடிப் பொருள்கள் செய்யப்படுகின்றன.

இராயபுரப் பகுதிகளில் எண்ணெய் வித்துக்களிலிருந்து எண்ணெய் எடுக்கும் தொழிற்சாலைகளும் (Oil Seeds Factories), மண்ணெண்ணெயைத் தொட்டிகளில் நிரப்பி வாணிபஞ் செய்யும் நிறுவனங்களும் உள்ளன திருவொற்றியூரில் தீக்குச்சி செய்யும் தொழிற்சாலையும் (Match Factory) உள்ளது. இதனையடுத்த எண்ணூரில் 'அசோகா மோட்டார்' தொழிற்சாலை இருக்கிறது. கார்போரண்டம் யுனிவர்சல்' தொழிற்சாலை, 'எவரெடி பாட்டரி', பெஸ்ட் & கோ தொழிற்சாலை 'யுனைடெட், இந்தியா பிளவர் மில்'லும் வடக்குப் பகுதியில் இயங்குகின்றன; ஈ.ஐ.டி. பாரி தொழிற்கூடமும் உள்ளது.

சென்னைக்கு வடமேற்கே புழலுக்கு அருகில் 'பைலட் பேனா' செய்யும் தொழிற்சாலையும், இரும்புத் திருகாணிகள் செய்யும் தொழிற்சாலையும், தோல் பதனிடும் தொழிற்சாலையும், மாதவரம் பால் பண்ணையும் சிம்சன் பட்டறையும் எழுந்துள்ளன. ஆவடியில் டி.ஐ. சைக்கிள் தொழிற்சாலை நிறுவப்பட்டுள்ளது. தென்மேற்கே குரோம்பேட்டையில் தோல் பதனிடும் தொழிற்சாலையும் வண்டலூரில் மோட்டார் தொழிற்சாலையும் அமைக்கப்பட்டுள்ளன.

மக்களின் நேரத்தை இன்பமாகக் கழிக்கப் பயன்படும் பேசும் படத்தொழிலும் வடமேற்குப் பகுதியில் நாளுக்கு நாள் வளர்ந்து வருகிறது. சென்னைபிலுள்ள வாகினி, ஏ.வி.எம், ஜெமினி என்னும் மூன்று படத்தயாரிப்பு நிலையங்களைப் போன்ற நவீன சாதனங்கள்

அமைந்த நிலையங்கள் (ஸ்டூடியோ) இந்தியாவிலேயே கிடையாது என்று சொல்லப்படுகிறது. சென்னை அரசாங்க அச்சகம் (Govt. Press) ஆசியாவிலேயே மிகச் சிறந்த பெரிய அச்சகமாக விளங்குகிறது. பிரம்பூரில் திறக்கப் பட்டுள்ள நியூசெஞ்சுரி மாவு ஆலையைப் (The New Century flour Mill) போல் இந்தியாவில் வேறு கிடையாதாம்.

இதற்கு முன் நிலக்கரி அருகில் கிடைக்காமையால் சென்னை, பம்பாய், கல்கத்தாவைப் போல் இயந்திரத்தொழில் மிகுந்த நகரமாகப் பெருக்க முடியவில்லை. ஆனால் இப்போது நெய்வேலியில் பழுப்பு நிலக்கரி கண்டுபிடிக்கப்பட்டுத் தோண்டப்பட்டு வருவதன் காரணமாக வருங்காலத்தில் முன் சொன்ன நகரங்களைப் போல் தொழிலியலில் இது முன்னேறிவிடும் என்று உறுதியாக நம்பலாம். கல்பாக்க மின்சக்தி உற்பத்தி நிலையமும் இதற்குத் துணையாக நிற்கும்!

போக்குவரத்து: செயின்டு ஜார்ஜ் கோட்டையே நகரின் மய்யப் பாகமாகும். இதனை ஒட்டியே வடக்கிலும் தெற்கிலும் மேற்கிலும் நகர் பெருகியுள்ளது. இக் கோட்டைக்கு மூன்று முக்கிய வாயில்கள் உள்ளன. கடற்கரை வீதி (Beach Road) கிழக்குப் பகுதியிலுள்ள கடற்கரை வாயிலிலிருந்து ஜார்ஜ் டவுனின் வடகிழக்கு மூலை ஓரமாக மெரீனா வழியாகச் சாந்தோம்வரை போகிறது. கோட்டையின் மேற்குப் புறத்திலுள்ள வாலாஜா வாயிலிலிருந்து அண்ணாசாலையும் (மவுண்டு ரோடும்) செயின்டு ஜார்ஜ் வாயிலிலிருந்து பூவிருந்தவல்லி நெடுஞ்சாலையும் துவங்குகின்றன. கோட்டையிலிருந்து பரங்கிமலை (செயின்டு தாமஸ் மவுன்ட்) வரை செல்லும் மேற்சொன்ன அண்ணாசாலையின் நீளம் 8 மைலாகும்.

மேற்குப் பெருஞ்சாலை (The Western Road or The Poonamalee High Road) தெற்குப் பெரும் நெடுஞ்சாலை (The Great Southern Road) வடக்குப் பெரும் நெடுஞ்சாலை (The Great Northern Trunk Road) என்னும் மூன்றும் நகரினின்று துவங்கும் பெரிய நெடுஞ்சாலைகளாகும். இவை தவிர சென்னை நகரில் பெரிதும் சிறிதுமாக 4,0001 வீதிகள் உள்ளன. இவற்றின் மொத்த நீளம் 613.99 மைல்கள். இத்தகைய போக்குவரத்து அமைப்புக் கொண்ட சென்னை மாநகரம் 49.74 மைல் பரப்புள்ளதாக இருக்கிறது. இவ்வளவு பெரிய நகரத்தில் ஒரு பாகத்திலிருந்து மற்றொரு பாகத்துக்குச் செல்ல என்னென்ன சாதனங்கள் உள்ளன என்பதைத் தெரிந்து கொள்ள வேண்டாமா?

பழங்காலத்தில் வசதி மிகுந்தவர்கள் பல்லக்குகளிலும், குதிரை

பூட்டிய வண்டிகளிலும் (சாரட்), 'கோச்சு'வண்டிகளிலும் மாட்டு வண்டிகளிலும், குதிரை வண்டி (ஜெட்கா), 'ரேக்ளா' வண்டிகளிலும் சென்று கொண்டிருந்தனர், வசதி குறைந்தவர்களுக்குத் தங்கள் கால்களே கதி என்று சொல்லத் தேவையில்லை. அல்லவா! பிறகு, நீண்டகாலம் பொறுத்து, அதாவது நூறாண்டுக்கு முன்புதான் இருப்புப்பாதை ஏற்பட்டது. அதற்கப்புறம் 'டிராம்' வண்டிகளும், பஸ்களும், 'மோட்டார்' வாகனங்களும் வந்து சேர்ந்தன. இப்போது சாதாரண 'ரிக்ஷா', 'சைக்கிள் ரிக்ஷா', 'ஆட்டோ ரிக்ஷா', வாடகை (டாக்ஸி) 'மோட்டார்' 'பேபி டாக்ஸி', 'சைக்கிள்', 'ஆட்டோ சைக்கிள்' வரை எத்தனையோ வகைப் போக்குவரத்துச் சாதனங்கள் உண்டாகியுள்ளன.

அரசாங்க அலுவலர்கள் பணியாளர்கள், வியாபாரிகள், தொழிலாளிகள், பொதுமக்கள் ஆகிய அனைவரும் ஓர் இடத்திலிருந்து மற்றோர் இடத்திற்குச் சுலபமாகவும், கால தாமதமின்றியும், சொற்பக் கட்டணத்திலும் பிரயாணம் செய்யக் கூடிய சாதனம் பஸ் வண்டியாகும். நகரத்திற்குள் பற்பல பாகங்களுக்கும் செல்லும் பஸ் வண்டிகள் ஜார்ஜ்டவுன் பாரீஸ் முனையிலிருந்து புறப்படுகின்றன.

இதுவல்லாமல், தங்கசாலை, திருவல்லிக்கேணி, மயிலாப்பூர். தியாகராய நகர், பிரம்பூர், அமைந்தகரை முதலிய இடங்களும் புறப்படுமிடங்களாக அமைந்துள்ளன. பஸ் போக்குவரத்து நிறுவனம் முன்பு தனிப்பட்ட முதலாளிகள் கையில் இருந்தது. 15-10-1947 முதல் இதனைத் தமிழக அரசாங்கம் ஏற்று நடத்தி வருகிறது. 1955 மார்ச்சு 1ஆம் தேதியில் தமிழக அரசாங்கத்திடம் இருந்த பேருந்து வண்டிகளின் (பஸ்) எண்ணிக்கை 401. சென்னை நகரில் 90 வழிகளில் 1,400 பஸ்கள் செல்கின்றன. ஒரு நாளைக்குச் சராசரி 99.5 மைல் வீதம் பஸ் போக்குவரத்து நடைபெற்று வருகிறது.

காஞ்சிபுரம், விழுப்புரம், திருவண்ணாமலை போன்ற வெளியூர்களுக்குச் செல்லும் வண்டிகள் அண்ணாமலை மன்றத்துக்குப் பின்புறமுள்ள 'கருணாநிதி பேருந்து' நிலையத்திலிருந்தும் சட்டக்கல்லூரி பக்கத்திலுள்ள விரைவுவண்டி நிலையத்திலிருந்தும் போகின்றன. சென்னையின் வடமேற்குப் பாகங்களிலுள்ள திருவொற்றியூர், எளாவூர், கத்திவாக்கம், பொன்னேரி, நெல்லூர், திருப்பதி போன்ற ஊர்களுக்குத் தங்கசாலையிலிருந்து வண்டிகள் புறப்படுகின்றன. வெளியூர் செல்லும் பஸ் போக்குவரத்து அமைப்பு சில இன்னும் தனிப்பட்டவர்கள் கையிலேயே உள்ளது. 'பஸ்' செல்லும் சாலைகள் பெரும்பாலும் 'தார்' அல்லது 'சிமெண்டு'ப் பாதைகளாகவே இருக்கின்றன.

இனி, இருப்புப் பாதைகளைப் பற்றிக் கூறுவோம். சென்னை தென் மராத்திய இருப்புப்பாதை நிறுவனத்தாருக்குச் (M.S.M. Ry. Co.) சொந்தமாயிருந்த 14 1/2 மைல் நீளமுள்ள அகலமான இருப்புப்பாதையின் (Broad Gauge) தலைமை நிலையம் முன்பு இராயபுரத்தில் இருந்தது. இங்கிருந்து தான் பல பாகங்களுக்குப் பாதைகள் பிரிந்து சென்று கொண்டிருந்தன. நகர வளர்ச்சியின் காரணமாக 'சென்ட்ரல்' நிலையம் 1873இல் ஏற்படுத்தப்பட்டது. இங்கிருந்து பேசின் பாலம் வழியாக வண்ணாரப்பேட்டை திருவொற்றியூர் போன்ற உள்ளூர்களுக்கும் திருவள்ளூர், பங்களூர், பம்பாய் போன்ற வெளியூர்களுக்கும் நீராவி வண்டி செல்கிறது.

தென்னிந்திய இருப்புப்பாதை நிறுவனத்தாருக்குச் (S.L.R.Co) சொந்தமாயிருந்த 9½ மைல் நீளமுள்ள குறுகலான இருப்புப்பாதை (Metre Gauge) எழும்பூர் நிலையத்தைத் தலைமையிடமாகக் கொண்டு செல்கிறது. இதே நிறுவனத்தாரால் 1932இல் கடற்கரை நிலையத்திலிருந்து (Beach Station) தாம்பரம் வரை மின்சாரத் தொடர்வண்டிப் பாதை (Electric Train Route) ஒன்று போடப்பட்டது. சுற்றுப்புறத்தில் உள்ளவர்கள் சுற்றுப்புறங்களுக்குச் செல்லவும் இது பேருதவி புரிந்து வருகின்றது. இதன் வரவால் சென்னையின் மக்கள் நெருக்கம் ஓரளவு தளர்ந்துள்ளது என்று சொல்லலாம்.

மேற்சொன்ன இரு இருப்புப்பாதைகளும் இந்தியா விடுதலையடைந்தவுடன் ஒன்றாக இணைக்கப்பட்டு தெற்கத்திய இருப்புப்பாதை (Southern Railway) என்கிற பெயரில் மத்திய அரசாங்கத்தால் ஏற்று நடத்தப்பட்டு வருகின்றது.

அடுத்து, போக்குவரத்துக்குப் பயன்பட்டு வந்தது டிராம். இவ்வண்டிகள் 1895-ஆம் ஆண்டு முதல் சென்னையில் ஓடத் துவங்கின. 1953 ஏப்ரல் வரை 110 டிராம்கள் எழும்பூர், புரசைப்பாக்கம், வண்ணாரப்பேட்டை, இராயப்பேட்டை, கிருஷ்ணாம் பேட்டை (திருவல்லிக்கேணி), மயிலாப்பூர் ஆகிய நகரத்தின் முக்கியப் பாகங்கள் எல்லாவற்றுக்கும் சென்று வந்தன.

டிராம் வண்டிகளின் தலைமை நிலையம் எழும்பூரில் இருந்தது. இவைகளுக்கு வேண்டிய மின்சாரம் பேசின் பாலத்திற்கு அருகிலுள்ள மின்சார உற்பத்தி நிலையத்திலிருந்து கிடைத்து வந்தது. ஆனால், 1953-இல் டிராம் வண்டித் தொழிலாளர்களுக்கும் நிறுவன முதலாளிகளுக்கும் ஏற்பட்ட பிணக்கில் இவ்வமைப்பு மூடப்பட்டு விட்டது. நகராண்மைக் கழகமும் பொதுமக்களும் எவ்வளவு முயற்சி செய்தும் டிராம் வண்டிகள்

மறுபடியும் ஓட முடியவில்லை. இவ்வண்டிகள் போய்க்கொண்டிருந்த வழிகளிலெல்லாம் இப்போது சென்னை அரசாங்கப் பேருந்துகள் செல்கின்றன.

நகரின் போக்குவரத்துக்குத் தரை வழியைப் போல் நீர் வழியும் பயன்படுகிறது. கூவம், அடையாறு ஆகிய ஆறுகளின் ஊடே. செல்லும் பக்கிங்காம் கால்வாய் வழியாகப் படகுகள் செல்கின்றன அரிசி, கிளிஞ்சல், உப்பு, மீன் விறகு போன்ற பொருள்களின் போக்குவரத்துக்குப் படகுகள் மிகுதியும் உதவுகின்றன. தெற்குப் புறமாகத் திருப்போரூர் மாமல்லபுரம், சதுரங்கபட்டினம் போன்ற இடங்களுக்கும், வடக்குப்புறமாக மூலைக்கொத்தளத்திலிருந்து எண்ணூர், பழவேற்காடு, கரிமணல், ஸ்ரீ ஹரிகோட்டை போன்ற இடங்களுக்கும் படகுகள் மூலம் மக்கள் வழிப்பயணஞ் செய்வர்.

இதுவன்றிச் சென்னைத் துறைமுகம் கப்பல் போக்குவரத்தில் தலைசிறந்து விளங்குகிறது; பெருங்கலங்கள் முதல் சிறு பாய்மரக் கப்பல்கள் வரை யாவற்றையும் இங்குக் காணலாம். மக்கள் போக்குவரத்தேயன்றி ஏற்றுமதி இறக்குமதி வாணிபத்திற்கும் இத்துறைமுகம் பேருதவி புரிகிறது எனலாம்.

வான்வழிப் போக்குவரத்திலும் (*Air Transport*) சென்னை முக்கிய இடம் பெற்றுவிட்டது. மீனம்பாக்கம், தாம்பரம் போன்ற இடங்களில் பெரிய விமான நிலையங்கள் (*Aero-dromes*) அமைந்துள்ளன. மீனம்பாக்கத்திலிருந்து இந்தியாவிலுள்ள பம்பாய், கல்கத்தா. டில்லி போன்ற முக்கிய நகரங்களுக்கும், கொழும்பு, சிங்கப்பூர், லண்டன், பாரீஸ், நியூயார்க் போன்ற அயல்நாட்டு நகரங்களுக்கும் மக்கள் செல்லவும், கடிதங்கள் சிறு சாமான்கள் செல்லவும் விமானப் போக்குவரத்துப் பயன்படுகிறது. இராணுவத்திற்கு இது மிகுதியும் உதவியாயிருக்கிறது. என்றாலும், செல்வர்களும் அரசாங்க மேலதிகாரிகள் அமைச்சர்கள் போன்றோருமே துரிதப் பயணத்திற்காக இதைப் பயன்படுத்தி வருகிறார்கள்.

இன்னும் முக்கிய ஊர்களுக்குச் செய்திப் போக்குவரத்துச் செய்ய தபால் தந்தி அமைப்புகளும், தொலைபேசி நிறுவனங்களும் (*Telephone Services*), கம்பியிலிச்செய்தி நிலையமும் (*Wireless Operation Station*) சென்னை நகரில் ஏற்பட்டுள்ளன. இவை மத்திய அரசாங்கத்தின் மேற்பார்வையில் செம்மையாக நடந்து வருகின்றன. 1963-இல் அஞ்சல்

அலுவலகங்கள் 122-ம், தபால் பெட்டிகள் 631-ம், இருந்தன; இங்குப் பணிபுரிவோர் 4,916.

மேலும், சரக்குகளை ஓரிடத்திலிருந்து பிறிதோரிடத்திற்கு எடுத்துச் செல்லக் கட்டை வண்டிகளும், 'லாரி'களும் 'டிரக்குகளும் பயன்படுகின்றன.

இங்ஙனம் காலத்தின் வேகத்திற்கேற்ப புதுப்புது வாகனங்களின் வரவும் சென்னையில் பெருகிக் கொண்டே வருகிறது.

குடிவளம்:- துவக்கத்தில் சென்னைப் பட்டினத்தில் செம்படவர்கள், நெசவாளிகள், பேரிசெட்டிமார், நாயக்கர், சுங்குவார், கொல்லவார் என்ற வகுப்பினரே வாழ்ந்து வந்தனர். வெள்ளையர் இங்கு வந்து கோட்டை கட்டி அதைச் சுற்றி மதில் எழுப்பி வாழமுற்பட்ட காலத்திலே, அதாவது 1639-க்குப் பின், வெள்ளையரும் இந்தியருமாகச் சேர்ந்து மொத்தம் 7000 பேர் இவ்விடத்தில் இருந்ததாக மதிப்பிடப்படுகிறது.

இதன் பிறகு, வாணிபம் சிறப்புற நடைபெறத் துவங்கியதாலும், தொழில்கள் சிறுகச் சிறுகப் பெருகியதாலும், நகரின் பல பாகங்களுக்குப் போக்குவரத்து உண்டானதாலும் மக்கள் நாலா பக்கங்களிலிருந்தும் இங்கு வந்து குடியேறத் தலைப்பட்டனர்,

முதன்முதலாக 1871-ஆம் ஆண்டில்தான் இங்கு ஒழுங்கான முறையில் குடிமதிப்பு (சென்சஸ்) ஒன்று எடுக்கப்பட்டது. இதற்கு முன்பெல்லாம் ஐந்தாண்டிற்கு ஒரு முறை தோராயமாக மக்கள் எண்ணிக்கை கணக்கிடப்பட்டு வந்தது. மேற்சொன்ன ஆண்டில் எடுக்கப்பட்ட குடிமதிப்பின்படி இந்நகரில் 3,97,552 பேரே இருந்தனர். பிறகு, ஒவ்வொரு பத்தாண்டிலும் கணக்கு எடுக்கப்பட்டு வந்திருக்கிறது:

இவைகளிலிருந்து 1871 முதல் 1931 வரை 60 ஆண்டுகளுக்குள் குடிவளம் இரண்டுமடங்காகப் பெருகியது என்று தெரிய வருகிறது. நகரின் எல்லா வட்டங்களிலிலும் ஒரே சீராகக் குடிவளம் மிகுந்து வந்திருக்கிறது. ஆனால், சில வட்டங்களில்- குறிப்பாகப் பிரம்பூர்ப் பகுதிகளில் ஆலைகள் வளர்ச்சி பெற்றதற்கிணங்க மற்ற இடங்களைக் காட்டிலும் அதிகப்படியாக மக்கள் பெருகியிருக்கின்றனர். இவைதவிர, மொத்தமாகப் பார்க்கிற போது குடிவளம் படிப்படியாகவும், மெதுவாகவும், ஒரே அளவிலும் நகர் முழுவதும் பரவியிருப்பது தெரிகிறது. ஆனால் மேற்சொன்ன காலத்தின் பிற்பகுதியில் முற்பகுதியைப் போல் ஓர் ஒழுங்காகப் பரவவில்லை என்று திரு. ரான்ஸன் என்பவர் குறித்துள்ளார்.

இப்போது நகரின் தெற்குப் பகுதியில் மக்கள் தொகை வெகுவேகமாக வளரத் தொடங்கியது; நகரின் முதலாவது மூன்றாவது வட்டத்தில் (செயின்டு ஜார்ஜ் கோட்டை உட்பட) நெருக்கம் மிகுந்து வந்தது. சென்னை நகர வரலாற்றில் கோட்டையின் வடமேற்குப் பகுதியில் எப்பொழுதுமே குடிநெருக்கம் மிகுந்து காணப்படுகிறது என்று மேற்சொன்னவரே அறிவித்துள்ளார்.

இன்னொரு முக்கியச் செய்தியையும் இங்குத் தெரிந்து கொள்ள வேண்டும். சென்னை நகரின் குடிவளம் விலைவாசிகளின் ஏற்றத்திற்கும் இறக்கத்திற்கும் ஏற்ப நெருக்கம் மிகுந்தும் குறைந்தும் இருந்து வந்திருக்கிறது. இது சம்பந்தமான விவரங்களை இனிக் காண்போம்.

1881 - 1901க்கும் இடையே விலைவாசிகள் இறங்குமுகமாக இருந்தபோது, சென்னை நகரை அடுத்த நாட்டுப்புறங்களிலிருந்து நகரத்திற்கு மக்கள் குடியேறத் தொடங்கினர். இதன்பின் 1901லிருந்து 1921 வரை, முதல் உலகப் போர்க் காரணத்தால், விலைவாசிகள் ஏறுமுகமாக இருந்ததால், நகரின் வளர்ச்சி குன்றியும் மக்கள் குடியேற்றம் தளர்ந்தும் காணப்பட்டன. 1921 முதல் 1931க்கும் இடையே, போருக்குப்பின் விலைவாசிகள் வீழ்ந்துபட்டதால், குடிவளம் அதிகரிக்கத் தொடங்கியது. இரண்டாம் உலகப் போருக்கு முன்னும் பின்னும் மேற்குறிப்பிட்ட நிலையே இருந்து வந்தது.

அடுத்து, சென்னை நகருக்கு எப்பகுதிகளிலிருந்து மக்கள் வந்து குடியேறியுள்ளனர் என்பதை அறிந்து கொள்வோம்: "1891 - 1901க்கும் இடையேயுள்ள 10 ஆண்டுகளில் சென்னையை விட்டு வெளியேறியவர்களைக் காட்டிலும் குடிபுகுந்தவரிகள் 89,500 பேர் அதிகம். இவர்களில் பெரும்பான்மையோர் செங்கற்பட்டு மாவட்டத்திலிருந்தும் வடஆற்காடு மாவட்டத்திலிருந்தும் வந்தவர்கள்" என்று 1901-ஆம் ஆண்டின் குடிமதிப்பு அறிக்கை கூறுகிறது.

மேலும், இந்தப் பத்தாண்டுகளில் நகரில் பிறப்பு வீதத்தைவிட இறப்பு வீதம் 22,963 பேர் அல்லது 17.7% அதிகரித்திருக்கிறது. இவ்விதம் இறப்பு வீதம் அதிகப்பட்டுங்கூட 8,251 பேர் இந்நகரில் அதிகப்படியாக இருந்திருக்கிறார்கள். இவர்கள் எங்கிருந்து வந்தார்கள்? சென்னையை ஒட்டியிருக்கும் அண்டைப் பகுதிகளிலிருந்து வந்தவர்கள்தாம் இவர்கள். இதிலிருந்து சென்னை நகருக்குள் பெருவாரியாகக் குடியேறியவர்கள் தமிழகத்தைச் சேர்ந்த செங்கற்பட்டு, வடஆற்காடு மாவட்ட வாசிகளே என்பது தெள்ளத் தெளிய விளங்குகிறதல்லவா? இன்னும் சற்று

விவரமாகச் சொல்லவேண்டுமானால், 1881ஆம் ஆண்டின் மொத்தக் குடிவளம் 4,05,843 பேர். இதில் தமிழர் 39,108 பேர்; தெலுங்கர் 94,309 பேர். அதாவது 56% ; 23%; மற்ற மொழிபேசுவோர் 18%. இதனையடுத்து 1891 - 1931 வரை ஒவ்வொரு பத்தாண்டிலும் குடிவள வீதம்:

	1891	1901	1911	1921	1931
தமிழர்	59.8	62.6	62.4	63.9	63.8
தெலுங்கர்	22.8	21	20.7	19.8	19.2
பிறர்	17.4	16.4	17.9	16.3	17.0

இந்த 50 ஆண்டுக் குடிமதிப்பிலிருந்து தொகுத்துப் பார்க்கும்போது தமிழர்கள் வரவர அதிகரித்தும், தெலுங்கர்கள் வரவரக் குறைந்தும் வந்திருக்கிறார்கள் என்பது புலப்படும். 1931இல் சென்னை நகரில் தமிழரைவிட மூன்று பங்கு குறைந்த (63.8%: 19.2%) வீதத்தில் தெலுங்கர் இருந்திருக்கின்றனர். 'சென்னையிலுள்ள தெலுங்கர்களில் 100-க்கு 50 பேருக்கு மேல் தமிழைப் பேசுகிறார்கள்' என்று 1931ஆம் ஆண்டின் குடிமதிப்பு அறிக்கையின் 8-வது பக்கத்தில் குறிப்பிடப்பட்டிருப்பதும் இங்கு நோக்கத் தக்கதாகும்.

1941-இல் 8,81,485 பேராக இருந்த குடிவளம் 10 ஆண்டுகளில் ஏறக்குறைய இருமடங்காக - அதாவது 1951இல் 14,16,056 பேராக ஆகியுள்ளது. இதில் ஆண்கள் 7,37,013 பேர்; பெண்கள் 6, 79, 043 பேர். 1947 முதல் பருவமழை தவறியதன் காரணமாகச் செங்கற்பட்டு, வடஆற்காடு, தென்ஆற்காடு மாவட்டங்களிலிருந்து உழைப்பாளி சமூகத்தினர் பெருவாரியாகச் சென்னை நகரில் வந்து தஞ்சமடைந்துள்ளனர் என்று 1951ஆம் ஆண்டின் குடிமதிப்பு அறிக்கை சுட்டிக்காட்டுகிறது.

இந்த ஆண்டுக் குடித்தொகையில் தமிழ் பேசுவார் 9,61,743 பேர். தெலுங்கு பேசுவோர் 2,34,379 பேர். பிறர், 2,19,934 பேர். மொத்தக் குடிவளத்தில் எழுதப்படிக்கத் தெரிந்தோர் 7,10,665 பேர். மத வாரியாகப் பார்த்தால் இந்துக்கள் 80%; தாழ்த்தப்பட்டோர் 10% முஸ்லீம்கள் 9%, பிற மதத்தினர் 1%.

1961ஆம் ஆண்டின் சென்னை மாநகரின் மொத்தக் குடி மதிப்பு 17,29,141 பேர். இதில் மொழிவாரி எண்ணிக்கை வருமாறு: தமிழர் 12,26.621; தெலுங்கர் 2,44,632; மலையாளிகள் 57,925; கன்னடர் 15,059: இந்துஸ்தானியர் 16,195; உருதுமொழியினர் 1,02,208; பிறமொழி

பேசுவோர் 2,19,934. இதனை மொழிவாரி நூற்று விழுக்காட்டில் கூற வேண்டுமானால் தமிழர் 70.93%, தெலுங்கர் 14.15, பிறமொழி பேசுவோர் 14.92%.

சென்னை மாநகரில் பலமொழியினர், பல சமயத்தினர், இனத்தினர் வாழ்ந்து வருகின்றனர். இங்கு சமரச மனப்பான்மை நிலவுகின்றது. என்றாலும், இந்நகரில் தமிழ் மொழியைப் பேசுவோர் 71% வீதம் இருப்பதால். அவர்கள் பெரும்பான்மையினராக உள்ளனர். ஆகவே, தமிழ்மொழி பேசுவோரின் கலை, கலாச்சாரத்தை உள்ளடக்கிய தமிழ்ப் பண்பாடே இங்கு மேலோங்கி நிற்கிறது.

சென்னை மாநகரில் 98 வகை மொழி பேசுவோர் உள்ளதாகக் குறிக்கப்படுகிறது. அவர்களுள் மேற்குறிப்பிட்ட மொழி பேசுவோருடன் வங்காளி, ஆங்கிலம், குஜராத்தி. இந்தி, பஞ்சாபி, சௌராஷ்டிரம், மராத்தி பேசுவோரும் உள்ளனர்.

இங்குப் பெருவாரியாகப் பேசப்படும் தமிழ்மொழிக்கு அடுத்தபடியாகத் தெலுங்கு இடம் பெறுகிறது ஆனால் தமிழுக்கும் தெலுங்குக்கும் உள்ள எண்ணிக்கை வேறுபாடு மிக அதிகமாகவே உள்ளது. இதற்கு அடுத்த இடத்திற்கு உருது வருகிறது. இதன்பின் மலையாளம் உள்ளது. தெலுங்கு மொழி பேசுபவர்களின் எண்ணிக்கையைவிட, மலையாளம் பேசுபவர்களின் எண்ணிக்கை ஏறக்குறைய நான்கில் ஒரு பகுதியாக உள்ளது.

1951-1961 இடையிலுள்ள காலகட்டத்தில் 7 - முக்கிய மொழி பேசுவோரின் எண்ணிக்கையின் நூற்றுவிழுக்காட்டைப் பார்ப்போம்:

மொழிகள்	1961	1951
தமிழ்	67.92	70.94 (+)
தெலுங்கு	16.55	14.15 (-)
கன்னடம்	1.12	0.87 (-)
மலையாளம்	2.83	3.35 (+)
ஆங்கிலம்	1.33	1.01 (-)
இந்தி	1,63	0.94 (-)
உருது	6.32	5.91 (-)

இந்த ஒப்புமையால் அறியக் கூடியது என்னவென்றால் தமிழும் மலையாளத்தையும் தவிர ஏனைய மொழி பேசுவோரின் விழுக்காடு குறைந்து காணப்படுகின்றன. ஆங்கிலம், இந்தி உருது மொழி பேசுவோரின் வீதமும் இறங்கு முகத்தில் உள்ளன.

1961ஆம் ஆண்டின் குடிமதிப்புத் தகவலின்படி சென்னை நகரிலிருந்த 17,29,141 பேர்களில் 5,33,750 பேர்களுக்கு அதாவது 30.9% விழுக்காட்டிற்கு, தாய்மொழியைத் தவிர இன்னொரு மொழியும் துணைமொழியாகி உள்ளது என்று தெரிய வருகிறது. இது 1951ஆம் ஆண்டில் 24% விழுக்காடாக இருந்தது. இதில் 12.25,621 தமிழ்ப் பேசுவோரில் 2,54,927 பேருக்குத்தான் இன்னொரு துணைமொழி தெரியும். அதாவது, இது மொத்த எண்ணிக்கையில் 20.8% விழுக்காடாகும். 2,44,632 தெலுங்கு பேசுவோர்களுள் 1,33,178 பேருக்கு இன்னொரு துணைமொழி பழக்கமாகியுள்ளது. இது மொத்தத்தில் 54.4% விழுக்காடாகிறது. பொதுவாகச் சென்னை மாநகரில் தமிழும் ஆங்கிலமும் மிகவும் நன்றாகத் தெரிந்த துணைமொழிகளாக விளங்குகின்றன!

(1891-ஆம் ஆண்டு குடி மதிப்பின்படி சென்னை நகரின் பரப்பு 29.9 சதுர மைலாக இருந்தபோது குடியிருப்பு வீடுகள் 60,103 ஆக இருந்தன. குடிவளம் 4,52,518 பேர். இதில் ஆண்கள் 2,25,817 பேர். பெண்கள் 2,26,701 பேர். மொழிவாரியாக: தமிழர் 2,70,970; தெலுங்கர் 1,03,423; மலையாளிகள் 553; கன்னடர் 1,393; இந்துஸ்தானியர் 50,057. மதவாரியாக அல்லது கொள்கைவாரியாக எடுத்த கணக்கின்படி: இந்துக்கள் 3.58,999; முஸ்லிம்கள் 53,184; கிறிஸ்தவர் 39,742: புத்த மதத்தினர் 129; ஜோராஸ்டிரியர் 45; பிராமணர் 1; பிறர் 9; இந்தப் பிறரில் நாத்திகர் 1: ஆத்திகர் 1: எதனையும் நம்பாதவர் 7. (*See Census of India 1891 Vol. XIV, Page 10.*)

1891-லிருந்து 1961-க்குள் நகரம் பரப்பளவில் அதிகரித்தும், தொழிலளவில் பெருகியும், குடி மதிப்பளவில் உயர்ந்தும் வந்துள்ளது.

இனி 1951-61-க்குள் நகர குடிவளம் 22.1 விழுக்காடு அதிகரித்துள்ளது. மதவாரியாக இக்காலகட்டத்துள் ஏற்பட்டுள்ள மாறுதலைப் பார்ப்போம்:

See Census of India 1891 Vol. XIV, Page 10..

	1951	1961	1951-1961
மொத்தக் குடிவளம்	14,16,056	17,29,141	22.11%
இந்துக்கள்	11,55,722	14,69,061	27.11
முஸ்லிம்கள்	1,40,319	1,29,463	7.74 (-)
கிறிஸ்தவர்	1,10,168	1,19,282	8.27
ஜெயினர்	6,330	9,045	42.89
சீக்கியர்	1,011	710	29.77 (-)
புத்தமதத்தினர்	955	366	61.68 (-)
பிற கொள்கையினர்	1551	1214	21.73 (-)

இதில் இந்துக்கள் 27.1% விழுக்காடும், கிறிஸ்தவர் 8.3 விழுக்காடும், ஜெயினர் 42.91% விழுக்காடும் அதிகரித்துள்ளனர். ஆனால், முஸ்லிம்கள் 7.7% விழுக்காடு அளவிற்குக் குறைந்து உள்ளனர். சீக்கியர், புத்தமதத்தினர், பிற கொள்கையினரும் இறங்கு முகத்தில் காணப்படுகின்றனர்.

1971-ஆம் ஆண்டில் எடுத்த குடி மதிப்பின்படி சென்னை மாநகரின் பரப்பளவு 128.83 சதுர கிலோ மீட்டர். குடிவளம் 24,69,449. இதில் ஆண்கள் 12,97,195 பேர்; பெண்கள் 11, 72, 254 பேர். 1961-1971க்குள் ஏற்பட்டுள்ள குடிவள அதிகரிப்பு 42.81 விழுக்காடாகும். குடி நெருக்கம் சதுர கிலோமீட்டருக்கு 19,293. ஆயிரம் ஆண்களுக்கு 904 பேர் படித்தவர்கள் விகிதம் 62.01%. படித்தவர்களில் பெண்கள், ஆண்களின் விகிதம் 70.51%. படித்தவர்களில் பெண்களின் விகிதம் 52.54%, மொத்த குடிவளத்தில் தொழிலாளிகளின் விகிதம் 28.20. இங்குப் பண்ணை வேலை செய்வோர் 0.15%. வேளாண்மைப் பணிபுரிவோர் 009%, இதர தொழிலாளிகள் 99.96% உள்ளனர். தாழ்த்தப்பட்ட வகுப்பினர் விகிதம் 10.49, மலைவாழ் மக்கள் விகிதம் 0.14% என்ற அளவில் உள்ளன.

சென்னை மாநகரமானது குடி வளத்தில் பம்பாய், கல்கத்தா, டெல்லிக்கு அடுத்தபடியாக மிகப் பெரிய நகரங்களுள் நான்காவது இடத்தை அடைந்துள்ளது. இது முன்பு பிரிட்டிஷ் பேரரசு காலத்தில் முதன்மையான இடத்தைப் பெற்றிருந்தது. கல்கத்தா தலைநகரமானதால் இரண்டாம் இடத்தை அடைந்தது. பம்பாய் தொழில் நகரமானதால்

மூன்றாம் இடத்திற்குத் தள்ளப்பட்டது. டெல்லி இந்தியக் குடியரசின் தலைநகரமாகி அண்டைப் பகுதிகளைப் பெருத்த அளவில் இணைத்துக் கொண்டதாலும் சென்னை நான்காம் இடத்தை அடைய வேண்டியதாயிற்று.

குடிவளமும் தொழில் வளமும் முன் சொன்ன நகரங்களைக் காட்டிலும் பெருகி வளருமானால், 'நகரங்களுள் அரசியாகத் திகழ்ந்த சென்னை மாநகர் மீண்டும் பெரும் புகழை எட்டலாம்!

சென்னை நகரமானது - பற்பல சிறு கிராமங்களாக இருந்தவை. படிப்படியாக ஒன்றாக இணைக்கப்பட்டு - பெருநகரமாகியது. இது. 1871இல் 36 தனித்தனி கிராமங்களாக இருந்துள்ளது. 1901- இல் 27-29 சதுர மைலாகவும் 1911- 1921-க்குள் 29 ச. மைலாகவும், 1931-41க்குள் 30 ச.மைலாகவும். 1941-1951-க்குள் 48 சதுர மைலாகவும் விரிவடைத்துள்ளது. 1951-1971 இடையே பரப்பு அப்படியே உள்ளது.

1901-இல் சென்னைப் பெருநகரப் (Greater Madras) பகுதியில் திருவொற்றியூர், பல்லாவரம், பரங்கிமலை, பூவிருந்தவல்லி போன்றவை புறநகர்ப் பகுதிகளாக இருந்தன. மேற்சொன்ன ஆண்டில் இப்புற நகர்களில் இருந்த குடிவளம் 5,94,395. இவை இரு தலைமுறைகளுக்குள் அல்லது 1910-11 லும், 1911-21லும் 23.4% வீதம் பெருகியுள்ளது. 1941-இல் வில்லிவாக்கம் புறநகர்ப் பகுதிகளாகக் கொள்ளப்பட்டது. இது 1931-41க்குள் 21% வீதம் அதிகரித்தது. சென்னை மாநகரப் பெரும்பகுதியின் குடிவளம் 1941-51-இல் தான் அதிகமாக அதிகரித்திருப்பதாகக் கணக்கிடப் பட்டிருக்கிறது. அதாவது 65.8% வீதம் பெருகியுள்ளது. இதே ஆண்டில்தான் தாம்பரமும், குன்றத்தூரும் புறநகர்ப் பகுதியாக ஏற்கப்பட்டன. 1961-இல் ஆவடி, அம்பத்தூர், அனகாபுத்தூர், இஸா பல்லாவரம், நெற்குன்றம், எருக்கஞ்சேரி, பழவந்தாங்கல், கோயம்பேடு, மீனம்பாக்கம், திரிசூலம். சேலையூர், எர்ணாவூர் போன்றவையும் ஊர்களை அடுத்துள்ள புறநகர்ப் பகுதியாகக் கணக்கில் எடுத்துக் கொள்ளப்பட்டன இக்காலக் கட்டத்தில் அதாவது 1951-1961-இல் குடிவளப் பெருக்கம் 26.1 வீதம்தான் அதிகரித்தது.

1871-இல் 4 லட்சமாக இருந்த குடிப்பெருக்கம் 1971-இல் 24.69 லட்சமாக அதாவது, கடந்த ஒரு நூற்றாண்டில் 20 லட்சம் மக்கள் பெருகியுள்ளனர். பெருநகர்ப் பகுதியையும் சேர்த்து இம்மாநகரின் குடிவளம் கி. பி. 2000க்குள் 31 லட்சமாக இருப்பது 68 லட்சமாக வளர்ச்சியுறும் என்று எதிர்பார்க்கப்படுகிறது!

சென்னை நகர குடிவளமானது முன்னேற்றமான வளர்ச்சியாகக்

குறிப்பிடப்படுகிறது. 1951-இல் சென்னை மாநகரத்தின் குழந்தைகள் பிறப்புவிகிதம் 9.17% ; 1961-இல் இது 13.2% ஆகப் பெருகியுள்ளது. 1971-இல் 42.81%ஆக அதிகரித்துள்ளது. ஆனால் இந்நகரின் பிறப்பு-இறப்பு வளர்ச்சியைக் கவனிக்கும்போது 1891-1921 வரை பிறப்பு வீதத்தைவிட இறப்பு வீதம் உயர்ந்து வந்துள்ளது. 1921-1971 வரை பிறப்பு வீதம் இறப்பு வீதத்தைவிடப் படிப்படியாக அதிகரித்துக் கொண்டே வந்திருப்பது நன்கு தெளிவாகின்றது. 1976-இல் பதிவான மொத்தப் பிறப்பு 91,914 : இறப்பு 33,649.

மேலும், இந்த நகரில் 1901-1971 வரை உள்ள கால கட்டத்தில், வெளிப்பகுதியிலிருந்து வாணிபத்திற்காகவும், கல்வி வசதிக்காகவும், அலுவலகங்களில் சேருவதற்காகவும் உழைத்துப் பிழைப்பதற்காகவும் குடியேறிவர்களின் அளவு ஒவ்வொரு பத்தாண்டுதோறும் பெருகிக் கொண்டே வந்துள்ளது 1901-இல் 1,60,623 பேராக இருந்த குடியேறியவர்களில் எண்ணிக்கை 1961- இல் 6, 42,828 பேராக அதிகரித்துள்ளது. பம்பாய் கல்கத்தாவைப் போல பெரிய தொழில் மய்யமான நகரமாகச் சென்னை மாநகர் வளர முடியாவிட்டாலும், இங்குக் குடிவளம் மிகுந்தே வருகிறது. 1951-61-க்குள் இங்கு வந்து நிலைத்து விட்டவர்களின் தொகை 3,68,220 ஆகும். மொத்தக் குடியேறியவர்களின் எண்ணிக்கையில் இக்கால கட்டத்தில் குடியேறிவர்களின் தொகையானது 57.2% ஆகும்.

சென்னை மாநகரில் குடியேறியுள்ளவர்களில் 4, 47, 173 பேர்கள், பிற மாவட்டங்களில் பிறந்தவர்களாவர். 27,342 பேர் செங்கற்பட்டு, வட ஆர்க்காடு தென்னாற்காடு மாவட்டங்களைப் பிறந்தகங்களாகக் கொண்டவர்கள். தஞ்சை மாவட்டத்தைப் பிறப்பகமாகக் கொண்டவர்கள் 48,188 பேர்கள். சென்னை நகரிலே. பிறந்தவர்கள் 1951-இல் 1000-க்கு 595 பேராவர். இது 1961-இல் 1000க்கு 628 பேராக அதிகரித்துள்ளது

இன்னும் பிற மாநிலங்களைப் பிறப்பகமாகக் கொண்டவர்களின் விவரமாவது: ஆந்திரம்-7; கேரளம்-13; கர்நாடகம் 19: பாண்டிச்சேரி- 37 மகாராஷ்டிரம்-25; குஜராத்- 31; ராஜஸ்தான்-37; உத்திரப்பிரதேசம்-43; மேற்கு வங்கம்-49; இவை ஆயிரத்துக்கு இவ்வளவு பேர் என்பதாகும். இதில் ஆண் பெண் எண்ணிக்கையும் அடங்கும்.

தற்போதைய குடிவளம் எல்லா வகையினரையும் சேர்த்து 29.34 லட்சம் என்று 1977 மாநகராட்சி அறிக்கையில் கூறப்பட்டுள்ளது. குடிநெருக்கம் சதுரமைலுக்கு 22,774.

சென்னை மாநகரில் குடிப்பெருக்கத்தின் எண்ணிக்கைக்கு ஏற்ற அளவிற்கு வீட்டு வசதிகள் ஏற்படவே இல்லை. 1871-ஆம் ஆண்டில் 3,97,552 பேராக குடிவளம் இருந்த போது இந்நகரில் இருந்த வீடுகளின் எண்ணிக்கை 51,741 தான். அதாவது இது 100க்கு 13% வீதம் ஆகிறது. 1961 இல் இந்நகரில் இருந்த வீடுகள் எண்ணிக்கை 3,38,414. இது 17,29,141 பேருள்ள குடிவளத்திற்கு 18% வீதம் தான். 1971இல் இதன் குடிபெருக்கம் 24,69,449. இருந்த வீடுகள் எண்ணிக்கை 3,38,414; இது 19.5% ஆகிறது.

1871-இல் வீடற்றவர் 3,632 பேர். 1961-இல் இது 10,749 பேராகக் கணக்கெடுக்கப்பட்டுள்ளது. குடிநெருக்கம் 1961-இல் ஒரு சதுரமைலுக்கு 35,289. 1971-இல் குடிநெருக்கம் 19,293 ஒரு சதுரகிலோ மீட்டருக்காகும்.

1960-இல் சென்னை நகரிலுள்ள மொத்தக் கட்டிடங்கள் 1,66,990; குடி மதிப்பின்படி மொத்த வீடுகள் 2,73,418; சொந்த வீடுகள் 3,28,219; மொத்த அறைகள் 5,52,616. இங்குப் பிற நகரங்களுடன் சென்னை நகரின் வீட்டு வசதியை ஆயிரம் வீடுகளுக்கு ஒன்று என்ற கணக்கில் ஒப்பிட்டுப் பார்ப்போம்:

நகரம்	குடிவாழ்விடம்		கடையோடு வாழ்விடம்	
	சொந்தம்	வாடகை	சொந்தம்	வாடகை
சென்னை	254	717	2	6
பம்பாய்	98	866	1	14
கல்கத்தா	169	760	2	42
டெல்லி	331	653	3	7
ஐதராபாத்	327	661	2	6
பங்களூர்	254	736	1	4
அகமதாபாத்	174	811	1	6

இதிலிருந்து சென்னை நகரமானது பம்பாய் கல்கத்தா நகரங்களைக் காட்டிலும் சொந்தமாகக் குடிவாழ்விடம் இருப்பதில் மிகுந்து காணப்படுவதையும், பம்பாயும் கல்கத்தாவும் அகமதாபாத்தும் குடிவாழ்விடத்தை வாடகைக்கு விடுவதில் முன்னணியில் இருப்பதும் நன்கு புலனாகும். வாடகையில் கடையுடன் வாழ்விடமாகக் கொள்ளும் பழக்கம் சென்னையை விடப் பம்பாயும் கல்கத்தாவும் மேலோங்கி நிற்கின்றன.

தமிழ்நாட்டில் உள்ள எல்லா நகரங்களிலும் சொந்தமாக வீடு வைத்திருப்போரின் விகிதத்தைக் (1.20) காட்டிலும் சென்னை நகரில்தான் வீடு சொந்தமாக உள்ளவர் (1.50) விகிதம் உள்ளது என்று கணக்கிடப்பட்டிருக்கிறது.

இம் மாநிலத்தில் ஒவ்வொரு வீட்டிலும் 5.5 பேர் வாழ்கின்றனர். இது 1901-இல் 5.3 வீதம் ஆக இருந்தது. ஆனால் சென்னை நகரில் 1901- இல் 9.2 வீதமாக இருந்தது 1961-இல் 11.7 வீதமாக ஆக உயர்ந்து காணப்படுகிறது. என்றாலும் 1877-1961-க்குள் இந்நகரில் ஏற்பட்ட குடிவளத்திற்கு ஏற்ற வீதத்தில் வாழ்விடம் உண்டாகவில்லை என்பது ஒப்புக்கொள்ள வேண்டிய ஒன்றாகும்.

குடிவளத்தைப் பற்றித் தெரிந்துகொண்டோம். இனி குடிவாழ்வோரின் இருப்பிடத்தைப் பற்றிப் பார்ப்போம்.

1871-ஆம் ஆண்டில் எடுத்த கணக்குப்படி நகரில் 10,752 மண் குடிசைகள் இருந்தன. பிறகு 1922-ல் 64,600 வீடுகளும், 1936-இல் 73,845 வீடுகளும் இருந்ததாகக் கணக்கிடப்பட்டிருக்கிறது. அடுத்து அவை 88,000- வீடுகளாக அதிகரித்தன. இரண்டாம் உலகப் போருக்குப்பின் நகரில் குடி நெருக்கம் மிகுந்தது. ஆனால் குடிவளத்திற்குத் தகுந்தாற் போல் போதிய வீடுகள் எழும்பவில்லை.

ஒரு குடும்பத்தில் சராசரி 6 பேர் இருப்பதாகக் கொண்டால், நகரின் குடிவளத்திற்கு 2,38,000 வீடுகள் தேவைப்படுகின்றன. ஆனால் 1951-ஆம் ஆண்டின் கணக்குப்படி 1,07,380 வீடுகள் தாம் இருந்தன. வீட்டுப் பிரச்சினையைத் தீர்ப்பதற்காகச் சென்னை நகராண்மைக்கழகம் நகரவளர்ச்சித் திட்டங்களை நிறைவேற்றி வருகிறது என்பதை இங்குக் குறிப்பிட வேண்டும்.

நகரக் குடிமதிப்பில் ஏழை வகுப்பு 86%, நடுத்தர வகுப்பு 12% எஞ்சிய 2% உயர் வகுப்பாகும்.

சென்னை மாநகரில் 306 சேரிகள் உள்ளன. ஏழைகளின் நூற்றுக்கு 86 விழுக்காடு சேரிகளிலோ சேரி நிலையிலுள்ள வசதியற்ற இடங்களிலோ வசிக்கின்றனர். நகராண்மைக் கழகம் 30 லட்சம் ரூபாய் செலவிட்டு நகரின் பல பாகங்களில் இது வரை 2,000 ஏழையர் விடுதிகள் கட்டிக் கொடுத்துள்ளது.

1951-ஆம் ஆண்டில் எடுத்த கணக்குப்படி நகரில் வீடற்றவர்கள் (Homeless) 17,395 பேர். இவர்கள் துறைமுகப்பகுதி, கொத்தவால்சாவடி, பூங்கா நகர் பகுதிகளில் அதிகமாகக் காணப்படுகின்றனர்.

தற்போது சென்னையிலுள்ள சேரிகளின் மொத்தப் பரப்பு 1½ மைல். இங்கு உறைவோர் 2,65,000 பேர். இது திருச்சிராப்பள்ளியின் மொத்த மக்கள் தொகையைக் காட்டிலும் அதிகமானது.

சென்னை மாநகரம் நாளுக்கு நாள் வளர்ந்துகொண்டே போகிறது. இது முதலில் சிறு குடிசைகள் கொண்ட பட்டினமாகவும், பிறகு ஓடுகள் வேய்ந்த வீடுகளுடைய நகரமாகவும் இதற்குப் பின் ஓரடுக்குள்ள வீடுகளுடைய பெருநகரமாகவும், இதனையடுத்துத் தற்போது இரண்டு மூன்று அடுக்குக்களுக்கு மேற்பட்ட கட்டடங்களைக் கொண்ட மாநகரமாகவும் விரிவடைந்து வந்துள்ளது. உயர் நீதிமன்றக் கட்டிடம், ரிப்பன் கட்டிடம், பாரி கம்பெனிக் கட்டிடம் சென்னை மாளிகை, அண்ணாமலை மன்றம், அடையாறு அரண்மனை, பாம்பே மியூச்சுவல் இன்ஷுரன்ஸ்' கட்டிடம் ஆகியவை சென்னைக்குப் பெருமையளிக்கின்றன. அண்ணாசாலையில் 16 அடுக்குக் கட்டிடமாக எழும்பி இருக்கும் 'லைப் இன்ஷுரன்ஸ்' மாளிகையையும் இங்குச் சேர்த்துக் கொள்ளலாம்.

பொது மக்கள் பொறுப்புணர்ச்சியுடன் ஒத்துழைத்து நகர வளர்ச்சியில் கண்ணுங் கருத்துமாக இருந்து திட்டமிட்டுச் செயலாற்றினால் வருங்காலத்தில் சென்னை அழகு மிக்க நகரமாக மாற முடியும். முடியாது என்று யார் சொல்ல இயலும்?

தண்ணீர் வசதி: நகர மக்களின் முக்கியத் தேவைகளில் தண்ணீர் ஒன்று. 19-ஆம் நூற்றாண்டின் முற்பகுதி வரையில் சென்னையில் கிணற்று நீர்தான் பயன்பட்டு வந்தது. அப்போது நல்ல தண்ணீர் 20 முதல் 30 அடி ஆழத்திலிருந்து கிடைத்தது. வடக்குப் பக்கத்தில் ஏழு கிணற்றிலிருந்து (Seven Wells) தண்ணீர் எடுக்கப்பட்டு வந்ததாக 1855 -இல் சென்னையில் ஓர் ஆசிரியர் குறிப்பிடுகிறார். ஆட்சியாளன் கிபோர்டு 1681-87 வாக்கில் கோட்டைக்குள்ளே ஏராளமான தண்ணீர் கிடைக்க வழி செய்தான் என்பதையும், டிரிவேலியன் குடிநீருக்காக ஆனைகவுனிக்கு அருகில் போதிய நீர் நிறைந்த ஒரு தேக்கத்தை ஏற்படுத்தினான் என்பதையும் முன்பே நாம் படித்திருக்கிறோம்.

இத்தகைய பழம் ஏற்பாடுகளுக்குப் பின் 1886-இல் குடத்தலை ஆற்றிலிருந்தும், அதன் கிளை நதிகளிலிருந்தும் நல்ல தண்ணீரைச் சென்னைக்குக் கொண்டுவர பிரேசர் என்பவர் திட்ட மிட்டார். இக் குடத்தலை ஆறு, சென்னைக்கு வடமேற்கில் சுமார் 100 கல் தொலைவிலுள்ள கிழக்குத் தொடர்ச்சி மலையின் பிரிவான நகரிக்குன்றுகளினின்று உற்பத்தியாகிறது.

தாமரைப் பாக்கம் என்னும் இடத்தில் இவ்வாற்றின் மீது அணை கட்டி 6 அடி உயரமுள்ள மதகின் (Weir) மூலமாக இதன் நீர் கால்வாய் வழியாக அனுப்பப்பட்டுச் சோழவரம்; புழல் போன்ற. ஏரிகளில் தேக்கி வைக்கப்படுகிறது. புழலேரியிலிருந்து தண்ணீரை வடிகட்டித் திறந்த கால்வாய் மூலம் சென்னைக் கீழ்ப்பாக்கம்வரை முதலில் கொண்டு வரப்பட்டது.

இம்முறையால் தண்ணீர் ஆவியாவதாலும், தரையால் உறிஞ்சப் படுவதாலும் நீர் வீணாகியதுடன், வரும் வழியில் அது மக்களால் அசுத்தப்படுத்தவும் பட்டது. மேலும், பக்கத்தில் கால்வாய் அறுந்து கொள்ளக்கூடிய ஆபத்தும் இருந்தது. ஆகவேதான், புழலேரியிலிருந்து வந்த இக் கால்வாயை உடைத்து விட்டு, பூமிக்கடியில் பெரிய இரும்புக் குழாய்கள் மூலம் இப்போது தண்ணீர் கொண்டு வரப்படுகிறது.

இப்படிக் கொண்டு வரும் தண்ணீரைப் பூமி மட்டத்தின்கீழ் ஒவ்வொன்றும் 200'×100' அளவுள்ள செங்கற்களாலான 14 பெரிய தொட்டிகளில் விட்டு வடிகட்டுகிறார்கள். இவை தவிர மூடு தொட்டிகள் (ஒவ்வொன்றும் 200' X 130' அளவுள்ளவை) மூன்று இருக்கின்றன வடிகட்டிய நீர் இவைகளில் நிறைகிறது. மேற்சொன்ன பதினேழு தொட்டிகளோடு மற்றொரு பெரிய தொட்டியும் உள்ளது. தண்ணீரைச் சுத்தம் செய்வதற்கான மருந்துகள் போட்ட பின்னரே, இது நீர் இறைப்பானால் (Pump) 28 அடி உயரத்திலுள்ள 15 லட்சம் காலன் பிடிக்கும் தொட்டியில் நிரப்பப்படுகிறது. இவ்வேலையைச் செய்வதற்கென்றே மிகப் பெரிய இயந்திரங்கள் இருக்கின்றன. இவையாவும் சென்னைக் கீழ்ப்பாக்கத்தில் உள்ளன. இவ்வளவு உயரத்தில் தொட்டி வைத்திருப்பதால்தான் சென்னை நகரின் மாடி வீடுகளிலும் தண்ணீர் வரமுடிகிறது. 80 ஆண்டுகளுக்முன் கிணற்று நீரைப் பயன்படுத்தி வந்த நகர மக்களின் வீடுகளில் இத்தகைய பழம் ஏற்பாடுகளுக்குப் பின் 1886-இல் இன்று குழாய் மூலம் குடிநீர் நன்கு கிடைக்கிறது!

1922-ஆம் ஆண்டில் 5½ லட்சமாக இருந்த சென்னையின் குடிவளம் 1941-ல் 7% லட்சமாகப் பெருகியதால் புழலேரி நீர் போதவில்லை. மக்களுக்குத் தண்ணீர் கிடைப்பது மிகவும் அரிதாயிற்று. ஏழை மக்கள் தெருக் குழாய்களில் ஒரு குடம் தண்ணீருக்காக நாளெல்லாம் நிற்க வேண்டியதாயிருந்தது. இதைப் போக்க நகராண்மைக் கழகம் திரு. எஸ். சத்தியமூர்த்தி நகரத் தந்தையாக இருந்தபோது. பூண்டித் தேக்கம் கட்டத் திட்டமிட்டது.

இது 1940 ஆகஸ்டில் தொடங்கப்பட்டு 1944 ஜூன் மாதம் முடிவுற்றது. இப்பூண்டி அணைக்கட்டில் 25,000 மில்லியன் கன அடி தண்ணீர் கொள்ளும். இது சோழவரம், புழல் என்னும் இரண்டு ஏரிகளில் தேங்கும் நீரின் அளவிற்குச் சமமானதாகும். சுமார் ஐந்து ஆண்டுகள் மழை பெய்யாவிட்டாலும் சென்னை நகருக்குப் பூண்டித் திட்டத்தால் தண்ணீர் கிடைக்கும் என்று அன்று கருதப்பட்டது. ஆனால் தொடர்ந்தாற்போல் ஐந்து ஆண்டுகளாகப் பருவகால மழை தவறியதின் காரணமாக 1952-இல் இத்தேக்கத்தின் நீர் வற்றிவிட்டது!

இப்போது புழலேரியின் குழாய்களின் போக்கை ஓட்டி 30 புதிய கிணறுகள் வெட்டப்பட்டு அவைகளிலிருந்து தண்ணீர் இறைத்து அனுப்பியுங்கூட நகரின் அன்றாடத் தேவையை நிறைவு செய்ய முடியவில்லை நகரின் பல இடங்களில் கிணறுகள் தோண்டப்பட்டன. தண்ணீர்ப் பஞ்சம் சமாளிக்க முடியாத நிலைக்கு வந்தபோது எதிர்பாராத வகையில் மழை பெய்து புழலேரியின் மட்டம் 38-48 அடி வரை உயர்ந்தது.

இதனால் தண்ணீர்க் கட்டுப்பாடு சிறிது தளர்த்தப்பட்டு ஒரு நாளின் தேவை 150 லட்சம் காலன்களாக உயர்த்தப்பட்டது. 1953- 54க்கு இடையில் நாள் ஒன்றுக்கு 165 லட்சம் காலன் தண்ணீர் வடிகட்டி நகருக்கு அனுப்பப்பட்டது.

1957-இல் 10 லட்சம் காலன் தண்ணீரை விரைவாக வடிகட்டும் யந்திரம் பொருத்தப்பட்டுள்ளது.

புழலேரியிலிருந்து 48 அங்குல பெருங்குழாய்கள், துணைக் குழாய்கள் மூலம் தண்ணீர் கொண்டு வரப்படுகிறது. பிறகு இது சிறு குழாய்கள் வழியாக வீடுகளுக்கு அளிக்கப்படுகிறது. நகராட்சியினர் இதுவரை போட்டிருக்கும் பொதுக் குழாய்கள்- 8070; குழாய்க் கிணறுகள் 4305; வீடுகளுக்குத் தரப்பட்டுள்ள இணைப்புகள் 96, 371; மீட்டர் வைக்கப்பட்டுள்ள இணைப்புகள் 10,445.ஒரு நாளைக்கு 1975-இல் 180 லட்ச லிட்டர் (40 லட்ச காலன்)களும் 1976-இல் 209 லட்ச லிட்டர் (46 லட்ச காலன்)களும் தண்ணீர் வழங்கப்பட்டுள்ளது.

வளர்ச்சி பெற்றுவரும் சென்னை நகரின் தண்ணீர்ப் பற்றாக் குறையைத் தீர்ப்பதற்காகச் சென்னையின் வடமேற்கே சுமார் 50 மைல் தொலைவில் கட்டப்பட்ட ஆரணி அணையிலிருந்து பூண்டித் தேக்கத்திற்குத் தண்ணீர் கொண்டு வருவதற்கு வேண்டிய ஏற்பாடுகள் செய்யத் திட்ட மிடப்பட்டிருந்தது. ஆனால் இவ் ஆரணி அணைக்கட்டு ஆந்திர மாநிலத்தில் சேர்க்கப்பட்டு விட்டதால், கிருஷ்ணா ஆற்றிலிருந்தும்,

வீராணம் ஏரியிலிருந்தும் தண்ணீர் கொண்டுவர தீர்மானிக்கப்பட்டுள்ளன.

சுகாதாரம்: நகரக் குடிநீர் வசதி பற்றி மேலே சொன்னோம். நகரின் சுகாதார அமைப்புப்பற்றி இங்கே கூறுவோம். தொடக்கத்தில் நகரின் சுகாதாரப் பரிபாலனத்திற்காக ஆங்கில வாணிபக் கழகத்தால் நியமிக்கப்பட்ட வெள்ளையதிகாரி, தெருக்களில் பசுக்கள் எருதுகள் ஆகியவற்றைக் கட்டி அசுத்தப் படுத்தக் கூடாது என்றும், ஒவ்வொரு வீட்டிலும் சாக்கடைக் குழிகள் தோண்டி அங்கே அழுக்குகளை அகற்ற வேண்டும் என்றும் ஒரு சட்டம் கொண்டு வந்தான். பிறகு நகர சுத்தி வேலை குத்தகைக்காரர்களால் ஏற்று நடத்தப்பட்டு வந்தது. ஆனால் 1905-ஆம் ஆண்டு முதல் நகராண்மைக் கழகமே இப் பணியை ஏற்று மேற்பார்வையாளரைக் கொண்டு கவனித்து வருகிறது.

இப்போது நகரத் தெருக்களில் விழும் அன்றாடக் குப்பைகளை தோட்டிகள் இரு வேளை கூட்டி வருகின்றனர். நகரம் ஏறக்குறைய சமநிலத்தில் அமைந்திருப்பதால் வீடுகளினின்று வெளியாகும் கழிநீர், தெருக்களின் அடியில் கட்டப்பட்டுள்ள புதை சாக்கடையில் சென்று தேங்குகிறது. இதனை அகற்றுவதற்காக நகரின் பல பாகங்களில் மொத்தம் 22 சாக்கடை நீர் இறைப்பு நிலையங்கள் (Sewage Pumping Stations) அமைக்கப்பட்டுள்ளன. நகராண்மைக் கழகம் இதுவரை 392 மைல் அளவிற்குச் சாக்கடைக் கால்வாய்களைக் கட்டியுள்ளது. இதுவன்றி 335.88 மைல் நீளத்திற்கு மழைத் தண்ணீரைக் கொண்டு செல்லும் கால்வாயும் கட்டப் பட்டுள்ளது. நகரின் முக்கிய இடங்களிலெல்லாம் ஒதுங்கிடங்கள் 476-ம் சிறுநீர்ப் போக்குமிடங்கள் 52-ம் ஏற்படுத்தப்பட்டுள்ளன. தற்போது நகரில் 50,000 தானே அலம்பிக்கொள்ளும் கொல்லைகள் (Flush-outs) உள்ளன. முன்பு, அடுப்புக் கொல்லைகள் இதற்குப் பயன் பட்டு வந்தன. ஆனால், இப்போது அவை நாளுக்கு நாள் மறைந்து வருகின்றன. சாக்கடைக் கழிநீர் எல்லாம் சில காலத்திற்கு முன்வரை கடலில் கலக்கும்படி செய்யப்பட்டிருந்தது. அண்மையிலிருந்து தான் இந்நீரையும், அடிவண்டலையும் வீணாகாமல் நகர எல்லைக்கு வெளிப்புறமுள்ள கோடங்கியூர் கிராமத்தில் சுமார் 800 ஏக்கர் நிலங்களுக்கு உரமாகப் பயன்படுத்தி வருகிறார்கள்.

நகரின் பள்ளத்தாக்குகளில் நச்சுக் கிருமிகள் உற்பத்தியாகாமல் இருக்கத் தடுப்பு முறைகள் கையாளப்படுகின்றன. பக்கிங்காம் கால்வாயின் கெட்ட நாற்றத்தைப் போக்க, கடல்நீர் கூவம் கழிமுகத்திலிருந்து கலக்கவிடப் படுகின்றது. இவ்வுப்புநீர் அமைந்தகரை வரையில் உட்புகுந்து, தேங்கு நீரை தூய்மைப்படுத்த உதவுகிறது. கூவம் ஆற்றில் நீண்ட

காலமாகத் தேங்கியிருந்த சேறு அகற்றப்பட்டுத்தூய்மையுடையதாகச் செய்யப்பட்டுள்ளது தமிழக அரசினால்!

நகர எல்லையில் ஏற்படும் பிறப்பு விவரத்தை 7 நாளைக்குள்ளும், இறப்பு விவரத்தை 36 மணி நேரத்திற்குள்ளும் அறிவித்துவிட வேண்டும் என்று சட்ட ம் உள்ளது. 39 இடங்களில் பிறப்பு இறப்புப் பதிவு வேலைகள் கவனிக்கப்படுகின்றன. மேலும் 6மாதத்திற்கு மேற்பட்ட குழந்தைகளுக்கு அம்மைகுத்த வேண்டும் அப்படிச் செய்யத் தவறுகின்ற பெற்றோர்க்கும், பாதுகாவலர் (Patrons)க்கும் தண்டனை விதிக்கப்படுகிறது. 1909 ஆண்டிற்கு முன்வரை அம்மைப்பாலை முதலில் நகராண்மைக் கழகமே தயாரித்து வந்தது; தற்போது இப்பாலையும், வேறு சில நோய்த் தடுப்பு மருந்துகளையும் கிண்டி கிங் மருந்துத் தயாரிப்பு நிலையத்திலிருந்து அது வாங்கிக் கொள்கிறது.

பால், எண்ணெய் முதலிய கலப்புகளைக் கண்டுபிடிக்க ஒரு தனி ஆய்வுச்சாலை 1933-இல் அமைக்கப்பட்டுள்ளது. இது நகராட்சிகளால் நடத்தப்படும் ஆய்வுச்சாலைகளில் மிகச் சிறந்ததாகக் கருதப்படுகிறது.

பொது சுகாதார ஆய்வுக்கூடம் (Public Health Laboratory) 1946இல் சிறிய ஓர் அறையில் தொடங்கப்பட்டது தற்போது தனிக் கட்டிடத்தில் அமைக்கப்பட்டு ஏழை எளியவர்களுக்குக் குறைந்த கட்டணத்தில் ரத்தம், மலம் முதலிய பரிசோதனைகளைச் செய்து கொடுத்து வருகிறது.

நகரில் 63 நகராண்மைக்கழக மருத்துவமனைகள் (Dispensaries) ஏற்படுத்தப்பட்டுள்ளன. இவைகளில் 55 அலோபதிக் முறையிலும், 4. யூனானி முறையிலும், 3 சித்த முறையிலும், ஒன்று ஆயுர்வேத முறையிலும் நடத்தப்பட்டு வருகின்றன. இவை தவிர புளியாந்தோப்பிலுள்ள காசநோய் விடுதி (T.B.Clinics), பிரம்பூரிலுள்ள மேகநோய் விடுதி (Venereal Clinics), திருவல்லிக்கேணி 'ஐஸ் அவுஸி'லும் வியாசர்பாடியிலும் உள்ள தோல்நோய் விடுதிகளும் (Skin Clinics). தொண்டையார் பேட்டையிலுள்ள தொற்றுநோய் மருத்துவச்சாலையும் (Infectious Disease Hospital), இரண்டு குட்டநோய் மருத்துவச் சாலைகளும் நகராண்மைக் கழகத்தால் நடத்தப்பட்டு வருகின்றன.

இவையன்றித் தற்போது நகராண்மைக் கழகத்தினால் 42 குழந்தை நல மய்யங்களும் (Child Welfare Centres), 32 படுக்கைகள் கொண்ட ஒரு பேறுகால விடுதியும் (Maternity Home) இதுபோல் 4 கிளை விடுதிகளும், 15 மக்கட்பேறு நிறுவனங்களும் (Maternity Wards) குழந்தைகளுக்குத் தொட்டில்கள் உள்ள நிலையங்கள் (Creches) எட்டும் நடத்தப்பட்டு

வருகின்றன. மேலும் நடமாடும் மருத்துவ இல்லமும் (Mobile Medical Van) ஆரம்பிக்கப்பட்டுள்ளது. அதன்மூலம் நோயாளிகளுக்கு வீட்டிற்கு வீடு சென்று மருந்துகள் வழங்கப்படுகின்றன. மருத்துவப் பார்வையாளர்கள் கர்ப்பிணிகளை அவரவர் வீடுகளில் சென்று கவனித்து வருகின்றனர். 1976-இல் 5,37,011 கர்ப்பிணிகள் பரிசோதிக்கப்பட்டுள்ளனர். 27,241 மகப்பேறுகள் கவனிக்கப்பட்டன. சென்னை மாநகராட்சியால் 24 குடும்ப நலத்திட்ட மய்யங்கள் அமைக்கப்பட்டுள்ளன. இவ்வகைக்கு இது 1975-76இல் ரூ. 11.67 லட்சம் செலவழித்துள்ளது. இதனால் நாளுக்குநாள் பிறப்பு வீதம் அதிகரித்தும், இறப்பு வீதம் குறைந்தும் வருகின்றன.

பால், நெய், எண்ணெய், உணவுப்பொருள் முதலியவற்றில் கலப்பு நேரிடாமல் இருக்க நகராண்மைக் கழகம் 5 உணவுப் பரிசோதகர்களை நியமித்திருக்கிறது; தண்ணீரைத் தூய்மைப்படுத்த அதனை வடிகட்டிக் 'குளோரின்' போடச் செய்கிறது; தண்ணீரில் என்னென்ன அசுத்தங்கள் உள்ளன என்பதைக் கண்டு பிடித்து, அதற்கான மாற்றங்கள் செய்ய ஒரு தண்ணீர் ஆராய்ச்சியாளரை அமர்த்தியிருக்கிறது. வடிகட்டிய தண்ணீரை இவர் ஆராய்ந்து சரியென்று சொன்னால் தான் நகருக்குக் குடிநீர் விடப்படும். காய்கறிக் கடைகளையும், ஊன் விற்கும் சந்தைகளையும், கால்நடை அறுப்பு நிலையங்களையும், மாட்டுத் தொழுவங்களையும், உணவு விடுதிகளையும் சுகாதார அதிகாரிகள் அப்போதைக்கப்போது பார்வையிட்டு வருகிறார்கள். அவை தூய்மையாக வைக்கப்படாமல் இருந்தால் அவைகளுக்கு அனுமதி (லைசென்ஸ்) தருவது நிறுத்தப்படுகிறது. ஏழைத் தாய்மார்களுக்கும், குழவிகளுக்கும் நகராண்மைக் கழகப் பள்ளிகளின் சிறுவர் சிறுமிகளுக்கும் இலவசப் பால் தரப்படுகின்றது; சத்து உணவு தரப்படுகிறது. அவர்களின் உடல்நலத்தை மருத்துவர் அடிக்கடி வந்து கவனித்து வருகிறார்.. ஏழைப் பிள்ளைகளுக்குப் பகல் உணவும் அளிக்கப்படுகிறது.

நகரில் அம்மை, வாந்திபேதி மலேரியா, சளிக்காய்ச்சல், (இன்புளூவன்ஸா) முதலிய நோய்கள் வருகின்றபோது தடுப்பு ஊசிகள் போடப்படுகின்றன. நகரிலுள்ள கிணறுகள் அடிக்கடி பரிசோதிக்கப்பட்டு, கொசுக்கள் உற்பத்தியாகாமலிருக்க சிறு மீன்கள் விடப்படுகின்றன. நகர சுத்தத்தைப் பற்றிப் பட மூலமாகச் சுகாதாரத் துறையினர் அவ்வப்போது எடுத்து விளக்கி வருகின்றனர். மேலும் இத்துறையினர் மேற்பார்வையின் கீழ் உயிர்க் காட்சிச்சாலை, படகுவிடுதி, நீந்து குளங்கள் 3. வண்ணார் துறைகள் 10, மாட்டுத் தொழுவங்கள் 9,சுகாதார நிலையங்கள், சமூக நலக் கூடங்கள் 9, நகராட்சி சந்தைகள் 30. தனியார் சந்தைகள் 41, வண்டி நிற்குமிடங்கள் ஆகியவை இருந்து வருகின்றன.

பிச்சைக்காரர்கள் தொல்லையை நீக்க நகரமன்றம் ஏழையர் விடுதிகள் நடத்தியும், சிறப்பு விடுதிகள் அமைத்தும், தொழிற்சாலை நிறுவியும் வருகிறது. இங்ஙனம் பல வழிகளில் நகர சுகாதாரத்தை நகராண்மைக் கழகம் கண்ணுங் கருத்துமாகக் காத்து வருகிறது என்றால் அதில் மிகையில்லை.

இன்னும் சுகாதார வசதிக்காக அரசாங்கத்தால் 3 மருத்துவச்சாலைகளும், தனிப்பட்டவர்களால் சில மருத்துவ நிலையங்களும் தொழிலாளர்க்காகவும் தொழிலாளர் குடும்பங்களுக்காகவும் இ.எஸ்.ஐ. மருத்துவ மனைகளும் வைக்கப்பட்டுள்ளன. அவைகளைப் பற்றிச் சிறிது பார்ப்போம்.

பொது மருத்துவச்சாலை (ஜெனரல் ஆஸ்பத்திரி): 1664-இல் கோட்டையுள் தொடங்கப்பட்ட இம் மருத்துவமனை, தற்போதுள்ள இடத்திற்கு 1758-இல் கொண்டுவரப்பட்டது. இது இங்கு நாளுக்குநாள் வளர்ச்சி பெற்றுக்கொண்டே வருகிறது. மொத்தம் 30 பிரிவுகள் (வார்டுகள்) உள்ள இம்மருத்துவச் சாலையில் 894 நோயாளிகளுக்கே இடம் இருந்தும், சாதாரணமாக 1200 பேருக்குமேல் இங்கு எப்போதும் காணப்படுகின்றனர். 'பர்னார்ட் இன்ஸ்டிடியூட் ஆப் ரேடியோலஜி'யில் நிமிடத்துக்கு ஒரு நோயாளி பரிசோதிக்கப்பட்டு, எக்ஸ் - கதிர் படம் எடுக்கப்பட்டு வருகிறது. தற்போது பல புதிய துறைகளுக்காகக் கட்டிடம் கட்டப்பட்டு, அந்தந்தத் துறை நோயாளிகளைப் பரிசோதித்து, கிசிக்சை செய்து மருந்துகள் வழங்கப்பட்டு வருகின்றன.

எழுமூர் தாய்சேய் நல மருத்துவமனை: இது 1844இல் ஆரம்பிக்கப்பட்டது. 1951-இல் 9,846 நோயாளிகள் இங்குப் பார்க்கப்பட்டுள்ளனர். உலகத்திலேயே எந்த ஒரு மருத்துவச் சாலையும் இதுவரை இதைப்போல் இத்தனை நோயாளிகளைக் கவனித்ததில்லையாம். இரண்டு மாதக் கர்ப்பிணியிலிருந்து ஒன்பது மாதக் கர்ப்பிணி வரை இங்கு வந்து போகின்றனர். பெண்களின் பலவித நோய்களையும், 12 வயதிற்குட்பட்ட குழந்தைகளின் நோய்களையும் இவ்விடத்தில் கவனித்துக் குணப்படுத்தி அனுப்புகிறார்கள். குழந்தைகளுக்கெனத் தனிப்பிரிவு ஒன்று இப்போது ஏற்படுத்தப்பட்டுள்ளது.

எழுமூர் கண் மருத்துவமனை: 1819-இல் தொடங்கப்பட்ட இந்நிலையத்தில் சுமார் 250 படுக்கைகளே இருந்தும் 500க்கு மேற்பட்ட நோயாளிகள் இங்கு இருக்கின்றனராம். இம் மருத்துவமனைக் கண்காட்சியில் சேர்த்து வைத்திருக்கும் பலவகையான கேடுற்ற கண்களைப் போல் உலகில் வேறெங்கும் வைத்ததில்லை என்று சொல்கிறார்கள்

பைத்தியக்கார மருத்துவமனை: இது சுமார் 150 ஆண்டுகளுக்கு முன்பு தொடங்கப்பட்டது. முதலில் 20 நோயாளிகள் கொண்டதாக இருந்த இம் மனை இன்று சுமார் 2000 பேர்களுக்கு இடங்கொடுத்திருக்கிறது. 1922 லிருந்து பைத்தியக்கார விடுதி என்கிற பெயர் நீக்கப்பட்டு, 'மன நோய் விடுதி' என்கிற பெயர் சூட்டப்பட்டுள்ளது.

விக்டோரியா மருத்துவச்சாலை: திருவல்லிக்கேணியிலுள்ள இம்மருத்துவச்சாலையைப் பொதுமக்கள் 'கோஷா ஆஸ்பத்திரி' என்றே அழைத்து வருகின்றனர். பெண்கள் சம்பந்தப்பட்ட நோய்களை இங்கு அக்கறையுடன் கவனித்து வருகின்றனர். இப்போது இது 'கஸ்தூரிபாய் நினைவு மருத்துவச் சாலை' என்று பெயர் மாற்றப்பட்டுள்ளது.

ராஜா சர். ராமசாமி முதலியார் மருத்துவச்சாலை: இது சென்ற நூற்றாண்டில் மிகவும் புகழ்வாய்ந்த ஒருவரின் பெயரால் நடத்தப்படும் மருத்துவச்சாலை. இங்கு ஆண்டுதோறும் 6000 குழந்தைகள் பிறக்கின்றன என்று கணக்கிடப்பட்டிருக்கிறது. மற்றப் பிள்ளைபெறும் மருத்துவச்சாலைகளை விட, இங்குத் தூய்மை அதிகமாகக் கடைபிடிக்கப்படுகிறது. போதிய இடவசதியின்றித் தவித்த இந்த நல்ல மருத்துவச்சாலைக்காக ராபின்சன் பூங்காவின் வடகிழக்கு முனைக்கு அருகில் புதிய கட்டிடங்கள் கட்டப்பட்டுள்ளன. "வெகு நல்ல முறையிலும் நோயாளிகளிடம் மிகவும் அன்பாகவும் நடந்து கொள்ளும் மருத்துவச் சாலை' என இதனைப் புகழ்பெற்ற எழுத்தாளர் 'நாடோடி' குறிப்பிட்டிருக்கிறார்.

ராயப்பேட்டை மருத்துவச்சாலை: சென்னையிலுள்ள சிறந்த மருத்துவ மனைகளில் இதுவும் ஒன்றாகும். பொது மருத்துவமனையில் உள்ள எல்லா வைத்தியத் துறைகளும் இங்கு உள்ளன. ஆனால், மேக, தோல் நோய்கள் மட்டும் இங்குக் கவனிக்கப்படுவதில்லை.

ஸ்டான்லி மருத்துவச்சாலை: இதைப் பொதுவாகக் 'கஞ்சிதொட்டி. மருத்துவச்சாலை' என்று அழைப்பர். பொது மருத்துவச்சாலையில் இல்லாத கண்துறைப் பகுதி இங்கு உள்ளது. 724 நோயாளிகளுக்கு மட்டுமே அரசாங்கம் இங்கு இடமும் மற்ற வசதிகளும் கொடுத்திருந்த போதிலும், இங்கே சுமார் 800 நோயாளிகளுக்கு மேல் காணப்படுகின்றனர். இவர்களில் பாதிபேர் கட்டிலிலும் பாதிபேர் தரையிலும் படுத்துக் கொள்ள வேண்டியிருக்கிறது. பல்கலைக்கழக விதியின்படி இம் மருத்துவச்சாலையில் 1000 நோயாளிகளாவது இருந்தால்தான் இங்கு நூறு மாணவர்களாவது பயிற்சி பெறமுடியும். எனவேதான், இங்கு

நோயாளிகளுக்குப் போதிய இடவசதி இல்லாதிருந்தும், அதிகமாக அனுமதிக்கப்படுகிறார்கள் போலும்! மேலும், பொது மருத்துவச் சாலையைவிட, இங்கு அதிக நிம்மதி கிடைப்பதால் நிறைய நோயாளிகள் வருகிறார்கள்.

காசநோய் மருத்துவச்சாலை: மிகக் கொடிய நோயான இருமல், காசம் ஆகியவற்றைத் தடுக்க இம்மருத்துவச்சாலையில் தோள்பட்டைக்கருகில் ஏ.பி. ஊசி மருந்தும், வயிற்றில் பி.ஸி.ஜி. ஊசி மருந்தும் குத்துகிறார்கள். எக்ஸ் - கதிர்ப் படம் பிடித்துப் பார்க்கவும் இங்கே வசதியுள்ளது. நோயாளிகளைக் குணப் படுத்துவதிலும், இன்னும் இவர்களைக் காட்டிலும் பிறர்க்கு இந்நோய் வராமல் தடுக்க முன்னெச்சரிக்கையாக பி.ஸி.ஜி. ஊசி குத்துவதிலும், நோயின் தொடக்க கால அறிகுறி காணப்படுபவர்களைக் கண்டுபிடித்து அவர்களை இப்பயங்கர நோயினின்று மீட்பதிலும் இங்கு மிகுந்த அக்கறை எடுத்துக்கொள்ளப்படுகிறது. கண்ட கண்ட இடங்களில் எச்சிலைத் துப்புவதால் தான் இந்நோய் அதிகமாகப் பரவமுடிகிறது. இந்தியாவில் நிமிடத்திற்கு ஒருவர் காச நோயால் இறந்து கொண்டிருக்கிறார்கள் என்பது நினைவு கூரத்தக்கது.

இந்திய மருத்துவச்சாலை: இந்திய மருத்துவ முறையை ஆராய்ந்த உஸ்மான் குழுவின் பரிந்துரைக்கிணங்க 1924-இல் இந்திய மருத்துவப்பள்ளி காணப்பட்டது. பிறகு இது கல்லூரியாக உயர்ந்தது; (சில ஆண்டுகளுக்கு முன் இக்கல்லூரியைச் பாளையங்கோட்டைக்கு மாற்றி விட்டார்கள்) மருத்துவச்சாலையும் உடன் தொடங்கப்பட்டது. லாண்டன் தோட்ட மருத்துவச்சாலை என்று இதனை மக்கள் அழைக்கின்றனர். இந்த நாட்டு மருத்துவச்சாலையில் சித்த மருத்துவம், ஆயுர்வேதம், யுனானி என்ற மூன்று பிரிவுகள் உள்ளன. இம் மருத்துவச் சாலைக்கு வேண்டிய மருந்துகளை இங்கேயே தயாரித்துக் கொள்கிறார்கள். மூலிகைத் தோட்டத்தில் மூலிகைகளைப் பயிரிட்டுக் கொள்கிறார்கள் கீழ்ப்பாக்கத்தில் இருந்த இத்தோட்டம் சமீபத்தில் அரும்பாக்கத்திலுள்ள 15 ஏக்கர் பரப்புள்ள இடத்திற்கு மாற்றப்பட்டிருக்கிறது.

மேற்சொன்ன மருத்துவமனை இருந்த இடத்தில்தான் கீழ்ப்பாக்கம் மருத்துவக் கல்லூரி மருத்துவமனை என்ற புதிய பெயரில் ஆங்கில முறையில் நடத்தப்பட்டு வருகிறது. இங்கு நோயாளிகள் உடல் பரிசோதனை செய்யப்பட்டு நலம்பெற்று வருகின்றனர்.

அறிஞர் அண்ணா மருத்துவச்சாலை : இந்திய மருத்துவச்

சாலையே இப்பொழுது இப்பெயரில் திருத்தி அமைக்கப் பட்டுள்ளது. இங்கும் சித்த, யூனானி, ஆயுர்வேத முறையில் நோயாளிகளைப் பரிசோதித்து மருந்து கொடுக்கப்படுகிறது. இதனையொட்டி சித்த மருத்துவ ஆராய்ச்சி நிலையமும், ஹோமியாபதி ஆராய்ச்சி நிலையமும் அமைக்கப்பட்டுள்ளன. இது இந்திய மருத்துவ நெறியாளர் மேற்பார்வையில் நடந்து வருகிறது.

தாம்பரம் காசநோய் விடுதி : இது 1934-முதல் தொடங்கப்பட்டு தற்போது 450 நோயாளிகளுக்குமேல் இதில் இடம் பெற்று வருகின்றனர்.

இவை தவிர தனிப்பட்டவர் நடத்தும் மருத்துவ விடுதிகளும் மருத்துவ நிலையங்களும் எண்ணற்றவை. இவ்வளவு மருத்துவ வசதியிருந்தும் நோய்கள் குறையக் காணோம்!

கல்வி வசதி: மக்களுக்கு இன்றியமையாத தேவைகளில் தண்ணீர், உணவு, உடல்நலப் பாதுகாப்பு- இவைகளுக்கு அடுத்தபடி முதன்மையாக வேண்டப்படுவது கல்வியேயாகும். இதுஒன்று இல்லாவிட்டால் மற்றெத்தனை வசதிகள் இருந்தும் பயனில்லை. சென்னை நகரில் நகராண்மைக் கழகமும், அரசாங்கமும் இத்துறையில் எவ்வளவு பாடுபட்டு வருகின்றன என்பதை இங்குத் தெரிந்து கொள்வோம்.

ஆங்கிலேயர் வருகைக்கு முன் இக்காலத்தில் உள்ளவை போன்ற பள்ளிகளும் கல்லூரிகளும் கிடையா. ஒருசில இடங்களில் திண்ணைப் பள்ளிக்கூடங்கள்மட்டும் நடந்துவந்தன. பிறகு கிறிஸ்தவப் பாதிரிமார்கள் கல்வித்துறையில் ஈடுபடத் தொடங்கினர். பெஞ்சமின் சுவார்ட்ஸ் என்பவர் கறுப்பர் பட்டணத்தில் சுதேசிகள் வாழ்ந்து வந்த இடத்திற்கு அருகில் ஓர் இடத்தை வாடகை கொடுத்து வாங்கி, 'எல்லாக் குழந்தைகளுக்கும் கல்வி கற்றுத் தரப்படும்' என்று ஓர் அறிக்கையை வீட்டின் வெளிக்கதவில் ஒட்டியிருந்தார் என்னும் குறிப்பிலிருந்தே, (*Benjamin Schultze hircd himself a house in Black Town in the midst of the natives and published by a notice affixed to his door that he would instruct all children that might be sent to him" - The land of the Tamulians and its missions by Rev. E.R. Raierlein 1874*). அக்காலத்தின் நிலைமையை ஓரளவு அறிந்து கொள்ளலாம். இவர்களைப் பார்த்துப் பிற மதத்தினரும் கல்வியில் அக்கறை காட்டத் தொடங்கினர்.

1910-ஆம் ஆண்டு வரையில் நகராண்மைக் கழகம் தனிப்பட்டவர்கள் நடத்திவந்த தொடக்கப் பள்ளிகளுக்கு (Elementary School) உதவி (Grant) கொடுத்து வந்தது. இதன் பிறகு சொந்தமாகத் தொடக்கப் பள்ளிகள்

ஆரம்பிக்க அரசாங்கத்திடம் அனுமதி கேட்டு நடத்தத் தொடங்கியது. 1925 ஜூலையில் கட்டாயக் கல்வி முறை அமுலுக்கு வருவதற்குமுன் 53 பள்ளிகளே நகராண்மைக் கழகத்தால் நடத்தப்பட்டு வந்தன. 1942ஆம் ஆண்டில் ஆண்கள் தொடக்கப்பள்ளி 70ம், பெண்கள் தொடக்கப் பள்ளி 42-ம், முஸ்லிம் ஆண் பள்ளிகள் 19ம், முஸ்லிம் பெண்கள் பள்ளிகள் 12ம் இருந்தன.

இதே ஆண்டு ஏப்ரல் மாதத்தில் உண்டான போர்ப் பீதியினால் பள்ளிக்கூடங்களை மூடிவிட நேரிட்டது. சில ஆண்டுகள் கழித்துதான் பழைய நிலைமை ஏற்பட்டது. பள்ளிக்கூடங்களும் அதிகரிக்கலாயின. தற்போது இந்தத் தொடக்கப் பள்ளிகளில் 50 பள்ளிகள் ஏழை மக்களும் தொழிலாளிகளும் வசிக்கும், பகுதிகளில் நடத்தப்பட்டு வருகின்றன

நகராண்மைக் கழகப் பள்ளிகளில் கல்வியோடு கைத்தொழிலும் கற்பிக்கப்படுகிறது. இதன் ஓர் ஆரம்பப்பள்ளியில் அச்சகம் ஏற்படுத்திப் பிள்ளைகளுக்கு அச்சுக்கோக்கவும், புத்தகம் தைக்கவும், அச்சடிக்கவும் பழக்குகிறார்கள். இது தவிர 22 பள்ளிகளில் தச்சுவேலை கற்றுத்தரப்படுகிறது. இன்னும், வலை பின்னுதல், நூல் நூற்றல், தையல் வேலை கூடை முடைதல், பூப்போடும் வேலை, சரிகைவேலை போன்றவையும் கற்றுத்தரப் படுகின்றன. ஏழைபிள்ளைகளுக்குப் புத்தகங்களும் பலகைகளும் இலவசமாக அளிக்கப்படுகின்றன; அவர்கள் பகல் உணவும் பெறுகிறார்கள் பிள்ளைகள் விளையாடுவதற்காக 21 விளையாடுமிடங்களைச் சரிவர நகராண்மைக் கழகம் நடத்தி வருகிறது.

மேலும், 19 பள்ளிகளில் கல்வி ஒலிபரப்பைக் கேட்க வானொலிப் பெட்டிகள் வைக்கப்பட்டுள்ளன. ஆண்டுதோறும் ஆரம்ப கல்விக்காகச் சென்னை நகராண்மைக் கழகம் 32 லட்ச ரூபாய் செலவழிக்கிறது. இதற்காகச் சென்னை அரசாங்கம் உதவி தருகிறது. இப்போது நகராண்மைக் கழகத் தொடக்கப் பள்ளிகளில் 71,633 மாணவர்கள் படிக்கிறார்கள். அன்றியும் 52 சேரிகளில் 4,448 குழந்தைகள் படித்துப் பயனடைகிறார்கள். 50 சதுர மைல் கொண்ட சென்னையிலே வடக்கே புதுமணிக்குப்பத்திலிருந்து தெற்கே வண்ணார்துறை வரையிலும், கிழக்கே கடற்கரையிலுள்ள நொச்சிக் குப்பத்திலிருந்து கோட்டூர் வரையிலும் பள்ளிக்கூடங்கள் இருப்பதால் நகரில் வாழும் குழந்தைகள் கல்வி வசதி பெறமுடிகிறது. பள்ளி வயதுள்ள குழந்தைகள் 85.29% நகராண்மைக் கழகம் மூலமாகக் கல்வி பெறுகின்றனர்.

இவையேயன்றி தொடக்கப்பள்ளிகள் அரசாங்கத்தால் 6ம், அரசாங்கத்தின் உதவி பெற்றுத் தனிப்பட்டவர்களால் 187ம் நடத்தப்

பெற்று வருகின்றன. அடிப்படைக் கல்விப் பள்ளிகள் 2ம். முதியோர் கல்விப் பள்ளிகள் 4ம், ஊனமடைந்தோர் பள்ளிகள் 3ம், சாதாரணப் பயிற்சிப் பள்ளிகள் 10ம், ஆதாரக் கல்விப் பயிற்சிப் பள்ளி 1ம், மாண்டிசரி மகளிர் பயிற்சிப் பள்ளி 1ம், பாலர் (நர்ஸரி). பள்ளிகள், 4ம், கிண்டர் கார்டன் மாண்டிசரி பயிற்சிப் பள்ளிகள் (பெண்களுக்கு) 5ம், சிறப்புப்பள்ளி 3ம், சீர்திருத்தப் பள்ளி (பெண்களுக்கு) 2ம், கீழ்த்திசைப் (ஓரிண்டல்) பள்ளி 1ம் இங்கு உள்ளன.

உயர்நிலைப் பள்ளிகள் இங்கு ஆண்களுக்கு 37ம், பெண்களுக்கு 24ம் இருக்கின்றன. இவ்வுயர்நிலைப் பள்ளிகளில் முத்தியாலுப்பேட்டை உயர்தரப் பள்ளியும், கிறிஸ்தவ உயர் தரப் பள்ளியும், சிந்தாதரிப்பேட்டை உயர்தரப்பள்ளியும், திருவல்லிக்கேணி இந்து உயர்தரப்பள்ளியும், தொண்டை மண்டலத் துளுவ வேளாளர் உயர்தரப் பள்ளியும் ஒரு நூற்றாண்டு காலத்தை எட்டியிருக்கின்றன. இப்பள்ளிகள் இரண்டில் நீண்ட ஆண்டுகளாகத் தலைமையாசிரியர்களாக இருந்து புகழ் பெற்ற திருவாளர்கள் வி. சீதாபதி நாயுடு அவர்களையும், இரங்கசாமி ஐய்யங்கார் அவர்களையும் தென்னிந்தியாவிலுள்ள மாணவருலகு மறக்க முடியாது.

இனி, கல்லூரியைப் பற்றிக் கவனிப்போம். 1870 - 71ல் சென்னை நகரில் இருந்த முதல்தரக் கல்லூரிகள் இரண்டு. அவை (1) மாகாணக் கல்லூரி, (2) 'பிரிசர்ச்சு மிஷன் இன்ஸ்டிடியூட்' என்பன. இதில், இரண்டாவது சொன்னதே முதன் முதலில் 1868 - 69ல் நடைபெற்ற பி.ஏ. பரிட்சைக்கு மாணவர்களை அனுப்பியது. இவ்விரண்டு கல்லூரிகளைத் தவிர டவ்டென் புராடஸ்டன்ட் கல்லூரி, 'சுலைவான் கார்டன் செமின்டரி' என்னும் இரண்டு கல்லூரிகள் வேறு இருந்தன. கடைசியாகக் குறிப்பிட்டது மதபோதனைக் கல்லூரியாகும்.

தொடக்கப்பள்ளிகள் (Primary Schools) 201லும்; இடைத் தர பள்ளிகள் (Middle Schools) 149லும்; இவ்விரண்டு வகையிலும் 18,000 மாணவ மாணவிகள் படிக்கின்றனர். இளஞ் சிறார் பள்ளிகள் 6 வேறு நடத்தப் பெறுகின்றன. தொடக்கப் பள்ளிகளில் படிப்பவர் தொகை 1,56,000. மாநகராட்சியின் சொந்தக் கட்டிடத்தில் நடக்கும் பள்ளிகள் 288; வாடகைக் கட்டிடத்தில் நடப்பவை 59; பிறவகை 3; இவைகளில் பணியாற்றும் ஆசிரியர்களின் எண்ணிக்கை 4,335. தொடக்கக் கல்விக்காகச் செலவிடப்படும் தொகை ரூ. 315 லட்சமாகும். இவைகளேயன்றி உயர் கல்விக்காக வேண்டி உயர்நிலைப்பள்ளிகள் மாநகர ஆட்சி ஆண்களுக்காக 10ம், பெண்களுக்காக 14ம், ஆண், பெண் இருவரும்

சேர்ந்து படிக்கும் பள்ளிகள் 10 ஆக 34 பள்ளிகளை ஏற்று நடத்தி வருகிறது.

இங்கு 29,200 மாணவ மாணவியர் கல்வி பயில்கின்றனர். இவர்களுக்காக 1,088 ஆசிரியர்கள் அமர்த்தப்பட்டுள்ளனர். இதற்காக ரூ. 88.99 லட்சம் செலவாகிறது. மதிய உணவிற்கு வேண்டி நான்கு சமையற் கூடங்கள் அமைக்கப்பட்டுள்ளன. 50,000 பேருக்கு மதிய உணவு அளிக்கப்படுவதால், ரூ. 23.30 லட்சம் செலவழிகிறது.

சென்னைப் பல்கலைக்கழகம் 1857ல் நிறுவப்பட்டது. இக்கழகத்தின் முதல் ஆண்டில் நடத்தப்பட்ட பி.ஏ. பரிட்சையில் யாழ்ப்பாணம் சி.வை. தாமோதரம்பிள்ளை மேற்பட்டம் பெற்றார். அடுத்து, '1800 ஆண்டுகளுக்கு முன் தமிழர்' என்கிற நூலை எழுதியவரான வி.கனகசபைப் பிள்ளை என்பவர் மிக்க இளவயதிலேயே பட்டம் பெற்றார். இவரைப் 'பட்டதாரிப் பையன்' (Graduate Boy) என்று அக்காலத்தில் அழைப்பார்களாம். பிறகு, பல கல்லூரிகள் ஏற்பட்டன. தற்போது சென்னை மாநகரில் விஞ்ஞானக் கல்லூரிகள் 9ம் பயிற்சிக் கல்லூரிகள் 2ம், மருத்துவக் கல்லூரிகள் 4ம், விலங்கியல் கல்லூரி 1ம், சட்டக் கல்லூரி 1ம், பொறியியல் கல்லூரி 1ம், தொழில் நுணுக்கக் கல்லூரி 4ம். இந்திய மருத்துவக் கல்லூரி 2ம் உள்ளன. இங்ஙனம் இந்நகரில் கல்விப் பெருக்கத்தின் காரணமாக உள்ளூர், வெளியூர்களிருந்தும் மாணவர்கள் வருகின்றனர்.

இச்சமயத்தில் 19-ஆம் நூற்றாண்டில் பெருங்கல்வி வல்லுனராக விளங்கிய திரு. பூண்டி அரங்கநாத முதலியாரைக் குறிப்பிட்டுச் சொல்ல வேண்டும். இவர் அக்காலத்தில் சென்னை மாகாணக் கல்லூரியில் பேராசிரியராக இருந்தவர். தம் வகுப்புப் பாடங்களைத் தவிர ஆசிரியர்கள் வராத நேரத்தில் பிற வகுப்புப் பாடங்களையும் திடீரென ஏற்று மிகத் திறம்பட நடத்திக் காட்டுவாராம் இவர். 'காஞ்சிக் கலம்பகம்' என்னும் தமிழ் நூலை இயற்றியவர் இவரே ஆவார். இவர் காலத்தில், வழக்கறிஞராக ஆகாமலேயே, தம் கல்வித் திறனால் சென்னை உயர் நீதிமன்றத்தின் நீதிபதியாக நியமிக்கப்பட்டவர் திரு. சர். தி.முத்துசாமி ஐயர் ஆவார்.

இவ்விருவரைப் போல் பிற்காலத்தில் சென்னையில் படித்துப் பட்டம் பெற்று உலகப் புகழ் பெற்றவர் பலர். அவர்களில் சர்.சங்கரன் நாயர், சர். எஸ். சுப்பிரமணிய ஐயர், சர். ஏ. ராமசாமி முதலியார், சர். சி.பி. ராமசாமி ஐயர், சர். ஏ. லட்சுமணசாமி முதலியார், சர். எஸ். ராதாகிருஷ்ணன் ஆகியோர் குறிப்பிடத் தக்கவராவர்.

இப்போது இளம்பிள்ளைகளுக்குத் தொடக்கப்பள்ளிகளும்,

மாணவர்களுக்கு உயர்தரப்பள்ளிகளும் கல்லூரிகளும், வயது முதிர்ந்தவர்களுக்கு ஆங்காங்கே முதியோர் பள்ளிகளும் சென்னையில் நடத்தப்பெறுகின்றன இவைகளோடு நகரில் 71 படிப்பகங்களை நகராண்மைக் கழகம் முன்பு நடத்திக் கொண்டிருந்தது. அண்மையில்தான் சுங்குவார் நூல் நிலையத்தைத் தவிர, ஏனையவற்றை நூல் நிலைய நிர்வாகிகளிடம் ஒப்படைத்து விட்டது. இவை தவிர, 45 படிப்பகங்கள் தனிப்பட்டவர்களால் நடத்தப்பட்டு வருகின்றன. இவற்றால், மக்கள் பொது அறிவு பெற வாய்ப்புக் கிடைத்துள்ளது.

மேலும், இந்தியாவிலேயே மிகச் சிறந்த பொது நூல் நிலையங்களில் ஒன்றான கன்னிமரா நூல் நிலையமும். சென்னை பல்கலைக்கழக நூல் நிலையமும் இலக்கியக் கழக நூல் நிலையமும், தியாசபிகல் சங்க நூல் நிலையமும், ரானடே நூல் நிலைய 'கரன்ட் சர்குலேடிங்' நூல் நிலையமும், சுங்குவார் நூல் நிலையமும் கோஸ்ஸென் நூல் நிலையமும் சென்னை மத்திய மாவட்ட நூலகமும் மறைமலையடிகள் நூலகமும் உள்ளன. இந்த 9 நூல் நிலையங்களைத் தவிர நகரில் பல வேறு நூலகங்களும் இயங்கி வருகின்றன. இவற்றால் அறிவாளிகளும், கல்வியில் கருத்துள்ள பொதுமக்களும் மிகவும் பயனடைந்து வருகிறார்கள்.

சென்னையில் வெளியாகும் பத்திரிகைகளைப் பற்றி இங்குச் சிறிது சொல்ல வேண்டும். இப் பத்திரிகைகளால் மக்கள் அன்றாட உலகப்போக்கையும், நாளும் நாளும் வளர்ந்து வரும் அறிவுத் துறைகளையும் அறிந்து கொள்ள முடிகிறது. இங்கே தொடங்கிய பழம் பத்திரிகைகளில் 'கெஜட்'டும் 'இந்து'வும் 'தினவர்த்தமானி'யும், 'சுதேசமித்திர'னும் குறிப்பிடத்தக்கனவாகும். இப்பொழுது தமிழிலும், ஆங்கிலத்திலும், தெலுங்கிலும் பல நாளிதழ்களும், மாத இதழ்களும் வெளிவருகின்றன. இவற்றில் பல கட்சிப் பத்திரிகைகளும் அடங்கியிருக்கின்றன. குழந்தைப் பத்திரிகைகள், திரைப்படப் பத்திரிகைகள், இலக்கியப் பத்திரிகைகள், பொழுது போக்குப் பத்திரிகைகள் எனப் பலவிதமான பத்திரிகைகளும் இங்கு வெளியாகின்றன. இவற்றின் எல்லாப் பெயரையும் குறிப்பிட்டால் பட்டியல் நீளும். எனவே, புகழ்ப் பெற்ற சில பத்திரிகைகளின் பெயரை மட்டும் குறிப்பிடுகிறோம்:

சுதேசமித்திரன், தினமணி, விடுதலை, நம்நாடு, தினத்தந்தி, இந்து, மெயில், இந்தியன் எக்ஸ்பிரஸ், ஆந்திரபத்திரிகா, ஆந்திரபிரபா, ஆனந்த விகடன், கல்கி, முரசொலி, செங்கோல், குமுதம், செந்தமிழ்ச் செல்வி, தினகரன், தென்னகம், கலைமகள், அமுதசுரபி, பேசும் படம், குண்டூசி, அம்புலிமாமா, சுற்கண்டு ஆகியவை அவை.

விளக்கு வசதி: மக்களின் அகவிளக்குக் கல்வியறிவாகும். ஒரு நகருக்கு அகவிளக்கான கல்வியறிவுடன் புறவிளக்குகளும் தேவைப்படுகின்றன. விளக்கில்லா வீடு இருண்ட வீடாகக் காட்சியளிக்கும். விளக்கொளியற்ற தெரு இருளடைந்துவிடும். விளக்கு வெளிச்சமில்லா நகரம் பாழ்பட்ட நகரமாகத் தோன்றும். ஆகவே, வீடும் தெருவும் நகரும் அழகாக இருப்பதற்கு விளக்குத் தேவை. சென்னை நகரின் விளக்கு வசதியைப் பற்றி இப்போது தெரிந்து கொள்வோம்.

1762ஆம் ஆண்டிற்கு முன்பெல்லாம் சென்னை நகரின் வீடுகளில் விளக்கெண்ணெய் விளக்குகளே எரிந்து கொண்டிருந்தன; தெருக்களில் இவ்விளக்குகளும் கிடையா. இந்த எண்ணெய் விளக்குகளைத் தவிர வேறு வகையானவை அக்காலத்தில் இல்லை. இதற்கு பின்பு தேங்காயெண்ணெய்யால் விளக்குகள் எரிந்தன. மேற்சொன்ன ஆண்டில் 100 தேங்காயெண்ணெய் விளக்குகள் வீதியில் ஏற்றப்பட்டிருந்தனவாம்.

ஒரு நூற்றாண்டிற்குப் பிறகு இவ்வகை விளக்குகளின் எண்ணிக்கை இரண்டு மடங்காயிற்று. இதன் பின்னர் மண்ணெண்ணெய் விளக்குகள் (Kerosine Lights) தெருக்களில் போடப்பட்டன. இத்தகைய தெரு விளக்கொளியின் உதவியால்தான் அக்காலத்தில் சர். டி. முத்துசாமி ஐயர் போன்றவர்கள் படித்து முன்னுக்கு வந்ததாகக் கேள்விப்படுகிறோம்.

1908ஆம் ஆண்டு வரையில் தெருக்களிலும் பெரிய வீதிகளிலும் மண்ணெண்ணெய் விளக்குகளே ‘மினுக் மினுக்’ கென அங்கு மிங்கும். ஒளிவிட்டுக் கொண்டிருக்குமாம். இவ்விளக்குகளும் இரவு முழுவதும் எரிவதில்லை. முழு நிலாவன்றும் அதற்கு முன்னாளும் பின்னாளும் மண்ணெண்ணெய் விளக்குகளுக்கு விடுமுறையளிக்கப்படும்!

நிலவு வருகிற வரையில் விளக்குகள் எரியும். அது வந்ததும், விளக்குகள் (எண்ணெய்க் குறைவால்) அணைந்துவிடும்! அவ்வளவு கணக்காக அக்காலத்தில் எண்ணெயை ஊற்றி விளக்கேற்றி வந்தார்கள். 1911இல் 6,269க்கு மேல் மண்ணெண்ணெய்யால் எரியும் விளக்குகள் இருந்தன. இதற்கு மூன்றாண்டுகளுக்குப்பின் (1914) 15 மின்சார விளக்குகள் (Electric |lLights) போடப்பட்டன. பண வசதி ஏற்பட்டால் மண்ணெண்ணெய் விளக்குகளை அகற்றிவிட்டு மின்சார விளக்குகளை மெல்ல மெல்லப் போட வேண்டும் என்று அப்போது சென்னை நகராண்மைக் கழகம் திட்டமிட்டது.

மின்சார விளக்குகள் போடுவதற்கான 13 லட்சம் ரூபாய் திட்டத்திற்குச் சென்னை அரசாங்கம் அனுமதியளிக்கவே, 1924இல் எண்ணெய்

விளக்குகளை அடியோடு அகற்றிவிட்டு 8,297 மின்சார விளக்குகள் போடப்பட்டன. இவற்றுக்குத் தேவைப்படும் மின்சாரம், பேஸின் பாலத்தில் இருக்கும் மின்சார உற்பத்தி நிலையத்திலிருந்து எடுத்துக் கொள்ளப்பட்டது.

மின்சாரக் கம்பி போடமுடியாத இடங்களிலெல்லாம் 12 ஆவி விளக்குகள் (GasLight) போடப்பட்டன. இவ்விளக்குகள் நாளடைவில் அதிகரிக்கப்பட்டு 1938இல் 38 ஆக உயர்த்தப்பட்டன. இவற்றோடு, 13,505 மின்சார விளக்குகளும் அமைக்கப்பட்டு நகருக்கு ஒளி தந்து கொண்டிருந்தன.

1941-42லிருந்து மின்சார விளக்குகளைத் தவிர வேறு எந்த வகையான விளக்குகளையும் தெருக்களில் காணமுடியாத நிலை ஏற்பட்டது. இதற்குப்பின் மின்சார விளக்குகள் அதிகப்பட்டன. என்றாலும், இரண்டாம் உலகப்போரை முன்னிட்டுத் தெருவிளக்குகளுக்குக் கருப்புக் குல்லாய்கள் போடப்பட்டிருந்ததால், ஒளிப்பிழம்பாய்க் காணப்பட வேண்டிய சென்னை நகரம் பேரிருள் சூழ்ந்ததாகக் காட்சியளித்தது!

தற்போது, நகராண்மைக் கழகத்திற்குச் சொந்தமான 3,962 தெருக்களில் 150 அடிக்கு ஒன்றாக விளக்குகள் போடப்பட்டுள்ளன. தெருச் சந்திப்புகளிலெல்லாம் பாதரச விளக்குகள் Mercury Lights பொருத்தப்பட்டுள்ளன. கடற்கரை வீதியிலும், மலைச்சாலையிலும், பிராட்வேயிலும் கண்ணைப் பறிக்கும் பாதரச விளக்குகள் எரிந்து கொண்டிருக்கின்றன.

சென்னை மாநகராட்சி 47 துணை மின்சார நிலையங்களை அமைத்துள்ளது. 1-4-77இல் அவை 40,272 மின் விளக்குகளுக்கு மின் ஒளி தருகின்றன. இவை ஒளிர்வதற்கு 4,910 கி. வோட்ஸ் மின்சக்தி பிடிக்கிறது. 400 வாட்ஸ் கொண்ட பாதரச விளக்குகள் 1,328ம், 250 வாட்ஸ் கொண்ட பாதரச விளக்குகள் 795ம், 125 வாட்ஸ் கொண்ட விளக்குகள் 77ம் இதனால் பலன் பெறுகின்றன.

இவையன்றி குடிசை வாழ் பகுதிகளில் தெருக்களில் 7,508 விளக்குகள் போடப்பட்டுள்ளன. தெரு விளக்குகளுக்காக மட்டும் இந்த ஆண்டில் (1975-76) ரூ. 52,23,355 செலவழிக்கப்பட்டுள்ளது. சென்னையில் பம்பாய், கல்கத்தாவைவிட, மின்சார விளக்குகள் அதிகமாக இருக்கின்றன என்று கணக்கிடப்பட்டுள்ளது. ஆனால், மின்சாரத்திற்காக மேற்சொன்ன நகரங்கள் சென்னையைக் காட்டிலும் அதிகம் செலவழிக்கின்றன என்பதை அறிந்து கொள்ள வேண்டும்.

முன்புசொன்ன, நகர முக்கியத் தெருச் சந்திப்புகளில் மின்சாரத்தால் ஓடும் கடிகாரங்கள் பொருத்தப்பட்டிருந்தன. ஆனால், இவை சரியாக நேரம் காட்டாததால், பின்னர் எடுக்கப் பட்டுவிட்டன. ஆயினும், 6 இடங்களில் மணிக்கூண்டுகள் வைக்கப்பட்டுள்ளன. பேஸின் பாலத்தருகில் நகராண்மைக் கழகத்தின் முக்கிய மின்சாரக் கட்டுப்பாட்டு நிலையம் உள்ளது. இங்கு தயாரிக்கப்படும் மின்சாரசக்தி 6000 வோல்ட்கள். இங்கிருந்து உயர்ந்த சக்தி வடம் (கேபிள்) மூலமாக 47 கிளை நிலையங்களுக்கு மின்சாரம் அனுப்பப்படுகின்றன. இவை ஒவ்வொன்றிலும் 250 ‘ஓல்டு’கள் தேக்கி வைக்கப்படுகின்றன.

மேலும், கோயில்கள், மசூதிகள், தேவாலயங்கள் முன்பாக அழகிய விளக்குகள் நகராண்மைக் கழகத்தாரால் போடப் பட்டுள்ளன. இவற்றைத் தவிர, (1) பிராட்வேயும் சீனக் கடைத் தெருவும் சந்திக்கும் இடத்திலும், (2) பொது மருத்துவச்சாலையும் ஸ்டான்லி பாலமும் சந்திக்கும் இடத்திலும் (சென்ட்ரல் நிலையத்திற்கு எதிரில்) மலைச்சாலையில் அண்ணா சிலைக்கருகிலும், கலைக்கல்லூரி அருகிலும், ஆயிரம் விளக்குக்கு அருகிலும், தேனாம்பேட்டை தியாகராயர் தெரு சந்திப்பிலும், சைதாப்பேட்டை ஸர் உஸ்மான் தெரு சந்திப்பிலும், பூந்தமல்லி நெடுஞ்சாலையில் கலைத்தொழில் கல்லூரி அருகிலும் சேத்துப்பட்டு மேம்பாலத் தெருவிலும், போக்குவரத்தைக் கட்டுப்படுத்தப் பயன்படும் மின்சார விளக்குகள் (Electric Traffic Controller) பொருத்தப்பட்டுள்ளன. இன்னும், ‘இடதுபக்கம் போகவும்’ (Keep Left Traffic Boards) என்கிற பெயர் பொறித்த விளக்குகள் 67 முக்கியச் சந்திப்புகளில் போடப்பட்டிருக்கின்றன.

எழுமூரிலும் பிற இடங்களிலும் போக்குவரத்தை மனித உதவியின்றி மின்சாரம் மூலம் தானே கட்டுப்படுத்தும் பொறிகள் (Automatic Trafic Signals) அமைக்கப்பட்டுள்ளன. பூங்காக்களிலும், குளங்களின், முனைகளிலும் பாலங்களின் மீதும், அழகு விளக்குகள் வேறு நிறுத்தப்பட்டுள்ளன. அன்றியும், மெரீனா கடற்கரைக்குத் தெற்கே எட்வர்ட் எலியட்ஸ் சாலைச் சந்திப்பிலும், தியாகராய நகரிலுள்ள பனகல் பூங்காவிலும், சீனக்கடைத் தெருவிலுள்ள பழச்சந்தைக்கு முன்பும் மூன்று அழகிய நீருற்றுகள் (Oranmental Fountains) அமைக்கப்பட்டுள்ளன. இங்கு நீர் பீச்சும்போது, பல வண்ண விளக்குகள் ஒளி வீசுவதால் அக்காட்சி கவின் பொருந்தித் தோற்றமளிக்கும். ஆனால், மின்சாரக் கட்டுப்பாடு, தண்ணீர்த் தட்டுப்பாடு காரணமாக இவை இப்போது வேலை செய்வதில்லை.

சென்னையில் மின்சார உற்பத்தி நிலையம் ஏற்பட்ட பின் வீடுகள்

யாவற்றுக்கும் மின்சார விளக்குகள் போடப்பட்டு வருகின்றன. மின்சார இயந்திரத்தால் பல தொழிற்சாலைகள் நடைபெற்று வருகின்றன. முதன் முதலாக 1930 ஏப்ரல் 1ஆம் தேதியன்று சென்னை நகராண்மைக் கழகத்தால் ஒலிபரப்பு நிலையம் (Board-casting Service) தொடங்கி வைக்கப்பட்டது. இது 1938ஜூன் 15ஆம் தேதி வரை நகராட்சி மன்றத்தினராலேயே நடத்தப்பட்டு வந்தது. பிறகு, அரசாங்கமே ஒலிபரப்புப் பணியை ஏற்றுக்கொண்டது.

சென்னைப் பொருட்காட்சி நிலையத்தில் இன்றும் பழைய ஒலிபரப்புக் கருவியைக் காணலாம். சென்னையில் ஒலிபரப்பு நிலையம் ஏற்பட்ட பிறகு, பல இடங்களில் நகராண்மைக் கழகம் வானொலிப் பெட்டிகள் 28ம், வானொலி ஒலிபரப்புக் கருவிகள் 21ம் பொருத்தியிருக்கிறது.

நகராண்மைக் கழக மேற்பார்வையுள்ள தெருக்களில் மாலை 5-30 மணி முதல் விடியற்காலை 5-30 மணி வரை விளக்குகள் எரிகின்றன.

சட்டமும் பாதுகாப்பும்: ஆங்கிலேயர் வருமுன்பு சென்னையில் பெத்தநாயகன் என்ற மேலதிகாரியின் கீழ் இருந்த தலையாரிகளே நகரின் ஒழுங்கையும் அமைதியையும் பாதுகாத்து வந்தார்கள். ஆங்கிலேயர் வந்தபிறகும் இவர்களுடைய அதிகாரம் கொஞ்சகாலம் நீடித்தது. கோட்டையும் பண்டகசாலையும் ஏற்பட்ட பின்பு, அவற்றின் பாதுகாப்புக்காகச் சுற்றி மதில் சுவர் எழுப்பப்பட்டது. மதில் சுவரில் ஆங்காங்கே காவல் அரண்கள் ஏற்பட்டன. அக்காவல் அரண்களே பின்னாளில் நகர்க்காவல் (போலீஸ்) நிலையங்களாக மாறின. இதிலிருந்து போலீஸ் அமைப்புச் சரிவர இயங்கத் தொடங்கியது.

தற்போது, சென்னை மாகாணப் போலீஸ் துறைக்குப் பொதுத் தலைவர் (Inspector General of Police) ஒருவர் இருக்கிறார். இவருக்கு உதவியாக 6 துணைவர்கள் (Deputies) உள்ளனர். இவர்களில் 4 பேர் இம்மாகாணத்தின் பல்வேறு பகுதிகளைக் கண்காணித்து வருகின்றனர். ஐந்தாமவர் இருப்புப் பாதைப் போலீஸ் (Railway Police) துறையையும், துப்பறியும் துறையையும் (C.I.D.) கவனித்து வருகின்றார். ஆறாவதவரே, சென்னை நகர்க் காவலை ஏற்று நடத்தி வருகின்றார். இந்நகர்க் காவல் தலைவருக்குப் போலீஸ் ஆணையாளர் (Police Commissioner) என்று பெயர். சென்னை நகரின் சட்டத்தையும் ஒழுங்கையும் நிலைநாட்டி வருபவர் இவரேயாவார். இவருக்கு உதவியாகப் பலர் உள்ளனர்.

நகர்ப் பாதுகாப்பிற்காகச் சென்னை மாவட்டத்தை ஆறு தொகுதிகளாக்கி B யிலிருந்து N வரை 47 பிரிவுகளாகப் பிரித்துள்ளனர்.

ஒவ்வொரு பிரிவிலும் ஒவ்வோர் போலீஸ் நிலையம் இயங்குகின்றது. இவையல்லாமல், சென்ட்ரல், எழுமூர் இருப்புப்பாதை, பொது மருத்துவமனை, ஸ்டான்லி மருத்துவமனை, அண்ணா சதுக்கம் முதலிய நிலையங்களில் ஒவ்வொரு போலீஸ் சாவடி இருக்கிறது. போலீஸ் காவலர்கள் நாள்தோறும் இரவு வேளையில் நகர்வலம் வருகின்றனர்.

விழாக் காலங்களிலும், பண்டிகை நாட்களிலும் இக்காவலர்களின் உதவி பெரிதும் பயன்படுகிறது. நகரின் முக்கிய இடங்களில் நாம் போலீஸ் சேவகர்களைப் பார்க்கலாம். வண்டிப் போக்குவரத்தைக் கட்டுப்படுத்தவும், மக்கள் நடமாட்டத்தை ஒழுங்குபடுத்தவும் போலீஸே முக்கியக் காரணமாயிருக்கிறது. நகரின் தலைமையான சந்திகளிலும், சதுக்கங்களிலும் வாகனங்களையும் வழிப்போக்கர்களையும் போலீஸ் பணியாளர் நின்று ஒழுங்கு பெற இயங்கச் செய்கிறார். திடீரென ஏதாவது அபாயம் நேரிட்டால், தொலைபேசி எண் 100ஐத் தொடர்புகொண்டால், நமக்கு எப்போதும் போலீஸ் உதவி கிடைக்கும்.

சென்னை நகரில் மோட்டார் சைக்கிள்களில் 29,074; மோட்டார் கார்கள் 22,895, டாக்ஸிகள் 3372, பஸ்கள் 2,399; லாரிகள் 3,767; ஆட்டோ ரிக்ஷாக்கள் 1,192; பிறவகைகள் 6569; ஆகமொத்தம் 1976இல் இருந்த வாகனங்கள் 64,268. சென்னை நகரில் வேகக் கட்டுப்பாடு அமுலில் உள்ளது. இதனால் 1967-ஐவிட விபத்துகள் குறைந்துள்ளன.

இவையல்லாமல், சில காலங்களில் எதிர்பாராத விதங்களில் ஏற்படும் கலகங்களையும், போராட்டங்களையும், கிளர்ச்சிகளையும், ஒழுங்கீனங்களையும் அடக்க ஆயுதமுடைய சிறப்புப் போலீஸ் (Special Armed Police) உள்ளது. இதன் முகாம் புழலேரிக்கு அருகில் இருந்தது. தற்போது ஆவடி அருகில் மாற்றப்பட்டுள்ளது.

நகரில் பொது மருத்துவச்சாலைக்கு எதிரில் ஒரு பெருஞ் சிறைக்கூடம் (Penitentiary) உள்ளது. உயர்நீதி மன்றத் தீர்ப்புக்காகக் காத்திருக்கும் இடைக்காலக் கைதிகளும், தண்டனைபெற்று வாசம் செய்யும் நிரந்தரக் கைதிகளும் இதில் இடம் பெற்றுள்ளனர். போலீஸின் உதவியால் நகரம் அமைதியுடன் இயங்க முடிகிறது.

போலீஸோடு நகர்ப் பாதுகாப்பை மற்றொரு துறையியினரும் கவனித்துக் கொள்கின்றனர். அவர்களுக்குத் தீயணைப்புப் படையினர் (M.F.S.) என்று பெயர். நகரில் தீயினால் எங்கு விபத்து நேரிட்டாலும், உடனே சென்று அதனைத் தவிர்ப்பது இவர்களின் வேலை.தொலைபேசி

எண் 101-ஐத் தொடர்புகொண்டால் இவர்களை எங்கிருந்தாலும் அழைத்து வந்துவிடும்.

நீதிபரிபாலனம்: ஒரு நகரிலுள்ள பாதுகாப்பிற்குப் போலீஸ் மட்டும் போதாது. போலீஸ் கண்டுபிடிக்கும் குற்றங்களுக்குச் சரியான தண்டனை விதித்தும், நகரத்தின் பாதுகாப்புக்கான சரியான சட்டதிட்டங்களைக் கட்டிக்காத்து வருவதும் நீதித்துறையாகும். சென்னையின் நீதித்துறை உயர்நீதி மன்றத்திலும் அரசாங்கச் செயலகத்திலும் அடங்கியுள்ளது.

சட்டசபையும், அரசாங்கச் செயலகமும் இயற்றும் சட்டங்களை அமுலுக்குக் கொண்டு வருவது, மாவட்ட நீதிமன்றங்கள், மற்றும் உயர் நீதிமன்றத்தினுடைய கடமையாகும். தமிழ்நாடு முழுவதற்கும் உயர் நீதிமன்றமே தலைமை மன்றமாகும். சென்னை உயர் நீதிமன்றத்தில் ஒரு தலைமை நீதிபதியும், அவரின்கீழ் 15 நீதிபதிகளும் உள்ளனர். நீதித்துறையை மேற்பார்வையிடுவதும், குற்றங்களை விசாரித்து நீதி வழங்குவதும், வழக்குகளைக் கேட்டு முடிவு கூறுவதுமே நீதிபதிகளின் வேலையாகும். மற்றபடி, நீதிமன்றத்தின் நிர்வாகத்திற்குப் பொறுப்பானவர் 'ரிஜிஸ்திரார்' (Registrar) எனப்படுவராவர். அவருக்குப் பல துணைவர்கள் உள்ளனர். அவர்களுக்குக்கீழ் பல ஊழியர்கள் பணியாற்றுகின்றனர். நீதிபதிகளை மாகாண அரசாங்கத்தைக் கலந்து கொண்டு, இந்திய குடியரசுத் தலைவர் நியமிப்பார்.

நகரத்திற்காகத் தனியே ஒரு சாதாரண வழக்கு மன்றமும் (City Civil Court), சிறு வழக்குகளுக்காக ஒரு மன்றமும் (Small Causes Court) உள்ளன. இவற்றிற்குத் தனித்தனியே தலைமை நீதிபதிகளும் உள்ளனர். நாட்டில் வழக்குகள் பெருகப் பெருகப்பெருக நீதிமன்றங்களும் பெருகிக் கொண்டேயிருக்கின்றன; வழக்குரைஞர்களும் (Advocates) பெருகிக் கொண்டேயிருக்கிறார்கள். சென்னையில் வழக்கறிஞர்களுக்குக் குறைவேயில்லை. இவர்கள் குறைந்தால் வழக்குகள் குறையுமோ அல்லது வழக்குகள் குறைந்தால் இவர்கள் குறைவார்களோ - அது யாருக்குத் தெரியும்!

பொழுதுபோக்கு: இவ்வுலகில் கலிபோர்னியா கடற்கரைக்கு அடுத்தபடியாகச் சென்னை மாநகரே மிக நீண்ட கரையைப் பெற்றுள்ளது. இக்கடற்கரையில் விடியற் காலையில் தூய காற்றை நுகர்வதற்கு மக்கள் பலர் செல்கின்றனர். அப்போது, செக்கச் சிவந்த செஞ்ஞாயிற்றின் தோற்றம் யாவர் கண்ணுக்கும் நல்விருந்தாகும். மாலையில் பல்லாயிரக்கணக்கானவர் கடற்கரைக்கு வந்து நற்காற்று வாங்கியும்,

அளவளாவியும் தங்கள் பொழுதைக் கழிக்கின்றனர். ஏழை, பணக்காரர், இளையவர், முதியவர் என்கிற வேற்றுமையின்றி எல்லோருக்கும் பொழுதுபோக்க இடம்தருவது சென்னைக் கடற்கரையேயாகும்.

இதுவன்றி, நகரில் படிக்கும் மாணவ மாணவியரும், பிறரும் விளையாடி, பொழுதுபோக்குவதற்கு ஏற்ற வெட்டவெளிகள் பல உள்ளன. இவற்றில் நகராண்மைக் கழகத்திற்கு 25 விளையாடுமிடங்கள் சொந்தமாக உள்ளன. தனிப்பட்டவர் நடத்தும் பள்ளிகள் சிலவற்றுக்கும் சொந்தமான வீளையாட்டிடங்கள் இருக்கின்றன. இவற்றில் குறிப்பிடத்தக்கன, சேப்பாக்கத்திலுள்ள எம்.ஸி.ஸி. சிதம்பர விளையாட்டரங்க மைதானம், பச்சையப்பர் மைதானம், எம்.யூ.ஸி. மைதானம் ஆகியவைகளாகும்.

பூங்கா நகரில் நகராண்மைக் கழகத்தால் ஒரு பெரிய விளையாட்டரங்கம் (Stadium) புதிதாகக் கட்டப்பட்டுள்ளது. இதில் ஒரு லட்சத்திற்குமேல் மக்கள் சேர இடம் உண்டு. மேலும் இக்கழகத்தால் எழூமூரில் அடிபந்து (டென்னிஸ்) அரங்கம் ஒன்று அமைக்கப்பட்டுள்ளது. சென்னை மாநகராட்சி கட்டிடத்தின் வடக்குப் பக்கத்தில் உள் விளையாட்டு அரங்கம் (Indoor games Stadium) ஒன்றும் அமைக்கப்பட்டுள்ளது. உயர் நீதிமன்றத் தோட்டத்தின் பல இடங்களில் பூப்பந்து (Badminton), மட்டைப்பந்து, கால்பந்து (புட்பால்), கைப்பந்து (வாலிபால்) போன்ற விளையாட்டுகளை விளையாடுகிறார்கள். பெருகிவரும் மக்கள் தொகைக்கு ஏற்ப இன்னும் பல விளையாட்டிடங்கள் சென்னையில் ஏற்பட வேண்டுவது அவசியமானது.

பொழுதுபோக்கு வசதிக்காக ஒவ்வொரு வட்டத்திலும் நான்குக்குமேல் பெரிதும் சிறிதுமான பூங்காக்கள் (Parks) உள்ளன. பூங்காக்களில் குறிப்பிடத்தகுந்தவை: பூங்கா நகரிலுள்ள மக்கள் பூங்கா (People's Park), வண்ணாரப்பேட்டையிலுள்ள அறிஞர் அண்ணா (ராபின்ஸன்) பூங்கா, தியாகராய நகரிலுள்ள பனகல் பூங்கா, சிந்தாதரிப்பேட்டையிலுள்ள நேப்பியர் பூங்கா, செனாய் நகரில் உள்ள திரு.வி.க. பூங்கா, சேத்துப்பட்டில் உள்ள நேரு பூங்கா, மயிலாப்பூரில் உள்ள நாகேஸ்வர ராவ் பூங்கா ஆகியவையாம்.

இப்புகழ் பெற்ற பூங்காக்களைத் தவிர மக்களுக்குத் தொண்டு புரிந்தோரின் பெயரால் நகரத் தெருக்களின் முனைகளில் ஆங்காங்கே பல பூங்காக்களும் உள்ளன. இவையனைத்தும் கணக்கெடுத்தால் மொத்தம் 140க்கு மேல் இருக்கும். இவற்றில் மக்கள் சென்று இளைப்பாறவும், தூயகாற்றை சுவாசிக்கவும், அமைதி பெறவும் பெரிதும் பயன்படுகின்றன.

பல பூங்காக்களில் வானொலிப் பெட்டிகளும் வைக்கப்பட்டு முக்கிய நிகழ்ச்சிகள் ஒலிபரப்பப்படுகின்றன.

சென்னை நகரில் முதல் குதிரைப் பந்தயக் கூட்டம் கிண்டி மைதானத்தில் 1777இல் நடந்துள்ளது. காலையில் குதிரைப் பந்தயம் முன்பு நடைபெற்றது. 1901இல் இது நிறுத்தப்பட்டது. முதல் டெர்பி (Derby) ஆட்டம் 1780இல் நடந்துள்ளது. சில ஆண்டுகளுக்கு முன் தமிழக அரசால் தடை செய்யப்பட்ட குதிரைப் பந்தயம், சுப்ரீம் கோர்ட்டு தீர்ப்புக்கிணங்க மீண்டும் தொடர்ந்து நடைபெறுகிறது. வசதியுள்ளவர்களும், வசதி குறைந்தவர்களும் இதன் மீது கொள்ளை மோகம் கொண்டுள்ளனர்.

பூங்கா நகர், மக்கள் பூங்காவிலுள்ள 'எனது காரிகையின் தோட்டத்தில்' (*My Lady's Garden*) ஆண்டுதோறும் பூக்காட்சி நடைபெறுகிறது. பல வண்ணப் பூக்களும்; விதவிதமான செடி கொடிகளும், காய்கறிகளும் அப்போது காட்சிப் பொருளாக வைக்கப்படுகின்றன. இதற்குக் கட்டணம் கிடையாது. மற்றக் காலத்தில் இத்தோட்டம் பொழுதுபோக்கிடமாக விளங்குகிறது.

இதே மக்கள் பூங்காவினுள்தான் தென்னிந்திய மல்லர் கழகம் (S.I.A.A.) உள்ளது. இது 1910-இல் தொடங்கி வைக்கப்பட்டது. உடற்பயிற்சி, பந்து விளையாட்டுகள் போன்றவை நாள்தோறும் இங்கே நடைபெறுகின்றன. குத்துச் சண்டைகள், மாட்டுவண்டி, குதிரைவண்டிப் (ரேக்ளா) பந்தயம், ஓட்டப் பந்தயம், சைக்கிள் பந்தயம் போன்றவையும் ஆண்டுதோறும் டிசம்பர் மத்தியில் இங்கே நடைபெறும். இரவில் வாணவேடிக்கைகள் முதலியன வெகு ஆடம்பரமாக இங்கு நடத்தப்படும். இவற்றைப் பார்க்க இந்தியாவின் பல பாகங்களிலிருந்து மக்கள் திரள்திரளாக வருவர். விதவிதமான பொருள்களைக்கொண்ட கண்காட்சியும் (Exhibition) இங்கு அப்போது வைக்கப்படும். இம்மல்லர் கழகத்தில் இக்கண்காட்சி நடைபெறுவதைப் பார்த்த பிறகே, காங்கிரஸ் சுதேசி கண்காட்சி முதலில் இராயப்பேட்டையில் நடத்தப்பட்டது. இது பின்னர், தேனாம்பேட்டையில் ஆண்டுதோறும் நடத்தப் பெற்று வந்துள்ளது.

இக்கழகத்திற்குப் பின்புறம் நீந்துகுளம் (*Royal Swimming Bath*) ஒன்று இருக்கின்றது. இங்கு நீச்சல் கற்றுக் கொள்வோர் நாள்தோறும் வருவார்கள். மெரீனா கடற்கரைச் சாலையிலும் செனாய் நகரிலும் இரு நீந்துகுளங்கள் ஏற்படுத்தப்பட்டுள்ளன.

இதற்கு அடுத்தபடியாக, உயிர்க்காட்சிச்சாலையைச் (200) சொல்லலாம். இது 1855-ஆம் ஆண்டில் எழுமூர் பொருட்காட்சிச் சாலைக்குப்

பக்கத்தில் இருந்தது. பிறகு 1868-இல்தான் இது இவ்விடத்திற்குக் கொண்டுவரப்பட்டது. இந்தியாவிலுள்ள 20 உயிர்காட்சிகளுள் இது மிகவும் பழமையானது. காட்டு விலங்குகள், பறவைகள், நடப்பன, ஊர்வன, நீர்வாழ்வன ஆகிய எல்லா உயிரினங்களும் இக்காட்சிச் சாலையில் உள்ளன. இதைப் பார்க்கக் கட்டணம் உண்டு. இதனை கிண்டிக்கு மாற்றிவிட, திட்டமிடப்பட்டிருக்கிறது. உயிர்க்காட்சிச் சாலையைச் சுற்றி நீர்த்தேக்கம் ஒன்று இருக்கிறது. இதில் உல்லாசப் பயணத்திற்காகப் படகுகள் விடப்படுகின்றன.

கடற்கரை, விளையாட்டு மைதானங்கள், பூங்காக்கள் போன்ற இடங்களில் மட்டும் மக்கள் பொழுது போக்குவதில்லை. நகரெங்கும் பற்பல பொழுதுபோக்குச் சங்கங்களும் உள்ளன. இவற்றில் 'காரம்'. சதுரங்கம் போன்ற உள் விளையாட்டு (Indoor Games) வசதிகளும், நூல்நிலைய படிப்பக ஏற்பாடுகளும் உள்ளன.

இவற்றில் குறிப்பிடத்தகுந்தவை ஒய்.எம்.சி.ஏ. ஒய்.எம்.ஐ.ஏ. மகாஜன சபை, காஸ்மாபாலிடன் கிளப், அடையாறு கிளப் போன்றவையாகும். இவை தோன்றுவதற்கு முன்பெல்லாம் நகரின் பற்பல இடங்களில் கோழிச்சண்டைகள் நடக்குமாம்; உடற்பயிற்சிக்கும், மற்போருக்கும் பல மற்களங்கள் (கோதாக்கள்) இருந்தன என்பதும் இங்கு நினைவுகூரத் தக்கதாகும்.

சென்னை நகர முத்தியாலுப் பேட்டையிலுள்ள நாகுசெட்டி பிள்ளையார் கோயில் மண்டபத்தில்தான் முன்பு கதை காலட்சேபங்களும், சொற்பொழிவுகளும், இசைக் கச்சேரிகளும் நடைபெற்று வந்தன. பிறகு, கோகலே மன்றம், செயின்டு மேரி மண்டபம், மெமோரியல் மண்டபம், அண்ணாமலை மன்றம், மயிலை சுந்தரேசர் மண்டபம், மியூசிக் அகாதெமி போன்றவை தோன்றலாயின. இப்போது இவ்விடங்களில் நடைபெறும் நிகழ்ச்சிகளில் பொதுமக்கள் கலந்து கொண்டு தங்கள் பொழுதை இன்பமாகக் கழிக்கின்றனர்.

ஒவ்வொரு சமயங்களில் நகரில் 'சர்க்கஸூம்' நாடகங்களும் நடக்கின்றன. ஏறக்குறைய 50 ஆண்டுகளுக்குமுன், சென்னையில் பேசாப் படங்கள் ஓடிக் கொண்டிருந்தன. சிற்சில இடங்களில் பின்னர், பேசும்படங்கள் ஓடத்தொடங்கின. தற்போது நகரில் 50 பேசும்படக் கொட்டகைகள் (Cinema Theatres) உள்ளன. இவற்றில் குறைந்தது, இரண்டு வேளைகள் படக்காட்சி நடைபெறுகின்றன; மூன்று வேளைக் காட்சிகள் நடைபெறும் அரங்குகளும் உண்டு. காலை 9 மணி முதல் இரவு 12 மணி வரையில் தொடர்ந்து காட்சி நடைபெறும் கொட்டகையும் உண்டு!

மலைச்சாலையிலும், சிதம்பரம் நகரிலும் (ஜார்ஜ் டவுனிலும்). மயிலாப்பூர், தியாகராய நகர், தங்கசாலை, சைதாப்பேட்டை, பிரம்பூர் போன்ற இடங்களிலும் மேற்சொன்ன கொட்டகைகள் அமைந்திருக்கின்றன. இவைகளில் நடைபெறும் படக்காட்சிகளுக்கு மக்கள் திரள் திரளாகச் சென்று தங்கள் துயரைச் சிறிது நேரம் மறந்து களிப்புற்றுத் திரும்புகின்றனர்.

இன்னும் இசை நிகழ்ச்சிக்கும், சொற்பொழிவுக்கும், நாடகத்திற்கும் பயன்படக்கூடிய மண்டபங்களும் மன்றங்களும் நகரத்தில் பல உண்டு. இவற்றில், கோகலே மன்றம், விக்டோரியா மண்டபம், சௌந்தர்ய மகால், அண்ணாமலை மன்றம், சுகுணவிலாச சபை, ஒற்றைவாடை அரங்கம், மியூசியம் அரங்கம், விருந்து மண்டபம், வாணி மகால் பல்கலைக்கழக நூற்றாண்டு விழா மண்டபம் போன்றவற்றைச் சுட்டிக்காட்டத் தக்கனவாகும். திறந்தவெளி அரங்குகளும் அண்மையில் சில எழுந்துள்ளன. திருவல்லிக்கேணி தேசீயப் பெண்பாடசாலை அரங்கும், வண்ணாரப்பேட்டை தியாகராயர் கல்லூரி அரங்கும், மயிலை வினேகானந்தா கல்லூரி அரங்கும் இத்தகையனவாகும். இன்னும் கடற்கரையில் சீரணி அரங்கு அமைக்கப்பட்டுள்ளது.

இத்தகைய பொழுதுபோக்கு வசதிகள் இருப்பதனால்தான், பணக்காரர்கள் மட்டுமின்றி, மிக்க ஏழைகளும் தங்கள் பொழுதை இன்பமாகக் கழிக்க முடிகிறது. துயருற்றவர்களின் துன்பத்தை ஓரளவு போக்கக்கூடிய அருமருந்தாக இவை உதவுகின்றன. நகர மக்களுக்கு இன்னும் சிறிது பொறுப்புணர்ச்சி ஏற்பட்டு, பொழுது போக்கிடங்களைத் தூய்மையாகவும் அழகாகவும் வைத்துக் கொள்வார்களேயானால், அதைவிட, நகரத்துக்குச் செய்யும் தொண்டு வேறில்லை எனலாம்.

வருவாயும் செலவும்: மக்களுக்குத் தேவையான தண்ணீர் வசதி, சுகாதார வசதி, விளக்கு வசதி, கல்வி வசதி, பொழுதுபோக்கு வசதி முதலியவைகளைச் செய்து தருவதற்கு வேண்டிய பண வசதி நகராண்மைக் கழகத்திற்காயினும்சரி, அரசாங்கத்திற்காயினும்சரி, கட்டாயம் தேவை. இதற்காக, சென்னை நகரைப் பொறுத்தவரையில் மேற்சொன்ன தேவையை நகராண்மைக் கழகம் எவ்விதத்தில் நிறைவு செய்துகொள்கிறது என்பதை நாம் அறியவேண்டாமா?

நகராண்மைக் கழகத்தின் வரலாற்றைப் புரட்டிப் பார்த்தால் 1678-இன் தொடக்கத்தில் நகரில் வீடு ஒன்றுக்குக் காலணா முதல் ஒரு பணம் வரை தீர்வை விதித்திருப்பது தெரிய வரும், இதற்கு 9 ஆண்டுகளுக்குப்பின், இக்கழகத்தின் மொத்த வருமானம் 375 வராகன்கள்; அப்போது மொத்தச்

செலவு 553 வராகன்கள், இதற்குப்பின், மக்கள் தொகை மிகுதியடைய மிகுதியடைய அதிகத் தீர்வை வசூலிக்க வேண்டியதாயிற்று. ஆனால் நெடுநாட்கள் வரை வரி வசூலில் சிக்கல்கள் ஏற்பட்டுக் கொண்டே வந்ததால், 1791- இல் ஆங்கிலேயர் இங்கிலாந்து பாராளுமன்றத்தில் ஒரு சட்டம் கொண்டு வந்தனர். இதன்படி இங்கு வீட்டுக் குடிக்கூலியின் ஆண்டு மதிப்பில் 100-க்கு 5 வீதம் நாளுக்கு வரி வசூலிக்க அதிகாரம் கிடைத்தது. இதன் பின்னர் நகரம் நாள் வளர்வதற்கு ஏற்ப வீடுகளும் பெருகிக் கொண்டே வந்தன. வீடுகள் பெருகுவதற்கேற்ப குடிக்கூலியும் உயர்ந்து கொண்டே வந்தது.

நீண்டகாலம் வரை பணக்காரர்களும் ஏழைகளும் ஒரே விதமாகவே வரி விதிக்கப்பட்டு வந்தனர், ஆனால், 1936லிருந்து குடிக்கூலி மூலம் 1000 ரூபாய்க்கு மேற்பட்ட ஆண்டு வருமானம் பெறுபவர்களுக்கு 100க்கு 2 வீதம் வரி போட்டனர். இதே ஆண்டில் திருத்தப்பட்ட நகராட்சிச் சட்டப்படி கீழ்க்கண்ட வரிகள் வசூலிக்கப்பட்டன :

(1) சொத்து வரியும், கட்டிட வரியும் (2) தண்ணீர் வரி (3) சாக்கடை வரி (4) விளக்கு வரி (5) கல்வி வரி (6) உத்தியோக வரி (7) தொழில் நிறுவனங்கள் வரி (8) விலங்குகள் வரி (9) வாகன வரி (10) உத்திரம் முதலிய மரவகை வரி (11) அதிகப்படியாகத் தண்ணீர் பயன்படுத்துவோர் மீது வரி (12) விளம்பர வரி (13) பொழுது போக்கு வரி முதலியன.

இவை தவிர 1948இல் நிறைவேற்றப்பட்ட சட்டத்தின்படி நூல் நிலையத்திற்காகச் சொத்துவரியில் ரூபாய் 1க்கு அரையணா வீதம் அதிகப்படியாக வரி வசூலிக்கப்படுகிறது.

தற்போது, சென்னை மாநகராட்சியில் உள்ள கட்டிடங்கள் மீது கீழ்க்கண்டவாறு விதிக்கப்படுகிறது: ஓராண்டு வருமான மதிப்பில் (1) 500க்கு வருவாய் உள்ளவற்றுக்கு 19 ½% வீதமும், (ii) ரூ.501-1000 வரை வருவாய் வருபனவற்றுக்கு 22 ½% வீதமும், (iii) ரூ. 1000-லிருந்து 5000 வரையில் வருவாய் வருவனவற்றிற்கு 25% வீதமும் (iv) ரூ.5000க்கு மேல் ஆண்டு வருமானம் வருவனவற்றுக்கு 26 1/2% வீதமும் வரி வசூலிக்கப்படுகிறது. சொத்துவரியும் கல்வி வரியும் ஆண்டு வரியும் கல்வி வரியும் ஆண்டு வருவாய் மதிப்பீட்டைப் பொறுத்து 30 அல்லது 27.5 அல்லது 25.5 அல்லது 19.5 என்ற விகிதத்தில் வசூலிக்கப்படுகின்றன.

கல்வி வரியானது மொத்த ஆண்டு வருவாயில் ரூ.1000க்கு மேற்பட்டால் 5% விழுக்காடு வீதமும், ரூ. 1000-க்கு குறைவாக இருந்தால் 4.5% அல்லது 4% விழுக்காடு வீதமும் வசூலிக்கப்படுகிறது.

நூல் நிலைய வரியானது, சொத்துவரியில் உள்ள ஒவ்வொரு ரூபாய்க்கும் 5% வீதம் வசூலிக்கப்பட்டு விடுகிறது!

இந்த நகராட்சியின் 1960 - 61ஆம் ஆண்டின் மொத்த வருமானம் ரூ.463.25 லட்சம்; செலவு ரூ.465.32 லட்சம். வரவு 100.02 வீதமானால் செலவு 100.67 சதவீதமாகிறது! வரவைவிடச் செலவு 0.65 விழுக்காடு அதிகமாக உள்ளது.

மோட்டார் வரிமூலம் சென்னை மாநகராட்சிக்கு சுமார் ரூ. 75 லட்சம் முன்பு வருவாய் வந்து கொண்டிருந்தது. ஆனால், இவ் வரி விதிப்பை அரசாங்கமே மேற்கொண்டதால், சென்னை மாநகராட்சிக்கு வருவாய் குறைந்ததோடு தன்னிடமுள்ள 'மோட்டார்' 'லாரி'களுக்காக ஆண்டொன்றுக்கு ரூ. 2.40 லட்சம் கட்டணம் செலுத்த வேண்டியுள்ளது!

அரசாங்கம் சென்னை மாநகராட்சிக்கு மேற்படி வரியை எடுத்துக் கொண்டதால், 1929 - 39 முதல் 1960 - 1961 வரை நஷ்ட ஈடுகட்ட ரூ. 146 லட்சம் கடனாகவும், ரூ. 18 லட்சம் உதவித் தொகையாகவும் சாலை பரசமரிப்புக்காக அளித்து விடுகின்றது.

ஆனால், இம்மாநகராட்சி தனது பொது நிதியிலிருந்து 1946 - 47 முதல் 1960 - 61 வரை சாலை பராமரிப்புக்காகச் செலவழித்துள்ளது ரூ. 579 லட்சமாகும். நஷ்ட ஈடு ரூ. 18 லட்சத்திற்கும் செலவிடும் தொகை ரூ. 579 லட்சத்திற்கும் இடையே உள்ளது, மலைக்கும் மடுவுக்கும் உள்ள வேறுபாடாகும்!

'மோட்டால்' வாகன வரியில் வசூலாகும் தொகையில் சரிபாதித் தொகையையாவது தந்தால்தான், சாலைப் பராமரிப்பைச் சரிவரச் செய்யவும், வரவு செலவில் அதிகப்படியாகக் கடன் வாங்காமல் இருக்கவும் முடியும். அரசாங்கம் இதிலுள்ள நியாயத்தை உணர்ந்து நிர்வாகம் திறம்பட நடக்கவும் தனது. முன்னாள் கொள்கையைத் தளர்த்தி சலுகை காட்ட வேண்டியது அவசியமாகும்.

சொத்து வரி, கல்வி வரி, நூல் நிலைய வரி, பொழுதுபோக்கு வரி, சொத்து மாற்றத்தின் மீது விதிக்கப்படும் கட்டண மூலமும், தோல்கட்டு வரி நீக்கத்தின் காரணமாகக் கிடைக்கும் இழப்புத் தொகை மூலமும் உயர்தரக் கல்விக்காகவும், மருத்துவமனைகள் நடத்துவதற்காக மான்யமும், பாலங்கள் உயிர்க் காட்சிச்சாலை, பொது சுகாதாரம் போன்றவைகளுக்காக மத்திய அரசாங்கத்திடம் உதவித் தொகையும் ஆகிய வழிகளில் சென்னை மாநகராட்சிக்கு வருவாய் வருகிறது.

சென்னை மாநகராட்சியிடமுள்ள சொத்துகள் மதிப்பு 1974இல் ரூ.5572.18 லட்சம். இது 1975இல் ரூ.5690.91 லட்சமாகியுள்ளது.

சென்னை மாநகராட்சியில் தற்போது நிர்வாக ஊழியர்கள் 10,524 பேரும், தொழிலாளர்கள் 18,662 பேரும் பணிபுரிகின்றனர். மாநகராட்சி பொதுத்துறை, கல்வித் துறை, சுகாதாரத் துறை, தண்ணீர் வழங்கும் துறை, பணித் துறை, நகர வளர்ச்சித் துறை, வருவாய்த் துறை, துப்புரவுத் துறை, மத்திய கணக்கு பரிசோதிப்புத் துறை, நகரமன்றத் துறை எனப் பல்வேறு துறைகளாகப் பகுக்கப்பட்டு நிர்வாகம் செய்து வரப்படுகிறது. ஆணையர்களுக்கும் இன்னும் புதியதாக நியமிக்கப்பட்ட தனி அதிகாரிகளுக்கும் நகராட்சி வருவாயிலிருந்தே சம்பளம் மற்றச் சலுகைகளையும் அளிக்க வேண்டியுள்ளது.

மொத்த வருவாயில் சுமார் பாதிப்பங்கு நிர்வாகச் செலவுக்கும் கால் பங்கு அசலுக்கும், வட்டிக்கும் போக, எஞ்சிய கால் பங்கிலிருந்துதான் மாநகராட்சி மக்களுக்கு இன்றியமையாப் பணிகளைச் செய்ய வேண்டியுள்ளது.

1976-77ஆம் ஆண்டில் சென்னை மாநகராட்சியானது ஆரம்பக் கல்விக்காக ரூ 315 லட்சமும், 'உயர்க்' கல்விக்காக ரூ.58.99 லட்சமும், இளஞ்சிறார் பள்ளிகளுக்காக ரூ. 26,000மும், சாரண இயக்கத்திற்காக ரூ.27,000மும், மதிய உணவிற்காக ரூ.23.30 லட்சமும், குடும்ப நலத் திட்டத்திற்காக ரூ.5.70 லட்சமும், காட்சியறிவு கல்விக்காக (visual education) ரூ.26,000மும், மருத்துவ சோதனைக்காக ரூ.90,000மும் செலவழித்துள்ளது.

1976-77-ல் பொழுதுபோக்கு வரி மூலம் ரூ. 300 லட்சமும், சொத்து மாற்றத்தின் மீது விதிக்கப்படும் கட்டணம் வழியாக ரூ.75 லட்சமும், தோல்கட்டு வரி நீக்கத்தின் காரணமாகக் கிடைத்த இழப்புத் தொகை ரூ.3.65 லட்சமும், தொடக்கப் பள்ளி கல்வி நிதியாக ரூ.315 லட்சமும், உயர்தரக் கல்விக்காக ரூ25.88 லட்சமும், மருத்துவமனைகள் மான்யம் ரூ.2.60 லட்சமும், பாலங்கள் உயிர்க் காட்சி சாலை பொது சுகாதாரம் வகையில் மத்திய அரசாங்க உதவித்தொகை ரூ.0.30 லட்சமும் கிடைத்துள்ளன.

மாநகராட்சி நிர்வாகத்திற்காகவும் பிறவகையிலும் 1976-77இல் செலவிட்டுள்ள மொத்தத் தொகை ரூ. 2,35,677 லட்சமாகும். இதில் முதலீட்டு வகையில் செலவழித்திருப்பதைவிட, நடைமுறைச் செலவே அதிகமாகக் காணப்படுகிறது.

நிர்வாக நடைமுறை செலவு 1974-75இல் ரூ.134.61 லட்சமாக இருந்தது. 1975-76இல் ரூ137.08 லட்சமாகவும் 1976- 77இல் ரூ.197.9 லட்சமாகவும் அதிகரித்துக் கொண்டே வருகின்றது. இதற்கு அடுத்த நிலையை போக்குவரத்து, பொது சுகாதாரம், விளக்கு வசதி, தண்ணீர் வசதி, சாக்கடை ஆகியவற்றின் நடைமுறைச் செலவு விரிவடைந்து காணப்படுகின்றன. ஆனால் உயர்தரக் கல்வித்துறை நடைமுறைச் செலவு மேற்குறிப்பிட்ட மூன்று ஆண்டுகளில் இறங்கு வரிசையில் உள்ளது. நகர வளர்ச்சித் திட்டத்தில் நிர்வாகத்திற்கு பிறவற்றுக்குமே செலவு அதிகரித்துள்ளது. முதலீட்டு வகையில் குறைந்து காணப்படுகின்றது.

1977-78 வரவு செலவு திட்டத்திலும் நிர்வாகத்துக்கு ரூ.1077.47 லட்சமும், கல்விக்கு ரூ. 47.62 லட்சமும், போக்குவரத்துக்கு ரூ 24.46 லட்சமும், பொது சுகாதாரத்துக்கு ரூ.51.33 லட்சமும், ஆதாயமுள்ள வகையில் ரூ.44.11 லட்சமும், விளக்கொளிக்காக ரூ.161 லட்சமும், தண்ணீர் வழங்குவதற்கு ரூ.122.64 லட்சமும், சாக்கடைக்கு ரூ.275.93 லட்சமும், நகர வளர்ச்சிக்காக ரூ.1.51 லட்சமும் ஒதுக்கியிருக்கிறார்கள்.

1977-78இல் இந்நகராட்சியின் மொத்த வருவாய் ரூ 3,220.01 லட்சம். மொத்த செலவு ரூ. 3,213.38 லட்சம் நிகர இருப்பு ரூ. 6.63 லட்சமே எஞ்சியிருக்கிறது.

நகர எல்லைக்குள் சுங்க வரி வசூலிப்பது எடுபட்டதாலும், 'மோட்டார்' வரி போடுவதை அரசாங்கம் எடுத்துக் கொண்டதாலும் நகராண்மைக் கழகத்திற்கு இழப்பு அதிகம் ஏற்பட்டுள்ளது. மேலும் 'டிராம்' வண்டிகள் நின்று போனதால் அதன்மூலம் வந்த வருவாயும் குறைந்து போனது.

நகராண்மைக் கழகத்தின் வருவாயைப் பெருக்கச் சில குறிப்புகள் தரலாம்:

இந்தியாவின் எப்பகுதியிலிருந்தும் இந்நகருக்கு யார் வேண்டுமானாலும் குடியேறலாம். இதைத் தடுக்க மாகாண அரசாங்கத்திற்கோ நகராண்மைக் கழகத்திற்கோ உரிமை இல்லை. இதனால் அளவுக்கு மீறி நகரில் மக்கள் குவிய முடிகிறது. ஆனால், இவர்களுக்கு வேண்டிய வசதிகளை மட்டும் நகராண்மைக் கழகம் செய்துதரவேண்டியிருக்கிறது. சென்னை மாநகரில் இத்தனை பேருக்குத்தான் குறைந்த அளவு இடம் உண்டு என்பதையும், இதற்குமேல் எவரும் குடியேறலாகாது என்பதையும் மத்திய அரசு வரம்பு செய்து விட்டால் நகரில் நெரிசலும், சுகாதாரக்கேடும் குறைந்துவிடும். நகரினுள் தொழிற்சாலைகள் அமைவதைத் தடுத்து நகருக்கு வெளியே மட்டும் அமைத்துக்கொள்ள அனுமதி வழங்க வேண்டும். இப்படிச்

செய்தால் தொழிலை நாடி வந்து குவியும் குடி நெருக்கம் குறையும்.

வெளிநாட்டு நகரங்களில் நகராண்மைக் கழகமே போக்குவரத்து, மின்சாரம் முதலியவற்றை ஏற்று நடத்திவருவது போல் இங்கும் வழிவகை செய்யப்பட்டால்தான், நகர வரவு செலவுக் கணக்கில் துண்டு விழுவதைத் தடுக்கமுடியும். இன்னும் நகராண்மைக் கழகத்தின் வீணான செலவுகளைக் கட்டுப்படுத்தி, தெரியாமல் நடக்கும் 'கசிவு'களைக் கண்டுபிடித்து ஆட்சியை ஒழுங்குபடுத்தினால் வரவுசெலவைச் சீர்படுத்திச் சரிக்கட்டலாம்.

கல்கத்தா, பம்பாய் போன்ற நகராண்மைக் கழகங்களுக்கு அந்தந்த மாகாண அரசாங்கம் அதிகப்படியான உதவிகளை அளித்து ஊக்குவிக்கின்றன. நமது தமிழக அரசாங்கமும் தனது தலைநகரத்தின் ஆட்சியைத் திறம்பட நடத்த மேலும் அதிக உதவியைத் தந்து சிறப்பிக்கலாம்; அல்லது, தான் ஏற்றுக் கொண்டிருக்கும் சில வரிகளை விட்டுக் கொடுத்து, நகராண்மைக் கழகத்தின் சுய தேவையை நிறைவு செய்யலாம். மத்திய ஆட்சியினரும் பயணவரி (*Pilgrimage Tax*) பொருள்கள் மீது வரி (*Octori duty*) முதலியன வகையிலும் சென்னை மாநகராட்சி வரிவிதிக்க அதிகாரம் தர வேண்டும்.

இன்னும் இந்தியாவிலுள்ள நகராண்மைக் கழகங்களில் குறிப்பிட்ட காலத்திற்குள் வரி வசூலிப்பதில் அதிகப்படியான தொகையை (அதாவது விதிக்கும் வரியில் பெரும் பகுதியை) வசூலித்து விடுவது சென்னை நகராட்சி தான். வரித் தொகையில் பாக்கி வைக்காமல் செலுத்தி விடுவதிலும் சென்னை நகர மக்கள் இந்தியாவின் மற்ற நகரங்களுக்கு ஒரு வழிகாட்டியாக உள்ளனர்! சிலகாலத்திற்கு முன்புதான் சென்னை 'ஏ' நகரமாக ஒப்புக் கொள்ளப்பட்டுள்ளது.

இங்ஙனம், நகராட்சியின் ஒழுங்குபாட்டில் மக்களும் மக்களின் பொதுநலத்தில் நகராட்சியினரும் அரசாங்கமும் கவலை கொள்வார்களானால், எந்த நகரந்தான் விரைவில் முன்னேற முடியாது?

9. சென்னையின் சிறப்பு

சென்னை மாநகருக்கு எத்தனையோ சிறப்புகள் உண்டு; அதன் பொதுவான தோற்றத்தை ஒருவாறு நாம் காண விரும்பினால், உயர் நீதிமன்றத்தின் நடுவில் அமைக்கப்பட்டுள்ள விளக்குக் கூண்டின்மீது ஏறிச் சுற்றிப்பார்க்க வேண்டும். அல்லது, உயரமான கட்டிடத்தின் மேல் மாடிக்குப் போய்ச் சுற்றுப்புறத் தோற்றத்தைக் காணவேண்டும். வான ஊர்தியில் ஏறிச்சென்று நகர்க் காட்சியைக் கண்டு களிக்க வேண்டும். எந்த முறையில் பார்த்தாலும் சென்னையின் அழகிய தோற்றம் நமக்கு நன்கு புலனாகும்.

கிழக்கே கண்ணுக்கெட்டிய தொலைவிற்குக் கடலும், மற்ற மூன்று பக்கங்களிலும் அடுத்தடுத்து எழும்பியிருக்கும் கட்டிடங்களும் இடையே தோப்புகளும், துரவுகளும் செறிந்து கிடப்பது அப்போது தெரியவரும்.

பெரியதும் சிறியதுமான கட்டிடங்களும், அகலமும் குறுகலுமான வீதிகளும் சென்னையில் உள்ளதைக் காண்பவர்களுக்கு இது புதுச்சேரி, பங்களூரைப் போல் திட்டமிட்டு எழுப்பப்பட்ட நகரமல்ல என்பது நினைவுக்கு வரும். சென்னைப் பட்டினம் பல குப்பங்களையும், பாக்கங்களையும், சிற்றூர்களையும், இணைத்துக் கொண்டு, பெருநகரமாகியுள்ளது. எனவேதான், இதன் பழைய ஊர்களின் பெயர்கள் மாறாமல் அப்படியே நிலைத்து நிற்கின்றன. மேலும், பல பேட்டைகளும், புரங்களும், நகர்களும் புதியதாக ஏற்பட்டுள்ளதையும் காணலாம். இவற்றின் விவரங்களை ஒருவாறு பின்னே அறிவோம்.

மேற்கு சென்னை நகரில் ஏற்பட்டுள்ள வாழ்விடங்கள் இந்த நகரை அடுத்து இருந்த ஏரிகளைத் தூர்த்துதான் அமைந்துள்ளன.

பெரம்பூர் ஏரியிருந்த பகுதியில் திரு.வி.க. நகரும், பெரவல்லூர் ஏரியிருந்த பகுதியில் அகரமும், மாதவாக்கம் ஏரியிருந்த இடத்தில் நம்மாழ்வார் பேட்டையும், சேத்துப்பட்டு ஏரி அல்லது அதன் தாங்கல் இருந்த பகுதியில் செனாய் நகரும், நுங்கம்பாக்கம் ஏரியிருந்த இடத்தில் சேவா கிராமும் அமைந்தகரையும், வியாசர்பாடி ஏரியிருந்த நிலத்தில் பெரம்பூரும், குத்தீட்டி போன்ற அமைப்புள்ள ஏரியிருந்த (Spur Tank) பகுதியில் சேத்துப்பட்டும், நீண்ட ஏரி (Long lake) அமைந்திருந்த இடத்தில் ஆயிரம் விளக்கும், கோட்டூர் ஏரியிருந்த பகுதியில் கிண்டியும் உண்டாகியுள்ளன. இப்படிப் பயிர் வேலைக்கு மிகவும் பயன்பட்டு வந்த ஏரிகளிலிருந்துதான் மேற்சொன்ன பகுதிகள் உருவாகியுள்ளன என்பதையும் நாம் கவனத்தில் கொள்ள வேண்டும்.

சென்னையில் இணைக்கப்பட்டுள்ள ஊர்களையும் அமைந்துள்ள பேட்டைகளையும், ஏற்பட்டுள்ள நகர்களையும் இவற்றுக்கு ஊடே அமைந்து கிடக்கும் நெடுஞ்சாலைகளையும் தெருக்களையும் ஓரளவு தெரிந்து மேலே தொடர்வது நல்லதாகும்.

சென்னையில் பார்க்கத் தகுந்த இடங்கள் பலவாகும். அவற்றுள் முக்கியமானவை:

செயின்டு ஜார்ஜ் கோட்டை அதனுள் அமைந்திருக்கும் மேரி தேவாலயம், சட்டமன்றம், தலைமைச் செயலகம், கோட்டை பழம் பொருட்காட்சிச் சாலை ஆகியனவும்; உயர் நீதிமன்றம், சட்டக் கல்லூரி, விளக்குக் கூண்டுகள் (பழையதும் புதியவையும்) துறைமுகம், போர் நினைவு மண்டபம், மெரினா கடற்கரை. சென்னைப் பல்கலைக்கழகம், அதன் நூல் நிலையம், அதன் எதிரே அமைந்திருக்கும் அண்ணா சதுக்கம், படகுத் துறை, சாலை நெடுகில் அமைக்கப்பட்டிருக்கும் சிலைகள், பொதுப்பணித் துறைக் கட்டிடம், சேப்பாக்க அரண்மனைக் கட்டிடம், அனைத்திந்திய வானொலி நிலையம்; சென்னை மாநகராட்சி கட்டிடம், மூர் அங்காடி, உயிர்க் காட்சிச் சாலை, எழும்பூர் பொருட்காட்சிச் சாலை, தேசிய கலைக்கூடம், கன்னிமாரா பொது நூல் நிலையம், மீன் காட்சிச் சாலை, கீழ்த்திசை கையேட்டுப்படி நூல் நிலையம், உயிர்க்காப்புக் கட்டிடம் (14 அடுக்கு மாளிகை).

அடையாறு செட்டிநாடு அரண்மனை, தியாசபிகல் சங்கம், அடையாறு ஆலமரம், திருவான்மியூர் உ.வே.சாமிநாதையர் நூல் நிலையம், அரசாங்க மாளிகை, கிண்டி ஆளுநர் மாளிகை, அதனுள் அமைந்திருக்கும் சிறுவர் பூங்கா, மான்பூங்கா, பாம்புப்பண்ணை;

ஒற்றவாடைச் சுவர், பல்லாவரம் மறைமலையடிகள் இல்லம், சென்னை மறைமலையடிகள் நூல் நிலையம், கீழ்ப்பாக்கத்திலுள்ள தண்ணீர் வழங்கும் நிலையம், பழங்காலச் சின்னங்கள் நிறைந்த இடுகாடு, மேலும், சுற்றுப்புறத்து ஊர்கள் என்கிற தலைப்பில் குறித்துள்ள இடங்கள் ஆகியவையாகும். இவற்றுள் ஒரு சிலவற்றின் விவரங்களை இங்குத் தொகுத்துக் காண்போம்.

ஊரும் பேரும்: சென்னை முன்பு சிறு குப்பமாக அமைந்து இருந்தது. பின்னர் சிறு பட்டினமாகியது. அடுத்து சுற்றுப்புறத்து ஊர்களை இணைத்துக்கொண்டு நகரமாகியது. மேலும், தொடர்ந்தாற்போல் பல பகுதிகளைச் சேர்த்துக்கொண்டு மாநகராகியது. புறநகர்களை உள்ளடக்கியதால் சென்னைப் பெருநகராக உருவாகியுள்ளது.

இதனோடு முதலில் சேர்த்துக் கொள்ளப்பட்ட சிற்றூர்களின் பெயர்கள் இன்னும் அப்படியே நிலைத்துள்ளன. திருவல்லிக் கேணியும், மயிலாப்பூரும், எழும்பூரும், புரசைவாக்கமும், பெரம்பூரும், அய்யன்புரமும் இதற்குச் சான்றுகளாகும். அடுத்து கடலோரத்தை ஒட்டி ஏற்படும் ஊர்கள் குப்பங்கள் எனவும் பாக்கங்கள் எனவும் படும்.

இவ்வகையில் நொச்சிக் குப்பம், புது மணிக்குப்பம். டொம்மிக் குப்பம் போன்றவை அப்படியே அழைக்கப்படுகின்றன. புதுப்பாக்கம், கீழ்ப்பாக்கம், சேப்பாக்கம், நுங்கம்பாக்கம், மந்தவெளிப்பாக்கம் எனவும் பெயர் அமைந்துள்ளன. 'பட்டு' எனும் பெயரொட்டுடன் - புதுப்பட்டு, சேத்துப்பட்டு போன்றன உள்ளன. இங்கு வாழ்ந்தவர்கள் பெயர்களால் பேட்டைகள், புரங்கள் என அழைக்கப்பட்டன. சான்றாக முத்தியாலுப் பேட்டை, சிந்தாதிரிப் பேட்டை, சைதாப்பேட்டை, இராயப் பேட்டை, பெத்த நாயக்கன் பேட்டை, மீர்சாகிபு பேட்டை, காலடி பேட்டை போன்றவற்றைக் கூறலாம்.

கோயில்களை ஒட்டித் திருவட்டீசுவரன் பேட்டை, கோமளீசுவரன் பேட்டை முதலியவை தோன்றின. இராயபுரம், கேசவபுரம், நரசிங்கபுரம் எனவும் அழைக்கப்பட்டன. அடுத்து பொது மக்களால் போற்றப்பெற்ற பெருந்தலைவர்களின் பெயரால் 'நகர்'கள் தோன்றலாயின. இவ்வகையில் முதலில் மாம்பலம் பகுதிக்குச் சென்னை மாநகராட்சியின் முதல் இந்தியத் தலைவரான சர். தியாகராயர் செட்டியார் பெயரில், தியாகராய நகர் 1922ஆம் ஆண்டில் அமைக்கப்பட்டது.

சத்தியமூர்த்தி நகர், நகரத் தந்தையாக இருந்த திரு. எஸ்.சத்தியமூர்த்தி பெயரால் அமைக்கப்பட்டதாகும். சிறந்த பேச்சாளராகவும், தமிழக

முதலமைச்சராகவும் விளங்கிய, திரு. சி.என்.அண்ணாதுரை பெயரால் அறிஞர் அண்ணா நகர் அமைந்துள்ளது. இப்படியே திரு. கே.காமராஜ் பெயரில் காமராஜர் நகர் ஏற்பட்டுள்ளது. திரு. மு.கருணாநிதி பெயராலும் கலைஞர் கருணாநிதி நகர் அமைந்துள்ளது. தொழிற்சங்கத் தலைவரும், சிறந்த பேச்சாளரும், பண்பாளருமாகத் திகழ்ந்த திரு. வி.கல்யாண சுந்தரனார் பெயரில் திரு.வி.க. நகர் பெரம்பூர் பகுதியில் தோன்றியது. மற்றொரு தொழிற்சங்கத் தலைவர் திரு. பி.ஆர்.கே. சர்மா பெயரால் வியாசர்பாடிக்கு அருகில் அமைந்தது சர்மா நகர்.

இன்னும், மாநகராட்சி ஆணையாளராக விளங்கிய ஜே.பி.எல். செனாய் பெயரில் செனாய்நகர், 1949இல் அமைந்தகரை அருகிலும், கான்ரன்சிமித் பெயரால் கான்ரன்ஸ்மித் நகர், சூளை பகுதியிலும் எழுந்துள்ளன.

மேலும், டாக்டர் நடேசன், மீனாம்பாள் சிவராஜ், செரியன், பாசுதேவ், ராதா கிருஷ்ணன், நெடுஞ்செழியன், ம.பொ.சி. எம்.ஜி.ஆர். ஜீவா, வாடியா ஆகியோர் பெயர்களாலும் 'நகர்'கள் உருவாகியுள்ளன.

சென்னை மாநகரைச் சுற்றிப் பார்த்தால், ஆங்காங்கே பல நெடுஞ்சாலைகளும், சாலைகளும், தெருக்களும், சந்துகளும் காணப்படும். பல பெயர்கள் பழங்காலத்தில் வாழ்ந்தவர்களின் பெயரால் அமைந்தவைகளாகும். மூர் தெரு, இப்பட்டினத்தில் வந்து வாணிகம் செய்த மூர் வணிகர்களை நினைவுப்படுத்தும்; ஆர்மினியர் தெரு - ஆர்மினிய வணிகரைக் கவனத்துக்குக் கொண்டு வரும். கோட்டையில் இருக்கும் சார்லஸ் தெரு, ஜேம்ஸ் தெரு போன்ற பல தெருக்கள் அக்காலத்தில் புகழ் பெற்றவரை மறக்காமலிருக்க வழி வகுக்கும். வாலாஜா வாயிலும், வாலாஜா சாலையும் ஆற்காடு நவாப்பை என்றும் நினைவில் கொள்ளச் சொல்லும்.

பாரிமுனை - தாமஸ் பாரி சேர்ந்து உழைத்த நிறுவனத்தைச் சுட்டிகாட்டும். பின்னிவீதி இந்நகரின் தொழில் வளர்ச்சிக்கு அடிகோலிய ஆங்கில வணிகக் குடும்பத்தை மறக்காமலிருக்கச் செய்யும்.

போர்ச்சுகீசியர் இங்கு வாழ்ந்திருந்ததைப் போர்ச்சுகீசியர் மாதாக் கோயில் தெரு சுட்டிக் காட்டுகிறது. லஸ் சர்ச் தெரு. லாசரஸ் தெரு போன்றவை அவர்தம் குடியிருப்பை நினைவுப்படுத்த உதவுகின்றன.

திருவல்லிக்கேணி பகுதியில் காணப்படும் முஸ்லிம் பெயரில் அமைந்துள்ள பல தெருக்களும் வீதிகளும் சந்துகளும், அக்காலத்து புகழ் பெற்ற முஸ்லிம் பெருமக்களை என்றும் மனதில் வைத்திருக்கும்.

மல்லன் பொன்னப்ப முதலித் தெரு, அக்காலத்தில் சிறந்து விளங்கிய மற்போர் வீரரைப் பளிச்சிட்டுக் காட்டும்! குயவ அருணகிரித்தெரு என்பது ஆங்கிலத்தில் Koza Arunagiri St, என்றாகி, உருத் திரிந்து 'கோஷா அருணகிரித்தெரு' வாகியுள்ளது! இப்படியே ஆமில்டன் பாலம்' - Hamilton's Bridge என்றாகி, பின்னர் அம்பட்டவராவதியாக மாறி, தற்போது டாக்டர் அம்பேத்கர் பாலம் ஆகியுள்ளது.

தம்பு செட்டியும், லிங்கி செட்டியும், சுங்கு ராமரும், கொண்டி செட்டியும் ஆங்கில வர்த்தகக் கழகத்திற்கு மிக வேண்டியவர்கள். ஆகவே அவர்கள் பெயரால் தெருக்கள் இப்பட்டணம் முதலில் அமைந்தபோதே ஏற்பட்டு விட்டன. நகரத்திற்கும் பல நல்ல திட்டங்களைக் கொண்டுவர காரணமான போபம்ஸ் பெயரால் அமைந்த வீதியே போபம்ஸ் பிராட்வே. இதனை பிரகாசம் வீதி என்று மாற்றியும் பழைய பெயரே வழக்கிலுள்ளது. இது போலவே சீனக் கடை வீதியும் நேதாஜி சுபாஷ் சந்திர போஸ் வீதியாகப் பெயரிடப்பட்டும் பழைய பெயரிலேயே அழைக்கப்படுகிறது.

தெற்குக் கடற்கரை நெடுஞ்சாலைக்குச் காமராஜர் சாலை என்றும், மலைச்சாலைக்கு அண்ணாசாலை என்றும் புதுப்பெயர்கள் சூட்டப்பட்டுள்ளன. இந்தப்படியே, ஜார்ஜ்டவுன் பகுதிக்கு வ.உசி. நகர் என்றும், துறைமுக வட்டத்திற்கு சீதக்காதி நகர் என்றும், தங்கசாலைப் பகுதிக்கு வள்ளலார் நகர் என்றும் புதுப் பெயர்கள் சூட்டி விளிக்கப்படுகின்றன. வழக்கத்திற்கு வந்துவிட்ட பழைய பெயர்களே நிலைக்குமோ, புதுப் பெயர்கள் அவைகளை நீக்கிவிடுமா என்பதை வருங்காலம்தான் முடிவு சொல்லும்!

பழம் பாலங்களும் பாதைகளும் கதைகள் சொல்லும்! கோட்டைக்குத் தென்புற வாலாஜா வாயிலில் அமைக்கப்பட்ட வாலாஜா பாலம் அகலப்படுத்தப்பட்டு காயிதே மில்லத் பாலம் எனப் புதுப் பெயர் சூட்டப்பட்டுள்ளது. வில்லிங்டன் பாலம் - சென்னை ராஜ்ஜியத்தின் ஆளுநராக இருந்தவர் பெயரால் அமைக்கப்பட்டது. இது அகலப்படுத்தப்பட்டு, பெரியார் பாலம் என மாற்றப்பட்டுள்ளது. சைதாப்பேட்டையையும் கிண்டியையும் இணைக்கும் அடையாற்றுப் பாலம் முன்பு பீட்டர் உஸ்கன் என்னும் புகழ் பெற்ற அர்மீனிய வர்த்தகனால் கட்டப்பட்டது. இப்போது இது அகலப்படுத்தப்பட்டு, தமிழ்க்கடலாக விளங்கி பல்லாவரத்தில் வாழ்ந்தவர் பெயரால் 'மறைமலையடிகள் பாலமாக' அழைக்கப்படுகிறது.

இதே அடையாற்றுக் கழிமுகத்தருகில் முன்பு அடையாறு சண்டை

நடைபெற்ற சின்னம் பதித்த இடத்தில் அமைக்கப்பட்ட பாலம் பழுதாகியது; தற்போது புதுப்பிக்கப்பட்டு, திரு.வி.க.பாலம் என்றாகியுள்ளது.

அண்ணா சிலையிலிருந்து கோமளீசுவரன் பேட்டைக்குப் போகும் வழியில், எழும்பூர் ஆறு என்று அழைக்கப்பட்ட கூவம் ஆற்றின் மீது கட்டப்பட்ட ஹாரிஸ் பாலம், முன்னாள் ஆளுநர் பெயரால் 1855இல் அமைக்கப்பட்டதாகும். ஸ்பென்சர் கம்பெனியிலிருந்து - கமாண்டர் இன் சீஃப் வீதி வழியாகப் போகும் போது, ஆற்றைக் கடக்கும் பாலம், எழும்பூரையும் சிந்தாதிரிப் பேட்டையையும், சிந்தாதிரிப் பேட்டையையும் பெரிய மேட்டையும் இணைக்கும் பாலம், நுங்கம்பாக்கத்தையும் சேத்துப் பட்டையும் சேர்க்கும் பாலம் முதலியன பழங்காலப் பாலங்களாகும். கூவம் ஆற்றின் மீது 9 இடங்களில் பாலங்களும், இரண்டு இடங்களில் தாண்டு பாலங்களும் உள்ளன. இவற்றில் பல இன்னும் போக்குவரத்துக்குப் பயன்படுகின்றன. என்றாலும், இக்கால கண்ணோட்டத்தில் குறுகலானவையே!

இரும்பு வராவதியும், ஓட்டேரி சூளை பகுதியிலுள்ள வராவதிகளும் பழமையானவையே. வண்ணாரப்பேட்டை பார்த்த சாரதிநாயகர் மேம்பாலமும், அண்ணா மேம்பாலமும், கோடம்பாக்க மேம்பாலமும் புதியதாகக் கட்டப்பட்டுள்ளவையாகும். மற்றும் கோட்டைக்கும், நீதிமன்றத்திற்கும் இடையிலும், திருவல்லிக்கேணி பைகிராப்ட்ஸ் வீதியும் தெற்குக் கடற்கரை வீதியும் சந்திக்கும் இடத்திலும், அண்ணாசாலையில் பல இடங்களிலும், மாம்பலத்தில் துரைசாமி ஐயர் தெருவும் இருப்புப் பாதையும் சந்திக்கும் இடத்திலும் சுரங்கப் பாதைகள் அமைக்கப்பட்டுள்ளன. மேலும், போக்குவரத்து நெரிசலைத் தவிர்க்கப் பல இடங்களில் மேம்பாலமும், சுரங்கப் பாதைகளும் அமைக்க நேரிடலாம்! புதுப் பெயர்கள் வைக்கப்படலாம்.

பூங்காக்களும் பெயர் சொல்லும்! நேப்பியர் பூங்கா, ராபின்சன் பூங்கா, நேரு பூங்கா, பனகல் பூங்கா. நாகேசுவர ராவ், பந்துலு பூங்கா, ‘என்காரிகை’ பூங்கா, சுதந்திரதினப் பூங்கா, செல்வபதி பூங்கா, திரு. வி.க. பூங்கா போன்றவை தனி வரலாறுகளை உள்ளடக்கி உள்ளன!

சென்னை மாநகராட்சியின் விளையாட்டரங்கமாக முன்பு அழைக்கப்பட்டது, இப்போது நேரு விளையாட்டரங்கமாகி உள்ளது. ராஜ ரத்தினம் அரங்கம் - போலீஸ் துறையினரால் அமைக்கப்பட்டது. எம்.சி.சி.விளையாட்டரங்கம், சிதம்பரம் பெயரில் மாற்றப்பட்டுள்ளது. பல படகுத் துறைகள் - பாரி, காரி, ஓரி பெயரில் அமைந்துள்ளன.

தியாகராய நகர் - தியாகராய செட்டியாரையும், பஸுல்லா என்னும் வீதி - நகராட்சியின் ஆணையாளராகவும் தலைவராக விளங்கியவரையும், திருமலைப் பிள்ளை வீதி, தணிகாசலம் வீதி, கோபதி நாராயண செட்டி வீதி போன்றவை நகரின் தந்தையர்களாக இருந்தவர்களையும் குறிக்க வைக்கப்பட்டவையே.

தியாகராய நகர் என்னும் சொற்றொடரைச் சில குறுகிய மனப்பான்மையினர் 'தி.நகர்' என்று வேண்டும் என்றே குறுக்கி அழைப்பர். கலைஞர் கருணாநிதி நகரை கே.கே. நகர் என்று சுருக்கி விளிப்பர். அவை அவர்தம் கடுகு உள்ளத்தையே காட்டுகிறது. அவர்கள், திருவல்லிக்கேணியை தி. கேணி. என்றும் சங்கர் நகரை ச. நகர் என்றும் திருவொற்றியூரை தி. ஊர். என்றும் மயிலாப்பூரை ம. ஊர் என்றும் குய அருணகிரி தெருவை கோஷா அருணகிரி தெரு என்றதைப் போல் மாற்றிக் கூற முன் வருவார்களா? வைத்த பெயரை இப்படிக் குறுக்கியும். மாற்றியும் அழைப்பதும் எழுதுவதும் பெருந்தவறாகும், உண்மை வடிவம் தெரியாமல் செய்யும் சூழ்ச்சியாகவே கொள்ளப்படும்!

மதுரைக் கோயிலைச் சுற்றி தெருக்களும் நகரும் அமைந்திருப்பது பண்டைய முறையாகும். கோட்டையைச் சுற்றி நகர் அமைவது பிற்கால முறையாகும். தொழில் வளத்தையும், பிறவசதிகளையும் முன்னிட்டு நகர் விரிவாவது இக்கால முறையாகும். சென்னை மாநகர் இம்மூன்று முறையிலும் விரிவடைந்துள்ளது ஒருங்கே கண்டு மகிழத் தக்கதாகும்.

மலைச் சாலையும், கடற்கரைச் சாலையும், பூவிருந்தவல்லி நெடுஞ்சாலையும், தெற்கு நெடுஞ்சாலையும், வடக்கு நெடுஞ்சாலையும் போக்குவரத்துக்கும் பொழுதுபோக்கிற்கும் வழிபாட்டிற்கும் உற்ற துணையாக விளங்குகின்றன. ஆங்காங்கே கோயில்களும். தேவாலயங்களும், மசூதிகளும் ஏற்பட்டுள்ளன. கடற்கரை நெடுஞ்சாலையைத் தவிர, ஏனைய சாலைகளின் இரு மருங்கிலும் கடைகளும் நிறுவனங்களும் மாளிகைகளும் எழும்பி மக்களைச் கவர்ந்து ஈர்க்கின்றன. வாணிபம் பெருகுகிறது. செல்வம் ஓரிடத்தில் நிற்காமல் உருண்டோடிக் கொண்டிருக்கின்றது.

திருவொற்றியூர், திருவல்லிக்கேணி, மயிலாப்பூர். திருவான்மியூர், திருவேற்காடு, திருமுல்லைவாயில் போன்ற ஊர்கள் பழம் பெருமைமிக்க சமயக் கோயில்கள் கொண்டவையாகும்.

பேயாழ்வார் பிறந்த இடம் மயிலாப்பூர். சைவர் போற்றும் திருப்பதிகளும் வைணவர் ஏற்றும் தலங்களும் ஜைனர் கொண்டாடும்

திருப்பதிகளும் ஆங்கிலேயர் வருவதற்கு முன்பே இருந்தன. நேமிநாதர் கோயிலும் எம்மான் கோயிலும் மிகப்பழமை வாய்ந்த சமணக் கோயில்களாகும். முன்னது கடல் கொள்ளப்படும் என்று அஞ்சி வேறு இடத்திற்கு மாற்றப்பட்டு விட்டது.

கிறிஸ்தவர்களின் தோமையர் ஆலயமும் கி.பி. 2-ஆம் நூற்றாண்டிலிருந்து புகழ்பெற்றது. பரங்கி மலையும், சிறு மலையும் உலகெங்கும் இருக்கும் கிறிஸ்தவர்களை போற்றச் செய்பவை. திருவல்லிக்கேணியிலுள்ள பெரிய மசூதியும், அங்கப்ப நாய்க்கன் தெருவிலுள்ள மசூதிகளும் பல நூற்றாண்டுகளுக்கு முற்பட்டவை. மேலும், சென்னை மாநகரில் பல இஸ்லாமியப் பெரியார்கள் நல்லடக்கம் செய்யப்பட்டுள்ளனர்.

மலைச்சாலையிலுள்ள தர்க்கா இஸ்லாமியரும் பிறரும் போற்றக்கூடிய ஒன்றாக விளங்குகிறது. குணங்குடி மஸ்தான் இராயபுரத்தருகில்தான் அடக்கம் செய்யப்பட்டார். ஆற்காட்டு நவாப்பு கட்டிய மாளிகையும், அவர்தம் பரம்பரையினர் இருப்பிடமும் மசூதிகளும் பிறவும் முஸ்லீம்களால் என்றும் பேணத் தக்கனவாயுள்ளன.

அறிஞர் அண்ணா அடக்கமாகியுள்ள ‘அண்ணா சதுக்கம்’ நாள்தோறும் இந்தியாவின் எல்லா பாகங்களிலிருந்தும் வெளி நாட்டிலிருந்தும் வருபவர்களால் விரும்பிப் பார்க்கக்கூடிய நல்லிடமாக ஆக்கப்பட்டுள்ளது. டில்லியிலுள்ள காந்தி, நேரு, சாஸ்திரி நினைவு இடங்களைக்காட்டிலும், இது அழகாக அமைக்கப்பட்டு, பளிங்குக் கற்களால் செம்மையுற பரவப்பட்டு என்றும் அணையா ஜோதியால் சிறப்பிக்கப்பட்டும் வருகிறது. எதையும் தாங்கும் இதயம் இங்கு உறைகிறது’ என்பதில் எட்டுணையும் ஐயமில்லை. அவ்வளவு பெருமை இந்நகருக்கு நாள்தோறும் கிடைத்து வருகிறது.

இந்த அண்ணா சதுக்கத்தை ஒட்டி இயற்கையாக அமைந்துள்ள நெடுங்கடற்கரையும், சோலைகளின் ஊடே வைக்கப்பட்டிருக்கும் தமிழுக்கும், தமிழ்ப் பண்பாட்டிற்கும் தொண்டு செய்த பெருமக்களின் சிலைகளும், நேப்பியர் பாலத்தருகில் நீர் உயர பீச்சும் காட்சியும், படகு துறையும், மீன் காட்சிச்சாலையும் எதிரே புகழ்பெற்ற சென்னைப் பல்கலைக்கழகமும், அதன் நூல் நிலையமும், மூப்பரவையும் (செனெட்), பல்கலைக்கழகத்திற்குப் புகழ் ஈட்டிய பெருமக்களின் சிலைகளும், எழிலகமும், பொதுப்பணித் துறை கட்டிடங்களும், மாகாணக் கல்லூரியும், மேரி பெண்கள் கல்லூரியும், ஐஸ் அவுஸ் முனையில் வைக்கப்பட்டுள்ள

விவேகானந்தர் சிலையும், இந்தியர் மேன்மைக்குப் பாடுபட்ட பெஸன்ட் அம்மையாரின் சிலையும், நீலத்திரைக் கடலும், புகழ் பெற்ற மெரினாவும், புதிய விளக்குக் கூண்டும், அனைத்திந்திய வானொலி நிலையமும் அதன் எதிரே புதியதாக எழுப்பப்பட்டுள்ள குடியமைப்பும் பட்டினப்பாக்கமும் கண்டோரை மகிழ வைக்கத்தக்கனவாகும்.

பிராட்வே தெருவில் - ஸ்ரீ ராமுலு நாயுடு பூங்கா உள்ள இடத்தில் முன்பு கடன்கார சதுக்கம் (Loan Square) இருந்தது. மேற்சொன்ன காவல் அரணுக்கு வடமேற்குக் கோணத்தில் கடன்காரக் குற்றவாளிகளுக்கான சிறைச்சாலையும் (Debtors Prison), மற்றொரு காவல் அரணுக்கு வடக்கு மதிலில் கொடுங் குற்றவாளிகளுக்கான சிறைச்சாலையும் (Criminal Prison) முற்காலத்தில் கட்டப்பட்டிருந்தன.

அழிக்கப்பட்ட வடக்கு மதிலுக்கு அடுத்தாற்போலுள்ள வீதியில் இவற்றின் பழைய சின்னங்களை இன்னும் காணலாம். வடக்கு சென்னை மகளிர் கல்லூரி எதிரில் இதன் எஞ்சிய கட்டிடங்கள் உள்ளன. பிராட்வே திரையரங்கிற்கும். பிரபாத் திரையரங்கிற்கும் இடையிலுள்ள பழைய சிறைச்சாலை தெரு (Old Jail St.) இன்னும் இதனை நினைவுப்படுத்திக் கொண்டிருக்கிறது!

வெள்ளைய அரசாங்கத்தினால் நடத்தப்பட்ட கல்லூரியின் பெயரைக் குறிக்கும் கல்லூரி வீதி (College Road) இன்னும் அதனைச் சுட்டிக்காட்டிக் கொண்டுள்ளது. பெரியமேட்டில் வேப்பேரிக்குப் போகும் வழியில் டவுடன் புராட்டஸ்டன்டு சுல்லூரி, இருந்ததை டவுடன் (Doveton Bus Stop) பேருந்து நிறுத்தப் பகுதி பளிச்சிடுகிறது!

ஆங்கிலேயர் இராயப்பேட்டையிலும், புதுப்பாக்கத்திலும் நுங்கம்பாக்கத்திலும், சேத்துப்பட்டிலும், கீழ்ப்பாக்கத்திலும் குடியேறி வாழ்ந்த பகுதிகள் இன்னும் மக்கீஸ் தோட்டம். லாண்டன்ஸ் தோட்டம் என்று மறவாமல் அழைக்கப்பட்டு வருகின்றன. லாயிட்ஸ் வீதியும், பைகிராப்ட்ஸ் விதியும், சுமான்டர் இன் சீப் வீதியும், பாந்தியன் வீதியும், டெய்லர்ஸ் வீதியும், அவர்தம் நினைவுப் பெயர்களால் உண்டானவை ஆகும்.

ஐரோப்பிய குடியேறிகளுக்கு பொது கேளிக்கை இடமாகவும், பொழுதுபோக்கு மன்றமாகவும் ஆங்கில வணிகக் கழகக் காலத்தில் அமைந்திருந்த இடம் 'பாந்தியன்' எனப்பட்டது. இது பின்னர் பொருட்காட்சி சாலை அமைக்கப்பட்ட இடமாயிற்று. ஆகவேதான், இப்பழைய தொடர்பு என்றும் நினைவுப்படுத்தும் விதத்தில் 'பாந்தியன்

சாலை' என்றழைக்கப்படுகிறது. இங்குள்ள பொருட்காட்சி அரங்கம் (Museum Theatre) பண்டைய பொழுது போக்கு நிலையத்தின் அழியா நினைவுச் சின்னமாக விளங்குகிறது!!

ஜேம்ஸ் லெயித் என்பவர் சென்னை இராணுவத்தில் மேஜராகவும் வழக்கறிஞராகவும் இருந்தவர். இவர் பெயரில் 'லெயித் மாளிகை' (Leith Castle) ஏற்பட்டது. இதே போல் ஜேம்ஸ் பிராடி என்பவர் பெயரால் 'பிராடி மாளிகை' (Brodies Castle) அமைந்தது. 'பிராடிஸ் தெரு' இன்னும் இதனை நினைவுப்படுத்துகிறது.

ஜான் மக்கே என்பவர் 1738இல் செயின்ட் ஜார்ஜ் கோட்டையில் தனிப்பட வணிகம் செய்து வந்தவர். இவர் 1756இல் சென்னை நகரத் தந்தையாகவும் இருந்தவர். பின்னர் இராணுவத்திற்கு வேண்டிய பொருட்களைத் திரட்டித் தருபவராகவும் ஒப்பந்தக் காரராகவும் தொழிற் செய்தவர். இவர் பெயரால்தான் புதுப்பாக்கத்தில் மக்கே தோட்டம் (Mackeys Garden) என்றழைக்கப் படுகிறது.

சார்லஸ் பின்னி என்பவர் அனுமதி இல்லாமல் 1769இல் இந்தியாவில் வணிகம் செய்ய வந்தவர். இவர் எப்படியோ உயர்ந்து, வாலாஜா நவாப்பின் நேர்முகச் செயலாளரானார். இப்பதவியை 1792 வரை இவர் ஏற்றிருந்தார். இவர் பெயரில் 'பின்னி வீதி' உள்ளது. இது மலைச்சாலையையும் கமாண்டர்-இன்-சீஃப் பாலத்தையும் சேர்க்கும் குறுகிய தெருவாகும். இங்கு பின்னியின் வாழ்விடம் இருந்தது. இது பின்னர் 'இம்பீரியல் ஓட்ட'லாகியது. ஸ்பென்ஸர் நிறுவனமாக மாறியது; 'கன்னிமாரா ஓட்டலாக இப்போது விளங்குகிறது.

ரிச்சர்டு எல்டாம்ஸ் என்பவர் சுயேச்சையாக வணிகம் செய்து வந்த ஆங்கிலேயரில் ஒருவராகும். இவர் சென்னை நகரத் தந்தையாகவும் இருந்தவர். தேனாம்பேட்டையில் 'லஸ் மாளிகை'யை 1% ஏக்கரா பரப்பில் அமைத்து வாழ்ந்து 1820இல் இறந்தார். இவர் பெயரால்தான் எல்டாம்ஸ் வீதி ஏற்பட்டுள்ளது.

சிந்தாதிரிப் பேட்டையில் மருந்து தயாரிக்கும் கட்டிடம் 1735இல் கட்டப்பட்டிருந்தது. பிரஞ்சு லாலி படையெடுப்பின் போது, இது தகர்க்கப்பட்டு விட்டது. இங்குதான் சென்னை ஆண்கள் அனாதை விடுதி அமைக்கப்பட்டது. அனாதை இல்லத்தை 1900இல் தென்னிந்திய இருப்புப் பாதைக்காகக் கொடுத்துவிட்டு, பூவிருந்தவல்லி சாலைக்கு மாற்றி விட்டார்கள். இன்று மாகஸின் ரோடு (Magazine Road) இதனை நினைவுப்படுத்துகிறது.

எழும்பூரில் இ.எஸ். மூர்த்தியிடமிருந்து வாங்கப்பட்ட கட்டிடத்தில்தான், முன்பு மாவட்ட ஆட்சியாளர் அலுவலகம் அமைக்கப்பட்டிருந்தது. இந்த இடத்தில்தான் பின்னர், மய்ய பழம் பொருட்காட்சி (Central Museum) நிலையம் ஏற்படுத்தப்பட்டது.

ஹால்ஸ் வீதி ஜெனரல் ஹாமில்டன் ஹால்ஸ் என்பவர் பெயரால் காஸா மேஜர் வீதியிலிருந்து எழும்பூர் நெடுஞ்சாலை வரை 1900 அடி நீளத்திற்கு அழைக்கப்படுகிறது.

எழும்பூர் வட்டாரத்துள் மிகவும் நீளமான தெரு, லாங்க்ஸ் தோட்ட வீதியாகும். இது முன் சொன்ன ஹாரிஸ் வீதியிலிருந்து கூவம் ஆற்றின் மேற்கு பக்க வீதிவரையில் 3,200 அடி நீளத்திற்கு அமைந்துள்ளது. இது வேலூரில் கர்னலாக இருந்த ஜெனரல் ரோஸ் லாங் என்பவர் பெயரால் ஏற்பட்டதாகும்.

இப்படியே ஜெனரல் பாட்டர்ஸ் ரோடும், பைகிராப்ட்ஸ் ரோடும், காஸா மேஜர் ரோடும் இராணுவத்தில் பணியாற்றியவர்கள் பெயரால் அமைந்த வீதிகளாகும்.

ஜேம்ஸ் டெய்லர் என்பவர் 1795இல் சென்னையில் நிர்வாக அதிகாரியாக இருந்தவர். கீழ்ப்பாக்கத்தில் இவர் பெயரில் 'டெய்லர் வீதி' (Taylor's Road) உள்ளது. இவருக்கு ஒரு அச்சகமும் இருந்துள்ளது. 1795-1801 காலக்கட்டத்தில் நவாபாக இருந்த உம்தத் உல் உமாரா என்பவர் பெயரால் உம்தாபாக் அமைந்திருந்தது. இங்குதான், மதராஸேயே ஆஜம் ஏற்பட்டிருக்கிறது. இது புகழ்பெற்ற வணிகராயிருந்த கோலா சிங்கண்ண செட்டி என்பவருக்கு உரியதாயிற்று. இவர் கோட்டையுள் அடகுக்கடை வைத்திருந்தவர். இவருடைய பெயரில் மூன்று தெருக்களும், இரண்டு சந்துகளும் சிந்தாதிரிப் பேட்டையில் அமைந்துள்ளன. ஜார்ஜ் டவுனிலும் சிங்கண்ண செட்டித் தெரு ஒன்று உள்ளது!

குலாம் முகம்மது கௌஸ் (1815-55) என்பவர் கர்நாடக நவாபு வரிசையில் கடைசியானவர், இவர்தான் மதராஸயே ஆஸம் என்னும் இலக்கியப் பள்ளியைத் தோற்றுவித்தவர். இது தென்னிந்தியாவின் முக்கிய கல்வி நிலையமாக விளங்கியது. 1859இல் இதனை அரசாங்கம் ஏற்று நிர்வகிக்கத் தொடங்கியது. இது கல்லூரியாகிப் பின்னர் உயர் நிலைப் பள்ளியாக நடைபெற்று வருகிறது.

'பாண்டு' பயிற்சி பெற்ற வீதிக்கு Band Practice Road என்றும், ஆளுநரின் பாதுகாவலர் இருந்த வீதிக்கு Body Guards Road என்றும் பெயர் வழங்குகின்றன. பழங்காலத்தில், கப்பற் படை வீரர்களுக்குப்

பயன்பட்ட இடத்திற்கு Old Naval Hospital Road என்கிற பெயரிட்டு பெரியமேட்டில் ஒருவீதி உள்ளது.

தாமஸ் முனிவர் குத்துப்பட்ட பகுதிக்குத் தாமஸ் குன்று (St. Thomas Mount) என்றும், அவர் அடக்கம் செய்யப்பட்ட தேவாலயத்திற்குத் தோமையர் ஆலயம் (St. Thomas Church) என்றும் பெயர் வைக்கப்பட்டுள்ளது. இதேபோல், கப்பல் மாலுமிகள் வழி தெரியாது தவித்த போது ஒளி தெரிந்த இடத்திற்கு 'லஸ் சர்ச்சு வீதி' என்று பெயரிடப்பட்டுள்ளது.

சென்னைக்கு என்று தனிப் படைத் திரட்டப்பட்டுச் சென்னை இராணுவம் (The Madras Army) என்று ஒன்று இருந்தது. இதற்கு ஒரு தலைமை தளகர்த்தர் இருந்தார். இதன் காரணமாகத்தான் 'கமாண்டர் இன்-சீஃப்-ரோட்' என்கிற பெயர் வழங்குகிறது.

காலெட் என்னும் ஆளுநர் பெயர் விளங்க காலடிப் பேட்டை உள்ளது. இப்படியே, ஆமில்டன் பாலம், ஹாரிஸ் பாலம் என்றெல்லாம் பெயரிடப்பட்டுள்ளன.

மீனவர்களும், பட்டணவர்களும் திருவொற்றியூர், காசி மேடு, இராயபுரம், திருவான்மியூர் போன்ற கடற்கரை ஒட்டியுள்ள பகுதிகளில் பெருவாரியாகச் சேர்ந்து வாழ்கின்றனர். திருவொற்றியூர். திருவான்மியூர் கோயில்களில் நடன சப்பரங்களை எடுத்தாட்டும் முன்னுரிமை இவர்களுக்கு உள்ளது.

முஸ்லீம்கள் துறைமுகப்பகுதி, மாபுஸ்கான் சாவடி, திருவல்லிக்கேணி, மீர்சாகிப் பேட்டை, ஆயிரம் விளக்கு, புதுப்பேட்டை போன்ற பகுதிகளில் பெரும்பான்மையாக வாழ்ந்து வருகின்றனர்.

ஆங்கிலோ - இந்தியர் இராயபுரத்திலும், ஓட்டேரியிலும், பெரம்பூரிலும், ஆயிரம் விளக்கிலும், பரங்கி மலையிலும் தொகுப்பாக வாழ்கின்றனர்.

இவர்கள் போக இந்து சமயத்தினர் நகரின் எல்லாப் பகுதிகளிலும் சேர்ந்து வாழ்கின்றனர். தாழ்த்தப்பட்டோர் ஆசீர்வாதபுரம், பழைய ஆட்டுத்தொட்டி, ஏழு கிணறு, ஆயிரம் விளக்கு, அமைந்தகரை, பிரம்பூர், அயன்புரம் போன்ற இடங்களில் உறைகின்றனர். இதில் வசதி படைத்தவர்கள் எந்தப் பகுதியிலும் எவ்வினத்தவர் இடையிலும் குடியேறி வாழ முடிகிறது.

சமுதாயத்தின் அடித்தளத்தில் உள்ளவர்களுக்கு வசதி படைத்தவர்களை அனுசரித்து எங்கு வேண்டுமானாலும் இருக்க முடியும்.

ஆனால் இரண்டிற்கும் இடைப்பட்ட 'திரிசங்கு நிலையில்' உள்ள மத்திய தர வகுப்பினருக்கு முன்னுக்குப் போக 'தரம்' இடம் கொடுப்பதில்லை; பின்னுக்குப்போக 'கௌரவம்' தடையாக நிற்கிறது!

செயின்டு ஜார்ஜ் கோட்டை: இது ஆங்கில கிழக்கிந்தியக் கழகத்தினரால் 1653இல் கட்டப்பட்டது. பல மாறுதலுக்கு உள்ளாகி இன்றைய வடிவை 18ஆம் நூற்றாண்டிலேயே எய்தி விட்டது.

கோட்டையின் வெளிப்புறம் அகழி வெட்டப்பட்டது தூர்ந்து காணப்படுகிறது. வெளிப்புறமும், உட்புறமும் மதில் சூழ்ந்து காணப்படுகிறது. இக்கோட்டைக்குக் கடற்கரை வாயிலும் (இது முக்கிய வாயிலாக உள்ளது), தெற்கு வாயிலும் (இது சாந்தோம் வாயில் எனப்படுகிறது), வட மேற்கு வாயிலும் (இது செயின்டு ஜார்ஜ் வாயில் எனப்படுகிறது) உள்ளன. இக்கோட்டையின் கொடி மரம் இந்தியாவிலேயே மிகவும் உயரமானதாகக் கருதப்படுகிறது.

இக்கோட்டையுள்தான் தமிழக சட்டமன்றமும், மேல் சட்ட மன்றமும், தலைமைச் செயலகமும், கோட்டை பொருள்காட்சி சாலையும், தலைமைக் கணக்கதிகாரி அலுவலகமும், இந்தியத் தொல்பொருள் துறையின் சென்னைக் கிளையும் உள்ளன.

கோட்டையில் உள்ள செயின்டு மேரி கோயில் 1680இல் கட்டப்பட்டது. இது சிறு மாறுதலுக்குள்ளாகி இன்றும் காப்பாற்றப் பட்டுவரும் பழங்கட்டிடமாகும். இந்தியாவிலுள்ள புராடஸ்டண்டு தேவாலயங்களில் இதுதான் மிகவும் பழமை வாய்ந்தது.

படையினர் சூழ்ந்திருந்த தேவாலயமாக (Garrison church) பிரிட்டிஷ் துருப்புகள் 1947இல் வெளியேறும் வரை விளங்கியது. இக்கோயில் நடுப்பாகத்தின் (Nave) இருபுறமும் மண்டபங்கள் (aisles) அமைந்து காணப்படுகின்றன. மண்டபங்களின் வெளிப்புறச் சுவர்களின் பருமன் 4 அடி; உட்புறச் சுவரின் பருமன் 3 அடி; மண்டபத்தின் மேற்கூரை 2 அடி பருமனில் கட்டப்பட்டுள்ளது. உட் கூடத்தின் நீளம் 86 அடி; அகலம் 56 அடி. இது 500 பேர் வரை கூட இடங்கொடுக்கும். கதவுகள், சன்னல்கள் தவிர, மரம் வேறு எதற்கும் பயன்படுத்தப்படவில்லை!

கோயிலின் நடுவில் பலிபீடமும் மேற்குப் பக்கம் ஓவியங்கள் நிறைந்தும் காணப்படுகின்றது. இங்கு வழிபாட்டோடு பல சமயப் பணிகளும் நடைபெற்று வந்துள்ளன. இச் செயின்டு மேரி அறப்பள்ளியில் அனாதை குழந்தைகளுக்கு கல்வியோடு உணவும், உடையும், உறைவிடமும் அளிக்கப்பட்டன.

இத்தேவாலயத்தில் பல வெள்ளை ஆளுநர்களுக்குத் திருமணம் நடைபெற்றுள்ளது. பல புகழ்ப் பெற்றவர்களின் கல்லறைக் கற்கள் இங்குப் பதிக்கப்பட்டுள்ளன. கோட்டையுள் தேவாலயத் (சர்ச்) தெரு, சத்திரத்தெரு, செயின்ட் தாமஸ் தெரு, ஜேம்ஸ் தெரு (இங்கு தான் ராபர்ட் கிளைவ் வாழ்ந்திருந்தார்) போன்ற தெருக்கள் உள்ளன. கிளைவ் வாழ்ந்த இடம் முதலில் அர்மீனியருக்கு உரியதாகியிருந்தது. பின்னர் அட்மிரால்டி மாளிகையாகியது. இங்குதான் தலைமைக் கணக்கர் அலுவலகம் உள்ளது.

கோட்டைப் பொருட்காட்சி சாலை (Fort Museum): இது கோட்டையின் வடக்குப் பகுதியில், முன்பு ஆங்கிலேயர் அலுவலர்கள் உணவு விடுதியாகப் பயன்படுத்திய கட்டிடத்தில் 1948இல் அமைக்கப்பட்டுள்ளது. இதன் மேல் தளத்தில் சென்னையின் முதல் கலங்கரை விளக்குக் கூண்டு அமைக்கப் பட்டிருந்தது. இது கடல் மட்டத்திற்கு 99 அடி உயரத்தில் அமைந்திருந்ததால், 25 மைல் தொலைவிலிருந்து வரும் கப்பல்களுக்கு வழிகாட்டிக் கொண்டிருந்தது. இதன் கீழ்ப்பகுதியில் 'மதராஸ் பாங்கு' ஏற்படுத்தப்பட்டு வணிகத் தொழில் புரிந்து வந்தது. இந்தப் பாங்குதான் பம்பாய் வங்காள பாங்குகளுடன் இணைக்கப்பட்டு, 'இம்பீரியல் பாங்'காக மாறி தற்போது 'ஸ்டேட் பாங்காகக் காட்சியளிக்கிறது.

முன்பு, இங்குப் பண்டமாற்று கூடம் (Public exchange Hall) இயங்கி வந்தது. தற்போது இப் பொருட்காட்சி சாலையில் ஆங்கிலேயர் பயன்படுத்திய வெள்ளிப் பாத்திரங்கள், பீங்கான் பொருள்கள், ஆடைகள், கையெழுத்துப்படிகள், அழகிய உயிரோவியங்கள் ஆகியன வைத்துக் காப்பாற்றப்பட்டு வருகின்றன.

கோட்டை அடைந்த வளர்ச்சி எட்டுப் படங்களில் விளக்கப்பட்டுள்ளது. ஆயுதங்கள், உடைகள், கொடிகள், பீரங்கி வகைகள் முதலியவற்றைப் பார்க்கலாம். கிழக்கிந்திய வணிகக் கழகம் 1600இல் பயன்படுத்திய கொடியை இன்றும் காணலாம்.

வெள்ளையர் பழங்காலத்தில் கடற்கரை வந்து இறங்கும்போது எப்படி இருந்தனர் என்பதை அறியலாம். கிளைவ், வெலிங்டன். வாலாஜா நவாப் ஆகியோரின் உயிரோவியங்களையும், பழங்காலத்தில் சென்னையும் சுற்றுப்புறமும், திருச்சி பாபனாசம் போன்ற இடங்களும் எப்படித் தோற்றமளித்தன என்பதையும். கிளைவ், கார்ன்வாலிஸ், வில்லியம் பென்டிக் ஆகியோர் கைப்பட எழுதிய கடிதங்களையும்,

அலங்கரிக்கப்பட்ட தீபங்களையும், தீப ஏந்திகளையும், பிரஞ்சுக்காரர் ஆற்காட்டு நவாப்பு, டச்சுக்காரர் ஆங்கிலேயர் வெளியிட்ட செப்பு, வெள்ளி நாணயங்களையும், செப்புப்பட்டயங்கள், தபால் தலைகள், பிரெஞ்சுக்காரர் போற்றும் மரியா எனும் குடியரசு தேவதை படத்தையும், அவர்கள் வெளியிட்ட தபால் தலைகளையும், லாபோர்டோ டூப்ளே முதலியவர்களின் படங்களையும் இங்குக் கண்டு களிக்கலாம்.

மைசூரை ஆண்டவர்களின் கொடி, பயன்படுத்திய எழுத்து ஆகியவற்றையும் அறியலாம். இந்தியாவில் ஆங்கிலேயர் வழங்கிய பதக்கங்களையும் அவர்கள் பயன்படுத்திய இரும்புப்பெட்டி, பூட்டுகள், மேனகா, வெளியிட்ட ஒரு காசு முதல் 20 காசு வரையிலும், ஒரு தம்பிடி 4 தம்பிடி, அரையணா, ½ துட்டு, 2½ காசு, காலணா, ஒரு சதம், கால் சதம் முதலியனவற்றையும் அறியலாம். அதில் சிலவற்றில் தமிழ் எழுத்துக்களும் பொறிக்கப்பட்டுள்ளன. சுருக்கமாக நம்மை சென்ற 337 ஆண்டுகளுக்கு முன் இருந்த வரலாற்றை உணர்ந்து கொள்ள இப்பொருட்காட்சி நிலையம் பெரிதும் உதவுகிறது எனலாம்.

அரசாங்க மாளிகை: இது முன்பு ஆங்கிலேய ஆளுநர் தங்கி இருந்த இடமாக இருந்தது. நகரம் விரிவடைய நேரிட்டபோது, ஆளுநரும் வெளியே தங்கியிருக்க விரும்பியதால் கிண்டி மாளிகை அமைக்கப்பட்டது.

விருந்து மண்டபம், மைசூர் போர் வெற்றியின் நினைவாக ஆங்கில ஆட்சியினரால் கட்டப்பட்டது. இங்கு அரசாங்க விருந்துகளும், நடன கேளிக்கைகளும் வெள்ளையர் ஆட்சியின் போது நடைபெற்றிருக்கின்றன. பல ஆளுநர்கள், தலைமை ஆளுநர்களின் உயிரோவியங்கள் இவ்விருந்து மண்டப கூடத்தில் முன்பு வைக்கப்பட்டிருந்தன. ஆனால், இவை அண்மையில் எடுக்கப்பட்டு வள்ளுவர், இமயம் வென்ற நெடுஞ்சேரலாதன், பாண்டிய நெடுஞ்செழியன், கரிகாற் சோழன், இளங்கோவடிகள், கம்பர், வீரபாண்டிய கட்டபொம்மன் ஔவையார், பாரதியார்; பாரதிதாசன், கப்பலோட்டிய தமிழர் வ.உ. சிதம்பரனார், பெரியார், ஈ.வே.ரா. காந்தியடிகள், நேரு, அறிஞர் அண்ணா, இராஜாஜி ஆகியோரின் உயிரோவியப் படங்கள் வைக்கப்பட்டுள்ளன.

இவ்விருந்து மண்டபம் விளக்கொளியில் மிக அழகாகவும் கவின் மிக்கதாகவும் காணப்படும்; இப்போது இராஜாஜி மண்டபம் எனப்படுகிறது.

அரசாங்க மாளிகைக்குள்ளே புதிய சட்ட மன்றம் ஒன்று கட்டப்பட்டது. சிலகாலம் இங்குச் சட்டமன்றம் கூடி நடைபெற்று வந்தது. பின்னர்

பழைய இடத்திற்கே மாறியது. இவ்விடம் சிறு மாறுதலுக்குள்ளாகி சிறுவர் அரங்கமாக மாற்றப்பட்டது. இதன் பிறகு இது புதுப்பிக்கப்பட்டுக் கலைவாணர் அரங்கமாகிப் பயன்பட்டு வருகிறது.

சட்டமன்ற உறுப்பினர்க்கு என்று இம்மாளிகையினுள் பழைய விடுதி, புதிய விடுதி கட்டிடங்களும் உள்ளன. சட்டமன்ற உறுப்பினர் நூல் நிலையமும், அரசாங்கத் தகவல் அறிவிப்பு நிலையமும், "தமிழரசு" அச்சகமும் அலுவலகமும் இம் மாளிகை அமைப்புக்குள்ளேயே செயல்பட்டு வருகின்றன.

ஒற்றைவாடை: 18-ஆம் நூற்றாண்டில் எதிரிகளிடமிருந்து சென்னை நகரம் தாக்கப்படாமலிருக்க வேண்டி, முத்தியாலுப் பேட்டை பெத்தநாயகன் பேட்டையைச் சுற்றி கடற்கரை ஓரத்திலிருந்து வடக்கிலும், மேற்கிலும் 3½ மைல் அளவுக்கு முதலில் மண் சுவர் எழுப்பப்பட்டது. பின்னர் செங்கற் சுவர் அமைக்கப்பட்டது. இச்சுவர் எழுப்ப குடிகளிடமிருந்து வரிவசூலிக்க வேண்டியே கட்டப்பட்டதால் ஒற்றவாடை (Wall Tax Road) எனப்பட்டது. இம்மதில் சுவர் 17 காவல் அரண்களைக் (Bastions) கொண்டதாகவும், ஏறக்குறைய 300 கெஜத்திற்குப் பீரங்கி அமைந்த இடைவெளிகள் (Curtains) உள்ளதாகவும், வெளியில் சரிவு மேடுகள் (Glacis) பொருந்தியதாகவும் அமைக்கப்பட்டது.

வடக்கு மதில் சுவர் தொண்டையர் பேட்டைக்கு அருகில் வளைந்திருந்தது. வடக்கு ஆற்றை ஒட்டி மேற்கு மதில் சுவர் நேராகச் சென்றது. வடக்கிலும் மேற்கிலும் இருந்த பீரங்கிக் களங்களிலிருந்து (Ramparts) குண்டுகள் வீசப்படுவதற்காக 600 கெஜ நீளமுள்ள வெளிகள் (Esplanades) விடப்பட்டிருந்தன. இவ்வகல் வெளியின் மேற்பாகத்தின் தென்பகுதியே 19ஆம் நூற்றாண்டின் மத்தியில் மக்கள் பூங்காவாக மாற்றப்பட்டது.

இம்மதில் சுவரில் பல வாயில்கள் இருந்தன. இதில் தம்பு செட்டித் தெருவின் முனையில் புல்லி வாயிலும் (Pulleys Gate). மணியக்காரச் சத்திரத்திற்கு அருகில் விளங்கிய திருவொற்றியூர் வாயிலும், தங்கசாலைத் தெருவின் வடகோடியில் காணப்பட்ட எண்ணூர் வாயிலும், யானைகவுனி வாயிலும் முக்கியமானவையாக இருந்தன.

பின்னர், நகர வளர்ச்சியைக் கருதி இம்மதில் சுவர் பல இடங்களில் தகர்த்தெறியப்பட்டன. இன்னும் அது இருந்த சின்னங்களைக் கிளைவ் முனையிலும், இப்ராகீம் சாகிப் தெருவிலும் (மாடிப்பூங்கா வைக்கப்பட்டுள்ள பகுதியிலும்). ஸ்டான்லி மருத்துவமனையில்

வடசென்னை கல்லூரியின் எதிர் முனையிலும் காணலாம். மேலும் இராணுவ எல்லைகளைக் குறிக்கும் சின்னங்களை (Military Demarcation Stones) பாரிமுனையிலும், ஸ்டிரிங்கர் தெரு, பத்தரையன் தெரு, கொண்டிச் செட்டி தெரு முனைகளிலும், எஸ்பிளேனேடு சாலையிலும் காணலாம்.

சென்னை ஆவணக் காப்பகம்: கி.பி. 1809இல் சென்னைக் கோட்டையில் முதன் முதலாக ஆவணக் காப்பகம் (Madras Record Office) அமைக்கப்பட்டது. இங்கு, 1607இல் ஏற்படுத்தப்பட்ட கிழக்கிந்திய ஆங்கில வணிகக் கழகத்தின் ஆவணங்களும், 1738இல் அமைக்கப்பட்ட டேனிஷ் வணிகக் குழுவின் ஆவணங்களும், 1803இல் உண்டான தஞ்சாவூர் ஆவணங்களும் வைத்துக் காப்பாற்றப்பட்டு வருகின்றன.

ஏறக்குறைய 6 லட்சம் நூல்கள் இங்கு உள்ளன. இவை உண்மை நிகழ்ச்சிகளுக்கு ஆதாரமாக இருக்கின்றன. புகழ் பெற்ற ஆனந்தரங்கம் பிள்ளை, தம் கைப்பட எழுதிய தமிழ் நாட்குறிப்புகள் இங்கு அருமையாகக் காப்பாற்றப்பட்டு வருகின்றன. இத்தகவல்கள் இதன் காப்பாளரான திரு. கோமேதகவேலு அவர்களின் சமீபகால வானொலிப் பேச்சிலிருந்து எடுக்கப் பெற்றவை.

கன்னிமாரா பொது நூலகம்: பொது நூலகம் என்கிற கருத்துச் சரியாக உருவாவதற்கு முன்னரே, 1896இல் சென்னையில் அமைந்த நூலகம் இது. இங்குள்ள நூல்களின் இருப்பு இரண்டரை லட்சமாகும். இவை 20.080 அடி நீளமுள்ள அடுக்குகளில் அடுக்கி வைக்கப்பட்டுள்ளன. இவைகளை வரிசையாக வைத்தால் ஏழு கிலோ மீட்டர் தொலைவு நீளுமாம்!

இங்கு 17ஆம் நூற்றாண்டு நூல்கள்கூட உள்ளன. இந்தியாவில் வெளியாகும் பருவ இதழ்கள் எல்லாம் இங்கு வருகின்றன. வெளிநாட்டு இதழ்களும் இடம்பெற்றுள்ளன. இவைகளின் எண்ணிக்கை ஏறத்தாழ 6,000 இருக்கும். இந்தியாவில் வெளியாகும் 280 செய்தித்தாள்களும் இங்குப் படிக்கக் கிடைக்கும்.

தொடக்கத்தில் பழைய புத்தகங்கள் சிலவற்றைக் கொண்டு சிலருக்காவது பயன்படட்டுமே என்று ஆரம்பிக்கப்பட்ட கன்னிமாரா பொது நூலகம் ஆண்டொன்றுக்கு 1 1/2 லட்சம் வாசகர்கள், ஆறு லட்சம் நூல்களுக்கு மேல் பயன்படுத்தும் அறிவுக் களஞ்சியமாயும், ஆராய்ச்சி மன்றமாயும் தேசிய நூலகமாயும் பெருகிச் சிறந்து விளங்குகின்றது.

அடையாறு தியாசபிகல் சங்கம்: 1891-இல் 28 ஏகரா பரப்பளவுள்ள

தோட்டத்தில் இது அமைக்கப்பட்டது. இதன் நூற்றாண்டு விழா 1975இல் கொண்டாடப்பட்டது. இச்சங்கம் தற்போது கடற்கரையோரமாக 250 ஏக்கர் பரப்பளவில் பெருகி வளர்ந்துள்ளது. கர்னல் ஆல்காட்டாலும் பிளாவட்ஸ்கி அம்மையாலும் 1875இல் நியூயார்க்கில் தியாசபிகல் சங்கம் தொடங்கி வைக்கப்பட்டது.

இது இனம், மொழி, சாதி கடந்த உலக சகோதரத்துவத்தை ஏற்படுத்துவதையே குறிக்கோளாகக் கொண்டது. இச்சங்கத்தின் சென்னைக் கிளையை வளர்க்க திருமதி பெஸண்ட் அம்மையார் பெரிதும் பாடுபட்டார். அவர் இச்சங்கத்தின் அனைத்து நாட்டுத் தலைவியாகவும் விளங்கியவர்.

அடையாறு பிரம்ம ஞான சபைக் கூடத்தில் 18 வகையான மதச் சின்னங்கள் புடைப்புச் சித்திரமாகப் பொறிக்கப்பட்டுள்ளன. அடையாறு நூல் நிலையத்தில் 60,000 அச்சடிக்கப்பட்ட நூல்களும், 15,000 பனையோலைச் சுவடிகளும் வைக்கப்பட்டுள்ளன. இவற்றுள், மிகவும் அருமையான ஓராயிரம் தமிழ்ச் சுவடிகளும் அடங்கும். இவை தமிழ் உலகில் புகழ் பெற்ற டாக்டர் உ. வே. சாமிநாதையரால் பல்வேறு இடங்களிலிருந்து திரட்டப் பட்டவையாகும். இச்சங்கத்திற்கென வசந்தா அச்சகம் 1907லிருந்து ஏற்படுத்தப்பட்டு பயன்பட்டு வருகின்றது.

இங்குள்ள ஆலமரமானது குறைந்தது 500 ஆண்டுகள் பழமையுடையதாகக் கூறப்படுகின்றது. இத் தனி மரம் ஒரு ஏகராவுக்கு மேல் விரிந்து 6000 சதுர கெஜத்திற்கு பரந்துள்ளது. இதற்கு 100 இடங்களில் விழுது விட்டு வேரூன்றிக் காணப்படுகின்றது. இம்மரத்தின் நிழலின்கீழ் 2000 பேர் உட்கார முடியும். பிரம்ம ஞான சபையின் கூட்டம் பல முறை இங்கு நடந்துள்ளது. இவ்விடத்தில் கவிஞர் தாகூரும் வந்து தங்கிப் போயுள்ளார். இந்தியாவிலுள்ள மிகப் பெரிய ஆல மரங்களுள், அடையாறு ஆலமரம் இரண்டாவது இடத்தைப் பெறும் சிறப்பை அடைந்துள்ளது.

பெஸண்ட் அம்மையாருக்குப் பின் திரு. ஜார்ஜ் அருண் டேலாலும், திருமதி ருக்மணி அருண்டேலாலும் இச்சங்கம் பொறுப்பாக நடத்தப்பெற்று வந்துள்ளது.

தற்போது, இச்சங்கத்தை அடுத்து 'கலா ஷேத்திரம்' புதியதாகக் காணப்பட்டு, பண்பாட்டுத் துறையில் பல சாதனைகளைப் புரிந்து புகழ்பெற்று வருகின்றது.

மறைமலையடிகள் நூல் நிலையம்: கல்விக் கடலாகவும், தனித்தமிழ்

இயக்கத் தந்தையாகவும் விளங்கிய மறைமலையடிகளார் பயன்படுத்திய 4,500 நூல்கள் தனியறையில் அழகுற அடுக்கி வைக்கப்பட்டுள்ளன. இவற்றில் 500 தமிழ் நூல்கள்; மற்றவை ஆங்கிலம், இலக்கண இலக்கிய ஆய்வுக் கட்டுரைகள், பயணம், பொருளாதாரம், வாழ்க்கை வரலாறு, நாடகம், மருத்துவம், வானியல், சமயம், தத்துவம், நீதி நூல்கள், சங்க இலக்கியங்கள், சிற்றிலக்கியங்கள் ஆகியனவும் இங்கு உள்ளன.

திருக்குறள் பற்றித் தமிழில் வெளிவந்துள்ள ஆராய்ச்சிகள் தெளிவுரைகள் முதலான 600 நூல்களும் இங்கு உள்ளன. இது போன்ற தொகுப்புகள் வேறு எந்த நூல் நிலையத்திலும் இல்லையெனச் சொல்லப்படுகிறது. இலங்கையில் வெளியான உதய தாரகை (1841) போன்ற 400-க்கும் மேற்பட்ட தமிழ் இதழ்களும் இங்குப் பேணி காக்கப்பட்டு வருகின்றன.

தமிழைப் பற்றி ஆங்கிலத்தில் வெளிவந்துள்ள கலை, இலக்கிய, இலக்கண, சமய, தத்துவ, வரலாறு போன்ற 1,500 நூல்களும் இந்நூலகத்தில் இடம்பெற்றுள்ளன.

1904இல் வெளிவந்துள்ள தீப்பெட்டியைவிட மிகச்சிறிய ஷேக்ஸ்பியர் நாடக நூலும், தீப்பெட்டி அளவில் அச்சான திருக்குறளும் காட்சிப் பொருளாக அழகுப்படுத்துகின்றன!

மீனம்பாக்கத்திலுள்ள விமான நிலையம், முதல் தரமான அனைத்து நாட்டு விமான நிலையமாக உருவாக்கப்பட்டுள்ளது.

கால நிலவரத்தை அப்போதைக்கப்போது அறிந்து அறிவிக்க ஒரு தனி நிலையம் மீனம்பாக்கத்தில் ஏற்படுத்தப்பட்டுள்ளது.

நுங்கம்பாக்கத்திலும் கால நிலவரத்தை அறிவிக்க பல ஆண்டுகளுக்கு முன்பிருந்தே ஒரு நிலையம் ஏற்படுத்தப்பட்டுச் செயலாற்றி வருகிறது. இங்கு உடனுக்குடன் மேக மூட்டத்தையும் காற்றின் போக்கையும் ஆய்ந்து அறிவிப்புகள் செய்யப்படுகின்றன. மேலும் தானே படம் எடுத்து அறிவிக்கக் கூடிய சாதனம் (Automatic picture Transmission) பொருத்தப்பட்டுள்ளது.

சென்னை நகரமானது பிராந்திய கால கணிப்பு நிலையங்களின் தலைமை இடமாகவும் (The head quarters of the Regional Meterological Centre) உள்ளது. இந்நகரின் உயர் மட்ட சீதோஷ்ண நிலை 45.0 C. என்று 1910 மே 31ஆம் தேதியில் பதிவாகியுள்ளது.

சென்னைத் துறைமுகம்: இது 1862இல்தொடங்கப்பட்டது.

3000லிருந்து 7000 டன்கள் நிறையுள்ள 9 கப்பல்கள் தங்குவதற்கு ஏற்ற வகையில் முதலில் ஏற்பாடு செய்யப்பட்டது. 1899இல் இச் செயற்கைத் துறைமுகம் கரையிலிருந்து முப்பக்கம் 'கான்கிரீட்'சுவர் எழுப்பப்பட்டிருப்பதால் 200 ஏக்கர் பரப்பளவுள்ள சதுர வடிவாகக் காணப்படுகிறது.

வாயிலின் ஆழம், நீர்மட்டம் உயரும்பொழுது சுமார் 37 அடியும், அது தாழும்போது 34 அடியுமாக முன்பு இருந்து வந்தது. தற்போது இதன் ஆழம் 46 அடியுள்ளதாக ஆக்கப்பட்டுள்ளது. இந்தியாவிலேயே இதுதான் மிக ஆழமுள்ளதாகக் கூறப்படுகிறது. துறைமுகத்திற்குள் 20 கிலோ மீட்டருக்குப் போக்குவரத்திற்காகப் பாதை போடப்பட்டுள்ளது.

இத்துறைமுகத்தைத் தெற்குப் புறமாக அதிகப்படுத்தக் கூடாதென்று முன்பு சென்னை மாநகராட்சியும், 'மெயில்' போன்ற இதழ்களும் பெருத்த எதிர்ப்பைக் காட்டினர். என்றாலும், வர்த்தக பெருக்கத்தைக் கருதி, தூய்மைக் கெடுவதையும் அசட்டை செய்து. தெற்கில் கூவம் ஆற்றங்கரை வரையிலும், வடக்கில் சிறிது தொலைவு வரையிலும் துறைமுகத்தைப் பெருக்கியுள்ளார்கள். இதனால் தரைப்பகுதி 616 ஏகராவாகியுள்ளது.

தற்போது சென்னைத் துறைமுகம் 4 1/4 சதுர மைல் பரப்புள்ளதாகக் காணப்படுகிறது. இங்கு 31 1/2 அடி வரை நீளமுள்ள 14 கப்பல்கள் வந்து தங்கிபோக வசதி செய்யப்பட்டுள்ளது.

முதல் தரமான நங்கூரம் பாய்ச்சக்கூடிய கப்பற் தளங்கள் (berths) நான்கு மேற்குப் பகுதியில் அமைக்கப்பட்டுள்ளன. இதனை மேற்குக் கப்பற் துறை (West Quay) என்று அழைக்கின்றனர். வடக்குக் கப்பற் துறை, மத்திய கப்பற் தளம் என மூன்று கப்பற் துறைகள் கட்டப்பட்டுள்ளன. கப்பல்கள் வந்து கரை சேர்வதற்குரிய எல்லா நவீன வசதிகளும் செய்யப்பட்டுள்ளன.

சென்னைத் துறைமுகமானது, தற்போது முக்கிய பெரிய துறைமுகங்களில் ஒன்றாகக் கருதப்படுகின்றது. 1900இல் ஆண்டிற்கு சுமார் 6 லட்சம் நிறையுள்ள பொருள்களைத்தான் இங்கு கப்பல்களில் ஏற்றவும் இறக்கவும் முடிந்துள்ளது. 1927 -30க்குள் (போக்குவரத்து வர்த்தகம் அதிமானதன் காரணமாக இங்குப் பத்து லட்சத்திலிருந்து 15 லட்சம் டன்கள் அதிகரித்துள்ளன. 1961-61இல் இத்துறைமுகத்தில் நடைபெற்றுள்ள ஏற்றுமதி இறக்குமதி வர்த்தகம் 30,38,742 மெட்ரிக் டன்களாகும். இதில் வெளிநாட்டு வணிகம் 2.2 லட்சம் டன்கள் வரை நடைபெற்றுள்ளது.

1-7-1960லிருந்து பகலிலிருந்து இரவு வரை துறைமுகப் பணி கட்டாயமாக மூன்று வேளை (Three shifts) இடையறாது நடைபெற்று வருகின்றது.

1960-61இல் 98.067 சரக்கு வண்டிகளில் (Wagons) 17,78,859 டன் நிறையுள்ள பொருள்கள் கப்பலில் ஏற்றப்பட்டுள்ளன. இதனால் ரூ.2,13,72,941 எடுகூலிச் செலவும் ரூ.18,51,635 துறைமுகக் கூலியும் கிடைத்துள்ளன.

இத்துறைமுகத்திற்கு வேண்டிய பாதுகாக்கப்பட்ட சுத்த தண்ணீரைச் சென்னை மாநகராட்சியே பணத்திற்காக அளித்து வருகிறது.

1960-61இல் இத்துறைமுகத்தில் இறக்குமதியாகியுள்ள பொருள்களின் எடை: 21,27,825 டன்கள். ஏற்றுமதியாகி யுள்ளவற்றின் எடை: 9,10,575 டன்கள். உணவு தானியங்கள், பெட்ரோலியப் பொருள்கள், ரசாயனப் பொருள்கள், நிலக்கரி, இரும்பு, எஃகு, பத்திரிகைக் காகிதம், நெசவுப் பொருள்கள், பருத்தி, முதலியன - இறக்குமதிப் பொருள்களில் அடங்கும்.

ஏற்றுமதிப் பொருள்களில் - இரும்பு தாதுப் பொருள். கடலையெண்ணெய். தோல் வகைகள், மைக்கா, துண்டு இரும்புகள், புகையிலை, வெங்காயம், புண்ணாக்கு, கால்நடை தீவனம் ஆகியன அடங்கும். மொத்த வர்த்தகத்தில் ஏற்றுமதியானது மூன்றில் ஒரு பகுதியேயாகும்.

தெற்கில் உள்ள நகரங்களில் சென்னை முக்கிய நகரமாக விளங்குகிறது. மேலும் இரும்புத் தொடர் வண்டிகளின் கிழக்கிந்திய கேந்திரமாகவும் உள்ளது. ஆகவே கடற்கரை வாணிபத்தில் செம்பாதி சென்னை நகர் வழியே நடைபெறுகின்ற சிறப்பைப் பெற்று விடுகின்றது.

இத்துறைமுகத்தில் வைக்கப்பட்டுள்ள விளக்குக் கூண்டின் வெளிச்சமானது (Aga light) 6 மைல் தொலைவிற்குத் தெரியக் கூடியது. 0.3 நொடிக்கு ஒருமுறை விட்டுவிட்டுச் சிவப்பு நிற ஒளியைக் காட்டி எச்சரிக்கை செய்யக் கூடியது. 2.7 நொடி இடைவெளிக்குப் பிறகு ஒரு நிமிடத்திற்கு 20 தடவை மின்னொளியை வீசக்கூடிய வகையில் அமைக்கப்பட்டுள்ளது.

நங்கூரம் பாய்ச்சுவதற்காக (Anchorage Light) வேண்டி வெள்ளை விளக்கொளிகள் 5 நொடிக்குள் இருமுறை வீசக் கூடிய அளவிற்கு பொருத்தப்பட்டுள்ளது; இது துறைமுகத்தின் வடக்குக் கரையோரத்தில் கடல் மட்டத்திற்கு 79 அடி உயரத்தில் அமைக்கப் பட்டுள்ளது. இதுவும்

10 மைல் அளவு தெரியக் கூடியது.

இத் துறைமுகத்திற்கெனத் தனியான இருப்புத் தொடர் வண்டி பாதை (Railway) அமைப்புள்ளது. இது அகலப் பாதையும் குறுகிய பாதையும் ஒருங்கே இணைந்துள்ளதாகும்.

இத்துறைமுகத்திற்கு என்று தனியான குடியிருப்பு (Port Trust Colony) அமைக்கப்பட்டுள்ளது. சென்னைத் துறைமுகப் பொறுப்பைத் தனிக் குழு (Madras Port Trust) ஏற்றுத் திறம்பட நடத்தி வருகிறது. தனித்தனி தொழிலாளர் சங்கங்களும் ஏற்பட்டுச் செயல்பட்டு வருகின்றன.

இத் துறைமுகம் ஏற்பட்டு ஒரு நூற்றாண்டு மேலாகிறது. இங்கு ரூ.30 லட்சம் செலவில் புயல் எச்சரிக்கை சாதனம் ஒன்று அமைக்கப்பட்டுள்ளது

இத் துறைமுகத்தைப் பார்க்க வெளியார் எவரும் உள்ளே அனுமதிக்கப்படுவதில்லை. ஆனால், கட்டணம் செலுத்தி ஒதுக்கப்பட்ட மேல் தளத்திலிருந்து துறைமுகத்தை நோட்ட மிடலாம்! துறைமுக நிர்வாக அலுவலகம் தெற்குக் கடற்கரை வீதியில், 'ரிசர்வ் பாங்க்' எதிரில் அமைந்துள்ளது.

துறைமுகத்தில் அலைகளால் அடித்துக்கொண்டு வரப்படும் மணலை அப்புறப்படுத்தவும், இதன் ஆழம் குறையாமலிருக்கவும் வேண்டி, நான்கு மணல் வாரி கப்பல்கள் இரவு பகலுமாக மணலை அகற்றுவதில் ஈடுபடுத்தப்பட்டு வருகின்றன.

1972 முதல் 1977க்குள் இறக்குமதியாகும் பல்வேறு பொருள்களைவிட, ஏற்றுமதியாகும் பொருள்கள் அதிகரித்துள்ளன. இதனால் வெளிநாட்டு செலாவாணி அதிகமாகக் கிடைக்க வழியேற்பட்டுள்ளது.

சென்னைத் துறைமுகம் இயற்கையானதாக அமையாது. செயற்கையாக அமைக்கப்பட்டிருந்தாலும், சென்னைக்குப் புகழைப் பலவகைகளில் திரட்டித் தந்து வருகின்றது; சென்னையின் சிறப்பைப் பெருக்கி வருகின்றது என்பதில் யாதொரு ஐயமில்லை!

ரிப்பன் கட்டிடம்: இது சென்னை மாநகராட்சியின் பல்வேறு துறைகளின் அலுவல்கள் நடைபெறும் இடமாகும். இதன் முன் வாயிலைக் கடந்து சென்றால், முதலில் இந்நகராட்சியின் முதல் இந்தியத் தலைவரான சர். பி. தியாகராய செட்டியார் உருவச் சிலையையும், அமைச்சர் சிவஞானம் பிள்ளை, நகரத் தந்தை எஸ். சத்திய மூர்த்தி ஆகியோரது சிலைகளையும் பார்க்கலாம்.

கட்டிடத்தினுள் உள்ளே நுழையும் போது, இதன் ஆணையாளராக இருந்த திரு. கான்ரன்ஸ்மித்தின் அமர்ந்த நிலையிலுள்ள உருவச் சிலையையும். முதன்முதலில் சென்னைக் கோட்டைக் கொடிமரத்தில் பறக்கவிடப்பட்ட சுதந்திரக் கொடியையும் காணலாம்.

இந்நகராட்சிக்கு உட்பட்ட 120 வட்டங்களையும் பல சரகங்களாகத் (Ranges) தொகுத்து நிர்வாகம் நடத்தப் பெற்று வருகின்றது. கீழ்த் தளத்தில் வருவாய்த் துறை அதிகாரியும் அவரின் கீழ்பல துணையதிகாரிகளும் பல அறைகளில் பணியாற்றி வருகின்றனர். முதல் மேல் மாடியில் ஆணையாளரும் துணை ஆணையாளர்களும், பொதுத்துறை, சுகாதாரத் துறை ஆகியோர் தமக்காக ஒதுக்கப்பட்ட இடங்களில் அலுவல் பார்க்கின்றனர்.

இரண்டாவது மேல் மாடியில் கட்டிடப் பொறியாளரும் அவரது துறையைச் சேர்ந்தவர்களும் அலுவலைக் கவனிக்கும் பகுதி உள்ளது. இதே மாடியில் மற்றொரு பகுதியில் நகரமன்றப் பகுதியும், நகர மன்ற அவையும், நகரத் தந்தையும், துணை நகரத் தந்தையும் வந்து பணியாற்றும் இடங்களும் உள்ளன. தனியதிகாரியின் அலுவலகமும் உள்ளது. நகரவை அழகிய முறையில் விதானமும், விளக்குகளும், இருக்கைகளும், ஒலி பெருக்கி அமைப்புகளும் கொண்டு அமைக்கப்பட்டுள்ளது.

நகரத் தந்தையும், துணை நகரத் தந்தையும், ஆணையாளரும் அமரத் தனித்தனி அழகான இருக்கைகள் சித்திர வேலைப்பாடு மிக்க வகையில் செய்யப்பட்டுள்ளன. இந்த அவையை அலங்கரித்த முன்னாள் தலைவர்களின் படங்களும் மேலே மாட்டப்பட்டுள்ளன. அவர்களின் பெயர்கள் காலமுறைப்படி பலகையில் பொறிக்கப்பட்டுள்ளதையும் காணலாம்.

தியாகராய செட்டியார், ஏ. இராமசாமி முதலியார், சி. பி. இராமசாமி ஐயர், ஒ. தணிகாசலம் செட்டியார், மகம்மது உஸ்மான் போன்றோரின் படம் குறிக்கத்தகுந்தவனவாகும்.

மேலும், முத்தைய செட்டியாரும் அவரது உடன் பிறப்புகள் இருவரும், டாக்டர் பி வி செரியனும் அவரது மனைவி தாரா செரியனும், வி. சக்கரை செட்டியாரும், ஜே. சிவசண்முகம் பிள்ளையும் சுட்டிக்காட்டத்தக்கவர்களாகும். குபேரர்களிலிருந்து குசேலர் வரையில் இந்தப் படங்களில் இருந்து, தெரிந்துகொள்ள முடியும்!

நகர மன்ற அவைக்குத் தென்புறம் நகரத் தந்தையின் தனி அலுவலகமும், வடபுறம் துணை நகரத் தந்தையின் அலுவலகமும்,

நகராட்சி உறுப்பினர் பொழுதுபோக்கத் தனியிடமும் ஏற்பாடு செய்யப்பட்டுள்ளன. நகரத் தந்தையையும், துணை நகரத் தந்தையையும் அதிகாரிகளையும் அவர்களது அலுவலகத்தில் காலை 10 மணியிலிருந்து மாலை 5 மணி வரை வேலையாக வந்து பார்க்கலாம்.

நகரத் தந்தை அமர்ந்து எழுத அழகிய வேலைப்பாட்டோடு கூடிய தேக்கு மேசையும் நாற்காலியும், வெள்ளியால் செய்யப்பட்ட மைக் கூடும் பேனாவும் உள்ளன. நகரத் தந்தை அணிய தனி மேலங்கியும், அவர் மார்பில் தவழ அழகிய 105 பவுன் பொன் சங்கிலியும், அவருக்கு முன் பிடித்துப் போக வெள்ளிக் கைத்தடியும் வேறு உள்ளன. இவையனைத்தும் நகர மேயர் திரு ராஜா சர். மு.அ. முத்தையா செட்டியார் அவர்களால் சென்னை மாநகராட்சிக்கு நன்கொடையாக அளிக்கப்பட்டது. நகரத் தந்தைக்கு என்று தனிக் கொடியும் உண்டு. அவர் சென்னையிலிருக்கும் போது, அக்கொடி ரிப்பன் கட்டிடத்தின் மீது குடியரசுக் கொடியுடன் இணையாகப் பறக்க விடப்படும்.

நகரத் தந்தை, துணை நகரத் தந்தை 'கார்'களிலும் வில், அம்பு, புலியுடன் கூடிய சின்னம் பதித்த கொடி பறக்கும்! நகரத் தந்தை ஆணையாளர் இருக்கும் அலுவலக அறைகள் குளிர் சாதன முறையில் அமைக்கப்பட்டுள்ளன.

ரிப்பன் மாளிகையின் வடக்குப் பகுதியில், தண்ணீர் வழங்கு துறை, கல்வித் துறை, சாக்கடை பராமரிப்புத் துறை, யந்திரப் பொறியியல் துறை, கணக்கு ஆய்வுத் துறை ஆகியவற்றின் அலுவலகங்கள் உள்ளன. நகராட்சிக்கு என்று தனி ஆவணக் காப்பகம் உள்ளது. ரிப்பன் மாளிகையிலும் அதன் துணைக் கட்டிடத்திலும், கீழே இருந்து மேலே போகவும் இறங்கி வரவும் ஆள் தூக்கித் தனிக் கருவிகள் (Lift System) பொருத்தப்பட்டுள்ளன.

ரிப்பன் மாளிகை, அலுவல் நேரங்களில் வருவோர் போவோர் நிறைந்து சந்தடி உள்ளதாகக் காணப்படும். இங்கு அலுவல் புரிவோர்க்குப் பயன்படும் வகையில் சிற்றுண்டி சாலையும், பொருள் வைப்பு நிலையமும் (பாங்க்) ஏற்பாடு செய்யப்பட்டுள்ளன. இங்கு ரத்தம், சனி, மலம், சிறு நீர் பரிசோதிப்புக் கூடம் நன்றாக இயங்கி வருகின்றது. குறைந்த வருவாய் உள்ளவர்களுக்கு மிக உதவியாக இது உள்ளது.

வள்ளுவர் கோட்டம்: இது சென்னையில் உள்ள நுங்கம்பாக்க ஏரிக்கரை நிலப்பகுதியில் அமைக்கப்பட்டுள்ளது; தெற்கு வடக்காகக் கட்டப்பட்டுள்ளது. வள்ளுவர் கோட்டம் - கோட்டை போன்ற மதில் சுவரும்,

பூங்காவும், பூங்காவுக்கிடையில் வள்ளுவர் சிலை இடம்பெற்றுள்ள தேரும் கொண்டு அமைக்கப்பட்டுள்ளன.

இத்தேர் கருங்கற்களாலும் 'கான்கிரிட்'டாலும் எழுப்பப்பட்டுள்ள கட்டிடமாகும். இத்தேரின் உயரம் 106 அடி. இதில் கல் பகுதி மட்டும் 55 அடி. தேரின் குடம் 5 அடி. தேருக்கு நான்கு பெரிய உருளைகளும். நான்கு சிறிய உருளைகளும் அமைக்கப்பட்டுள்ளன. பெரிய உருளைகளின் ஒவ்வொன்றின் விட்டம் 11½ அடி. பருமன் 1 3/4 அடி. இவ்வுருளைகள் ஒவ்வொன்றும் ஒரே கல்லில் அழகாகச் செதுக்கப்பட்டுள்ளன. மேற்பகுதி 30 அடி அகலமுள்ள 8 பட்டைத் தளங்களுடன் அமைக்கப்பட்டுள்ளது. தேரின் வெளிப் பகுதிகளில் புறநானூறு, சிலப்பதிகாரம் ஆகிய இலக்கியங்களில் வரும் 200க்கும் மேற்பட்ட கருத்துகள் சிற்பங்களாக வடிக்கப்பட்டுள்ளன. இத்தேரை இரு அழகிய யானைகள் இழுப்பது போல் அமைக்கப்பட்டுள்ளது.

இது 55 அடிக்குக் கடைக்கால் எடுத்து. 3000 டன் நிறை யுள்ளதாகச் செய்யப்பட்டிருக்கிறது. கட்டமைப்பும் கவின் சிறப்பு மிக்கதுமான இத்தேரை ஏறக்குறைய 1000 சிற்பிகள் சேர்ந்து பல மாதங்களாகத் தொடர்ந்து பணியாற்றி உருவாக்கியுள்ளனர்.

இவ்வள்ளுவர் கோட்டம் சுமார் 75 இலட்சம் ரூபாய்க்கு மேல் செலவழித்துக் கட்டப்பட்டது. நுழைவாயினுள் நுழைந்து, படிக் கட்டுகளைக் கடந்து, தோரண வாயிலை அடைந்து, மேல் மாடிக்குச் சென்று வள்ளுவர் கோட்டத்தின் முழுத் தோற்றத்தையும் கண்டு களிக்க வேண்டும்.

மேல் மாடியில் தேர், சிலை உருவம் நன்கு தெரியும் வண்ணம் இரு பெரிய நீர்த் தேக்கங்களும், ஒரு சிறிய தேக்கமும் அமைந்து காணப்படுகின்றன. தேரும் தேரிலுள்ள வள்ளுவர் சிலையும் நிழலுருவாகித் தண்ணீரில் தெரிவது வியப்பைத் தருகிறது!

மேல் மாடியை விட்டு இரண்டாவது மாடிக்கு வந்தால் குறள் மணி மாடத்தைப் பார்க்கலாம். இது கீழே உள்ள அரங்கத்தின் மேற்புறத்தில் அமைந்துள்ளது. 66 தூண்களில் தூண் ஒன்றுக்கு திருக்குறளில் 2 அதிகாரங்கள் வீதம் 1330 திருக்குறள் பாக்களும் செதுக்கப் பெற்றுள்ளன.

திருக்குறளின் அறத்துப்பாலைக் கருநிறக் கல்லிலும் பொருட்பாலைச் சாம்பல் நிறக் கல்லிலும், இன்பத்துப் பாலைக் கருஞ்சிவப்பு நிறக் கல்லிலும் செம்மையாகச் செதுக்கியுள்ளனர். திருக்குறள் 133 அதிகாரங்கள் முடிந்ததும் திருவள்ளுவமாலை துவங்குகிறது!

தேரின் கருவறையில் 2 அடி உயர பீடத்தின் மீது 7 அடி உயரமுள்ள பளபளக்கும் கருங்கல்லால் திருவள்ளுவர் சிலை வனப்புற அமைக்கப்பட்டுள்ளது.

கீழே உள்ள அரங்கமானது 220 அடி நீளமும், 120 அடி அகலமும் கொண்டுள்ளது. அரங்க மேடையின் நடுவே திருவள்ளுவரின் வண்ண ஓவியம் தீட்டப்பட்டுள்ளது. மேடையின் இரு புறமும் வாழைமரச் சிற்பங்கள் நம்மை வாவென்று வரவேற்கின்றன. இந்த அரங்கின் நடுவே தூணே இல்லாமல், பொறியியல் நுட்பத் திறனுடன் சிறப்பாக அமைக்கப்பட்டுள்ளது. அரங்கத்தில் ஏறக்குறைய நாலாயிரம் பேர் கூடி கண்டு கேட்டு கருத்து விருந்து உண்ணலாம்!

இவ்வரங்கத்தின் பின்புறம் 'திருக்குறள் ஆராய்ச்சி நிலையம்' ஏற்படுத்தப்பட்டுள்ளது. இங்குத் திருக்குறளைப் பற்றிய எல்லா ஆராய்ச்சி நூல்களும், பல்வேறு மொழிபெயர்ப்புகளும் இடம் பெறும்.

வள்ளுவர் கோட்ட அரங்கம் ஆசியாவிலேயே மிகப் பெரியதாகும். கலைத்திறமை மிக்கதும் பொறியியல் நுட்பம் நிறைந்ததுமாகும். வள்ளுவர் கோட்டமானது கற் சிற்பிகளின் கைவண்ணக் கலைத் திறமையாலும், தற்கால பொறியியலாரின் நுட்பவியல் திறமையாலும் கூட்டாகச் சேர்ந்து சமைக்கப்பட்ட எழிலோவியக் கூடமாகும். ஆயிரம் பேர் கூடி அழகான மண்டபத்தைக் கட்டி முடித்து உள்ளார்கள்.

இதனைக் கட்டிமுடிக்க திட்டமிட்டதும் அதற்காகப் பெரும்பாடுபட்டதும் திரு. மு. கருணாநிதி தலைமையில் அமைந்திருந்த தி.மு.க. அமைச்சரவையாகும். இதனைக் கட்ட நினைத்தவர்களுக்கும், செயலுருவாக்கியவர்களுக்கும் எல்லாவிதப் புகழும் பெருமையும் நியாயமாக என்றென்றும் சேர வேண்டும்!

சென்னை மாநகரில், இப்படி ஒரு புகழ் ஈட்டித் தரத்தக்க வள்ளுவர் கோட்டம் ஏற்பட்டுள்ளது இந்நகரில் வாழ்பவர்களுக்கும் சிறப்பு; இந்நகரைத் தலைநகராகக் கொண்ட தமிழகத்திற்கும் சிறப்பு; தமிழகத்தை உள்ளடக்கிய இந்தியாவிற்கும். ஏன் இந்தியாவை உள்ளடக்கிய உலகத்திற்கும் பெருமையேயாகும்!

ஏற்கெனவே பல சமயத்தினர்க்கும் போற்றத்தக்க இடமாக -,தலமாக, ஊராகப் பெருமை பெற்றுள்ளது சென்னை மாநகர். சைவ, வைணவ, கிறிஸ்தவம், இஸ்லாம், ஜைனம், பௌத்தம் போன்ற பல சமயத்தினரும் ஒருங்கே ஏற்றிப் போற்றும் நல்லிடமாக அமைந்துள்ளது இச் சென்னை மாநகர். அது மேலும் சிறப்புப் பெற்றுத் திகழ, மொழி இனம் நாடு கடந்து

உலகம் போற்றும் திருக்குறள் ஆசிரியருக்கென வள்ளுவர் கோட்டம் எடுத்திருப்பது மிகுதியும் உறுதுணையாகியுள்ளது!

சென்னையில் புதிய கலங்கரை விளக்கம்: இது நொச்சிகுப்பத்தில் (ஐ.ஜி. அலுவலகத்திற்கு எதிரில்) கட்டி முடிக்கப்பட்டு 10-7-77 முதல் செயல்படத் தொடங்கியுள்ளது; 58 மீட்டர் உயரத்தில் அமைக்கப்பட்டுள்ளது; 300 வாட்ஸ் சக்தியுள்ள மின்சாரத்தால் இயங்கக்கூடியது; தானே மேலே, செல்லவும் இறங்கவும் கூடிய 'லிப்டு' முறை வசதியுடன்; இந்தியாவிலேயே முதன் முறையாக ஏற்படுத்தப்பட்டுள்ளது. இவ்விளக்கு கூண்டில் நான்கு பூதக் கண்ணாடிகள் (லென்ஸ்) பொருத்தப்பட்டுள்ளன. ஒவ்வொரு தொகுதியிலிருந்து ஒளிக்கற்றைகள் 7.17 நொடிக்கு ஒரு முறை வெளிச்சத்தை வழங்கும். இவ்வொளி 40 மைல் தொலைவு வரை மேகமூட்டமற்ற தெளிவான நாட்களில் தெரியும். மேலும் இவ்விளக்குக் கூண்டின் மீது இடி தாங்கியும், விமானங்களுக்கு எச்சரிப்புத் தரும் சிவப்பு விளக்கும் அமைக்கப்பட்டுள்ளன.

அழகிய கட்டிடங்களையும், அருமையான பூங்காக்களையும், கலைக்கோயில்கள் நிரம்பிய நகரம் எனத்தக்கவகையில் ஆங்காங்கே அமைந்துள்ள பல இசை, நடன நுண் கலைக்கழகங்களையும் காணுகின்றபோது, சென்னையின் பெருமை மிக்கு விளங்கும். சென்னையின் கலைச்சிறப்புக்கு எடுத்துக்காட்டாக, அடையாறு செட்டி நாடு அரண்மனை விளங்குகிறது. மலைச் சாலையில் ஆங்கிலேயரால் கட்டப்பட்ட அரசாங்க மாளிகை உள்ள இடம் 90 ஏக்கர் பரப்புக் கொண்டது; ஆனால், செட்டி நாட்டரசரால் எழுப்பப்பட்ட இவ்வரண்மனையோ 96 ஏக்கர் பரப்புள்ளதாகும்.

இது அரசாங்க மாளிகையை விடப் பரப்பளவில் பெரிதானது மட்டுமல்ல; நேர்த்தியிலும் சிறந்ததாக இருக்கின்றது. இதன் தரை மழமழப்பான சலவைக் கல்லாலும், சுவர்கள் யாவும் கண்ணாடிப் பளிங்குக் கற்களாலும், விதானம் பர்மாவின் முதல்தரமான (கப்பல் கட்டுவதற்குப் பயன்படும்) தேக்கினாலும் ஆனவை. எங்குப் பார்க்கினும் வேலைப்பாடு அமைந்த மேசைகளும், நாற்காலிகளும், விதவிதமான பொருள்களும் இங்குக் காணப்படுகின்றன. இங்குள்ள இரண்டு பெரிய யானைத் தந்தங்கள், யானைக்காடுகள் நிறைந்த மைசூர் அரசரிடம் இருந்ததைக் காட்டிலும் கனத்தில் மிகுந்தனவாம். அடையாறு கடலோடு கலக்குமிடத்திற்கு அருகில் தமிழருக்குச் சிறப்பளிக்கும் இம்மாளிகை எழுப்பப்பட்டுள்ளது மிகவும் போற்றத் தக்கதாகும்.

இந்தியாவிலுள்ள 20 உயிர்க் காட்சி சாலைகளில் மிகப் பழமையானது,

சென்னை உயிர்க்காட்சிச்சாலை; உலகிலுள்ள சிறந்த உயிர்க் காட்சிச் சாலைகளில் இது ஒன்றாகும். எஸ்.ஐ. ஏ.ஏ. விளையாட்டு வெளிக்கு அருகிலுள்ள 'அசோக விகார்' லண்டனில் இருக்கும் பெக்ஹாம் நல விடுதி மாதிரியில் இந்தியாவிலேயே முதன் முறையாக (1947 மே மாதத்தில்) ஏற்படுத்தப்பட்டதாகும். இது சென்னை நகராண்மைக் கழகத்தின் மேற்பார்வையில் இருந்து வருகிறது. தாய்மார்களுக்கும், குழந்தைகளுக்கும் இவ்விடுதியால் மிகுந்த பயன் விளைந்து வருகிறது.

இசைக்கும், நடனத்துக்கும் உறைவிடமாகவும் சென்னை திகழ்கிறது. தமிழ்நாட்டிற்கும், தென்னாட்டிற்கும். இந்தியாவிற்கும் பெருமை தேடித்தந்த பெரிய பெரிய பாடகர்களும், நடனக்காரர்களும் இங்குத் தோன்றி உலகப் புகழ் எய்தியுள்ளனர்.

தமிழ்நாட்டில் தமிழ் இசை வேண்டும் என்கிற இயக்கம் கொழுந்துவிட்டு வளர்ந்தது இங்கேதான். இதன் காரணமாகத் 'தமிழ் இசைச் சங்கம்' என்கிற அமைப்பு ஏற்படுத்தப்பட்டுத் தமிழ் இசைக்கென்றே "அண்ணாமலை மன்றம்" என்கிற ஓர் அழகிய கலைக்கூடம் எழுந்ததும் இங்கேதான். இம்மன்றம் அமெரிக்காவிற்கு அடுத்தபடியாக ஒலியியல் முறைப்படி அமைக்கப்பட்ட ஒரு சிறந்த கட்டிடமாகும். இங்கு எவ்வளவு மென்மையான இசை கூட்டப்பட்டாலும் அது மன்றத்தின் கடைக்கோடியில் உள்ளவர்க்கும் நன்கு கேட்கும் வண்ணம் ஏற்பாடுகள் செய்யப்பட்டுள்ளன

வீணை தனம்மாள், பரதநாட்டியம் வல்ல பால சரஸ்வதி, இசையரசு தண்டபாணி தேசிகர், நாடகப் பேராசிரியர் சம்பந்த முதலியார், நுண்கலைச் செல்வியர் எம். எஸ். சுப்புலட்சுமி, ருக்மணி அருண்டேல், குமாரி கமலா போன்ற பலர் சென்னையில் போற்றப்பட்டுப் பெருங்கீர்த்தி பெற்றுள்ளனர். ஆகவேதான், சென்னை கலைமயமான ஒரு நகரம் என்று சிறப்பித்துக் கூறப்படுகிறது.

தமிழ்நாடு இயல், இசை, நாடக மன்றம் ஏற்படுத்தப்பட்டு நற்பணி புரிந்து வருகிறது. மேலும், சென்னை, தமிழகத்தின் தலைநகர்; தென்னிந்தியாவின் நாகரிகத்திற்கே ஓர் எடுத்துக்காட்டான நகர் என்றும் சொல்லவேண்டும். இங்கே உள்ள பழமையும் புதுமையும் கலந்த பண்பாடு, இன்பம் பரிமளிக்கச் செய்கிறது. இது நவீன நாகரிகத்தில் பேரளவு வளர்ச்சி பெற்றிருப்பினும், தனக்கே உரிய பழமைச் சிறப்புகளையும் இழந்துவிடவில்லை. இதிலிருந்து இந்நகரத்தின் பெருமை நன்கு வெளிப்படும்.

எல்லோரையும் வரவேற்கும் தமிழரின் தனிப்பண்பு சென்னைக்கும்

உண்டு. இதற்குச் சென்னை நகர வீடுகளின் வெளித்திண்ணைகளே சான்று பகரும்; இங்குள்ள சுமை தாங்கிகள் பிறரது உதவியின்றிப் பலரின் பாரத்தைத் தாங்கிக் கொண்டு நிற்கின்றன; நீர்த்தொட்டிகள் வாயில்லாப் பிராணிகளின் நீர்வேட்கையைத் தணித்து வருகின்றன. இங்குள்ள அன்னதான சமாஜங்கள் ஏழை எளியவரின் பசிக் கொடுமையைப் போக்கி வருகின்றன. அன்ன சத்திரங்களும் - திருமண மன்றங்களும் இங்கு ஏராளம். இத்தகைய அறச்செயல்கள் நடைபெறுவதைக் கண்டுதான் 'தருமம் மிகு சென்னை' என்று இராமலிங்க அடிகள் பாடியுள்ளார் போலும்.

சென்னைவாசிகள் அறச்சிந்தை மிகுந்தவர்கள் மட்டுமல்ல; அரசியல் உணர்ச்சியும் பெற்றவர்கள். சென்னையில் முதன் முதலாக சுதேசிகள் சங்கம் ஏற்பட்ட பிறகு மகாஜன சங்கம், இந்திய தேசிய காங்கிரஸ், ஜஸ்டிஸ் கட்சி. சுயராஜ்ய கட்சி, திராவிட இயக்கம், ஜனதா கட்சி, கம்யூனிஸ்ட் கட்சி போன்ற அரசியல் அமைப்புகள் உண்டாயின. இவற்றில் பல இன்னும் உயிருடன் வாழ்ந்து வருகின்றன. தேசியக் கிளர்ச்சிகளிலும், மற்ற போராட்டங்களிலும் சென்னை பங்கு கொண்டுள்ளது.

ஒத்துழையாமையா, சட்ட மறுப்பா, இந்தி எதிர்ப்பா, நீதிமன்றப் புறக்கணிப்பா, தனிப்பட்ட சத்தியாக்கிரகமா, ஆகஸ்டு புரட்சியா- எதற்கும் சென்னை மாநகர் பின்வாங்கியதில்லை. இங்குதான் முதன் முறையாகக் கடையடைப்பு முறை (ஹர்த்தால்) அமுலாக்கப்பட்டு முழு வெற்றியடைந்தது. முன்னமே வேறோர் இடத்தில் குறித்துள்ளபடி, காங்கிரஸ் அரும்பியதும் இங்கேயே; சுதந்திர தினத் தீர்மானம் உருவானதும் இங்கேயே. மற்றப் பகுதிகளைக் காட்டிலும் சென்னையில் 7 முறை காங்கிரஸ் கூடியிருக்கிறது; சோஷியலிசப் பாணிச் சமூகத் தீர்மானம் நிறைவேறியதும் ஆவடியில்தான்.

காங்கிரஸ் மட்டுமல்ல; அகில இந்திய முஸ்லிம் லீக் மாநாடும் இங்கு நடைபெற்றுள்ளது. அன்றியும், அகில இந்திய தமிழர் மாநாடு, அகில தமிழர் மத மாநாடு, சென்னை மாகாணத் தமிழாசிரியர் மாநாடு, தென்னிந்தியப் பத்திரிகையாசிரியர் மாநாடு, தமிழ் எழுத்தாளர் மாநாடு, பகுத்தறிவாளர் மாநாடு. அ. இ. தொழிற்சங்கக் காங்கிரஸ் மாநாடு உலகத் தமிழ் ஆராய்ச்சிக் கருத்தரங்கு இரண்டாவது மாநாடு, உலக இந்துமத மாநாடு, உலகத் தமிழ்ப் பண்பாட்டு இயக்க முதல் மாநாடு போன்றவையும் நடைபெற்று இருக்கின்றன. மேலும் சுயமரியாதை மாநாடுகளையும் திராவிடர் இயக்க மாநாடுகளையும் சென்னை அடிக்கடி கண்டிருக்கிறது. இதில் திராவிட முன்னேற்றக் கழக முதல் மாநில

மாநாடு எஸ்.ஐ.ஏ.ஏ. வெளியில் மிகச் சிறப்பாக நடைபெற்றதும் இங்குக் குறிக்கத் தகுந்ததாகும்.

சென்னையில் மிகப் பழமையான தொழில் நிறுவனங்கள் உள்ளன; அச்சகங்கள் நடந்து வருகின்றன. இந்தியாவில் முதல் முறையாகத் தொழிற்சங்கம் காணப்பட்டது சென்னையில்தான். இதற்குச் சொந்தமான கட்டிடம் சூளையில் உள்ளது. திரு. வாடியாவும், திரு. திரு.வி.க.வும் இவ்வியக்கத்திற்குத் தந்தை போன்றவர்களாவர். இவர்களால் கட்டி வளர்க்கப்பட்ட இத் தொழிற்சங்கம் பலவகையில் விரிவு பெற்று பற்பல போராட்டங்களை நடத்தி வெற்றி பெற்றிருக்கிறது.

சென்னையில்தான் தமிழ் வளர்ச்சிக் கழகம் தோன்றியது; இதன் ஐந்தாவது விழா இங்கு நடைபெற்றதும் சுட்டிக்காட்டத்தகும். இக்கழகம் ஆண்டுதோறும் சிறந்த புத்தகங்களுக்குப் பரிசு கொடுத்து எழுத்தாளர்களை ஊக்குவித்தது. மேலும் ‘கலைக் களஞ்சியம்’ என்னும் அரிய அறிவுத் தொகுதி நூலை இந்தியாவிலே முதன் முதலாகத் தமிழ் மொழியில் வெளியிட்ட பெருமை இதனையே சாரும். தற்போது இது சிறுவர் கலைக்களஞ்சியத்தையும் வெளியிட்டு வருகிறது. இக்களஞ்சியப் பணி தொடர்ந்து நடைபெற்று வருவது அறிந்து மகிழக் கூடியதாகும்.

அரசியல் உணர்ச்சிமிக்குள்ள சென்னையில் முதன் முதலில் திரு பி. இராஜகோபாலாச்சாரி சென்னை மாகாண சட்டமன்றத் தலைவராக இருந்துள்ளார். பின்னர், புகழ்பெற்ற திரு. எல்.டி. சாமிக்கண்ணு பிள்ளையும், புலுசு சாம்பமூர்த்தி, சிவ சண்முகம் பிள்ளை, யு. கிருஷ்ணராவ், சி.பா. ஆதித்தனார், புலவர் கே.கோவிந்தன் ஆகியோரும் தமிழகச் சட்டமன்றத் தலைவர்களாக விளங்கியுள்ளார்கள். இந்நகரிலிருந்து 14 சட்டமன்ற உறுப்பினர்களும் மூன்று பாராளுமன்ற உறுப்பினர்களும் தேர்தெடுக்கப்பட்டுள்ளனர்.

தமிழ்நாடு காங்கிரஸ், திராவிட முன்னேற்றக் கழகம், கம்யூனிஸ்டு கட்சியின் தமிழ்நாட்டுக் கிளை, சோஷியலிஸ்டு கட்சி, தமிழரசுக் கழகம், அனைத்திந்திய அண்ணா திராவிட முன்னேற்றக் கழகம், ஜனதா கட்சி ஆகியவற்றின் தலைமை நிலையங்கள் சென்னை நகரில் இருப்பது இதன் மற்றொரு சிறப்பாகும்.

அன்றியும் சுரேந்திரநாத் பானர்ஜி. விபின் சந்திர பாலர், திலகர், விவேகானந்தர், வ.உ.சி. பெஸன்டு, காந்தியடிகள், தாகூர், சுபாஷ் போஸ், ஜின்னா, நேரு, டாக்டர் டி.எம்.நாயர், பன்னீர்செல்வம், ஏ.இராமசாமி முதலியார். வி.எஸ். சீனிவாச சாஸ்திரி, திரு. வி.கலியாண சுந்தரனார்

சி. இராஜகோபாலாச்சாரியார். தீரர் எஸ். சத்தியமூர்த்தி, ஈ.வே.ரா. சி. என். அண்ணாதுரை, கி.ஆ.பெ.விசுவநாதம், இராமலிங்கத் தேவர், ஜெயப்பிரகாச நாராயணன், மொரார்ஜி தேசாய் போன்ற பெருந்தலைவர் கஎல்லாம் சென்னைக் கடற்கரையில் பேசியிருக்கிறார்கள்.

எத்தனையோ பேர்கள் இந்நகரில் புகழ் பெற்றதற்கும் பின்னரே இந்தியப் புகழும் உலகப் புகழும் அடைந்திருக்கிறார்கள். சிறந்த கல்வியாளர்களையும் பேச்சாளர்களையும் அரசியல்வாதிகளையும் பொருளாதார வல்லுநர்களையும் சென்னை நகரம் சிறப்பித்திருக்கிறது. ஆறுமுக நாவலர், ந. கதிரைவேற் பிள்ளை, கோ.வடிவேல் செட்டியார், சேகுத் தம்பி பாவலர், உ. வே. சாமிநாத ஐயர், மறைமலையடிகள், இலங்கை உவைஸ் ஆகியோரை இந்நகரம் மிகுந்த அளவு போற்றிருக்கிறது. நாமக்கல் கவிஞர், புரட்சிக் கவிஞர் பாரதிதாசன், பம்மல் சம்பந்த முதலியார், சொல்லின் செல்வர் ரா.பி.சேதுப்பிள்ளை ஆகியோரைப் பொன்னாடை போர்த்திப் பெருமை செய்திருக்கிறது.

சென்னை நகராண்மைக் கழகம் சிவானந்தர், எலிசபெத் ராணி, புல்கானின் சூ-என்-லாய் போன்ற எத்தனையோ அரிய பெரிய பெருமக்களுக்கெல்லாம் வரவேற்பிதழ் படித்துக் கொடுத்துச் சிறப்பித்திருக்கிறது.

சென்னை நகரில் கோட்டையைவிட மிகப் பழையதும், புதியதுமான இந்துக் கோயில்கள் 288 (இவைகளுள் சிவன் கோயில்-44. வைணவக் கோயில் -58, முருகர் கோயில்-75, பிற தெய்வக் கோயில்கள் 21) உள்ளன. இதேபோல 34 கிறிஸ்தவ தேவாலயங்களும், மகம்மதியப் பள்ளிவாசல்களும், 15 சமண பள்ளிகளும், பௌத்த விகாரும் காணப்படுகின்றன. இவைகளில் நடைபெறும் திருவிழாக்கள் குறிப்பிடத்தக்கன:

மயிலாப்பூர் அறுபத்து மூவர் உலா, திருவொற்றியூர் மகிழடி சேவை. திருவல்லிக்கேணி வைகுண்ட ஏகாதசி, மொகரம் மாத பண்டிகை, சிறுமலையில் கத்தோலிக்க கிறிஸ்தவர்களின் ஆண்டுவிழாக் கொண்டாட்டம், மகாவீரர் பிறந்தவிழா, புத்த பூர்ணிமா ஆகியவையாகும். இவ்விழாக்களில் வேலைப்பாடமைந்த தேர். தக்கையாலான கூண்டு போன்றவை பார்ப்போரை மகிழ்விக்கக் கூடியன. திருவிழாக் காலங்களில் திரள்திரளாய் மக்கள் குழுமுவர். மாசி மகத்தில் சென்னைக் கடற்கரைக்கு முக்கியக் கோயில்களிலிருந்து விக்கிரகங்கள் புறப்பட்டு வரும். அப்பொழுது வெள்ளம் போல் மக்கள் திரண்டிருக்கும் காட்சி சிலப்பதிகார இந்திர விழாவை நினைவூட்டக் கூடியது.

இவையல்லாமல், சாதி சமய வேறுபாடின்றி எல்லா மக்களும் போற்றும் பொங்கல் திருவிழா ஆண்டுதோறும் சென்னையில்தான் விமரிசையாகக் கொண்டாடப்படுகிறது.

சென்னையில் பூங்காக் கண்காட்சி சென்ற 65 ஆண்டுகளாக நடைபெற்று வருகிறது. ஆண்டுதோறும் டிசம்பர் மாதத்திலிருந்து இக்காட்சி தொடங்கும். டிசம்பர் மாத இறுதியில் 31ஆம் தேதியில் ஆளுநர் (கவர்னர் பூங்கா வேடிக்கைக்கு வந்திருந்து தலைமை வகித்து, பந்தயத்தில் வெற்றி பெற்றவர்களுக்குக் கோப்பைகள் வழங்குவது வழக்கம்). இதே மாதத்தில் இசை விழாக்களும் காங்கிரஸ் கண்காட்சியும் நடைபெறுவதுண்டு.

சென்னையில் விளையாட்டுகளுக்கும் குறைச்சல் இல்லை. குதிரைப் பந்தயம், குத்துச் சண்டை, கிரிக்கட்டு, உதை பந்து மட்டைப்பந்து, கூடைப்பந்து, பூப்பந்து ஆகிய விளையாட்டுப் போட்டிகளில் சென்னை சிறந்து விளங்குகிறது. பள்ளிகளுக் குள்ளேயும், பல்கலைக்கழகங்களுக்குள்ளேயும், உள்நாடுகளுக்குள்ளேயும், வெளிநாடுகளுக்குள்ளேயும் நடக்கும் பந்தயப் போட்டிகள் சென்னையில் பெருவாரியாக நடைபெறுகின்றன. பல பந்தயங்களில் சென்னை வெற்றி பெற்றுள்ளது.

சென்னை மாநகரம் உலகில் மிகச் சிறந்த நகரங்களில் முப்பதாக நிற்கிறது; இந்தியாவின் நான்காவது நகரமாகத் திகழ்கின்றது. சென்னை மாகாணத்தின் முன்னாள் தலைநகரமாக இருந்தது. இப்போது தமிழகத்தின் தலைநகராகச் சிறந்து விளங்குகிறது.

உலகத்தில் இரண்டாவது மிக நீண்ட கடற்கரை நகரமாகச் சென்னை மாநகர் உள்ளது. உலகத்தின் சிறந்த நகரங்களான சான்பிரான்சிஸ்கோவோ, சிட்னியோ, மியாமியோ - இயற்கை அழகிலும் சுகாதாரத்திலும் சென்னை மெரீனா கடற்கரைக்கு ஈடோ இணையோ ஆகாது என்று சர்.சி.பி.இராமசாமி ஐயர் கூறியுள்ளார். இயற்கை இவ்வுலகிலுள்ள மாந்தர்க்கு அளித்துள்ள வாழிடங்களில் சென்னை நகரம் மிகவும் எழிலுள்ளதாக அமைந்துள்ளது. சென்னை நகரம் இந்திய நகரங்களுக்குள்ளே அரசியாகத் திகழ்கின்றது. இது ஏராளமான தோட்டங்களைத் துரவுகளைக் கொண்டதாகவும் விளங்குகின்றது.

சென்னை நகராண்மைக் கழகம் இந்தியாவிலுள்ள. நகராண்மைக் கழகங்களில் மிகப் பழமையானது மட்டுமல்ல; ஆசியாவிலேயே மிகத் திறம்பட நடத்தப்படும் நிறுவனங்களின் ஒன்றாகும்.

சென்னையிலுள்ள செயின்டு ஜார்ஜ் கோட்டை ஏறக்குறைய 300 ஆண்டுகளுக்கு மேல் பழமையுடையது. செயின்டு மேரி தேவாலயத்தையும் இந்தியாவிலுள்ள பிராட்டஸ்ட்ண்டு பிரிவினர் மிகவும் பழமை வாய்ந்ததாகக் கருதுகின்றனர். கோட்டைக் கொடிமரம் இந்தியாவிலேயே மிகவும் உயரமானது என்று கூறப்படுகிறது.

காலையில் சூரிய உதயத்தின்போது, தாரை ஊதி இதன் மீது அரசாங்கக் கொடி மரியாதையுடன் ஏற்றப்படுகிறது; இக்கொடி மாலைவரை பட்டொளி வீசிப் பறந்து கொண்டிருக்கும். சூரிய மறைவின் போது, மறுபடியும் தாரை ஊதி அது மரியாதை செய்து இறக்கப்படும். இக்கோட்டையிலுள்ள பொருட்காட்சி சாலையில் கடந்த 335 ஆண்டுகளின் வரலாற்றுப் புகழ்மிக்கப் பொருள்கள் வைத்துக் காப்பாற்றப்பட்டு வருகின்றன.

சென்னை - தமிழகத்தின் தலைமை நீதிமன்றம் உள்ள முக்கிய இடமாகவும் விளங்குகின்றது. சென்னை பல்கலைக்கழகமானது, உலகப் புகழ்பெற்ற ஒன்றாகும். இதற்குப் பலர் துணை வேந்தர்களாக இருந்துள்ளனர். அவர்களுள் டாக்டர் ஆற்காடு லட்சுமண சாமி முதலியார், 25 ஆண்டு காலமாகத் தொடர்ந்து துணை வேந்தராகப் பணியாற்றியுள்ளது சிறப்பாகக் குறிப்பிடத் தகுந்ததாகும். இதன் நூற்றாண்டு விழா இவர் காலத்தில் மிகச் சிறப்பாகக் கொண்டாடப்பட்டது. இதனையொட்டி ஒரு தனி அஞ்சல் தலையையும் இந்திய அரசாங்கம் வெளியிட்டுள்ளது.

இச்சென்னைப் பல்கலைக்கழகத்தின் சொந்தக் கட்டிடம் 1936இல் ரூ. 20 லட்சம் செலவில் கட்டிமுடிக்கப்பட்டது. இது பல்வேறு துறைகளுக்கான கட்டிடம் என்றும், நூலகக் கட்டிடம் என்றும் இரு பிரிவாகக் குறிப்பிடப்படுகிறது. இதன் நூற்றாண்டின் நினைவாக ஓர் அரங்கம் அழகாகவும் - பெரிதாகவும் அமைக்கப் பட்டுள்ளது. மூப்பரவைக் (Senate) கட்டிடம் பழமை வாய்ந்தது;

கலைத்திறமை மிக்கது. பல்கலைக்கழக நூல் நிலையம் பல லட்சக்கணக்கான நூல்களைக் கொண்டது. இதிலுள்ள பல பத்திரிகைகள் இந்தியாவிலுள்ள வேறு எந்த நூல் நிலையத்திலும் கிடைக்காதவையாகும். இதன் நூலகராக இருந்த திரு.எஸ்.ஆர். இரங்கநாதம் உலகப் புகழ் பெற இந்நூல்நிலையம் அடிப்படையாக இருந்தது!

சமூக சேவையைப் பாடத் திட்டத்தின் ஒரு பகுதியாக அமைத்து, மாணவ மாணவிகளைச் சமூகத் தொண்டு செய்யும்படி செய்துள்ளது சென்னைப் பல்கலைக்கழகம். இவ்வாறு செய்ததினால் இந்தியாவிற்கு

இதுதான் முதல் வழிகாட்டியாக முன்நிற்கும் பெருமையைப் பெற்றுள்ளது!

இந்தியாவிலே கற்றவர் மிகுந்துள்ள நகரம் சென்னைதான். சென்னைதான் முதன் முதலாகக் 'கோகலே முறை' என்னும் தொடக்கக் கல்வியை அமுல்படுத்தியதாகும். இதன் காரணமாக 100க்கு 95 குழந்தைகள் பள்ளிக்கூடம் சென்று படிக்க முற்படுகிறார்கள்.

வேறு எவரும் சிந்தித்துப் பார்ப்பதற்கு முன்னரே, சென்னையில்தான் நடுப்பகல் உணவு அளிக்கும் திட்டம் கொண்டு வரப்பட்டது. கல்வி, உணவுக்கு அடுத்தபடியாக ஏழைப் பிள்ளைகளுக்கு உடைகள் வழங்குவதிலும் சென்னைதான் முன் முயற்சி எடுத்துப் பெருமையடைந்துள்ளது.

சென்னைதான் தாய், சேய் நலவிடுதியை அமைக்கும். பணியிலும் முதன் முதலாக ஈடுபட்டுச் சிறப்படைந்துள்ளது ("Madras was the first to introduce Maternity and Child Welfare centre... Madras was the first to take advantage of what is known as the Gokhale Method of elementary education and to-day 95% of children are attending schools. Madras was the first to start Mid-day Meals long before anybody thought of it... Madras is-- again the first in distriubuting clothes to poor pupils" Dr.A. LAKSHMANA SWAMY MUDALIAR, former Vice chancellor, Madras University in his inaugural address on 274 Inauguration day of the Madras Corporation on 29th September 1961.) என்று ஆற்காடு லட்சுமணசாமி முதலியார் (சென்னைப் பல்கலைக்கழக துணை வேந்தர்) எனக் குறிப்பிட்டுள்ளார்.

சென்னை நகராட்சி சட்டமும் ஒரு முன் மாதிரியாக உள்ளது. "சென்னை நகர நகராட்சிச் சட்டத்தை நான் நன்கு ஆராய்ந்து படித்தேன். அது எல்லா நகராட்சி சட்ட திட்டங்களுக்கும் ஒரு முன்மாதிரியாக உள்ளது; அது சட்ட திட்டம் கொண்டு வருவதற்கு கைதேர்ந்தோர் உண்டாக்கிய நற்படைப்பாகும். உண்மையான தன்னாட்சி பொருந்திய உள்ளூர் ஆட்சி நடைபெறுவதற்கு மேற்சொன்ன நகராட்சி சட்டமானது விதிமுறைகளையும் திட்டங்களையும் ஏற்படுத்திக் கொள்வதற்கு வழிவகுத்துக் கொடுக்கக்கூடியது" ("I have studied the Madras City Municipal Act which has served as a model for other Corporation enactments. It is a master piece of legislative draftsmanship. The scheme of the Act follows a policy of real local Self-Government- T. Chengalvarayan B.A.L.L.D. and C.L.A.) என்று சென்னை மாநகராட்சியின் தந்தையாகவும் அதன் சட்ட ஆலோசகராகவும் இருந்த வழக்கறிஞர் டி. செங்கல்வராயன்

பி.ஏ.எல்.எல்.டி. புகழ்ந்து கூறுகிறார்!

இந்தியாவிலுள்ள நகரங்களுள் மிகத் துப்புரவாக வைக்கப்பட்டுள்ள நகரங்களுள் சென்னை மாநகர் சிறப்பானது என்று புகழ்ந்து கூறப்படுகிறது. "இந்தியாவின் திறவு வாயில்களுள் ஒன்றாக சென்னை உள்ளது" என்று போலந்து முதலமைச்சராக இருந்த திரு. ஜோசப் கிரான்கி விஸ் (Joseph Grankiee Wis) என்பவர் தமக்குச் சென்னை நகர் வரவேற்பு அளித்த போது சிறப்பித்துள்ளார்.

சென்னையில் சிற்றுண்டிச் சாலைகளும் உணவு விடுதிகளும் 3,424 உள்ளன. இந்நகரில் தங்க வசதியுள்ள விடுதிகள் 96 இருக்கின்றன. இவைகளோடு நட்சத்திர ஓட்டல்கள் பல உள்ளன. பேசும்பட அரங்குகள் 73 நகரின் பல பக்கங்களிலும் ஏற்பட்டுள்ளன. ஆகவேதான், சென்னை நகரம் பல வழிகளில் முன்னணியில் உள்ளதைக் கண்டும் அதன் சமரச நோக்கத்தை அறிந்தும் உள்ளவர்கள். அதனை வியந்து போற்றுகிறார்கள். "நான் சென்னை நகரை விரும்புவதற்குக் காரணம் அதன் சமதர்மக் குணமே. எத்தனை நகரங்கள் சென்னையைப் போன்ற பண்பாட்டு உணர்ச்சியைப் பெற்றிருக்கின்றன? பலதரப்பட்ட சுவையுணர்ச்சியுள்ளவர்களுக்கும் வசதிக்கு ஏற்றமாதிரி, சென்னையிலுள்ள உணவு விடுதிகளைப் போன்று எல்லா வசதிகள் கொண்ட தங்கும் விடுதிகளை வேறு எந்த நகரும் பெற்றிருக்கவில்லை என்று நான் கருதுகிறேன்" "I love Madras for its Socialist character... I wonder how many cities could claim to have a 'Cultural season' as Madras? No other city 1 feel has so many Boarding and Lodging houses provide accommodation and food suiting to the individual's purse-V. V. Giri, former Minister of Madras, Kerala Governor&President of India என்று சென்னையை ஏற்றிப் போற்றுகிறார் உயர் திரு. வி.வி.கிரி அவர்கள்.

இவர் மெட்ராஸ், கேரள மாநிலங்களின் ஆளுநராகவும், இந்தியக் குடியரசின் முன்னாள் துணைத் தலைவராகவும் பின்னர் குடியரசுத் தலைவராகவும் பதவி வகித்துப் புகழ் பெற்றவர்.

சென்னை மாநகராட்சி நடத்தும் பொது உணவுப் பொருள் ஆய்வுக் கூடமானது மிகவும் புகழ்பெற்ற ஒன்று; நகராட்சிகளால் நடத்தப்பெறும் ஆய்வுக் கூடங்களில் சிறந்ததாகக் குறிப்பிட்டுச் சொல்லப்படுகிறது.

சென்னை நகரில்தான் முதன்முதலாக ஒரு மைல் நீளத்திற்கு தொடர்ச்சியாகப் பாதரச விளக்குகளைத் திட்டமிட்டு அமைத்து எரியச் செய்யப் பரிசோதித்து, வெற்றியடைந்துள்ளது. சென்னையிலுள்ள கிண்டி

கிங் நோய்த் தடுப்பு நிறுவனமானது இந்தியாவிலுள்ள மிகப் பெரிய ஆய்வுச் சாலைகளில் மூன்றாவதாக உள்ளது.

சென்னைதான் பள்ளி இறுதி வகுப்பு வரை இலவசக் கல்வி தந்ததிலும் முன்னோடியாக இருந்துள்ளது. சென்னை கோடம்பாக்க பகுதியில் பேசும் படத்தயாரிப்பு நிலையங்கள் பல இருக்கின்றன. இதனால் இப்பகுதி, 'சென்னையின் ஆலிவுட்டாகக்' கருதப்படுகிறது. சென்னை பெரம்பூர் பகுதியில் ஏற்பட்டுள்ள 'நியூ செஞ்சுரி' மாவு ஆலையானது இந்தியாவிலே சிறந்ததாகக் கூறப்படுகிறது.

சென்னை மாநகரானது பம்பாய் கல்கத்தா நகரங்களைக் காட்டிலும் சொந்தமாகக் குடிவாழ்விடம் அமைந்து கிடப்பதில் முதலாவதாக உள்ளது. தமிழ்நாட்டில் சொந்தமாக வீடு வைத்திருப்போர் எண்ணிக்கை விகிதத்திலும் சென்னை நகரே அதிகரித்துக் கொண்டிருக்கிறது. ஒரே அறையில் குடிவாழ்வோர் எண்ணிக்கையிலும், வாடகை வீட்டில் வாழ்வோர் விகிதத்திலும் பம்பாய், கல்கத்தா நகரங்களைக் காட்டிலும் சென்னை நகரம் குறைந்து காணப்படுகிறது.

எழும்பூரிலுள்ள அரசாங்க தாய்சேய் நல மருத்துவமனை உலகிலே அதிக நோயாளிகளைக் கவனிப்பதில் ஒன்றாக அமைந்துள்ளது. எழும்பூர் கண் மருத்துவச் சாலையில் சேமிக்கப்பட்டுள்ள கேடுற்ற கண்களின் தொகையைப் போல் உலகில் வேறு எங்கும் இல்லை. பிரிட்டிஷ் ஆட்சியின் போது, சென்னை, முக்கிய கப்பல் தளமாக இருந்து இந்தியாவைப் பாதுகாத்து வந்திருக்கிறது!

சென்னை அடையாறு தியாசாபிகல் (பிரம்மஞான) சங்கம் அதன் உலகக் கிளைகளில் சிறப்பிடம் பெற்றுள்ள ஒன்றாகும். இங்குள்ள ஆலமரமானது உலகிலுள்ள மிகப் பெரிய ஆலமரங்களுள் ஒன்றாகத் திகழ்கின்றது. சென்னை மாநகராட்சியில் தான் இந்தியாவிலேயே முதன் முதலாக ஒலிபரப்பு நிலையம் வைக்கப் பட்டிருந்தது. இதற்குப் பயன்படுத்தப்பட்ட ஒலிபரப்புக் கருவி இன்றும் எழும்பூர் பொருட்காட்சி சாலையில் சிறுவர் பகுதியில் பார்க்கலாம்!

குதிரைப் பந்தய ஓட்டமும் சென்னையில் நெடுங்காலமாக நடைபெற்று வருகிறது. முதலில் ஜிம்கானா மைதானத்திலும், பின்னர் கிண்டியிலும் இது தொடர்ந்து நடத்தப்பெற்று வந்துள்ளது. ஆகவேதான், "ஜிம்கானா ரேஸ்" என்று பெயர் இன்றும் வழங்குகிறது. வெற்றி பெற்ற குதிரைக்கு ஜிம்கானா கோப்பை அளிக்கப்படுகிறது.

உலகப் புகழ்பெற்ற டென்னிஸ் விளையாட்டு வீரர்களான

திருவாளர்கள் கிருஷ்ணனும், அமிர்தராஜ் சகோதரர்களும் இந்நகரில் பயிற்சி பெற்றுத்தான் சிறப்படைந்துள்ளார்கள்!

சென்னையிலிருந்து வெளியாகும் "இந்து" நாள் இதழ்தான் முதன் முதலாக இந்தியாவிலேயே பல வண்ணங்களை அச்சடிக்கத் தொடங்கிய இதழாகும். மேலும், இவ்விதழ்தான் சென்னை பங்களூர், ஐதராபாத் போன்ற இடங்களில் 'பசிமைல்' (Facsimile Transmission) முறை மூலம் ஒரே சமயத்தில் நவீன சாதனங்களைப் பயன்படுத்தி பல இடங்களில் அச்சடிக்கப்பட்டு வரும் முன்னோடி இதழாகும்! இங்கு வெளியாகும் "குமுதம்" வார இதழ், இந்தியாவிலே 5 லட்சம் பிரதிகள் விற்பனையாகும் சிறப்பைப் பெற்றுள்ளது.

சென்னை நகரில் முதன் முதலில் 1761இல் ஏற்படுத்தப்பட்ட அச்சகம், 'டையோஷிஸன் பிரஸ்' ஆகும். இதற்குப் பிறகு ஏற்பட்டதுதான் சென்னை அரசாங்க அச்சகம். இது நகரில் ஆறு கிளைகளைக் கொண்டதாகும். ஆசியாவிலேயே மிகப் பெரிய அச்சகமாகவும் விளங்குகிறது. வேப்பேரியில்தான் முதல் தமிழ் அச்செழுத்துகள் உருவாக்கப்பட்டு 1870 வரை மேற்சொன்ன அச்சகங்களில் பயன்படுத்தப்பட்டு வந்தன.

இரண்டாவது உலகப் போருக்கு முன் வரை பல்வேறு மொழி எழுத்துக்களுக்குச் சென்னையில் இருந்துதான் அச்சுருவாக்கி இந்தியாவின் பிற பகுதிகளுக்கு அனுப்பி வைத்து வந்தனர்.

மேற்சொன்ன டையோசீசன் அச்சகம்தான் சென்னையிலுள்ள அச்சகங்களில் 216 ஆண்டுகளாகத் தொடர்ந்து நடைபெற்று வரும் சிறந்த பழமை வாய்ந்த அச்சகமாகும். இதற்கு அடுத்தபடி, பழமை வாய்ந்தது சென்னை அரசாங்க அச்சகமாகும்.

சென்னை நகரில்தான் முதன் முதலாக அச்சுக்கலைத் தேர்விற்குப் பயிற்சிப் பள்ளிக்கூடம் (1926-இல்) துவக்கப்பட்டது. இது இப்போது கல்லூரியாக வளர்ச்சிப் பெற்றுள்ளது. இந்தியாவிலேயே சென்னை நகரில்தான் அச்சுத் தொழில் நற்சான்றிதழ் படிப்பு முறையில் பல சீர்திருத்தங்கள் செய்யப்பட்டுள்ளன.

சென்னை நகரிலுள்ள மற்றொரு பழமையான அச்சகமான ஹோா & கோவில் அச்சடிக்கப்பட்ட "கம்பராமாயணம்" எனும் நூல் 19வது தேசிய பரிசை இந்திய மொழிகளில் நல்ல முறையில் அச்சடிக்கப்பட்ட நூல்களுக்காகப் பெற்றுத் தந்துள்ளது என்பதை அறிந்து நாம் பெருமைப்படலாம்!

அச்சுக் கல்வி தருவதிலும் சென்னை தான் முதலிடம் வகித்துள்ளது. இங்கு 1920-இல் தொழில் பள்ளியில் (Trade School) அச்சுப்பகுதி தொடங்கப்பட்டது. இங்குப் பயிற்சி பெற்றவர்கள்தான் இந்தியா முழுவதிலும் அச்சக நிர்வாகப் பொறுப்பை ஏற்றுத் திறம்பட நடத்தி வந்துள்ளார்கள். வட்டார அச்சகப் பள்ளி (Regional School of Printing) மேற்சொன்ன பள்ளியின் விரிவாகும்.

அச்சடிப்பிலும், புத்தகக் கட்டிடத்திலும் சென்னைதான் முதலிடம் பெற்று தர உயர்வை எட்டியிருக்கிறது. அச்சுரு (matrix) அமைப்பவர்களும், செதுக்குபவர்களும் (Engravers) கல்லச்சுக் கலைஞர்களும் (Lithographers) நல்லமைப்பை உருவாக்குபவர்களும் (Designers) சென்னையில்தான் சிறந்து விளங்குகிறார்கள். சென்னையிலுள்ள அச்சுத் தொழில் நிறுவனமானது (Institute of Printing Technology) மிகவும் பழமையானதாகக் கருதப்படுகிறது. இங்குத் தயாராகும் அச்சுத்தொழிலில் தேர்ச்சி பெற்றவர்களை நாடு மிக விரும்பி வரவேற்கக் கூடிய சூழ்நிலை உருவாகியுள்ளது!

முதல் அனைத்திந்திய அச்சக மாநாடு, சென்னை நகரில் 1955இல் நடை பெற்றுள்ளது. இது, இத்துறையில் இந்நகர் அடைந்துள்ள சிறப்பை எடுத்துக்காட்டக் கூடியதாகும்.

சென்னை நகரில் நூற்றாண்டு பழமை வாய்ந்த அச்சகங்களும் பத்திரிகைகளும் மிகுந்து காணப்படுகின்றன. அச்சுக்கு வேண்டிய மை தயாரிப்பதிலும் சென்னை இந்தியாவில் இரண்டாம் இடத்தைப் பெற்றுள்ளது. இங்கு 8 மை ஆலைகள் ஏற்பட்டு, பல வகையான மைகளைத் தயாரித்துக் கொடுத்து வருகின்றன.

சென்னையிலுள்ள ஓர் அச்சுத் தயாரிக்கும் வார்ப்படச் சாலையானது இந்தியா முழுவதிற்கும் மூன்று பொதுத் தேர்தல்களுக்கும், தேர்தல் சின்னங்களைத் தயாரித்துக் கொடுத்து ஒப்புதல் பெற்றுச் சிறப்படைந்துள்ளது. இது சென்னைக்கு மிகப் பெருமையளிக்கக் கூடிய செய்தி அல்லவா? தனித்தனி எழுத்துகளை உருவாக்கும் யந்திரங்களை (Monotype casters) வாங்கியிருப்பதிலும் சென்னையே முன்னிலை வகிக்கிறது.

அச்சுப் படிமை (Block-making) செய்வதிலும், சென்னை நகரமானது அணுசக்தியால் இயக்கப்படும் அரிக்கும் யந்திரத்தை (Atomic etching machine) வருவித்துள்ளது, முதல் 'கெலிஸ்கோ கிராப்' யந்திரத்தையும் இறக்குமதி செய்துள்ளது. தற்போது மூன்று 'வேரியோ கெலிஸ்கோகிராப்'

யந்திரங்கள் நகரில் இயங்கிக் கொண்டிருக்கின்றன. இந்நகரில் மிகச் சிறந்த வண்ண அச்சுப் படிமை (Colour Block-makers) செய்யும் நிறுவனங்கள் உள்ளன.

சென்னை நகரிலுள்ள பல வார இதழ்கள் மாற்று அச்சடிப்பு (ஆப்செட்) முறையில் பல வண்ணங்களில் அச்சடித்துக் காலத்திற் கேற்ற புதுமுறைகளிலும் வழிகளிலும் கடைப்பிடித்து வருகின்றன.

தமிழ்நாட்டிலுள்ள அரசாங்க பாடநூல் நிறுவனமானது 6 மொழிகளில் 271 தலைப்புகளில் 2,75,00,000 பாடப் புத்தகங்களைப் பள்ளிக்கூடச் சிறுவர்களுக்காக அச்சிட்டுள்ளது.

தொழில் சிறப்பு: சென்னையில் தொடக்கத்தில் நெசவுத் தொழிலும் குடிசைத் தொழில்களுமே நடைபெற்று வந்தன. ஆங்கிலேயர் வருகைக்குப் பின்னர், இங்கு ஏற்பட்ட முதல் தொழிற்சாலை, தாமஸ் பாரி என்பவரால் சாந்தோமில் 1805இல் அமைக்கப்பட்ட தோல் பதனிடும் தொழிற்சாலையே. பின்னர், பலவிதத் தொழில்களும் தொழிற்சாலைகளும் உண்டாகியுள்ளன.

கிறிஸ்தவ பாதிரிகளால் 1761இல் தொடங்கப்பட்ட 'டையோசீசன் அச்சகம்' இருநூறு ஆண்டுகளுக்கு மேல் தனியார் துறையினரால் திறம்பட நடத்தப்பெற்று வருகிறது. சென்னை அரசாங்க அச்சகமானது நீண்ட காலமாகப் பொதுத் துறையில் நடைபெற்று வரும் அமைப்பாகும். இவை தவிர, பல அச்சகங்கள் சென்னையில் தோன்றி நடந்து வருகின்றன. அச்சுக்கலையில் பல்வேறு துறைகளில் சென்னை வளர்ந்து முன்னிற்கிறது.

பாரி நிறுவனம், எட்வர்ட் பாரி என்பவரால் 1788இல் நிறுவப்பட்டது. இது பல்வேறு தொழில் துறைகளில் ஈடுபட்டுப் புகழ் பெற்றுள்ளது. பாரியின் சர்க்கரையும், மிட்டாயும் எருவும் சிறப்புப் பெற்றவையாகும்.

பின்னி & கோ நிறுவனம் 1878இல் ஏற்படுத்தப்பட்டது. இது கப்பல் வணிகம், ஏற்றுமதி இறக்குமதி வர்த்தகம், யந்திரப் பொருள்கள் தயாரிப்பு, மின்சாரம், ஆலைத் தொழில் என்பன போன்ற பல தொழில்களில் கவனம் செலுத்துகிறது. இதனால் அமைக்கப்பட்டுள்ள பக்கிங்காம் & கர்னாடிக் நூற்பு ஆலையானது 1,20,288 கதிர்களையும், 2,788 தறிகளையும் கொண்டு இயங்கி வருகிறது. இது 17 லட்சம் பவுண்டு நிறையுள்ள நூலையும் 6 கோடியே 26 லட்ச கெஜ நீளமுள்ள துணிகளையும் உற்பத்தி செய்கிறது. இத்தனி ஒரு ஆலையால் சென்னை மாநகரானது இந்திய நெசவுத் தொழிலில் மூன்றாம் இடத்தைப் பெற்றுச் சிறந்து விளங்கிறது.

உலகிலுள்ள மிகப்பெரிய நெசவாலைகளில் இது ஒன்றாகும். பின்னி துணிகளுக்கு வெளிநாட்டிலும் உள் நாட்டிலும் மிகுந்த கிராக்கி உள்ளது.

இன்னும் பல நிறுவனங்கள் பல்லாண்டுகளுக்கு முன்பே தோற்றுவிக்கப்பட்டுத் தொழில்புரிந்து வருகின்றன. இவற்றுள் அமிருத்தஞ்சன் (1839), சிம்சன் (1840), பி.ஆர்.&சன்ஸ் (1849), அஸோஸியேஷன் பிரஸ் (1844), தாம்ஸன் & கோ (1890), ஹோ & கோ (1886) என்பன குறிப்பிடத்தக்கனவாகும்.

சிம்ஸன் & கோவைச் சேர்ந்த 27 நிறுவனங்களின் கூட்டமைப்பே அமால்கமேஷன். இது 200 ஏக்கரா பரப்பளவுள்ள பகுதியில் 20 தனிப்பட்ட பலவிதத் தொழில்களைச் செய்து; உலகிலுள்ள 47 வெளிநாடுகளுக்கு உற்பத்திப் பொருள்களை ஏற்றுமதி செய்து வருகின்றது. இந்நிறுவனம் தற்போது இந்தியர் கைவசம் வந்துள்ளது.

சென்னையில் 1843இல் ஏற்பட்ட முதல் பணம் வைப்பு நிறுவனம் ‘மதராஸ் பாங்கே’ ஆகும். பின்னர் பல பாங்குகள் தோன்றின. அவைகளுள் அர்பத்நாட் பாங்க், இந்தியன் ஓவர்சிஸ் பாங்க், சார்ட்டட் பாங்க், (1854). மதராஸ் சென்ட்ரல் பாங்க் (1906) முதலானவைச் சுட்டிக்காட்டத்தக்கனவாகும். கூட்டுறவு முறையிலும் பல பாங்குகள் ஏற்பட்டுள்ளன. அவைகளுள் தமிழ்நாடு கூட்டுறவு பாங்க், ஜார்ஜ் டவுன் கூட்டுறவு பாங்க் முதலானவை குறிப்பிடத்தக்கனவாகும்.

உயிர்ப் பாதுகாப்பு நிறுவனங்களிலும் சென்னை பின்வாங்க வில்லை. பிரதிவி இன்சூரன்ஸ், & யுனைடெட் இந்தியா லைவ் இன்சூரன்ஸ் போன்றன இங்கு முகிழ்த்தவையே. பின்னர் இவை தேசிய மயமாக்கப்பட்டுவிட்டன.

பென்சில் தயாரிப்பிலும் ‘மதராஸ் பென்சில் பாக்டரி’ (1918) முன்னணியில் உள்ளது. இதனையும் ஹோ & கோ அச்சகத்தையும் வி. பெருமாள் செட்டி கோ மிகத் திறம்பட நிர்வகித்து வருகின்றது.

கிண்டி தொழிற்பேட்டை (1958) ரூ.11.71 லட்சம் அரசாங்கச் செலவில் அமைக்கப்பட்டது. இதில் 128 தனித் தனி நிறுவன அமைப்புகள் உள்ளன; இவை உற்பத்தி செய்யும் பொருள்களின் மதிப்பீடு ரூ. 300 லட்சமாகும். அம்பத்தூர் தொழிற்பேட்டை பின்னர் காணப்பட்டதாகும்.

‘அசோக் லேலண்டு’ நிறுவனம், ‘லாரி’களையும், ‘பஸ்’ களையும் தயாரிப்பதில் மிகப் பெரிய ஒன்றாகும். தனியார் துறையில் 1955இல் இதனை நிறுவ அடிகோலியவர் சர். ஏ. ராமசாமி முதலியாராவர்.

இந்தியாவில் தானியங்கிகள் (Automobiles) தயாரிப்பவர்களில் 'அசோக் லேலண்டு' ஐந்தாம் இடத்தை வகிக்கிறது!

நந்தம்பாக்கத்தில் அறுவை சிகிச்சை கருவிகள் செய்யும் தொழிற்சாலை (Surgical Instruments) ரஷ்ய தொழில் நுணுக்க உதவியுடன் ரூ.2 1/2 கோடி செலவில் அமைக்கப்பட்டுள்ளது. இது இந்தியாவிலேயே பெரியது; முதன்மையானதுமாகும். இங்கு 1,000 பேர் வேலை செய்கின்றனர்.

பிரம்பூர் ரயில் பெட்டித் தொழிற்சாலையானது (I.C.F). முதல் ஐந்தாண்டுத் திட்டத்தின்போது ஏற்படுத்தப்பட்டதாகும். ஸ்விஸ் நாட்டு ஒத்துழைப்புடன் 1955லிருந்து ரயில் பெட்டிகளைத் தயாரிக்கலாயிற்று. வெளிநாட்டிற்கும் ரயில் பெட்டிகள் ஏற்றுமதியாகின்றன. வண்டலூரில் ஸ்டான்டர்டு மோர்ட்டார் நிறுவனம் 1952இல் தனியார் துறையால் நிறுவப்பட்டதாகும். இதன் மூலதனம் ஒரு கோடி ரூபாய். தற்போது 6.000 சிறிய 'கார்'களையும், ஒரு டன் பளு இழுக்கும் 'லாரி'கள் 1500யையும் இங்குத் தயாரிக்கிறார்கள்.

1954-இல் தொடங்கப்பட்ட 'கார்போரண்டம் யூனிவர்சல் நிறுவனம் பட்டரை சீலைகளையும், சாணை பிடிக்கவும் மெருகு போடவும் பயன்படும் கற்களையும் தயாரித்து வருகிறது.

'மெட்டல் பாக்ஸ்' நிறுவனம் பெட்டிகள், டப்பாக்கள் உருவாக்கும் தொழிலில் ஈடுபட்டுள்ளது. திருவொற்றியூரில் விம்கோ தீப்பெட்டித் தொழிற்சாலை உள்ளது. இவ்வூரிலே உள்ள ராயல் என்பீல்டு தொழிற்சாலையில் 'மோட்டர் சைக்கில்கள் தயாரிக்கப்படுகின்றன. இருசக்கர வண்டிகளை டி. ஐ. சைக்கிள் நிறுவனம் திறம்பட உற்பத்தி செய்து வருகிறது.

வெளிநாடுகளுக்கும் இவை ஏற்றுமதி செய்யப்படுகின்றன. இவ்விரண்டு வகையிலும் இந்தியாவிலேயே சென்னைதான் முன்னணியில் நிற்கிறது. செம்பியத்தில் 'இந்தியன் பிஸ்டன்ஸ்' மீனம்பாக்கத்தில் 'என்ஜின் வால்வுகள்', ஆவடியில் 'டியூப் புராடக்ட்ஸ் ஆப் இந்தியா', பட்டாபிராமில் 'சதர்ன் ஸ்டக்டசுரல்ஸ்', திருவொற்றியூரில் கே.சி.பி. ஆகிய நிறுவனங்கள் தோன்றி இயங்கி வருகின்றன.

தாம்பரம், பல்லாவரம், எண்ணூர், ஆவடி, அம்பத்தூர், பாடி போன்ற சென்னை மாநகரைச் சுற்றியுள்ள புறநகர்ப் பகுதிகளையும் சேர்த்து 1000 சிறிய தொழிற்சாலைகள் (Small Scale Industries) நடைபெற்று வருகின்றன. இத்திட்டத்திற்கும் ரூ.12 லட்சம் செலவாகியுள்ளது

அம்பத்தூரிலுள்ள சென்னை ரப்பர் தொழிற்சாலை (M.R.F) ரப்பர்

டயர்களைத் தயாரிக்கும் பணியில் ஈடுபட்டுள்ளது. இது இந்நாட்டிலேயே பெரிதாகக் கூறப்படுகிறது. எண்ணூரிலுள்ள ஈஐ.டி. பாரி - உரத்தொழிலுக்கு உரிய துணைப் பொருள்களைத் தயாரித்துக் கொடுக்கிறது.

மணலியில் எண்ணெய் சுத்திகரிப்பு ஆலையும் எண்ணூர் அனல் மின்சார நிலையமும், சென்னை உரத்தொழிற்சாலையும் (Madras Fertilisers) ஷாவாலஸ் உரத் தொழிற்சாலையும் குறிப்பிடத்தக்கனவாகும்.

ஆவடியில் 'இராணுவ டாங்கு'களும் பிற பளுவான வண்டிகளும் தயாரிக்கப்பட்டு வருகின்றன.

'பின்னி இன்ஜினீயரிங்' (Binny Engineering Works) தொழிற்சாலை முன்பு துறைமுகப் பகுதியில் இயங்கியது; பின்னர் மீனம்பாக்கத்தில் நடந்தேறி வருகின்றது.

இப்படியாகச் சென்னை மாநகரிலும், அதனை ஒட்டியுள்ள புற நகர்களிலும், தனியார் துறையாலும் பொதுத் துறையாலும் தொழில் உற்பத்தியானது - வடக்கு, மேற்கு, தெற்கு ஆகிய முப்பகுதிகளில் சிறந்து விளங்கி வருகின்றது. மேலும் இப்பகுதிகளில் தொழில் வளர்ச்சிக்கு இடமுண்டு.

1940இல் சென்னை நகரில் 120 தொழில் நிறுவனங்கள் இருந்தன; 1947இல் 192 சிறு தொழில் அமைப்புகள் இங்கு ஏற்பட்டன. 1961இல் வெவ்வேறு வகையான தொழில் அமைப்புகள் 1,297 உள்ளனவாகக் கணக்கு எடுக்கப்பட்டுள்ளன. இவைகளில் பணிபுரிவோர் தொகை 65,955 ஆகும். தமிழக அரசின் போக்குவரத்துத் தொழிற்சாலை மீனம்பாக்கத்தில் அமைந்துள்ளது. அரசுக்கு வேண்டிய பேருந்துகளை இது தயாரித்துக் கொடுக்கிறது.

மின்சார வண்டிகள் (Electric Trains) 1933 முதல், 'ஒரு வழிப் பாதை'யில் நாள்தோறும் சென்னைக் கடற்கரை சந்திப்பு நிலையத்திலிருந்து தாம்பரம் வரை 100 சென்றும் வந்தும் கொண்டிருந்தன. 1953இல் இவைகள் 210 ஆக அதிகரிக்கப்பட்டன. இவற்றில் பயணம் செய்தோர் 2,59,46,801 பேராகும். தற்போது, 'இருவழிப் பாதை'கள் அமைக்கப்பட்டுள்ளதால், 240 வண்டிகள் ஓடுகின்றன. 1961 - 62 முதல் ஆண்டுதோறும் 5,01,26,882 பயணிகள் வந்து போகின்றனர். இதற்கு முன்பு 'டிராம்' வண்டிகள் ஓடிக் கொண்டிருந்தபோது, ஒரு நாளில் 1 1/4 லட்சம் பயணிகள் சென்று கொண்டிருந்தனர் என்பதை இங்கு நினைவுப்படுத்திக்கொண்டு ஒப்பு நோக்கிப் பார்க்கலாம்!

சென்னை மாநகரில் சாலைகள் வழியாகவும், கடல் வழியாகவும், வான்

வழி மூலமாகவும் தொழில் வர்த்தகங்கள் நடைபெற்று வருகின்றன. இங்கு இரண்டு நூற்பு ஆலைகளும் இரண்டு அலுமினியத் தொழிற்சாலைகளும், மூன்று மின்சாரப் பொருள்களைத் தயாரிக்கும் தொழிற்சாலையும் உள்ளன. மேலும், 6 பொது பொறியியல் தொழிற்சாலைகளும், (General Engineering Works) 8 வார்ப்படச் சாலைகளும் (Foundries), யந்திர உலோகத் தயாரிப்பு வேலைகளும். (Mechanical and metal works) ஒரு புகையிலை தொழிற்சாலையும், ஓர் அரிசி ஆலையும், ஐந்து எண்ணெய் ஆலைகளும், ஒரு கண்ணாடி தொழிற்சாலையும், இரு தீப்பெட்டித் தொழிற்சாலைகளும், மரப் பொருள்கள் தயாரிக்கும் நிலையங்களும், 37 அச்சகங்களும், கைத்தறி தொழிலும் ஏற்பட்டு நடந்து வருகின்றன.

இவற்றின் மொத்த எண்ணிக்கை 1944இல் 44 ஆகவும். 1949இல் 56 ஆகவும், 1955இல் 142 ஆகவும் உயர்ந்து வருகிறது. இந்நகரில் மக்கள் பொருள்களை வாங்குவதற்காக எல்லாப் பகுதிகளிலும் 61 பெரும் சந்தைகள் (Markets) உள்ளன. இதுவல்லாமல் பொருள்களைத் தேர்ந்தெடுத்து வாங்கும் மய்யங்கள் (Shopping Centres) நகரில் 39 உள்ளன. திருவல்லிக்கேணியில் தோற்றுவிக்கப்பட்ட டி.யு.சி.எஸ். என்னும் கூட்டுறவு நிறுவனத்திற்குச் சென்னை நகரிலும் சுற்றுப்புறத்திலும் 102 கிளைகள் உள்ளன. இன்னும் 'காமதேனு' 'சிந்தாமணி' போன்ற அமைப்புகள் நகரெங்கும் பெரிய அளவிலும் சிறிய அளவிலும் தோற்றுவிக்கப்பட்டுள்ளன.

சென்னை நகர் ஏற்பட்டபோது இருந்ததைவிட, இப்போது தொழில் வளர்ச்சி பெருகியுள்ளது என்பது உண்மைதான். என்றாலும் கடந்த 300 ஆண்டு காலத்திற்குள் இம்மாநகரம். பம்பாய் கல்கத்தாவைப் போன்று பெரும் கனரகத் தொழில்கள் உற்பத்தி செய்யும் இடமாக மாறவில்லை! இதற்கு நல்ல தண்ணீரும், மின்சார சக்தியும், போக்குவரத்து வசதியும் முன் சொன்ன நகரங்களுக்குக் கிடைத்திருப்பது போல் சென்னையில் கிடைக்காதது முக்கியக் காரணமாகும்.

நிலக்கரி போன்ற எரிபொருள் அருகிலும், எளிதிலும் கிடைக்காதது மற்றொரு அடிப்படைக் காரணமாகும். மத்திய அரசாங்கம் அடிக்கடி ஏற்றுமதி இறக்குமதி கொள்கைகளை மாற்றிக் கொண்டிருப்பதும், இங்குத் தொழில் வளம் சீராகப் பெருகுவதற்குத் தடையாக இருந்திருக்கிறது என்று 1961ஆம் ஆண்டின் குடிமதிப்பு அறிக்கையிலேயே சுட்டிக்காட்டப்பட்டுள்ளதையும் இங்குக் கவனிக்க வேண்டுகிறோம்.

எத்தனையோ வழிகளில் முன் குறிப்பிட்டுள்ளதைப் போன்று சிறப்பு மிகுந்துள்ள சென்னை மாநகரில் - கல்கத்தாவில் ஏற்பட்டுள்ள

சித்தரஞ்சன் கனரகத் தொழிற்சாலையைப் போல் அமையாது, சிறிய தொழிற்சாலைகளே இயங்கி வருகின்றன! பெரும் தொழில் உற்பத்திகள் (Heavy Industrial Products) இங்கு நடைபெறாது சிறுசிறு தொழில்களே ஏற்பட்டுள்ளன.

கோயம்புத்தூரும், மதுரையும் சிறு தொழில் பெருக்கத்தில் சென்னையை மிஞ்சி விட்டன! ஆகவேதான் கல்கத்தாவைப் போன்றோ, பம்பாயைப் போன்றோ பெரும் தொழில் வளர்ச்சிப் பெருக்கிற்கு ஈடாக அமையாது, சென்னை பின் தங்கியிருக்கிறது. இனிமேலாவது, அவற்றுக்கு ஈடாகத் தொழில் உற்பத்தித் துறையில் கனரகத் தொழிற்சாலைகள் சென்னை மாநகரின் புறநகர்ப் பகுதிகளில் ஏற்பட, தமிழக அரசும், மத்திய அரசும் துணை புரிய வேண்டும்.

எந்த நகரமும் பாராமுகக் காரணமாகப் பின்தங்கிவிட்டால், தொழில் வளம் குன்றும். வளரும் சமுதாயத்திற்கு ஏற்றபடி தொழில் வளர்ச்சி அமையாவிட்டால், வேலையில்லாக் கொடுமை உண்டாகும். வேலையில்லாத் தவிப்பு மக்களிடையே உண்டாகுமானால், அமைதி நிலவாது; இயற்கைப் பண்புகள் கெட்டு, போராட்ட உணர்ச்சியே வலுக்கும். இதனால் ஏற்படும் விளைவு சொல்ல வேண்டியதில்லையே!

சென்னையில் சமூகத் தொண்டு புரியும் நிலையங்களுக்கும் குறைவில்லை. ஒய்.எம்.சி.ஏ. என்கிற கிறிஸ்தவ அமைப்பின் தலைமை நிலையம் சென்னையில் உள்ளது. இதன் பல கிளைகள் நகரில் தோன்றி தொண்டாற்றி வருகின்றன. பெண்களுக்காக ஒய்.டபுள்யு.சி.ஏ. பூவிருந்தவல்லி சாலையில் அமைந்து நற்பணி ஆற்றி வருகிறது. ஒய்.எம்.ஐ.ஏ.வும் பல கிளைகளைக் கொண்டு இந்நகரில் இயங்குகிறது. ஆந்திர மகிளா சபையும் அடையாற்றில் சமூகச் சேவை புரிந்து கொண்டிக்கிறது.

தென்னிந்திய ஜிவரக்ஷக பிரசார சபை 1926இல் சென்னையில் தோற்றுவிக்கப்பட்டு, உயிர்க் கொல்லாமையை வலியுறுத்தி தொண்டாற்றி வருகிறது. இக்கொள்கையை விடாப்பிடியாகக்கொண்டு, திரு. டி.எஸ். ஸ்ரீபால் சென்னையிலும் வெளியூர்களிலும் தெய்வங்களின் பேரால் பலியிடுவது கூடாது என்று வலியுறுத்திப் பேசி, மக்கள் உள்ளங்களைப் பக்குவமாகத் திருத்தி, 1951இல் சென்னை சட்டமன்றத்தில் கோயில்களின் முன் உயிர்ப்பலி இடும் கொடிய வழக்கத்தைத் தடைசெய்ய சட்டத்தை நிறைவேற்ற அடிகோலினார்.

இச்சட்டம் நிறைவேறியபின், திருக்கோயில்களின் முன் எவரும் பலியிட முடியாத ஒரு நிலையை உண்டு பண்ணியுள்ளார். இவரது

அயராத தொண்டைப் பாராட்டி, இவருக்கு, 'ஜீவபந்து' என்கிற பட்டமும், 'பிராணி மித்ரா' என்கிற பாராட்டும் கிடைத்துள்ளன. இந்தச் சபை அடக்கமாகப் பணிபுரிந்து வருகின்றது.

நண்பர்களுக்கு உதவி செய்யும் (Friend in need Society) நிலையம் பூவிருந்தவல்லி சாலையில் ஏற்படுத்தப்பட்டு, ஆங்கிலோ இந்தியர்களில் வசதி அற்றவர்களுக்குப் பல வழிகளில் துணைபுரிந்து வருகிறது. இதுபோலவே. அஞ்சுமன் நிலையம், திக்கற்ற முஸ்லீம்களுக்கு உதவி புரிந்துவரும் அமைப்பாகும்.

கிரஸன்ட் சொசைட்டியும் திருவல்லிக்கேணியில் பணிபுரிந்து வருகிறது. தண்டையார்பேட்டையில் வரதராஜ நாயக்கர் விடுதியும், மணியக்காரர் சத்திரமும், திக்கற்ற ஏழை எளியவர்களுக்கு உணவு, உடை, இருக்கை வசதிகளைச் செய்து தருகின்றன. ஔவை இல்லமும், திருமதி முத்துலட்சுமியால் காணப்பட்டு பெண்களுக்குப் பெரிதும் துணை புரிந்து வருகின்றது.

சேவா சதனமும் இங்ஙனமே புறக்கணிக்கப்பட்ட பெண்களுக்குப் புகலிடம் தந்து கொண்டிருக்கிறது. குற்றம் புரிந்து தண்டிக்கப் பெற்று, விடுதலையானவர்களுக்கு உதவி புரியும் சங்கம் (Discharged Prisoner's Aided Society) பல ஆண்டுகளாகப் பல வழிகளில் தொண்டு புரிந்து வருகிறது. இதற்கு அரசாங்க அதிகாரிகளும், பெருமக்களும் மிகுந்த அளவிற்கு உதவி புரிகிறார்கள்.

இப்படியாக, சென்னை நகரில் இரக்க உணர்ச்சி குறையாமல். ஊனமுற்றவர்களையும் புறக்கணிக்கப்பட்டவர்களையும் சமுதாயத்தின் மேல் மட்டத்தில் உள்ளவர்கள் பேணிக்காக்கும் பெரும் பணியைத் தொடர்ந்து செய்து வருகிறார்கள். இவ்வகையிலும் சென்னை நகர், பிற நகர்களைவிடப் பின்தங்காது, முன்னடி வைத்து வருகின்றது!

சென்னையில் முன்பு வள்ளல்கள் இருந்து புகழ் பெற்றுள்ளனர். அவர்களுள் காஞ்சிபுரம் பச்சையப்ப முதலியார் குறிப்பிடத் தக்கவராவர். இவர் கோமளீசுவரன் பேட்டையில் முன்பு கோயில் தெரு என்றழைக்கப்பட்டதும் தற்போது ஹாரீஸ் பாலத் தெரு சொல்லப்படும் பகுதியில், சாமிநாயக்கர் வாழ்ந்த 80 ஆம் எண்ணுள்ள இடத்திற்குப் பக்கத்து வீட்டில் வசித்தவர்.

இவர் நாள்தோறும் அப்போது ஓடிக் கொண்டிருந்த முப்பூர் (கூவம்) ஆற்றில் குளித்து விட்டுத்தான் பூசை செய்வாராம். இவரைத் தேடி கூட்டம் வந்து கொண்டிருக்குமாம். இவர் பெயரில் கோமளீசுவரன்

பேட்டையில் ஒரு தெரு உள்ளது. பச்சையப்பர் பள்ளியும், கல்லூரிகளும் பச்சையப்பர் பொறுப்பாளர் குழுவும் அவரை என்றும் நினைவுப்படுத்திக் கொண்டிருக்கும்.

மணலி முத்துக் கிருஷ்ண முதலியும் அவரது வழித்தோன்றல்களும் வள்ளல் தன்மை மிக்கவர்களாகவே விளங்கினர். மணலி இராமகிருஷ்ண முதலியார் அன்னாரின் தற்போதைய சந்ததியராக உள்ளார். ஆலங்காத்தாப் பிள்ளையும், சாமி நாயக்கரும் (டபிள்யு. கிருஷ்ண சாமி நாயுடுவின் உறவினர்) சேலம் சவலை. இராமசாமி முதலியாரும் அக்காலப் புகழ்பெற்ற பெருமக்களாவர்.

நகராளரான ராஜா. சர். இராமசாமி முதலியார் பெயரில் சத்திரமும், புல்தோட்ட மருத்துவமனையும் அவரது பெயரை நினைவூட்டிக் கொண்டிருக்கின்றன. முஸ்லீம்களில் எம்.ஜே.ஜமால் முகம்மதுவும், சி. அப்துல் ஹகீமும் சிறந்த வள்ளல்களாக விளங்கியவர்கள். இதே போல், சி. அப்துல் ஹகீம் உயர் நிலைப் பள்ளியும், ஸித்திக் ஸராயும் சி. அப்துல் ஹகீமை என்றும் மறக்காமலிருக்கும் நினைவுச் சின்னங்கள். ஜமால் முகம்மது பெயரில் உயர் நிலைப் பள்ளியும், ஓரியண்டல் அரபிக் கல்லூரியும் பிரம்பூரில் உள்ளன. திருச்சியில் ஒரு கல்லூரி உள்ளது.

இனி, சென்னை மாநகரில் முற்காலத்தில் மிகப் புகழ் பெற்றிருந்த ஒரு சிலரைப் பற்றி நினைவு கூர்வோம்.

காஜுலு லட்சுமி நரசு செட்டி என்பவர் 19ஆம் நூற்றாண்டிலிருந்த புகழ்பெற்ற நூல் வெளியீட்டாளர் (Publicist) ஆவார். இவர் 1844இல் ‘கிரிசெண்டு’ என்கிற ஆங்கில இதழைத் தொடங்கி, வரி வசூலிப்பில் செய்யப்பட்ட கொடுமையைப் பாராளுமன்றத்தின் கவனத்திற்குக் கொண்டு வந்து, வரி விசாரணைக் குழுவை நியமிக்கத் தூண்டியவர். ‘சென்னை மகா ஜன சபையின் முன்னோடியான ‘சென்னை சுதேசிகள் சங்கத்தில் (Madras Native Association) இவர் முக்கிய இடம் பெற்றிருந்து, மக்களுக்காகவும், நகரத்துக்காகவும் அரிய தொண்டு புரிந்தவர் இவர். 1868இல் மன்ற உறுப்பினராகவும் நியமிக்கப்பட்டவர்.

சேலம், சவலை இராமசாமி முதலியார் 19ஆம் நூற்றாண்டின் பிற்பகுதியில் பெருஞ் செல்வாக்குடன் விளங்கியவர். சென்னை நகராளர் (ஷெரீப்) பதவியை முதன் முதல் வகித்தவர் இவரேயாகும். சென்னையின் பழம் பெரும் கிளர்ச்சிக்காரராக விளங்கிய லட்சுமி நரசுக்குப் பின்னர், சேலம் இராமசாமி முதலியாரே அரசியலில் மிகுதியும் ஈடுபட்டிருந்தவர்.

பூண்டி ரங்கநாத முதலியாரும், டி. கோபாலராவும் கல்வி

அறிஞர்களாகத் திகழ்ந்தவர்கள். அவர்கள் ஆங்கிலத்திலும் தாய் மொழியிலும் மக்களுக்காக '*Native Opinion*' பத்திரிகைகளை வெளியிட்டுள்ளதைப் பெருந்தொண்டு என்றே சொல்ல வேண்டும். இவர்களைப் பின்பற்றியே, எம். விஜயராகவாச்சாரியுடன் சேர்ந்து ஜி. சுப்பிரமணி ஐயர் முதலில் 'இந்து' வைத் தொடங்கி நடத்தினார்.

பின்னர், தனியாகச் 'சுதேசமித்திரனை'க் கண்டு திறன்பட நடத்தி வந்தார். சர். டி. மாதவராவும், சர். தி. முத்துசாமி ஐயரும் சிறந்த நீதிபதிகளாக விளங்கினர். சர். முகம்மது உஸ்மானும், கூர்மா வெங்கட ரெட்டியும், வெள்ளையர் ஆட்சியின் போது இந்தியர்களில் ஆளுநர்களாக நியமிக்கப்பட்டுச் சிறப்புப் பெற்றவர்கள்.

சர். ஏ. இராமசாமி முதலியாரும். எஸ். சத்திய மூர்த்தியும், வி.எஸ். சீனிவாச சாஸ்திரியும், சர். சி.பி. இராமசாமி ஐயரும் சிறந்த நாவன்மை மிக்க ஆங்கிலப் பேச்சாளராக விளங்கியவர்கள். எஸ் சுப்பிரமணி ஐயரும், சதாசிவ ஐயரும். வி.வி. சீனிவாச ஐயங்காரும். ஒ. தணிகாசலம் செட்டியாரும் நீதிபதிகளாகத் திகழ்ந்தவர்கள்.

முடிவாக, சென்னை நகரம் - பம்பாயைப் போன்று அயல் நாட்டு நாகரிகத்தின் முழுச்சாயல் படிந்த நகரமாகத் தோற்றமளிக்கவில்லை; கல்கத்தாவைப் போன்று, குடி நெருக்கம் மிகுந்து, அழுக்கடைந்த நகரமாகவும் இல்லை; டில்லியைப் போன்று குத்துவெட்டு அமர்க்களம் மிகுந்த நகரமாகவும் காட்சியளிக்கவில்லை. இது இந்தியாவிலேயே தூய்மையாக வைக்கப்பட்டுள்ள நகரமாகக் காட்சியளிக்கிறது. எல்லா நாட்டு நாகரிகப் பண்புகளும் இங்குக் காணப்பட்டாலும், சென்னை நாகரிகம் - தமிழக நாகரிகம் - இது எனக் குறிப்பிடத்தகுந்த முறையில் இந்நகரம் விளங்குகிறது. கோயில் நாகரிகந்தான் சென்னைக்கு உரியது என்று குறிப்பிடப்பட்டாலும், அதற்கு அப்பாற்பட்ட ஓர் அமைதியான நாகரிகம் இங்கு மிளிர்கிறது.

"இந்தியாவில் மட்டுமின்றி உலகம் பூராவிலும் நான் கண்ட நகரங்களில் விருந்தோம்பலில் சிறந்து விளங்குவது சென்னையாகும்" என்று அமெரிக்க தூதராயிருந்த ஜான் ஹெர்மன் கூப்பர் 19 - 10 - 1955இல் கூறியுள்ளது இங்கு நினைவு கூரத் தக்கதாகும்.

இன்னும் சென்னையின் சிறப்பைப் பற்றிச் சொல்லிக்கொண்டே போகலாம் என்றாலும், காலம், இடம், சூழ்நிலையை நோக்கி இதனோடு முடித்துக் கொள்வோம்.

மேற்கோள் நூல்கள்:

1. தமிழ்நாட்டின் வடஎல்லை - டாக்டர் மா. இராசமாணிக்கனார் M.O.L. Ph.d.
2. கார்ப்பரேஷன் சரித்திரம் - ஏ.கே.சந்திரசேகர முதலியார்.
3. History of Madras - C.S. Srinivasachari.
4. Madras Tercentenary Commemoration Volume.
5. Vestiges of Old Madras (1640 - 1800), Indian Record Series, 3 Volumes - H.Devidson Love (1913).
6. A Glossary of Anglo-Indian Colloquial Words and Pharses - Hobson - Jobson.
7. Madras in the Olden Time - Talboys Wheeler (1882).
8. Tamils 1800 years ago - V. Kanakasabai Pillai.
9. The Lannd of the Tamulians and its mission - Rev. E.R. Raierleir (1874).
10. Intercourse between India and the Western World - H.G. Rawlinson.
11. Dravidian - Pre - Tamuliann - Dr. Macleane.
12. In the Steps of St. Thomas - Rev.Herman D'Souza.
13. The History of Madras - Glyn Barlow, M.A. Oxford University Press (1921).
14. St.Mary's Church, Fort St. George Madras 1680 - 1967.
15. Census of India Report-on Madras City from 1891 - 1971.
16. Official Hand Book of the city of Madras Issued by the Corporation of Madras (1934 and 1947).
17. Madras City 1977 - Corporation of Madras.
18. Corporation Chronicles.
19. Old Madras - W.S. Krishnaswami Nayudu (1965).